पुणे विद्यापीठाच्या प्रथम वर्ष कला शाखेच्या (F. Y. B. A.) २०१३-१४च्या सुधारित अभ्यासक्रमानुसार लिहिलेले क्रमिक पुस्तक.
तसेच महाराष्ट्रातील इतर सर्व विद्यापीठांना उपयुक्त.

I0635445

सामान्य मानसशास्त्र

General Psychology

प्रा. मुकुंद कृ. इनामदार

प्रा. केशव ना. गाडेकर

डॉ. अनिता म. पाटील

डायमंड पब्लिकेशन्स

सामान्य मानसशास्त्र

प्रा. मुकुंद कृ. इनामदार
प्रा. केशव ना. गाडेकर
डॉ. अनिता म. पाटील

General Psychology

Pro. Mukund K. Inamdar
Pro. Keshav N. Gadekar
Dr. Anita M. Patil

प्रथम आवृत्ती : जून २०१३

ISBN 978-81-8483-526-7

© डायमंड पब्लिकेशन्स

मुखपृष्ठ
शाम भालेकर

प्रकाशक
डायमंड पब्लिकेशन्स
२६४/३ शनिवार पेठ, ३०२ अनुग्रह अपार्टमेंट
ओंकारेश्वर मंदिराजवळ, पुणे-४११ ०३०
☎ ०२०-२४४५२३८७, २४४६६६४२
info@diamondbookspune.com
www.diamondbookspune.com

प्रमुख वितरक
डायमंड बुक डेपो
६६१ नारायण पेठ, अप्पा बळवंत चौक
पुणे-४११ ०३० ☎ ०२०-२४४८०६७७

प्रस्तावना

पुणे विद्यापीठाने २०१३-१४ या शैक्षणिक वर्षापासून मानसशास्त्र विषयाच्या प्रथम वर्षासाठी असलेल्या सामान्य-मानसशास्त्र (G1) या पेपरचा नवीन अभ्यासक्रम निर्धारित केलेला आहे.

या संदर्भातील मराठी माध्यमाच्या विद्यार्थ्यांची गरज तत्परतेने पूर्ण करण्यासाठी सदरची पाठ्यपुस्तक-आवृत्ती डायमंड प्रकाशन उपलब्ध करून देत आहे. सोबत जोडलेल्या नवीन-अभ्यासक्रमाच्या मराठी भाषांतरित प्रतीवरून याची सहज खात्री पटेल.

विद्यार्थी व मानसशास्त्राच्या अध्यापकांप्रमाणेच मानसशास्त्राची जिज्ञासा असणारे सामान्य वाचक या पुस्तकाचे स्वागत करतील अशी अपेक्षा आहे.

अपेक्षा व सूचनांचे सदैव स्वागत आहेच.

प्रा. मुकुंद इनामदार
प्रा. केशव गाडेकर
डॉ. अनिता पाटील

लेखक-परिचय

प्रा. मुकुंद इनामदार

- चां. ता. बोरा महाविद्यालय, शिरूर, जि. पुणे येथून मानसशास्त्र - तत्त्वज्ञान-विभाग- प्रमुख म्हणून निवृत्त. मानसशास्त्र - विषयाचे प्रदीर्घ अध्यापन (१९७२-२००४)
- महाविद्यालयातर्फे प्रकाशित झालेल्या परिसरातील १०० गावांच्या शैक्षणिक, सामाजिक, सांस्कृतिक, औद्योगिक, कृषिविषयक सर्वेक्षणावर आधारित 'विकासवेध' या ग्रंथाचे प्रमुख संपादक (१९८७).
- E.M.R.C. पुणे मध्ये Social Avoidance या विषयावर संहितालेखन केले. त्यावरील ध्यनिचित्रफीत 'कंट्रीवाइड क्लासरूम' या कार्यक्रमात दूरदर्शनवरून दोनदा प्रक्षेपित (१९९५)
- 'विद्यार्थी, पालक व स्थानिक नागरिकांच्या महाविद्यालयीन पदवी-शिक्षणाबाबतच्या अभिवृत्ती' या विषयावरील विद्यापीठ-अनुदान-आयोगाने मंजूर केलेला लघुशोध प्रकल्प पूर्ण करून 'नॅक'च्या मार्गदर्शक सूचनेप्रमाणे महाविद्यालयाचे स्वयंमूल्यमापन केले. (२०००-२००१).
- स्वाध्याय - संस्कार - माला (मृत्युंजय प्रकाशन, पुणे) या ग्रंथाचे सहलेखन.
- अन्य प्रकाशित साहित्य - (सर्व डायमंड पब्लिकेशन्स, पुणे तर्फे)
  १) आधुनिक मानसशास्त्र - प्रथमावृत्ती २००५
  २) आधुनिक मानसशास्त्र - द्वितीयावृत्ती २००६
  ३) प्रगत सामाजिक मानसशास्त्र - २००७
  ४) मानसशास्त्रीय शब्दकोश - २००९
  ५) सेट-नेट सहाध्यायी (पेपर II) २०१३ (प्रकाशनाच्या वाटेवर)

प्रा. केशव गाडेकर

- अहमदनगर, शिरूर येथील महाविद्यालयांतून सामान्य व विशेष स्तरावर मानसशास्त्राचे १६ वर्षांहून अधिक काळ अध्यापन.
- परिसरातील शालेय शिक्षकांना विद्यार्थ्यांना समुपदेशन करण्याबाबत मार्गदर्शन.
- 'अपयशातून – यशाकडे' या सकाळपुरस्कृत उपक्रमानुसार शिरूर केंद्रातून केंद्रसंचालक म्हणून विद्यार्थी व पालकांसाठी समुपदेशन
- कुटुंबासमवेत व वृद्धाश्रमात राहणाऱ्या वृद्धांचा तुलनात्मक अभ्यास या बी. सी. यू. डी. पुणे विद्यापीठ, पुणे यांच्या पूर्ण झालेल्या प्रकल्पात सहभाग.
- आधुनिक मानसशास्त्र, प्रगत–सामाजिक मानसशास्त्र, औद्योगिक व संघटनात्मक मानसशास्त्र या पुस्तकांचे सहलेखन

डॉ. अनिता पाटील

- शिरूर येथील चां. ता. बोरा महाविद्यालयात उच्च माध्यमिक पातळीवर मानसशास्त्र विषयाचे २३ वर्षे अध्यापन
- मेंदू लहरी उद्दीपनाच्या मेंदूकार्यावरील प्रभावाचा पीएच.डी. प्रबंधासाठी अभ्यास पुणे विद्यापीठाची पीएच.डी पदवी प्राप्त (१९९८)
- बंगळूरू येथे आंतरराष्ट्रीय मानसशास्त्रीय चर्चासत्रात शोधनिबंध वाचन (१९९९) शोधनिबंध पारितोषिकप्राप्त
- व्यावसायिक उद्योजकता : (तृतीय वर्ष वाणिज्य) या पुस्तकलेखनात मानसशास्त्रीय विभागाबाबत लेखक म्हणून सहभाग
- सहलेखन
  १) आधुनिक मानसशास्त्र
  २) प्रगत–सामाजिक मानसशास्त्र
  ३) मानसशास्त्रीय चाचण्या – या पुस्तकाचे स्वतंत्रपणे लेखन
- कार्ला येथील डॉ. बालाजी तांबे यांच्या संशोधनकेंद्रात 'योगनिद्रा' व 'गर्भसंस्कार' या सी. डी. मधील संगीताचा सप्रयोग अभ्यास

पुणे विद्यापीठ
प्रथम वर्ष कला शाखेचा मानसशास्त्र विषयाचा सुधारित अभ्यासक्रम
(G1 : General Psychology)
(२०१३-१४ पासून लागू)

उद्दिष्ट्ये :

१) मानसशास्त्राच्या मूलभूत तत्त्वांना भक्कम आधार देणे.

२) मानसशास्त्रातील ऐतिहासिक विचारप्रवाह, प्रमुख संकल्पना, सैद्धान्तिक दृष्टिकोन आणि अनुभवाधारित संशोधनाचा विद्यार्थ्यांना परिचय करून देणे.

३) मानसशास्त्राच्या उपयोजित अंगाचे सर्वसाधारण दर्शन घडवणे.

भाग – १

प्रकरण १ : मानसशास्त्र : शास्त्र आणि विविध दृष्टिकोन
(एकूण १२ तासिका)

१.१ एक शास्त्र या दृष्टिने मानसशास्त्राची व्याख्या, स्वरूप आणि उद्दिष्टे

१.२ मानसशास्त्राचा इतिहास व विविध दृष्टिकोन : रचनावाद, कार्यवाद, समग्रतावाद (Gestalt), मनोविश्लेषणवाद, वर्तनवाद, मानववाद, बोधात्मवाद, जैव-मानसिक-सामाजिक-सांस्कृतिकवाद

१.३ विविध क्षेत्रे : वैकासिक, सामाजिक, चिकित्सा आणि समुपदेशन, शैक्षणिक, औद्योगिक, आरोग्यविषयक, अपराध आणि न्यायवैद्यकविषयक (Forensic), क्रीडा आणि स्त्रियांचे मानसशास्त्र

१.४ अभ्यासपद्धती : आत्मनिरीक्षण, निरीक्षण, प्रयोग, सर्वेक्षण आणि व्यक्ति-वृत्तेतिहास

१.५ उपयोजन : मानसशास्त्रातील जीवनमार्ग (Career avenues)

प्रकरण २ : मानवी वर्तनाचे जीवशास्त्रीय आधार
(एकूण १२ तासिका)

२.१ नसपेशी : रचना व कार्ये

२.२ नससंवाहके : सेरॅटोनीन, डोपामीन, गॅबा (GABA) ॲसेटिलकोलीन

२.३ नससंस्था : केंद्रीय नससंस्था (मेंदू व मज्जारज्जू) परिसरीय नससंस्था (स्वायत्त नससंस्था, कायिक नससंस्था)

२.४ ग्रंथिसंस्था : पियूषिका, कंठस्थ व उपकंठस्थ, वृक्कस्थ आणि लैंगिक ग्रंथी

२.५ उपयोजन : मेंदूचा चिकित्साशास्त्रीय अभ्यास, नवीन प्रवाह व तंत्रे

प्रकरण ३ : वेदन, अवधान आणि संवेदन

(एकूण १२ तासिका)

३.१ वेदन : व्याख्या, स्वरूप आणि प्रक्रिया

३.२ अवधान : व्याख्या, प्रकार, नियामक घटक, अवधान-विभाजन व अवधान-कक्षा

३.३ संवेदन- व्याख्या, गेस्टॉल्ट-तत्वे आणि संवेदन-सातत्य

३.४ सांवेदनिक भ्रम

३.५ उपयोजन : अतींद्रिय संवेदन (ESP)

प्रकरण ४ : वर्तनप्रेरण

(एकूण १२ तासिका)

४.१ व्याख्या आणि वैशिष्ट्ये, वर्तनसमतोलत्वाचे चक्र

४.२ प्रेरकांचे प्रकार : जैविक, सामाजिक आणि मानसिक

४.३ उपपत्ती : उत्तेजनाविषयक, प्रचोदना-क्षयविषयक (Drive reduction), प्रलोभनविषयक, मानववादी (मॅस्लोप्रणीत)

४.४ विफलता : विफलतेची उगमस्थाने, संघर्षप्रकार

४.५ उपयोजन : संघर्ष सोडविण्याविषयीची तंत्रे

भाग – २

प्रकरण ५ : भावना

(एकूण १२ तासिका)

५.१ भावना : व्याख्या, स्वरूप आणि महत्त्व

५.२ प्रमुख भावना : आनंद, उत्तेजितपण (excitement), मृदूपणा (tenderness), दुःख, क्रोध, भय आणि प्रेम

५.३ भावनाविषयक उपपत्ती : जेम्स-लेंज, कॅनन-बार्ड, शॅक्टर, सिंगर आणि लॅझॅरस

५.४ भावनिक बुद्धिगुणांक : व्याख्या, स्वरूप, मापन आणि महत्त्व

५.५ उपयोजन : भावनांचे आरोग्यावरील सकारात्मक व नकारात्मक परिणाम

प्रकरण ६ : अध्ययन आणि स्मरण

(एकूण १२ तासिका)

६.१ व्याख्या, स्वरूप आणि प्रकार

६.२ अभिसंधान : अभिजात आणि साधनात्मक : व्यावहारिक उपयोजन

६.३ प्रयत्नप्रमाद : थार्नडाईक यांचा प्रयोग व अध्ययनविषयक नियम, मर्मदृष्टीचे अध्ययन (कोहलर)

६.४ स्मरण : व्याखा व प्रकार, विस्मरण व विस्मरणाची कारणे

६.५ उपयोजन : स्मृतीसुधारतंत्रे

प्रकरण ७ : व्यक्तिमत्त्व

(एकूण १२ तासिका)

७.१ स्वरूप, व्याख्या व गैरसमजुती

७.२ फ्रॉईडची व्यक्तिमत्त्वाची मनोविश्लेषणात्मक उपपत्ती

७.३ व्यक्तिमत्त्वविषयक गुणविशेषात्मक दृष्टिकोन :
आॅलपोर्टचा दृष्टिकोन, आयझेंक यांचे प्रारूप (PEN), कॅटेल यांची सोळा व्यक्तिमत्त्व घटकांची उपपत्ती, मॅक्रे आणि कोस्टा यांची पंचघटक उपपत्ती

७.४ मापनतंत्रे- वार्तनिक, प्रक्षेपणात्मक व स्व-वृत्त निवेदनात्मक शोधिका
१) MMPI २) CPI ३) Neo P1

७.५ उपयोजन : स्वोट विश्लेषण

प्रकरण ८ : बौद्धिक क्षमता आणि विचारप्रक्रिया

(एकूण १२ तासिका)

८.१ बौद्धिक क्षमता : व्याख्या आणि बुद्धिमापनाच्या संदर्भातील मूलभूत संकल्पना (CA, MA, IQ आणि DQ)

८.२ बुद्धिमापन : स्टॅनफोर्ड बिने, मुलांसाठी वेश्लर बुद्धिमापन चाचणी (WISC) आणि प्रौढांसाठी बुद्धिमापन श्रेणी (WAIS)

८.३ व्यक्तिभेद : बौद्धिकदृष्ट्या मागासलेल्या व बुद्धीची विशेष देणगी लाभलेल्या व्यक्ती, त्यांचे प्रकार व कारणमीमांसा

८.४ विचार प्रक्रिया : व्याख्या आणि प्रकार : तार्किक, समस्याप्रधान आणि निर्णयविषयक, नवनिर्माणक (Creative) विचार

८.५ उपयोजन : विविधांगी (Lateral) विचार - विचाराच्या सहा टोप्यांची तंत्रे (Six Thinking Hats techniques)

अनुक्रम

प्रकरण १

मानसशास्त्र : शास्त्र व विविध दृष्टिकोन
(Psychology : Science & Different Perspctives)

भूमिका
मानसशास्त्राची उद्दिष्टे

१.१ **मानसशास्त्र : स्वरूप व व्याख्या**
(मानसशास्त्राचा उगम व विकास,
व्याख्येचे सविस्तर स्पष्टीकरण,
शास्त्रीय अभ्यासाची आवश्यकता)

१.२ **मानसशास्त्राच्या अभ्यासाविषयीचे दृष्टिकोन**
जीवशास्त्रीय, वर्तनवादी, बोधात्मवादी, मनोविश्लेषणवादी,
मानववादी (व्यक्तिनिष्ठ)

१.३ **मानसशास्त्राची प्रमुख उपक्षेत्रे (अभ्यासशाखा)**
▪ जैविक मानसशास्त्र ▪ प्रायोगिक मानसशास्त्र
▪ वैकासिक मानसशास्त्र ▪ सामाजिक मानसशास्त्र
▪ व्यक्तिमत्त्व मानसशास्त्र ▪ चिकित्सा व समुपदेशन मानसशास्त्र
▪ शालेय व शैक्षणिक मानसशास्त्र ▪ औद्योगिक / संघटन मानसशास्त्र
▪ मानव अभियांत्रिकी मानसशास्त्र ▪ आरोग्य–अपराध, क्रीडा व
महिला–मानसशास्त्र

१.४ **मानसशास्त्रातील शास्त्रीय अभ्यासपद्धती**
नैसर्गिक आणि पद्धतशीर निरीक्षण
व्यक्ती – इतिहास (वृत्तेतिहास) पद्धती
सर्वेक्षण (सहसंबंध अभ्यासपद्धती) व प्रायोगिक पद्धती

१.५ **मानसशास्त्राच्या संदर्भातील जीवनमार्ग**
(Career Avenues)

१.६ **सारांश**
सरावासाठी प्रश्न

भूमिका

मानवाने आपल्या गरजेतून आणि कुतूहलातून सभोवतालच्या निसर्गाकडे पाहिले आणि त्यातून खगोलशास्त्र, भूगोलशास्त्र, पदार्थविज्ञान-रसायनशास्त्र इत्यादी भौतिकशास्त्रे निर्माण झाली. नंतर त्याने सामाजिक व्यवहारांकडे नजर टाकली आणि त्यातून इतिहास, अर्थशास्त्र, राज्यशास्त्र, समाजशास्त्र इत्यादी सामाजिक शास्त्रे निर्माण झाली. मानवी समूहजीवनातूनच समाज निर्माण झालेला असल्याने सामाजिक शास्त्रांनाच मानवी शास्त्रे असेही म्हटले जाते. या मानवी शास्त्रांमध्येच मानसशास्त्राचा समावेश असून मानवाने अंतर्मुख होऊन स्वत:कडे दृष्टी वळवल्यापासून 'मनाचा शोध' सुरू झाला असे म्हणता येईल. मनाविषयीच्या चिंतनाचा परिचय मानवास नवा नसून अगदी जनसामान्यांतही मनधरणी, मनोराज्य, मनन, मनोरंजन, मनोविकार असे शब्द प्रचलित असलेले दिसून येतात. मनोव्यवहारांचे (किंवा मनोव्यापारांचे) अस्तित्व आपण सर्रास मान्य करतो; पण त्यांचे काहीएक शास्त्र असू शकेल, ही कल्पना काहीजण सहजासहजी मान्य करत नाहीत.

मानसशास्त्रामध्ये बहुतेकांना रस असतोच; पण त्याच्याकडे बघणाऱ्यांचे बहुधा पुढील तीन भिन्न दृष्टिकोन आढळतात -

१) मानसशास्त्र ही मनाचे रहस्य उलगडणारी अद्भुत विद्या असून मानसशास्त्रज्ञ मनकवडे असतात.

२) मनोविकार हाच मानसशास्त्राचा प्रमुख विषय असून, तेथून मानसोपचाराबाबत मोफत किंवा सशुल्क सल्ला मिळतो.

३) मानसशास्त्र हे खऱ्या अर्थाने शास्त्र नव्हेच. मानसशास्त्रीय प्रयोग हे मानसशास्त्रज्ञांचे प्रयोगशाळेतील खेळ होत. प्रत्यक्षात मानवी व्यवहार मनोव्यापारासंबंधीच्या सामान्यज्ञानावर (Common-Sense) चालत असतात.

अशा तऱ्हेने भाबडेपणाने, एकांगी व संशयवादी वृत्तीने मानसशास्त्राकडे पाहिले जात असल्याने अभ्यासाच्या सुरुवातीलाच मानसशास्त्राचे स्वरूप, विषयविस्तार व सुयोग्य व्याख्या समजून घेणे उचित होईल. मानसशास्त्र हे केवळ एक पुस्तकी शास्त्रच नाही तर ते व्यक्तीच्या व समाजाच्या जीवनात पदोपदी उपयोगी पडणारे शास्त्र आहे, असा ठाम विश्वास आजवरच्या मानसशास्त्राच्या वाटचालीत निर्माण झालेला आहे.

हीच भूमिका घेऊन अधिक सविस्तर आणि शक्य तितक्या सोप्या भाषेत पुढील विवेचन केलेले आहे.

मानसशास्त्राची उद्दिष्टे

प्रत्येक शास्त्राच्या अभ्यासात माहिती व संशोधनाची आघाडी उघडताना काही उद्दिष्टे समोर ठेवलेली आढळतात. मानसशास्त्राची प्रमुख उद्दिष्टे पुढीलप्रमाणे सांगता येतील.

१) प्राणिमात्रांच्या 'वर्तनाचा अभ्यास' हे ढोबळ उद्दिष्ट सर्वमान्य असले तरी वर्तन या संज्ञेचा नेमका अर्थ स्पष्ट करणे तसेच वर्तनाची व्याप्ती स्पष्ट करणे हे मानसशास्त्राचे आद्य उद्दिष्ट होय. वर्तन हे आंतरिक किंवा बाह्य कसेही असले तरी ती एक निरीक्षणीय व परीक्षणीय संकल्पना आहे, याविषयी आधुनिक मानसशास्त्र आग्रही राहिले आहे. तसेच मानवाच्या वर्तनाबरोबर मानवेतर प्राण्यांच्या वर्तनाचाही अभ्यास करणे हे मानसशास्त्राचे व्यापक उद्दिष्ट आहे. प्रायोगिक, वैकासिक व सामाजिक मानसशास्त्राच्या अभ्यासात मानवेतर वर्तनाच्या अभ्यासाचे महत्त्वाचे योगदान आहे, हे लक्षात ठेवले पाहिजे.

२) व्यक्ती/प्राणी एखादे वर्तन करतो, ते का? हा प्रश्न मानसशास्त्रात कळीचा प्रश्न असून, वर्तन-प्रेरणांचा सखोल अभ्यास करणे, हे मानसशास्त्राचे आणखी एक प्रधान उद्दिष्ट होय. ज्यांच्यामुळे वर्तनाचा उलगडा होईल, असे शारीरिक, मानसिक, सामाजिक व अन्य प्रेरक शोधून काढणे, त्यांच्यामागील नियम प्रस्थापित करणे हाही वरील उद्दिष्टाचाच भाग होय. या उद्दिष्टाचा शोध घेत असताना मानसशास्त्र वर्तनघटनांमागील कारणांची मीमांसा करून, वैज्ञानिक कार्याची पूर्ती करत असते.

३) मानसशास्त्राचे तिसरे उद्दिष्ट संशोधनाच्या व्यावहारिक उपयोजनाविषयीचे होय. वर्तनाविषयीचे नियम दैनंदिन व्यवहारास कसे लागू होतात, या नियमांचा वापर करून व्यावहारिक जीवनात सुकरता कशी येते, याचा शोध घेणे, हे मानसशास्त्राचे अंतिम उद्दिष्ट होय. मानसशास्त्रीय संशोधन हस्तिदंती मनोऱ्यातून होणारे, प्रत्यक्ष व्यवहारात न येणारे निरर्थक काम नव्हे, हेही मानसशास्त्र दाखवून देते. उदा. स्मरणप्रक्रियेमागील तत्त्वे प्रत्यक्षात स्मृतिसुधारणाही घडवून आणतात, प्रेरणांविषयीचा अभ्यास प्रेरणा-संघर्ष सोडवण्यासही उपयोगी ठरतात, हे मानसशास्त्राने दाखवून दिलेले असून, व्यावहारिक उपयुक्तता सिद्ध करणे हे मानसशास्त्राने व मानसशास्त्रज्ञांनी आपले महत्त्वाचे उद्दिष्ट असल्याचे अधोरेखित केले आहे.

१.१ मानसशास्त्र : स्वरूप व व्याख्या
(Psychology : Nature and Definition)

रस्त्यावरून फिरताना पन्नास निरनिराळ्या व्यक्तींच्या मुलाखती घेऊन, 'तुमच्या मते मानसशास्त्र म्हणजे काय?' असे विचारले तर पन्नास निरनिराळी उत्तरे येतील. कोणाला मानसशास्त्र म्हणजे संमोहनाचे प्रयोग वाटतात, तर कोणाला बुद्धिमापन-चाचण्या. कोणी प्राणिवर्तनाचा उल्लेख करील तर कोणाला मानवी भावनांचा अभ्यास हेच उद्दिष्ट वाटेल. मात्र हा मतमतांचा गलबला दूर सारून मानसशास्त्राचे पन्नास अभ्यासक आजघडीला एकच एक उत्तर देतील की 'मानसशास्त्र म्हणजे वर्तन व मानसिक प्रक्रियांचा शास्त्रीय अभ्यास होय.'

मानसशास्त्राची ही व्याख्या अचानक तयार झालेली व सर्वमान्य अशा स्वरूपात एकदम प्राप्त झालेली नाही. मानसशास्त्राच्या नेमक्या अभ्यासविषयाचे चिंतन होत असताना विचारवंतांना या प्रवासात मैलाचे दगड ठरतील असे अनेक विचारांचे टप्पे पार करावे लागले आहेत. भिन्न भिन्न विचारप्रवाहांतून आज स्वीकारल्या जाणाऱ्या व्याख्येविषयी एकवाक्यता कशी निर्माण झाली आहे, हे समजून घेण्यासाठी मानसशास्त्राचा उगम व विकास कसा झाला, हे पाहणे बोधप्रद ठरेल.

मानसशास्त्राचा उगम व विकास

'मानसशास्त्र म्हणजे आत्मविद्या होय.' मानवी वर्तनास चालना देणारे आत्मतत्त्व हे शरीराहून भिन्न आहे, असे सांगून प्लेटो (इ.स.पू. ४२७ - इ.स.पू. ३४७) या ग्रीक तत्त्वज्ञाने इस. पूर्वकालापासूनच मानसशास्त्राविषयी विचारमंथन सुरू केले होते. तथापि, युरोपात प्रबोधनकाळातच मानवी वर्तनाच्या शास्त्रीय अभ्यासास खऱ्या अर्थाने चालना मिळत गेली. एका बाजूने देकार्त, लॉक इ. तत्त्वज्ञांनी ज्ञानसंपादनासाठी मानसिक क्रियाव्यापारांची आवश्यकता प्रतिपादन केली, तर दुसऱ्या बाजूने जोहनीज म्युलर, हेल्महोल्टझ, टिचनेर इत्यादी शरीरशास्त्रज्ञांनी नससंस्था व ज्ञानेंद्रिये मनोव्यापाराला कशी आधारभूत ठरतात, हे प्रायोगिक संशोधनातून जगास दाखवून दिले. या अर्थाने तत्त्वज्ञान व शरीरशास्त्र ही दोन शास्त्रे आधुनिक मानसशास्त्राची जनक समजली जातात.

मात्र आधुनिक मानसशास्त्राची अधिकृत सुरुवात विल्हेम वुंट (१८३२-१९२०) या जर्मन विचारवंताने केली असे म्हणावे लागेल. १८७९ साली जर्मनीतील लिपझिग या ठिकाणी त्याने स्थापन केलेली मानसशास्त्रीय प्रयोगशाळा ही जगातील पहिली मानसशास्त्रीय प्रयोगशाळा समजली जाते. ही प्रयोगशाळा भौतिक किंवा रासायनिक प्रयोगशाळांप्रमाणे वस्तूंनी आणि उपकरणांनी भरलेली नव्हती. तेथे मानवालाच

प्रयोगवस्तू (प्रयुक्त) बनविले होते व त्याच्या बोधानुभवाचा अर्थात मनोव्यापारांचा थेट मागोवा घेण्यात येत होता. वेदन, स्मरण, विचार, भावना इत्यादी क्रिया होताना काय अनुभव येतात? मनोव्यापारामधील घटक कोणते? याचा शोध घेणे व त्यांचे कथन करणे हे कार्य प्रयोगशाळेत चाले. अंतर्मुख होऊन आपल्या बोधावस्थेचे निरीक्षण करून येणाऱ्या अनुभवाचे निवेदन करणे, यास वुंटने 'आत्मनिरीक्षण पद्धती' असे नाव दिले. मानवी मनाचे स्वरूप जाणून घेण्याचा हा थेट प्रयत्न होता व त्यासाठीच ही स्वतंत्र प्रयोगशाळा स्थापन करण्यात आली होती. आत्मनिरीक्षणातूनच मनाचे स्वरूप व घडण समजेल, मानवी मनाची रचना यातून उलगडेल असा वुंट यास विश्वास होता. आधुनिक मानसशास्त्रातील या आद्य विचारप्रणालीस 'रचनावाद' (Structuralism) या नावाने ओळखले जाते.

विल्हेम वुंटची पहिली मानसशास्त्रीय प्रयोगशाळा मानसशास्त्राच्या इतिहासात चिरस्मरणीय झाली असली, तरी त्याचा रचनावाद व आत्मनिरीक्षणपद्धती या बाबी इतिहासजमा झाल्या आहेत. आत्मनिरीक्षणातून मनोव्यापारासंबंधी थेट, भरपूर व सहजरीत्या माहिती उपलब्ध होते हे खरे; पण ही माहिती व्यक्तीपरत्वे बदलते, योग्य आत्मनिरीक्षणासाठी प्रशिक्षण घ्यावे लागते, अमूर्त मनोव्यापारांचे मापन करणे कठीण असते. अशा प्रकारच्या आक्षेपांमुळे आत्मनिरीक्षणाला शास्त्रीय अभ्यासपद्धती म्हणून मान्यता मिळू शकली नाही.

आत्मनिरीक्षणपद्धती नाकारली गेल्याने रचनावादास धक्का बसला; परंतु रचनावादावर मोठा आघात केला तो विल्यम जेम्स (१८४२-१९५२) या अमेरिकन विचारवंताने. मनोव्यापाराच्या अभ्यासाचे खरे उद्दिष्ट अनुभवाचे घटक व रचना समजून घेणे हे नसून मनोव्यापारामुळे कोणते कार्य घडून येते, त्याची उपयुक्तता काय हे जाणणे जास्त महत्त्वाचे आहे. उदाहरणार्थ, विचारप्रक्रियेचे घटक निश्चित करण्यापेक्षा विचाराने कोणती समस्या सुटू शकते याकडे अधिक लक्ष दिले पाहिजे. मानवी मनाचे खरे मर्म परिस्थितीशी यशस्वीपणे जुळवून घेण्यात दिसून येते व म्हणूनच मनोव्यापारांच्या कार्याचा शोध घेणे हेच मानसशास्त्राचे उद्दिष्ट असले पाहिजे, असे वि. जेम्स, जॉन ड्यूई (१८५९-१९५२) इत्यादी अमेरिकन विचारवंत म्हणू लागले. मनाच्या कार्यावर भर देणाऱ्या या विचारप्रणालीस 'कार्यवाद' (Functionalism) असे म्हटले जाते.

(मनोव्यापारातील घटकांचा अभ्यास काय अथवा त्यांच्या कार्यांचा अभ्यास काय, दोन्हीकडे अनुभवघटकांचा अलग अलग अथवा पृथक्करणाने अभ्यास केला जातो; पण त्यामुळे अनुभवाचा पूर्ण अर्थ कळत नाही. उदाहरणार्थ, हत्तीचा एकेक

अवयव सुटा पाहून, हत्ती या प्राण्याचा नीट बोध होणार नाही. तसेच मैदान, खेळाडू, गोलपोस्ट, पंच, प्रेक्षक यांना अलग अलग ठेवून फुटबॉलचा खेळ समजणार नाही. या अनुभव- घटकांचा एकत्रित किंवा समग्र बोध झाला, तरच त्यांना प्राणी किंवा खेळ असा अर्थ प्राप्त होईल. मनाची रचना किंवा कार्य तुकड्यातुकड्याने समजून न घेता समग्रपणे समजून घेतले पाहिजे, तरच आपल्या ज्ञानास व अनुभवास अर्थ प्राप्त होतो. या विचारप्रणालीस 'समग्रवाद' असे नाव असून वर्दायमर, कोहलर इ. जर्मन विचारवंतांनी या विचारांचा पुरस्कार केला. संवेदन, अध्ययन, विचार इ. मानसिक क्रिया समजून घेण्यासाठी समग्रवाद उपयुक्त ठरतो.)

रचनावाद आणि कार्यवाद या दोन्ही विचारप्रणालींना हादरा दिला तो जे. बी. वॉटसन या तरुण वर्तनवादी अमेरिकन मानसशास्त्रज्ञाने. १९१३ मध्ये प्रसिद्ध केलेल्या एका प्रक्षोभक लेखात त्याने आवेगपूर्वक घोषणा केली की, 'बोधावस्था किंवा बोधानुभव हा मानसशास्त्राचा अभ्यासविषयच नव्हे. मानसशास्त्राने आपला रोख प्रकट आणि मापनीय अशा वर्तनाकडेच (Overt Behavior) वळविला पाहिजे,' मनोव्यापाराच्या अमूर्त कल्पनेऐवजी मूर्त वर्तनावर लक्ष केंद्रित करणे हा वर्तनवादाचा आशय होय.' बी. एफ. स्किनरसारख्या दुसऱ्या वर्तनवादी शास्त्रज्ञाने मानवी मनाच्या आंतरिक स्थितिगतीचा (Internal States) अभ्यास करणे अशक्य असून केवळ प्रकट किंवा व्यवहारात दृष्टीस पडणारे वर्तनच मानसशास्त्राचा अभ्यासविषय होऊ शकते, असे ठणकावून सांगितले. भुकेची आतून जाणवणारी प्रेरणा म्हणजे काय ते आपणास समजू शकत नाही. मात्र भुकेमुळे अस्वस्थ होणे, अन्न प्राप्त करण्यासाठी धडपड करणे, अन्नपदार्थांच्या दर्शनाने उल्हसित होणे इत्यादी गोष्टी मूर्त स्वरूपाचे वर्तन असून त्यांचा आपण नीट अभ्यास करू शकतो, असे वर्तनवादी मानतात. वर्तन निर्माण करणारी गोष्ट (उद्दीपक) व त्यासंदर्भातील व्यक्तीची (अथवा प्राण्याची) कृती (प्रतिक्रिया) हेच वर्तनाचे स्वरूप वर्तनवाद्यांनी मान्य केले.

अशा तऱ्हेने रचनावाद, कार्यवाद, वर्तनवाद यांच्यामध्ये आधुनिक मानसशास्त्राच्या आरंभीच्या वाटचालीत वैचारिक चकमक झडत असताना विसाव्या शतकाच्या सुरुवातीस तरी वर्तनवादी विचारप्रणालीची सरशी होत राहिली. कारण वर्तनवादाने बाह्यनिरीक्षणाचा अवलंब करून मानसशास्त्रास निसर्गशास्त्राच्या जवळजवळ बरोबरीस आणून सोडले.

तथापि, विसाव्या शतकाच्या पूर्वार्धापासूनच वर्तनवादास मोठी आव्हाने निर्माण झाली व मानसशास्त्राच्या स्वरूपास वेगळे वळण मिळू लागले. ती आव्हाने खालीलप्रमाणे -

१) फ्रॉईडचा अबोध वर्तनप्रेरणांचा सिद्धान्त :

सिगमंड फ्रॉईड (१८५६-१९३९) याने मानवी मनोव्यापारात प्रकट अथवा सबोध प्रेरणांबरोबरच अबोध प्रेरणाही कार्य करत असतात, कित्येक दडपलेल्या प्रेरणा नकळतपणे वर्तनात प्रकट होत असतात, असे नजरेस आणले. वात्सल्यभावनेने पाळणाघर चालविणारी निपुत्रिक महिला किंवा दिवास्वप्नात मालकाच्या खुर्चीत बसणारा कारकून यांच्या वर्तनामागे वरवर दिसणाऱ्या क्रिया-प्रतिक्रियांपेक्षा वेगळ्याच प्रेरणा दडलेल्या असतात. त्यांची संबंधितांना जाणीवही नसते. तसेच मानवी व्यवहारात प्रकट केल्या जाणाऱ्या वर्तनापेक्षा प्रकट न झालेला भागच मोठा असतो. मनाचे स्वरूप हिमनगासारखे असून हिमनगाच्या पाण्याखालील अदृश्य भागाप्रमाणे अबोध-वर्तन-प्रेरणा सर्वसामान्य व्यक्तीस अज्ञात असतात. त्यामुळे मानवाच्या अबोध प्रेरणा, भावना, इच्छा यांना डावलून केवळ बाह्य हालचालींची नोंद घेणारा वर्तनवाद उथळ व अपुरा ठरतो, असे विचार फ्राईडने व त्याच्या सहकाऱ्यांनी मांडले. मानवी मनाच्या स्वरूपाविषयीचा फ्रॉईडचा हा सिद्धान्त क्रांतिकारक मानला जातो. त्याने वर्तनवादाचा विचार एकांगी व दुय्यम ठरविला.

२) बोधात्मवादी विचारवंतांचे संशोधन :

वर्तनात व विशेषत: मानवी वर्तनात बोधात्मवादी प्रक्रियांचे विशेष महत्त्व आहे. वेदन-संवेदन, स्मरण- अध्ययन, विचार-निर्णयन आदी क्रियांना बोधनिक प्रक्रिया म्हटले जाते. बोध अथवा ज्ञानप्रक्रिया, भावना व कृती (प्रकट वर्तन) या मालिकेत बोधप्रक्रिया प्रथम येते व म्हणून वर्तनाच्या अभ्यासात एक प्रभावी अंग म्हणून बोधप्रक्रियांकडे पाहिले जाते. धोकादायक गोष्टीचा बोध (उदा. पिंजऱ्यातून सुटलेला वाघ) झाल्यावर भयाची भावना निर्माण होईल व त्यातून पलायनाचे वर्तन घडून येईल. पण बोधात्म क्रिया शरीरात मेंदू व नससंस्थेच्या पातळीवर घडून येतात व नसपेशींमधील सूक्ष्म क्रिया-प्रक्रिया तर मूर्त स्वरूपात दिसू शकत नाहीत आणि म्हणून वर्तनवादी आंतरिक बोधात्म-प्रक्रियांच्या अभ्यासास मान्यता देत नाहीत; परंतु शरीरांतर्गत क्रियांची मापके व संगणकासारखी प्रगत साधने उपलब्ध झाल्याने बोधात्म-प्रक्रियांचाही शास्त्रीय अभ्यास करता येतो असे बोधात्मवादी मानसशास्त्रज्ञ मानतात. ॲटकिन्सन व शिफ्रीनसारख्या बोधात्मवादी मानसशास्त्रज्ञांनी आधुनिक संशोधनाच्या साहाय्याने स्मृतिप्रक्रियेचा आराखडा सादर करून स्मृतीस मूर्तरूप देण्याचा प्रयत्न केला आहे. तेव्हा बाह्यवर्तनाचाच संकुचित विचार करणाऱ्या वर्तनवाद्यांना आव्हान देऊन बोधात्मवादी विचारवंतांनी एक पाऊल पुढे टाकले आहे.

३) मानववादी (व्यक्तिनिष्ठ) विचारप्रणाली :

'दिलेल्या उद्दीपकास प्रतिक्रिया करणे म्हणजेच वर्तन' या सूत्रात वर्तनवादी सर्व

मनोव्यवहार बसवितात; पण विशिष्ट उद्दीपक किंवा परिस्थिती निर्माण झाली की ठरावीक प्रतिक्रिया निर्माण होईल हे प्राण्यांच्या बाबतीत बहुतांशी खरे असले तरी मानवी वर्तनास पूर्णपणे लागू पडत नाही. अन्न पाहून भुकेली व्यक्ती अन्नसेवन करील; पण उपवास करणारी व्यक्ती अन्नसेवन टाळेल. दारावर आलेल्या विक्रेत्याचे कोणी स्वागत करील, तर कोणी बाहेरचा रस्ता दाखवील. असा फरक पडतो कारण मानवी वर्तनात त्याची गरज, इच्छा, ध्येय इत्यादी आंतरिक गोष्टींनीही निर्माण होत असते. मानवामध्ये इच्छास्वातंत्र्य व स्वत:चा विकास करून घेण्याची कमीअधिक प्रेरणा असते, म्हणून त्याचे वर्तन विविध स्वरूपाचे घडते. ते निर्जीव यंत्राप्रमाणे साचेबंद नसते, तसेच सहजप्रेरणांनी बांधलेल्या प्राण्यांप्रमाणे ठरावीक स्वरूपाचेही नसते. त्यामुळे निदान मानवी वर्तनाचा अभ्यास बाह्य किंवा दृश्य प्रतिक्रियांवर आधारित न ठेवता मानवी प्रेरणा व इच्छा–आकांक्षा लक्षात घेऊनच मानसशास्त्राची उभारणी केली पाहिजे असा, विचार कार्ल रॉजर्स (१९०२–१९८७), अब्राहम मॅस्लो इ. विचारवंतांनी मांडला.

मानसशास्त्राच्या विकासात आणखी भर टाकणाऱ्या दोन घटना म्हणजे चार्ल्स डार्विनचा (१८०९–१८८२) उत्क्रांतिवादी सिद्धान्त आणि मानवी वर्तनाविषयीच्या आंतरसांस्कृतिक अभ्यासाचा उदय. डार्विनच्या सिद्धान्तानुसार नीच कोटीच्या जीवसृष्टीपासून उच्च कोटीची जीवसृष्टी हळूहळू विकसित होत गेली आहे. मानसिक वर्तन प्रगल्भ अशा मानवजातीत आढळतेच; परंतु मानसिक व्यापार अंशत: पशुपक्ष्यांच्या व वानरादी उच्च कोटीच्या प्राण्यांतही आढळतो. अवधान, संवेदन, स्मरण, अध्ययन इ. मनोव्यापार व काही प्रमाणात समस्या–परिहार प्राणिसृष्टीतही दिसून येतो. म्हणून मानसशास्त्राच्या अभ्यासात प्राणिवर्तनाचाही समावेश केला पाहिजे. या दृष्टिकोनामुळे मानसशास्त्रीय प्रयोगांत उंदीर, ससे, कुत्रे, माकडे इ. प्राण्यांचाही अभ्यास केला जाऊ लागला. प्राणिवर्तनाच्या अभ्यासामुळे मानसशास्त्राच्या अभ्यासाची वाट अधिक रुंदावत गेली.

आंतरसांस्कृतिक अध्ययनानुसार निरनिराळ्या संस्कृतीत मानवी वर्तनात भिन्नता आढळून येते, असे दिसून आले आहे. संस्कृती हा जीवनपद्धतीशी संबंधित असा प्रभावी घटक असून सांस्कृतिक परिस्थिती, परंपरा, मूल्ये भिन्न असतील तर मानवी वर्तनातही फरक पडत जातो. मानसशास्त्राने संस्कृतिभिन्नता लक्षात घेऊन मानवी वर्तनाचा अर्थ लावला पाहिजे असे हा दृष्टिकोन सुचवितो. भारतीय कुटुंबातील वृद्ध मातापित्यांकडे पाहण्याची वृत्ती व पाश्चात्त्य राष्ट्रातील कुटुंबातील वृत्ती यांमधील भेद सांस्कृतिक भेदामुळे निर्माण झालेला आहे. उलट स्त्री–पुरुष समानतेबाबतचा भारतीय दृष्टिकोन काहीसा अनुदार असण्याचे कारण इकडच्या वेगळ्या सांस्कृतिक घडणीत आहे, असा निष्कर्ष काढावा लागतो. 'जशी संस्कृती तसे वर्तन' असे सूत्र आढळून

येत असल्याने वर्तनाच्या अभ्यासात व्यक्ती, बाह्यभौतिक परिस्थिती यांबरोबरच सांस्कृतिक घटकही लक्षात घ्यावेत, असा विचार आंतरसांस्कृतिक अध्ययनामुळे प्रबळ बनू लागला.

मानसशास्त्राच्या विकासाच्या वरील धावत्या आढाव्यावरून हे स्पष्ट होते की आधुनिक मानसशास्त्राचा प्रारंभ जरी मानसशास्त्रीय प्रयोगशाळेत बसून मनोव्यापाराचे (बोधावस्थेचे) आत्मनिरीक्षण करण्याच्या भाबड्या कल्पनेपासून सुरू झालेला असला तरी रचनावाद, कार्यवाद, वर्तनवाद, मनोविश्लेषणवाद, मानववाद, समग्रतावाद, बोधात्मवाद, उत्क्रांतिवाद आणि आंतरसांस्कृतिक अभ्यास इत्यादी अनेक विचारप्रणालींमुळे मानसशास्त्राच्या अभ्यासविषयाचे वेगवेगळे पैलू प्रकट होत गेले. या विविध विचारप्रणालींच्या आधारावरच मानसशास्त्राची एक व्यापक पण सर्वमान्य अशी व्याख्या प्रस्थापित होऊ शकली. मानसशास्त्राच्या बदलत्या पण विकसित होत गेलेल्या स्वरूपाबरोबर मानसशास्त्राची व्याख्यादेखील उत्तरोत्तर बदलत गेली, हा इतिहास आपण लक्षात ठेवला पाहिजे.

एखाद्या विषयाची व्याख्या करणे म्हणजे काय? तर त्या विषयाचा निश्चित व नेमका अर्थ सांगणे, असा प्रयत्न मानसशास्त्राच्या संदर्भात फार पूर्वीपासून (अगदी प्लेटोच्या काळापासून) (इ.स.पू. ४२७- इ.स.पू. ३४७) केला गेला; पण या व्याख्या अपुऱ्या तरी होत्या किंवा एकांगी स्वरूपाच्या तरी होत्या. 'मानसशास्त्र म्हणजे आत्मविद्या' ही प्लेटोची व्याख्या घ्या. या व्याख्येत स्पष्टता नव्हती. कारण आत्मा हीच मुळी गूढ अशी आध्यात्मिक कल्पना होती. तिचे शास्त्रीय निरीक्षण शक्य नव्हते. मॅक्डुगलने 'मानसशास्त्र म्हणजे मानवी मनाचा अभ्यास' असे म्हणून गूढता थोडीशी कमी केली; परंतु 'मन' ही संकल्पना पूर्णपणे स्पष्ट नव्हतीच. मनाचे स्वरूप नेमके काय, याचा शास्त्रीय उलगडा होत नव्हता. विल्हेम वुंटने 'मानसशास्त्र हे बोधावस्थेचे किंवा जाणिवांचे शास्त्र होय' असे प्रतिपादन केले; पण जाणिवा या व्यक्तिगत व खाजगी असल्याने या आंतरिक अनुभवांचे शास्त्र कसे बनणार, असा पेच पडला. यानंतर जे. बी. वॉटसनसारखे वर्तनवादी 'मानसशास्त्र हे प्रकट वर्तनाचे शास्त्र होय,' असे सांगून फक्त निरीक्षण करता येणाऱ्या कृतींना प्राधान्य देऊ लागले, तर फ्रॉईडप्रणित व्याख्येमध्ये 'मानसशास्त्र म्हणजे अबोध वर्तन–प्रेरणांचा अभ्यास' असे म्हणून वर्तनाच्या अप्रकट बाजूवर विशेष भर देण्यात आला. या दोन्ही व्याख्या एकांगी असल्यामुळे दोन्ही बाजूंना न्याय देऊन मानसशास्त्र म्हणजे बोध व अबोध वर्तनाचा अभ्यास होय असे म्हणावे, तर मानवी वर्तनाबरोबर प्राणीवर्तनाचा अभ्यास करणेही मानसशास्त्रासाठी आवश्यक ठरते. अशा तऱ्हेने ज्या ज्या व्याख्या आजपर्यंत

सांगितल्या गेल्या, त्या कोणत्या ना कोणत्या प्रकारे असमाधानकारक ठरल्या. मात्र मानसशास्त्रात आजपर्यंत उदयास आलेल्या विचारप्रणालींमधील तथ्यांश स्वीकारून जास्तीत जास्त निर्दोष म्हणून स्वीकारण्यात आलेली व्याख्या म्हणजे या प्रकरणाच्या सुरुवातीस दिलेली व्याख्या होय. फेल्डमन, बॅरन इत्यादी अलीकडील पाठ्यपुस्तककर्त्यांनी सांगितलेली ही व्याख्या पुन्हा एकदा विस्ताराने पाहू.

मानसशास्त्र म्हणजे वर्तनाचा व मानसिक क्रियाप्रक्रियांचा शास्त्रीय अभ्यास होय. वरील व्याख्येतून तीन गोष्टी स्पष्ट होतात :

१) मानसशास्त्राचा अभ्यासविषय : वर्तन व मानसिक क्रियाप्रक्रिया यांत मानवी मनोव्यवहाराच्या बाह्य व आंतरिक अशा दोन्ही गोष्टींचा समावेश होतो. चेहऱ्यावरील हावभाव, आवाज, हातापायांच्या व एकूण शरीराच्या हालचाली ही मनोव्यवहाराची बाह्यरूपे होत, तर अर्थबोध, स्मरण, विचार, निर्णय इत्यादी क्रियाव्यापार हे मनोव्यवहाराचे आंतरिक रूप होय. अशा तऱ्हेने मनोव्यवहाराच्या दोन्ही बाजूंचा समावेश केल्यामुळे मानसशास्त्राचा अभ्यासविषय या व्याख्येत एकांगी न येता समतोलपणे मांडला गेला आहे. तसेच आत्मा, मन इ. गूढ व अस्पष्ट कल्पना टाळून शास्त्रीय अभ्यासास सोयीच्या अशा क्रियाव्यापारांच्या कल्पना मांडल्यामुळे व्याख्येत स्पष्टता व नेमकेपणा आलेला आहे.

२) मानसशास्त्राची व्याप्ती : या व्याख्येनुसार प्रकट दिसणारे सर्व वर्तन अभ्यासण्यात येत असल्याने आरोग्य, शिक्षण, राजकारण, संरक्षण, क्रीडा, प्रशासन, व्यवसाय, अपराध इत्यादी सर्व वर्तनविषय मानसशास्त्राच्या कक्षेत येतात. त्याचबरोबर संवेदन, अवधान, प्रेरण, स्मरण, मनन असे सबोध तसेच अबोध मनोव्यापारही मानसशास्त्रात समाविष्ट होतात. वर्तन व मानसिक क्रियाप्रक्रिया या संज्ञा प्राण्यांनाही काही प्रमाणात लागू पडत असल्याने त्यांच्या वर्तनाचे संशोधन मानसशास्त्रात मोडले जाऊ शकते. मानवी वर्तनाचा उगम जन्मापासून होत असून वर्तनाचा शेवट मृत्यूमुळे होतो. त्यामुळे बाल्य, तारुण्य, प्रौढत्व व वार्धक्य इत्यादी सर्व अवस्थांमधील वर्तनाचा अभ्यास मानसशास्त्रात केला जातो. बोध, भावना व प्रेरणा (कृती) या वर्तनाच्या तिन्ही अंगांचा अभ्यास हाही मानसशास्त्राच्या व्याप्तीचाच भाग म्हणून गणला जातो.

३) मानसशास्त्राची अभ्यासपद्धती : वरील व्याख्येमध्ये मानसशास्त्राची अभ्यासपद्धती शास्त्रीय आहे (Scientific Method) असा स्पष्ट उल्लेख झालेला आहे. शास्त्रीय पद्धतीमागे संशोधकाने काही विशिष्ट मूल्ये स्वीकारलेली असतात.

अचूकता : या पद्धतीने येणारे निर्णय सहसा बदलत नाहीत. तसेच ते परस्परविरोधी नसतात.

वस्तुनिष्ठता : संशोधकाने तटस्थवृत्ती ठेवावी लागते. अभ्यासकाच्या आवडीनिवडीला, पसंतीला, संशोधनात स्थान नसते.

चिकित्सा : शास्त्रीय पद्धतीत कोणतेही विधान अनुभव व प्रचितीशिवाय मान्य केले जात नाही.

लवचिकता : या पद्धतीतील निर्णय अंतिम नसतात. प्रगत संशोधनाने त्यांच्यामध्ये सुधारणा होऊ शकते.

आधुनिक मानसशास्त्रामध्ये वरील सर्व मूल्ये स्वीकारण्यात आली आहेत. या मूल्यांचा स्वीकार करून खालील आराखड्यानुसार शास्त्रीय पद्धतीचे कार्य चालते.

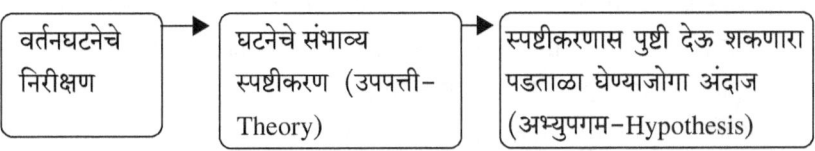

मानसशास्त्राच्या अभ्यासात एखाद्या वर्तनघटनेचे नुसते वर्णन करणे पुरेसे नसते. ते वर्तन का घडून आले याचे स्पष्टीकरण देणेही आवश्यक असते. यास घटनेची संभाव्य कारणमीमांसा किंवा उपपत्ती असे म्हणतात; परंतु उपपत्ती योग्य ठरण्यासाठी तिच्यापासून निघणारा व तिला पुष्टी देणारा अंदाज सांगून त्याचा पडताळा घ्यावा लागतो. जर तो अंदाज (अभ्युपगम) सत्य ठरला तर कारणमीमांसा (उपपत्ती) यथार्थ ठरेल व मगच मूळ वर्तनाचे खरे स्पष्टीकरण मिळाले असे म्हणता येईल. उदाहरणार्थ, १) एखाद्या व्यक्तीस तहान लागली असेल तर तिच्या शरीरातील जलांश कमी झाला असावा, असे कारण (उपपत्ती) देता येईल. जलांश कमी झाल्याने शरीर अवयव कोरडे पडतील असा अंदाज केल्यास व घशास कोरड पडलेली आहे असा अनुभव (पडताळा) आल्यास, आपण वर दिलेली तहानेची उपपत्ती खरी ठरेल. २) एखादा विद्यार्थी वेगवेगळ्या विषयांचे वाचन करून मूळचा केलेला पाठ विसरत असेल तर स्मृती छेदनामुळे असे घडत असावे अशी स्पष्टीकरणार्थ उपपत्ती मांडता येईल. या उपपत्तीनुसार दिवसभरात वेगवेगळी व्याख्याने पाठोपाठ ऐकणारी व्यक्ती पूर्वीचे व्याख्यान नीट आठवून सांगू शकणार नाही. तसा अनुभव आल्यास पाठोपाठ घेतलेल्या अनुभवांच्या स्मृती एकमेकींना मारक ठरतात व विस्मरण घडते, हे स्पष्टीकरण बरोबर ठरेल.

वरील उदाहरणांवरून शास्त्रीय पद्धतीत घटनेचे निरीक्षण, नोंद व वर्णन एवढेच पुरेसे नसून स्पष्टीकरण देणेही आवश्यक ठरते. तसे स्पष्टीकरण देणारे विधान (उपपत्ती) काल्पनिक असून चालणार नाही, तर तिला पुष्टी देणारे विधानही सत्य म्हणून

अनुभवास येणे आवश्यक आहे. या सर्व विवेचनावरून शास्त्रीय पद्धतीस चिकित्सक विचार का म्हटले जाते, ते लक्षात येईल.

मानसशास्त्राच्या अभ्यासात वर्तन–उपपत्ती–अभ्युपगम–परीक्षण हे सूत्र प्रायोगिक निरीक्षणात कटाक्षाने वापरले जाते. म्हणूनच मानसशास्त्रास 'शास्त्र' असे म्हटले जाते.

शास्त्रीय अभ्यासाची आवश्यकता : मानसशास्त्राकडे गंभीरपणे न पाहणारे काही शंकेखोर टीकाकार मानवी वर्तनाच्या स्पष्टीकरणासाठी सामान्यज्ञान (Common Sense) पुरेसे आहे असे मानतात ; परंतु त्यातील पुढील धोक्यांकडे ते दुर्लक्ष करतात.

१) सामान्यज्ञानावर आधारित विधाने परस्परविरोधी म्हणून चुकीची ठरतात. उदा. लाडाने व प्रोत्साहनाने मुले बिघडतात आणि लाडाने व प्रोत्साहनाने मुलांचा विकास होतो ही सामान्य ज्ञानावर आधारित विधाने एकमेकांच्या विरोधी ठरतात.

२) सामान्यज्ञान बहुधा अपुऱ्या निरीक्षणावर आधारित असते. उदा. शहरी मुले हुशार असतात किंवा मुले मुलींहून बुद्धिमान असतात ही विधाने पुरेसे निरीक्षण केल्यावर चुकीची असल्याचे अनुभवास येते.

३) अशा प्रकारच्या ज्ञानात अनुरूपता पूर्वग्रहाचा प्रभाव दिसून येतो. अनुरूपता पूर्वग्रह म्हणजे आपल्या (लाडक्या) मतास पुष्टी देईल तेवढाच पुरावा आपण स्वीकारत जातो आणि विरुद्ध पुराव्याकडे दुर्लक्ष करतो. 'देखण्या व्यक्ती समाजावर प्रभाव पाडतात' असे म्हणताना केवळ नाट्य–सिनेक्षेत्रातील ताऱ्यांची उदाहरणेच आपण देत सुटतो ; पण बेताचे रूप असलेल्या अगणित व्यक्ती समाजावर प्रभाव पाडतात, हे सोईस्करपणे विसरून जातो.

४) सामान्यज्ञानावर मानसशास्त्रीय सिद्धान्ताची उभारणी करताना सहज हाताशी येईल, विनासायास उपलब्ध होईल तेवढाच पुरावा घेऊन संशोधन सादर केले जाते. उदाहरणार्थ, जीवितहानी टाळण्यासाठी विमानप्रवास टाळावेत असे म्हणताना प्रसारमाध्यमात ठळकपणे येणाऱ्या अपघाताची माहिती जोरदारपणे मांडली जाते ; परंतु रस्त्यावर किंवा रेल्वेने होणाऱ्या शेकडो अपघातांकडे कानाडोळा केला जातो. अशी माहिती मिळविणे कष्टसाध्य असल्याने 'उपलब्ध तेच सोयीचे' असा दृष्टिकोन (Availability Heuristics) स्वीकारला जातो.

एकूण सामान्यज्ञानाचा अवलंब करून मानसशास्त्रीय मते, निरीक्षण व सिद्धान्त बांधणे फलदायक नसून विश्वसनीय व टिकाऊ मानसशास्त्रीय सिद्धान्त बांधण्यासाठी शास्त्रीय पद्धतीचाच स्वीकार केला पाहिजे. मानसशास्त्राच्या सर्वसामान्य व्याख्येत मानसशास्त्रास वर्तनाचा सामान्यज्ञानाने केलेला अभ्यास न म्हणता शास्त्रीय अभ्यास असे का म्हटले आहे, हे वरील विवेचनावरून स्पष्ट होईल.

येथपर्यंत मानसशास्त्राच्या व्याख्येचा विस्तृत परामर्श घेतल्यानंतर मानसशास्त्राच्या अभ्यासविषयीचे विविध दृष्टिकोन कोणते, त्यांची संक्षेपाने माहिती घेऊ –

१.२ मानसशास्त्राच्या अभ्यासाविषयीचे विविध दृष्टिकोन :
(Different Approaches of Psychology)

मानसशास्त्राचा अभ्यासविषय व अभ्यासपद्धती यांविषयी आता फारसे वाद राहिले नाहीत. निरनिराळ्या विचारप्रणालींच्या संगमातून वर्तनाविषयीचे एकात्मिक संशोधन असे स्वरूप आधुनिक मानसशास्त्राला प्राप्त झाले आहे. तथापि, वर्तनाच्या कोणत्या अंगावर विशेष भर द्यावा, यातून निरनिराळे दृष्टिकोन निर्माण झाले आहेत. 'हत्ती आणि सात आंधळे' या कथेत प्रत्येक आंधळ्यास हत्तीचा जो अवयव हाती आला त्यावरून त्याने संपूर्ण हत्तीविषयी अनुमान केले होते. कोणाला हत्ती दोरीसारखा वाटला, कोणाला सुपासारखा, तर कोणाला खांबासारखा. आपल्यापुरता प्रत्येकाचा अंदाज बरोबरच होता; पण संपूर्ण हत्तीविषयीचा अंदाज चुकीचाच ठरला. विविध दृष्टिकोन स्वीकारणाऱ्या अभ्यासकांचे असेच होते. हे मानसशास्त्रज्ञ आंधळे नसून चांगले डोळस आहेत; पण इतरांच्या दृष्टिकोनाकडे डोळेझाक करतात, म्हणून त्यांचे स्वतःचे दृष्टिकोन एकूण मानसशास्त्राच्या अभ्यासाच्या दृष्टीने एकांगी असतात, हे ध्यानात ठेवले पाहिजे. आधुनिक मानसशास्त्राने या प्रत्येक दृष्टिकोनामधील सत्यांश स्वीकारलेला आहे, एवढे सांगितले की पुरे.

काही दखल घेण्याजोगे दृष्टिकोन खालीलप्रमाणे –

जीवशास्त्रीय दृष्टिकोन (Biological Approach) : कोणत्याही वर्तनात शरीरांतर्गत घडामोडी घडून येत असतात. अशा वेळी वर्तनास कारणीभूत होणारे शारीरिक घटक कोणते, याचा शोध घेणे या दृष्टिकोनानुसार महत्त्वाचे मानले जाते. विशेषतः मेंदू, नससंस्था व ग्रंथीसंस्था यांचा वर्तनावरील प्रभाव शोधून वर्तनाचा व्यवस्थित खुलासा होईल, असा जैविक मानसशास्त्रज्ञांचा विश्वास असतो. प्राणीवर्तनाचा अभ्यास, बालमानसशास्त्र, व्यक्तिमत्त्वविकास, मनोविकारांचा शोध इत्यादी क्षेत्रांत जीवशास्त्रीय दृष्टिकोन विशेष प्रभावी ठरतो. नसमानसशास्त्रीय व जनुकशास्त्रीय प्रगतीमुळे या दृष्टिकोनास विशेष महत्त्व प्राप्त झाले आहे.

वर्तनवादी दृष्टिकोन (Behavioral Approach) : वर्तनाच्या अचूक व तपशीलवार नोंदी करून भौतिक शास्त्राप्रमाणे वर्तनाचे मापन करावे व वर्तनाविषयी वस्तुनिष्ठ निष्कर्ष काढावे असे हा दृष्टिकोन सांगतो. निरीक्षण व प्रयोग या वैज्ञानिक पद्धती मानसशास्त्राच्या अभ्यासात रुजाव्यात यावर या दृष्टिकोनाने भर दिलेला आहे. प्राणीवर्तन, क्रीडामानसशास्त्र, औद्योगिक मानसशास्त्र इत्यादींमध्ये वर्तनवादी दृष्टिकोन

उपयुक्त ठरतो. प्रायोगिक मानसशास्त्राच्या उपक्षेत्रात वर्तनवादी दृष्टिकोनाचा वरचष्मा दिसून येतो.

बोधात्मवादी दृष्टिकोन (Cognitive Approach) : वर्तनाच्या अभ्यासात बाह्यपरिस्थिती, प्रकट वर्तन इ. गोष्टी महत्त्वाच्या असल्या तरी उच्च पातळीवरील मानसिक प्रक्रियांचा अभ्यास केल्याशिवाय गुंतागुंतीच्या मानवी वर्तनाचा उलगडा नीट होऊ शकत नाही. समस्या किंवा कूट प्रश्न सोडविणारी व्यक्ती, संघर्षास तोंड देणारा विद्यार्थी किंवा आणीबाणीचे वेळी निर्णय घेणारा व्यवस्थापक यांच्या वर्तनाचा अभ्यास प्रकट वर्तनातून करणे निष्फळ ठरेल. त्यांची विचारप्रक्रिया, स्मरणप्रक्रिया, निर्णयप्रक्रिया अभ्यासून त्यांच्या वर्तनप्रतिक्रियांचा योग्य खुलासा होऊ शकेल. त्यामुळे वरील आंतरिक क्रियाप्रक्रियांवरच मानसशास्त्रज्ञाने लक्ष केंद्रित करावे असे या दृष्टिकोनातून सुचविले जाते.

मनोविश्लेषणवादी/मनोगतिक दृष्टिकोन (Psychodynamic Approach) : स्वप्ने, मनोविकार, मानसिक गंड अशा गोष्टींच्या अभ्यासात व्यक्तीचे प्रकट वर्तन गौण ठरते. त्याचे पूर्वानुभव, आघात, दडपलेल्या भावना इ. गोष्टींमुळे अबोध प्रेरणेतून नेहमीचे अपेक्षित वर्तन व्यक्तीकडून घडत नाही. अशा वेळी मुक्त साहचर्य पद्धती (Free Association) स्वप्नमीमांसा, दीर्घ मुलाखती इत्यादी तंत्रे वापरून अबोध वर्तनावर प्रकाश टाकता येतो, असे हा दृष्टिकोन स्वीकारणारे मानसशास्त्रज्ञ मानतात. मात्र सर्वसामान्य स्वस्थ व्यक्तीच्या वर्तनअभ्यासास हा दृष्टिकोन फारसा उपयोगी पडू शकत नाही.

मानववादी दृष्टिकोन (Humanistic Approach) : वर्तनाचा अभ्यास करताना प्रेरणा व प्रतिक्रिया यांचा अभ्यास करणे उपयुक्त असते; पण मानवी प्रेरणा प्राण्यांच्या वर्तनप्रेरणांहून भिन्न असतात. नैसर्गिक किंवा सहजप्रेरणेनुसार प्राणीवर्तन घडते, पण मानवी वर्तन मात्र गरज, आवड-निवड, इच्छा-आकांक्षा व व्यक्तीपुढील ध्येय यानुसार घडून येते. भूक लागल्यावर अन्न दिसताच खाणे हा प्राण्याचा प्रकृतिधर्म आहे; पण मानव अन्न दिसताच खाईल असे नाही. स्थळ, काळ, इच्छा, इतरांची उपस्थिती, समूहातील शिष्टाचार या गोष्टी विचारात घेऊन तो अन्नसेवन करतो. म्हणूनच आपण प्राण्यांना निसर्गाचे अपत्य तर मानवाला संस्कृतीचे अपत्य असे म्हणतो. प्राण्यांमध्ये जगण्याची प्रेरणा असते, तर मानवात विकासाची प्रेरणा आढळते. मानवी वर्तनाचा अभ्यास करताना नैसर्गिक प्रेरणांपलीकडे जाऊन त्याच्या आत्मविकासाकडे जाणाऱ्या आत्मसंरक्षण, स्वीकार, प्रतिष्ठा व आत्मप्रकटीकरण या प्रेरणांवर भर द्यावा, असे या दृष्टिकोनानुसार आग्रहाने प्रतिपादन केले जाते.

क्रांतिकारकांच्या केवळ आक्रमक व हिंसक कारवाया न पाहता त्यांची महत्त्वाकांक्षा, देशभक्ती, समर्पणभावना लक्षात घेऊनच त्यांच्या वर्तनाचे खरे वर्णन करता येईल असा मानववादी दृष्टिकोनाच्या मानसशास्त्रज्ञांना दृढ विश्वास असतो.

आधुनिक मानसशास्त्रज्ञांच्या मतानुसार वरीलपैकी कोणताही दृष्टिकोन दुसऱ्यापेक्षा अधिक समर्थनीय नसून प्रत्येक दृष्टिकोन काही विशिष्ट वर्तनसमस्या मात्र अधिक समाधानकारकरित्या सोडवू शकतो.

१.३ मानसशास्त्राची प्रमुख उपक्षेत्रे (अभ्यासशाखा) (Major Sub-fields of Psychology)

आधुनिक मानसशास्त्राची तोंडओळख त्याच्या व्याख्येतून झाली, तरी त्याचा दाट परिचय त्याच्या प्रमुख उपक्षेत्रांच्या अभ्यासातूनच होणार आहे. वर्तनाच्या विविध प्रकारांचा व समस्यांचा अभ्यास ज्या निरनिराळ्या क्षेत्रांतून केला जातो त्यांना 'मानसशास्त्राची उपक्षेत्रे' असे म्हटले जाते. मानसशास्त्र एक विशाल वृक्ष आहे असे मानले तर ही उपक्षेत्रे म्हणजे त्याच्या अनेक शाखा म्हणता येतील.

या उपक्षेत्रात सोडविल्या जाणाऱ्या समस्या भिन्न भिन्न असल्या तरी स्थूलमानाने त्यांचे दोन भाग पाडता येतील.

१) सैद्धान्तिक उपक्षेत्रे २) व्यावहारिक उपक्षेत्रे

सैद्धान्तिक उपक्षेत्रात ज्ञानसंपादनाला महत्त्व दिले जाते. समस्या स्पष्ट होणे, स्पष्टीकरण प्राप्त करणे, सिद्धान्त प्रस्थापित करणे असे कार्य सैद्धान्तिक उपक्षेत्रात चालते, तर मानसशास्त्रीय तत्त्वांचा व्यावहारिक समस्या सोडविण्यासाठी उपयोग करणे असे व्यावहारिक उपक्षेत्रातील अभ्यासाचे प्रमुख उद्दिष्ट असते.

जैविक मानसशास्त्र, प्रायोगिक मानसशास्त्र, वैकासिक मानसशास्त्र, सामाजिक मानसशास्त्र व व्यक्तिमत्त्वविषयक मानसशास्त्र ही उपक्षेत्रे सैद्धान्तिक उपक्षेत्रात मोडतात, तर चिकित्सा व समुपदेशन मानसशास्त्र, शालेय व शैक्षणिक मानसशास्त्र, औद्योगिक संघटनेचे व मानव अभियांत्रिकीचे मानसशास्त्र ही उपक्षेत्रे व्यावहारिक उपक्षेत्रे म्हणून ओळखली जातात. हे वर्गीकरण लक्षात ठेवून वरील प्रमुख उपक्षेत्रांचा थोडक्यात परिचय करून घेऊ.

जैविक मानसशास्त्र (Biological Psychology) : वर्तनाचे शारीरिक आधार शोधणे, वर्तन व नससंस्था यांच्यातील संबंध निश्चित करणे, शरीरांतर्गत घडामोडींचे मापन करणे, वर्तनाच्या बोधात्मक, भावनात्मक व प्रेरणात्मक अंगांचे जैविक संशोधनाच्या साहाय्याने स्पष्टीकरण देणे हे जैविक मानसशास्त्राचे कार्य होय. रक्तातील साखरेचे प्रमाण घटल्यावर भुकेची प्रेरणा निर्माण होते. तसेच अ‍ॅड्रेनलिन या स्रावामुळे

तीव्र भावनावेग निर्माण होतात, हे जैविक मानसशास्त्राने दाखवून दिले आहे.

प्रायोगिक मानसशास्त्र (Experimental Psychology) : मानसशास्त्रीय प्रयोग निसर्गशास्त्रातील प्रयोगांप्रमाणे निर्जीव वस्तूवरील प्रयोग नसून जिवंत प्राणी अथवा मानवावरील प्रयोग आहेत, ही मर्यादा लक्षात घेऊन पण परिस्थितीवर जास्तीतजास्त नियंत्रण ठेवून अध्ययन, स्मरण इ. मानसिक प्रक्रियांबाबत प्रयोग केले जातात. वर्तनाच्या प्राथमिक अभ्यासात प्रयोग करताना प्राण्यांचा वापर करणे अधिक सोयीचे ठरते. या प्रयोगावरून मानवी वर्तनासंबंधी काही निष्कर्ष काढता येतात. उदा. पॅव्हलाव्हच्या कुत्र्यावरील अभिजात अभिसंधानाच्या प्रयोगावरून मानवी जीवनातील अभिसंधानाविषयी उपयुक्त माहिती मिळते. प्राणी व मानवांवरील प्रायोगिक अभ्यासाचा काही वेळा व्यवहारात उपयोग होत असला, तरी प्रायोगिक अभ्यासाचा तत्काळ व्यावहारिक उपयोग दिसून येतोच असे नाही. तहान, भूक, झोप इत्यादींपासून वंचित राहिल्यास बऱ्याच कालावधीनंतर काय परिणाम होतील हे प्राण्यांवर प्रयोग करून पाहिले जाते; परंतु या प्रयोगाचा वर्तनाविषयीच्या ज्ञानात भर पडण्यावाचून रोजच्या व्यवहारात कोणी उपयोग करून पाहात नाही. या अर्थाने प्रायोगिक मानसशास्त्र हे शुद्ध ज्ञानाचे (Pure Knowledge) उपक्षेत्र होय.

वैकासिक मानसशास्त्र (Developmental Psychology) : मानवी वर्तन (व काही प्रमाणात प्राण्यांचे वर्तन) आयुष्याच्या प्रत्येक टप्प्यावर बदलत असते. जन्मापासून मृत्यूपर्यंत बाल्य, तारुण्य, प्रौढत्व, वार्धक्य अशा अवस्थांत वर्तन क्रमाक्रमाने बदलत जाते, विकसित होत जाते. उदा. बालपणीच्या मर्यादित शब्दसंपत्तीचा तरुणपणी विकास झालेला दिसतो, तर वाढत्या वयाबरोबर युवकांमध्ये तारतम्यविचाराचा उदय होतो. नससंस्था जसजशी परिपक्व होत जाते, अध्ययनक्षमता जशी वाढत जाते तसा मानवी वर्तनाचा विकास घडून येतो. या विविध अवस्थांमध्ये दिसून येणाऱ्या वर्तनांचे प्रकार, त्यांची कारणे, वर्तनसमस्या व सुखदुःखे यांचा अभ्यास वैकासिक मानसशास्त्रात केला जातो. आयुष्यातील अगोदरच्या अवस्थांचा परिणाम पुढील अवस्थांवर होत असल्याने बाल्य व शैशवावस्था तसेच युवावस्थेतील क्रांतिकारक बदल इ. विषयांचे महत्त्व वैकासिक मानसशास्त्रज्ञांनी अधोरेखित केले आहे.

सामाजिक मानसशास्त्र (Social Psychology) : इतर प्राण्यांप्रमाणे मानव हा निसर्गाचा पुत्र असला तरी तो एक सामाजिक प्राणी आहे हे विसरून चालणार नाही. कुटुंबजीवनापासून त्याच्या सामाजिकीकरणाची प्रक्रिया सुरू होते व शाळा, सवंगडी, समाज अशा समूहांतून तो भाषा, चालीरीती, मूल्ये इ. सामाजिक वर्तनप्रकार शिकतो. समाजात वावरताना त्याची मते, वृत्ती, विचारसरणी यावर समाजाचा प्रभाव पडत जातो. व्यक्तीच्या

या सामाजिक व सांस्कृतिक जडणघडणीचा अभ्यास सामाजिक मानसशास्त्र करते. व्यक्तिवर्तनातील सामाजिक प्रेरणा कोणत्या, विविध समूह आणि सामाजिक आंतरक्रिया कोणत्या, लोकमत कसे बनते व बदलते अशा स्वरूपाचे प्रश्न सामाजिक मानसशास्त्रात अभ्यासले जातात व मानवाच्या सामाजिक जीवनाविषयी सिद्धान्त बांधले जातात.

व्यक्तिमत्त्व मानसशास्त्र (Personality Psychology) : माणसे अमुक एका तऱ्हेने का वागतात? याचे उत्तर व्यक्तिमत्त्व या संकल्पनेने दिले जाते. व्यक्तिमत्त्व ही मानवी वर्तनाची गुरुकिल्ली आहे असे म्हटले जाते. व्यक्तिमत्त्वात वर्तनाची विशिष्ट तऱ्हा व वेगळेपणा यांचा समावेश होतो. सेहवाग आणि द्रविड यांची व्यक्तिमत्त्वे भिन्न आहेत असे आपण म्हणतो, कारण सेहवागच्या खेळात आक्रमकता, वेग व धाडस दिसते तर द्रविडच्या खेळात बचाव, धीमेपणा व सुरक्षितता हा वेगळेपणा आढळून येतो. अशा प्रकारच्या व्यक्तिमत्त्वाची घडण करणारे घटक कोणते, व्यक्तिमत्त्वाच्या घडणीचे सिद्धान्त कोणते, व्यक्तिमत्त्वाचे कोणते प्रकार आढळतात आणि व्यक्तित्त्वमापन करण्याच्या शास्त्रीय पद्धती कोणत्या या प्रश्नांचा व्यक्तिमत्त्व-मानसशास्त्रात विचार होतो. विकसित व्यक्तिमत्त्वाची लक्षणे सांगून व्यक्तिमत्त्व-विकासाची दिशा सूचित करण्याचे कार्यही व्यक्तिमत्त्वमानसशास्त्रज्ञ करत असतात.

यानंतर काही व्यावहारिक उपयोगाच्या (उपयोजित) उपक्षेत्रांची माहिती घेऊ.

चिकित्सा व समुपदेशन मानसशास्त्र (Clinical and Counselling) : मनोविकारांच्या किंवा असामान्य वर्तनाच्या क्षेत्रात चिकित्सा मानसशास्त्राचे संशोधन चालते. मनोरुग्णाच्या मनोविकृतीचे योग्य निदान करणे व मानसोपचाराची दिशा निश्चित करणे हे चिकित्सा मानसशास्त्रज्ञाचे कार्य होय. चिकित्सामानसशास्त्रज्ञ निरनिराळ्या मनोविकृतींचे प्रकार, त्यांची लक्षणे व कारणे व त्यांच्याविषयीचे सिद्धान्त यांचा अभ्यास करून, प्रदीर्घ मुलाखती घेऊन व तपशीलवार नोंदी ठेवून मनोविकारांचे निदान करत असतो. मनोरुग्णांच्या पूर्वइतिहासातून व पूर्वानुभवातून मनोविकारांची कारणमीमांसा करून असामान्य वर्तनात इष्ट तो बदल घडवून आणणे हे चिकित्सा मानसशास्त्राचे उद्दिष्ट होय.

तीव्र नैराश्य, विमनस्कता, संशयवृत्ती अशा तीव्र विकारांनी पछाडलेल्या रुग्णांची चिकित्सा रुग्णालयात तज्ज्ञांच्या देखरेखीखाली केली जाते; पण न्यूनगंड, भयगंड, गोंधळलेली अवस्था इ. सौम्य स्वरूपाच्या अपसामान्य वर्तनाची चिकित्सा व सुधारणा समुपदेशन मानसशास्त्रात घडवून आणली जाते. समस्याग्रस्त व्यक्तींना विश्वासात घेऊन, मित्रत्वाच्या नात्याने व्यक्तीची समस्या व पीडा समजून घेतली जाते. यानंतर समस्येची खरी कारणे समुपदेशक रुग्णाच्या नजरेस आणून देतो व

त्याच्याशी चर्चा करून समस्यामुक्त होण्याची कृती-योजना तयार करतो. समस्येचा नीट बोध करून घेऊन व्यक्तीचा आत्मविश्वास वाढविणे हे समुपदेशन मानसशास्त्राचे प्रमुख कार्य होय. उदाहरणार्थ, मर्यादित वेळेत परिणामकारक अभ्यास कसा करावा हा प्रश्न पडलेल्या विद्यार्थ्याचा दैनंदिन कार्यक्रम समजून घेऊन, वाया जाणाऱ्या वेळेकडे निर्देश करून, समुपदेशक वेळेचे नियोजन करण्यासाठी विद्यार्थ्यांच्या सहमतीने वेळापत्रक ठरवेल व विद्यार्थ्यास त्याची समस्या सोडविण्यासाठी मदत करेल. कौटुंबिक, शैक्षणिक व व्यावसायिक संघर्षाचे निवारण करण्यासाठी समुपदेशन मानसशास्त्र उपयुक्त ठरू शकते. पाश्चात्त्य देशात समुपदेशन मानसशास्त्राकडे एक व्यवसाय म्हणून पाहिले जाते.

शालेय व शैक्षणिक मानसशास्त्र (School and Educational Psychology) : शैक्षणिक मानसशास्त्राच्या कक्षेत शालेय, माध्यमिक, उच्च शिक्षण इ. सर्वच स्तरांवरील विद्यार्थी येतात. शिक्षणाने गुणसंपादन व प्रमाणपत्रसंपादन एवढेच व्हावे असे अपेक्षित नसून सक्षम व्यक्ती निर्माण होणे, युवकांचा सर्वांगीण विकास होणे अपेक्षित असते. त्यामुळे शैक्षणिक मानसशास्त्रात शिक्षणप्रक्रियेच्या परिणामकारकतेचा सर्वंकष विचार केला जातो. शिक्षणाची उद्दिष्टे कोणती असावीत, क्षमताधिष्ठित अभ्यासक्रम कसे तयार करावेत, शिक्षकाने वर्गपूर्व, वर्गांतर्गत व वर्गानंतर कोणती कामे पार पाडावीत, परीक्षा कशा असाव्यात, मूल्यशिक्षण कसे द्यावे अशा अनेक प्रश्नांची संशोधनावर आधारित चिकित्सा शैक्षणिक मानसशास्त्रामध्ये केली जाते.

प्रकल्पाधारित शिक्षणपद्धती व मुक्त शिक्षणपद्धती अशा आधुनिक शिक्षणपद्धतींची परिणामकारकता या क्षेत्रात आजमावली जाते. अवधान, अध्ययन, प्रेरण इत्यादी मानसशास्त्रीय तत्त्वांचा वापर करून शिक्षणप्रक्रिया यशस्वी करता येईल, अशी शैक्षणिक मानसशास्त्रज्ञांची धारणा असते. अध्ययनकौशल्याची तंत्रे, स्मृती-सुधारणेचे उपाय, परिणामज्ञानाचे अध्ययन असे अनेक उपाय मानसशास्त्रीय संशोधनातून शैक्षणिक मानसशास्त्राने आत्मसात केले आहेत.

शालेय मानसशास्त्र ही एका अर्थाने शैक्षणिक मानसशास्त्राची उपशाखा असून तेथे शालेय पातळीवरील विद्यार्थ्यांच्या शालेय अभ्यासाच्या समस्या प्रामुख्याने व कौटुंबिक, व्यक्तिगत, आर्थिक इ. समस्या अनुषंगाने सोडविल्या जातात. या उपक्षेत्रात विद्यार्थ्यांच्या क्षमता व अभिरुचीपासून, शैक्षणिक साहित्याचे स्वरूप व विद्यार्थ्यांची कौटुंबिक पार्श्वभूमी इथपर्यंत अनेक गोष्टी अभ्यासल्या जातात. विद्यार्थ्यांच्या शाळेतील वर्तनाबरोबरच शाळेबाहेरील वर्तनावर त्यामुळे अप्रत्यक्ष नियंत्रण राहू शकते. विद्यार्थ्यांच्या शैक्षणिक गुणवत्तेबरोबरच शालेय जीवनाच्या कालखंडातील व्यक्तिविकासास शालेय मानसशास्त्र हातभार लावते.

औद्योगिक/संघटन मानसशास्त्र आणि मानव अभियांत्रिकी मानसशास्त्र (Industrial / Organizational Psy. and Human Engineering Psychology) : आधुनिक काळात औद्योगिकीकरणात वाढ झाल्यामुळे औद्योगिक संघटनांचे महत्त्व वाढले आहे. औद्योगिक प्रगतीचे विशिष्ट ध्येय समोर ठेवून नियमबद्ध रीतीने कार्य करणारी संघटना म्हणजे औद्योगिक संघटना होय. या संघटनेत उद्योगपती, व्यवस्थापक वर्ग, कामगार या मानवी घटकांचा व यंत्रसामग्री, कच्चा माल, उत्पादित वस्तू व सेवा इत्यादी अन्य बाबींचा समावेश होतो. दर्जेदार वस्तूंचे उत्पादन व वितरणातून होणारा लाभ हे ध्येय औद्योगिक संघटनांपुढे असतेच; पण ते साध्य होण्यासाठी संघटनातील घटकांचे वर्तन - त्यांची उत्पादनक्षमता परिणामकारक व्हावी लागते. त्यासाठी कामगारांची सुयोग्य निवड, त्यांचे प्रशिक्षण, परिणामकारक उत्पादनपद्धती, कामगार व व्यवस्थापनातील सुयोग्य संबंध, भौतिक सुविधा, कामगारविषयक धोरण, वेतनधोरण, आपत्कालीन कामाचे नियोजन इ. अनेक गोष्टींवर संशोधन करून औद्योगिक संघटन मजबूत व गतिशील राहावे यासाठी या क्षेत्रात मार्गदर्शन केले जाते.

मानव अभियांत्रिकी मानसशास्त्र हे एक नव्याने विकसित झालेले उपक्षेत्र असून त्याचा समावेश औद्योगिक मानसशास्त्रातच होतो. औद्योगिक क्षेत्रात मानव व यंत्रे यांचा पदोपदी संबंध येतो. यंत्राचा वापर सोयीचा, कमी गुंतागुंतीचा व परिणामकारक होण्यासाठी यंत्राचे स्थान, रचना व नियंत्रके यांचा विशेष अभ्यास या क्षेत्रात केला जातो. उदा. संगणकाच्या की-बोर्डची रचना कशी असावी, मोटारचालकाला सोयीची होईल अशा तऱ्हेने गिअर-बॉक्स कोठे ठेवावी इ. प्रश्न मानव अभियांत्रिकीच्या क्षेत्रात येतात. अभियांत्रिकी (Engineering) क्षेत्रात केवळ वस्तूंचे मोजमाप, यांत्रिक उपकरणांची परिणामकारकता यांनाच महत्त्व असते; पण मानवाला कमीतकमी श्रमाची, जास्तीत जास्त सोयीने हाताळण्यासारखी व व्यवहारात सुखावह ठरणारी यंत्ररचना मानव अभियांत्रिकीत अपेक्षित असते. दरदिवशी रस्त्यावर येणारी मोटारसायकलींची नवनवीन मॉडेल्स ही मानव अभियांत्रिकीची करामत होय. तसेच घराएवढ्या प्रचंड आकाराच्या संगणकापासून तळहातावर मावणारा (Palm-Top) संगणक हे या शास्त्रातील संशोधनाचेच फलित होय. यंत्राधारित कामे पार पाडत असताना जास्तीतजास्त कार्यसमाधान मिळवून देण्यात मदत करणारी शाखा म्हणजे मानव अभियांत्रिकी होय.

मानसशास्त्रीय ज्ञानसंपादनात केवळ एवढीच उपक्षेत्रे कार्यरत आहेत, असे म्हणणे चुकीचे ठरेल. खेळाडूंच्या वर्तनसमस्या हाताळणारे क्रीडामानसशास्त्र, सैनिकांच्या समस्यांचा अभ्यास करणारे सैनिकी मानसशास्त्र, महिलांच्या समस्यांवर संशोधन करणारे स्त्रियांचे मानसशास्त्र, ग्राहकांच्या मनाचा मागोवा घेणारे जाहिरात मानसशास्त्र,

संस्कृतीभिन्नतेची दखल घेणारे आंतरसांस्कृतिक मानसशास्त्र, अपराधवर्तनाची मीमांसा करणारे गुन्हेगारीचे मानसशास्त्र अशी कितीतरी उपक्षेत्रे मानवी वर्तनाच्या क्षेत्रात कार्य करून वर्तनाविषयीच्या ज्ञानात मोलाची भर घालत आहेत. प्रमुख उपक्षेत्रांचे योगदान आकृतीच्या माध्यमातून स्थूलमानाने पुढीलप्रमाणे दाखविता येईल.

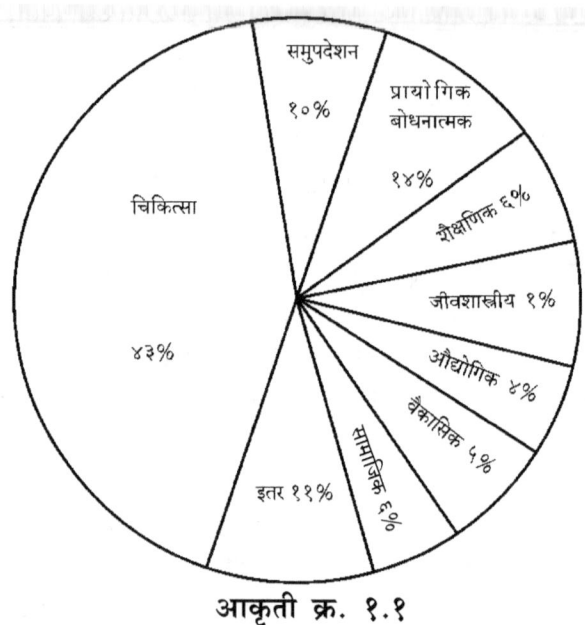

आकृती क्र. १.१

इतर काही उपयोजित क्षेत्रांमध्ये ज्यांचा वर उल्लेख केलेला आहे, त्यांचा थोड्या तपशिलाने परिचय करून घेऊ.

आरोग्यविषयक मानसशास्त्र : आरोग्य म्हणजे केवळ आजारापासून सुटका एवढाच नकारात्मक दृष्टिकोन नसून दीर्घकाळ शारीरिक-मानसिक स्वास्थ्याचा अनुभव घेता येणे हा सकारात्मक दृष्टिकोनही त्यात अभिप्रेत आहे. व्यक्तिगत, सामाजिक व शासकीय पातळीवर आरोग्याचा प्रश्न हाताळला जात असताना मानसिक व शारीरिक प्रक्रिया एकमेकांशी बद्ध आहेत, हे लक्षात घेऊनच आरोग्यरक्षणासाठी उपाययोजना केली जाते. रुग्णाचा शारीरिक बिघाड व त्याची मानसिक स्थिती लक्षात घेऊन आरोग्याविषयी उपाययोजना करणे म्हणजे आरोग्यमानसशास्त्राचा अवलंब करणे असे थोडक्यात म्हणता येईल.

अपराध व न्यायवैद्यकीय मानसशास्त्र : अपराध्यास पकडणे व दंडित करणे, ही समाजव्यवस्था परंपरागत असली तरी आधुनिक काळात अपराध-वर्तनाची कारणमीमांसा

करून प्राचीन पद्धतीप्रमाणे रानटी स्वरूपाची शिक्षा न देता, अपराध्याकडे सुधारणावादी दृष्टिकोनातून पाहिले जाते. गुन्हा सिद्ध होण्यासाठी केवळ कबुलीजबाब किंवा असत्यशोधक यंत्रणा यापलीकडे जाऊन पुराव्याची छाननी केली जाते. शिक्षा आणि वर्तनबदल यांवर मानसशास्त्रात अनेक प्रयोग झालेले असून त्यातून निघालेल्या निष्कर्षांच्या आधारावर 'फाशीच्या शिक्षेविरुद्ध' मोहीम अथवा तुरुंगसुधार कार्यक्रम आता राबवले जात आहेत. संशयितास निरपराध म्हणून सिद्ध होण्यासाठी सुप्रीम कोर्टापर्यंत दाद मागण्याची तरतूद हा अपराध मानसशास्त्राचाच ठळक परिणाम होय. अपराध ही गोष्ट केवळ कायद्यापुरती मर्यादित बाब नसून त्यामागील नैतिक, सामाजिक परिस्थिती तपासली पाहिजे, ही अपराध व न्यायवैद्यकीय मानसशास्त्राची ठाम भूमिका आहे.

क्रीडा–मानसशास्त्र : क्रीडा म्हणजे कोणता तरी व्यायामप्रकार व क्रीडा–स्पर्धा म्हणजे ताकदवान क्रीडापटूंची परस्पर आव्हाने असा कोता अर्थ आजकाल मान्य केला जात नाही. क्रीडेत किंवा खेळात यशस्वी होण्यासाठी व्यायाम तर हवाच पण योग्य प्रकारचे प्रशिक्षण व सराव, तसेच विशिष्ट प्रकारची वृत्ती/मनोधारणा तेथे आवश्यक असते, म्हणूनच खेळाडूने व त्यांच्या प्रशिक्षकांनी खेळाडूची क्षमता, प्रेरणा, मनोधैर्य अशा घटकांचा अभ्यास करूनच तयारी करून घेतली पाहिजे, असे क्रीडा- मानसशास्त्र सुचविते. यश पचविणे व अपयशातून मार्ग काढणे यासाठी खेळाडूवर योग्य ते संस्कार करण्याची जबाबदारी प्रशिक्षकांवर असते. ऑलिम्पिक–सुवर्णपदकामागे केवळ बक्षिसाचे बाह्य प्रलोभन असते असे नसून कष्ट घेण्याची तयारी, अविरत सराव, मनाचा समतोल राखणे, खेळाचा आनंद घेणे या गोष्टी प्रकर्षाने लक्षात घ्याव्या लागतात, असे क्रीडामानसशास्त्र सूचित करते. अलीकडे खेळाच्या प्रत्येक प्रकारामध्ये क्रीडा–मानसशास्त्रज्ञाचा समावेश केला जातो, हे त्यामुळेच. क्रीडाकौशल्याचा विकास करण्यासाठी मानसशास्त्रज्ञ शरीर–मानसिक हालचालींबाबत योग्य ते मार्गदर्शन करू शकतो, तसेच खेळाकडे कोणत्या अभिवृत्तीने पाहावे याचीही योग्य ती जाण आणून देतो. क्रीडामानसशास्त्रास ट्रिप्लेटने १८९७ मध्ये चालना दिली व १९२० मध्ये ग्रिफिथने क्रीडामानसशास्त्रातील संशोधनास प्रारंभ केला. या दृष्टीने हे शास्त्र बाल्यावस्थेत असलेले दिसत असले तरी खेळातील नेतृत्वगुण, खेळाडूंचे व्यक्तिमत्त्वप्रावीण्याचे घटक, आक्रमण व बचाव, प्रावीण्यप्राप्तीचे मार्गदर्शक नियम इ. अनेक विषयांवर या क्षेत्रात प्रगत संशोधन झालेले असून देशोदेशीच्या खेळाडूंना प्रत्यक्ष क्रीडास्पर्धांत त्याचा लाभ होत आहे.

महिलाविषयक मानसशास्त्र : महिला किंवा स्त्रियांचे मानसशास्त्र हा स्वतंत्र विषय म्हणून पूर्वी अभ्यासला जात नसे. प्रयोगप्रक्रियेत केवळ पुरुषच प्रयुक्त म्हणून

घेतले जात. परंतु विसाव्या शतकाच्या उत्तरार्धात स्त्रियांची शक्ती, क्षमता, कर्तबगारी यांची विविध क्षेत्रांतील जाणीव झाल्याने त्यांच्यासाठी स्वतंत्र वर्तनसंशोधन करणे सुरू झाले. डेन्मार्क याने स्त्रीजीवनातील बदल, वाढ, विकास, कुटुंबातील व बाहेरील भूमिका, भूमिकासंघर्ष अशा अंगानी अभ्यास करून त्यांची वर्तनवैशिष्ट्ये मांडण्याचा प्रयत्न केला, तर व्हाऊटर व अँगर या शास्त्रज्ञांनी लिंगभेदरहित दृष्टिकोनातून स्त्रियांच्या वर्तनाची मांडणी केली.

लिंगभेद कोणत्या मर्यादेपर्यंत सत्य आहेत, स्त्री-पुरुष भूमिकांची अदलाबदल कितपत होऊ शकते, स्त्रियांविषयीच्या परंपरागत प्रघातावर त्यांच्या वर्तन-अभ्यासातून प्रकाश टाकता येतो काय, अशा प्रश्नांची उत्तरे या अभ्यास शाखेतून मिळू शकतील.

कित्येक स्त्रिया शैक्षणिक, औद्योगिक, वैद्यकीय क्षेत्रात पुरुषांच्या बरोबरीने व काही ठिकाणी अग्रक्रमाने तळपत आहेत, हा महिला-मानसशास्त्रातील संशोधनाचा व त्यातून मिळणाऱ्या उत्तेजनाचा परिपाक होय.

१.४ मानसशास्त्रातील शास्त्रीय अभ्यासपद्धती (Scientific Methods of Psychology)

मानसशास्त्राची निरनिराळी उपक्षेत्रे पाहात असताना आजवरच्या संशोधनाची व ज्ञानसंपादनाची कल्पना येऊन मन थक्क होते. ज्ञानाच्या अफाट व्याप्तीबरोबरच विश्वसनीयताही मानसशास्त्राने प्राप्त केली आहे. विश्वसनीयतेच्या व शास्त्रीयतेच्या पदवीपर्यंत पोहीचण्यासाठी मानसशास्त्रज्ञ कोणकोणत्या अभ्यासपद्धतींचा अवलंब करतात हे आता विस्ताराने पाहू.

काही गोष्टी प्रथमच स्पष्ट करू. आत्मनिरीक्षणपद्धती वुंटने त्याच्या प्रयोगशाळेत वापरली असली व आजही दैनंदिन जीवनात आपण आत्मनिरीक्षण करून आपल्या मनाचा ठाव घेत असलो, तरी व्यक्तिनिष्ठ पद्धत म्हणून शास्त्रीय संशोधनात तिला फारसे स्थान नाही. तिच्या गुणदोषांची चर्चा पूर्वी आलेलीच आहे.

ज्या अभ्यासपद्धतींना शास्त्रीय संशोधनात स्थान आहे, त्यांपैकी नैसर्गिक व पद्धतशीर निरीक्षण, व्यक्तिइतिहास व सर्वेक्षण तसेच प्रायोगिक पद्धती या पद्धतींचे पुढील पानांमध्ये सविस्तर विवेचन केले आहे. सहसंबंधपद्धती ही पद्धतशीर निरीक्षण व प्रायोगिक निरीक्षण यांमधील दुवा असल्याने तिचाही एकूण विवेचनात समावेश केला आहे.

मानसशास्त्राच्या या सर्व अभ्यासपद्धतींचे एक समान वैशिष्ट्य असे दिसते, की त्यांच्यामध्ये कोणत्या ना कोणत्या स्वरूपाचे निरीक्षण केलेले आढळेल, मात्र समस्यांच्या गरजेनुसार निरीक्षणाचे स्वरूप थोडे थोडे भिन्न असल्याने या अभ्यासपद्धतीही

परस्परांहून भिन्न झाल्या आहेत. क्रमाक्रमाने त्यांचे स्वरूप, कार्य, महत्त्व व गुणदोष समजावून घेऊ.

नैसर्गिक निरीक्षण (Natural Observation) : डोळ्याने दिसेल ते सत्य व कानाने ऐकले जाईल ते असत्य किंवा संशयास्पद असे म्हटले जाते. ऐकीव ज्ञानाहून प्रत्यक्ष निरीक्षणाचे ज्ञान अधिक विश्वासपात्र असा या म्हणीचा भावार्थ आहे.

नैसर्गिक निरीक्षण पद्धतीमागे हेच तत्त्व दडलेले आहे. प्राणी व मानव यांचे वर्तन नैसर्गिक परिस्थितीत पाहून त्याची नोंद करणे हे या पद्धतीचे वैशिष्ट्य होय. नैसर्गिक परिस्थितीतील वर्तनात दडपण नसते. वर्तनाचा आविष्कार खुलेपणाने होतो व व्यक्तीच्या खऱ्याखुऱ्या भाव-भावनांचे व प्रेरणांचे दर्शन घडते. या पद्धतीत अभ्यासक निरीक्षण- क्षेत्रात कुठलीही ढवळाढवळ न करता एका अर्थाने निष्क्रिय, तटस्थ अवलोकन करतो. अभयारण्यात जाऊन दुरून प्राण्यांच्या हालचाली टिपणे, पक्ष्यांच्या अन्नसंपादनाचे निरीक्षण करणे, एखाद्या खेळाडूच्या मैदानावरील हालचालींचा वेध घेणे ही नैसर्गिक निरीक्षणाची उदाहरणे होत. निरनिराळ्या वर्तनप्रकारांत व्यस्त असलेल्या व्यक्तींच्या अथवा प्राण्यांच्या वर्तनाची भरपूर व विश्वसनीय माहिती या पद्धतीने उपलब्ध होऊ शकते. प्राण्यांची दिनचर्या, बालकांच्या सवयी, आदिवासींच्या जीवनपद्धती, खेळाडूंची कौशल्ये अशा गोष्टी अभ्यासण्यासाठी ही पद्धत उपयोगी पडते.

मात्र या पद्धतीचे काही अंगभूत दोष किंवा मर्यादा लक्षात घेतल्या पाहिजेत. एकतर निरीक्षण व्यापक प्रमाणावर न केल्यास अपुऱ्या निरीक्षणाने एकांगी निष्कर्ष निघतात. (जसे, कलावंत व्यसनाधीन असतात, हा निष्कर्ष) दुसरे, नैसर्गिक परिस्थितीवर ताबा नसल्याने वर्तन घडून येईपर्यंत वेळ वाया जातो. (जसे, दहावी- बारावीच्या अपयशी विद्यार्थ्यांच्या प्रतिक्रिया पाहण्यासाठी वर्षाखेरपर्यंत वाट पाहावी लागते.) तिसरे, निरीक्षकाची उपस्थिती जाणवल्यास व्यक्तिवर्तन कृत्रिम व बेगडी बनू लागते. (मुक्तपणे खेळणाऱ्या बालकास कोणी रोखून पाहताना दिसले की दडपण येऊन त्याचे वर्तन बदलते.)

असे असल्यामुळे संबंधित व्यक्ती अथवा प्राण्यापासून दूर व तटस्थ राहून पण काळजीपूर्वक वर्तननिरीक्षण केल्यास संशोधकाच्या हाती बरीच उपयुक्त माहितीची सामग्री मिळू शकते. निरीक्षणायोग्य स्थल-काल लाभल्यास ही पद्धती अत्यंत व्यापक प्रमाणावर मानसशास्त्राच्या अनेक उपक्षेत्रांत वापरली जाऊ शकते.

पद्धतशीर निरीक्षण (Systematic Observation) : नैसर्गिक निरीक्षणासाठी आवश्यक असणारी नैसर्गिक परिस्थिती निरीक्षकाच्या नियंत्रणात नसते. भूकंप, महापूर इ. नैसर्गिक प्रसंगात अथवा युद्धजन्य परिस्थितीत नैसर्गिक प्रतिक्रिया अभ्यासण्यासाठी

ते ते प्रसंग निर्माण होईपर्यंत निरीक्षकाला वाट पाहावी लागते. यावर उपाय म्हणून या प्रसंगापर्यंत शक्य तितके निकट पोहोचण्यासाठी पूर्वनियोजन करावे लागते. उदा. पूरग्रस्तांची मन:स्थिती अभ्यासण्यासाठी पावसाळ्यापूर्वीच आसाममध्ये जाऊन तळ ठोकावा लागेल किंवा प्राण्यांचे निरीक्षण करण्यासाठी जंगलातील पाणवठ्यावर उभारलेल्या मचाणावर रात्र होण्यापूर्वीच चढून बसावे लागेल.

अशा तऱ्हेने पूर्वनियोजनाने नैसर्गिक परिस्थितीतील वर्तनाच्या निरीक्षणाची शक्यता निर्माण झाल्यावर मिळणाऱ्या विस्तृत माहितीची नोंद करण्यासाठी या पद्धतीत विशेष दक्षता घेतली जाते व नोंदवही, कॅमेरे, टेपरेकॉर्डर, चलत्चित्रण कॅमेरा इ. गोष्टी सज्ज ठेवल्या जातात. निरीक्षणात वर्तनातील बारीकसारीक वैशिष्ट्ये नोंदविणे व वर्तनाचे संख्यात्मक मापन करणे यास महत्त्व दिले जाते. पुण्याच्या परिसरात नळातून बेफिकिरीने पाणी वाहू दिल्याची दृष्ये टिपण्याबरोबरच दररोज किती लिटर पाणी वाया जाते याचे मापन केल्यास पाणीवापराच्या निरीक्षणाचा खरा अभ्यास झाला असे म्हणता येईल. वर्तनाचा योग्य अर्थबोध होण्यासाठी आणि वर्तन-परिवर्तन घडवून आणण्यासाठी पद्धतशीर निरीक्षण उपयुक्त ठरते.

पूर्वनियोजन व तपशिलाचे मापन या संदर्भात पद्धतशीर निरीक्षण नैसर्गिक निरीक्षणाहून सरस ठरते, मात्र या पद्धतीतही बाह्यक्षेत्रात निरीक्षक ढवळाढवळ करू शकत नाही. तो निरीक्षक म्हणून सक्रिय असला तरी वर्तनपरिस्थितीचा नियंत्रक नसतो, हे लक्षात ठेवले पाहिजे.

याशिवाय निरीक्षणनियोजनाचा व निरीक्षणसाधनांचा आर्थिक भार लक्षात घेता पद्धतशीर निरीक्षणपद्धतीच्या वापरावर बऱ्याच मर्यादा पडतात.

व्यक्तिइतिहास / वृत्तेतिहासपद्धती (Case-History Method) : वैशिष्ट्यपूर्ण (Unique) अशा व्यक्तीच्या वर्तनाचा उलगडा होण्यासाठी ही पद्धत उपयुक्त ठरते. एखाद्याच व्यक्तीचे निरीक्षण हे लक्ष्य ठरल्याने व्यक्तिवर्तनाचा सखोल व काळजीपूर्वक अभ्यास या पद्धतीत केला जातो. अभ्यासकाला अभ्यासासाठी प्रयत्न एकवटता आल्याने व्यक्तिवर्तनाविषयी नैसर्गिक किंवा पद्धतशीर निरीक्षणाहून अधिक सूक्ष्मदर्शी व सर्वांगीण माहिती उपलब्ध होऊ शकते. यासाठी व्यक्तीच्या दैनंदिन वर्तनाबरोबरच, तिचे शालेय व व्यावसायिक रेकॉर्ड, सहवासातील व्यक्तींची मते, शेजाऱ्यांच्या मुलाखती, मनोमापन- चाचण्यांवरील गुण इ. सर्व गोष्टींच्या एकत्रीकरणातून व्यक्तिवर्तनाचा इतिहास उभा केला जातो व व्यक्तीतील वर्तनवैशिष्ट्यांचा शोध घेतला जातो. वर्गातील एखादा भयगंडाने पछाडलेला विद्यार्थी, खेळात अव्वल यश मिळविणारा खेळाडू, उद्योगक्षेत्रात देदीप्यमान यश मिळविणारा तरुण उद्योजक अशी

उदाहरणे वृत्तेतिहास पद्धतीने अभ्यासण्यास योग्य ठरतात. सिग्मंड फ्रॉईडने मनोरुग्णांवर उपचार करताना या पद्धतीचा यशस्वी वापर केला होता.

व्यक्तीची वैगुण्ये अगर वैशिष्ट्ये जाणून घेण्यासाठी ही पद्धत उपयुक्त असली तरी संबंधित व्यक्ती प्रातिनिधिक नसल्यामुळे तिच्यावरून सामान्य निष्कर्ष न काढता मर्यादित स्वरूपाचे निष्कर्षच काढता येतात. उदा. एखाद्या प्रतिभावान शास्त्रज्ञाच्या दिनचर्येवरून संशोधकवृत्तीच्या व्यक्तीलाच काही बोध घेता येईल. सर्रास सर्व व्यक्तींना निरीक्षणे लागू करता येणार नाहीत. अपवादात्मक अशा वेगळ्या व्यक्तींच्या वर्तनाचे रहस्य जाणून घेण्यासाठी ही पद्धती निश्चितच उपयोगी पडू शकते. त्यामुळे मानसशास्त्राच्या अभ्यासात ही पद्धत आपले महत्त्व व स्थान टिकवून आहे.

सर्वेक्षण पद्धती (Survey Method) : व्यक्तिइतिहास पद्धती वैशिष्ट्यपूर्ण व्यक्तींबाबत वापरतात तर सर्वेक्षणपद्धती प्रातिनिधिक व्यक्तींबाबत वापरली जाते. शिवाय एकमेव व्यक्तीचा अभ्यास न करता समूहातील काही प्रातिनिधिक व्यक्ती निवडून मुलाखती व प्रश्नावलींचा वापर करून मिळणाऱ्या प्रतिक्रियांद्वारे एकंदर समूहवर्तनाविषयी निष्कर्ष या पद्धतीचा वापर करून काढले जातात. निवडणूकपश्चात सर्वेक्षणातून निवडणुकीचा अंदाज बांधणे, वाचकांच्या पत्रव्यवहारावरून जनमानसाचा कानोसा घेणे, दर्शकांच्या अभिप्रायांवरून एखाद्या प्रदर्शनाचे मूल्यमापन करणे ही सर्वेक्षणपद्धतीची उदाहरणे होऊ शकतील. व्यक्तिवर्तनाचा प्रत्यक्ष अनुभव जरी या पद्धतीने थेटपणे येत नसला, तरी वर्तनाचा कल अप्रत्यक्षपणे जरूर कळू शकतो. त्यामुळेच अर्थशास्त्र, राज्यशास्त्र, समाजशास्त्र इ. अनेक शास्त्रांप्रमाणे मानसशास्त्रातही सर्वेक्षण– पद्धत मान्यता पावली आहे.

सर्वेक्षणपद्धतीचे विशेष गुण म्हणजे व्यापक व विपुल स्वरूपाची माहिती अभ्यासकास उपलब्ध होते. ही माहिती समूहाच्या प्रातिनिधिक नमुन्याकडून मिळत असल्याने अपुऱ्या निरीक्षणाचा दोष राहात नाही आणि मिळणाऱ्या माहितीचे झटपट संकलन होते. नैसर्गिक, पद्धतशीर अथवा व्यक्तिइतिहास पद्धतीप्रमाणे ही वेळखाऊ पद्धती नाही. शिवाय प्रातिनिधिक स्वरूपाच्या माहितीवरून सर्वसामान्य निष्कर्ष काढण्यात धोका पत्करावा लागत नाही. निवडणूकपूर्व प्रचारात देशाच्या निरनिराळ्या पण मोजक्या भागांत (प्रातिनिधिक ठिकाणी) एखाद्या पक्षाच्या प्रचारसभेस प्रचंड प्रतिसाद आढळल्यास, त्या पक्षाचे सरकार सत्तेवर येऊ शकेल असा सर्वेक्षणावर आधारित निष्कर्ष संभवनीय ठरू शकतो.

मात्र सर्वेक्षणपद्धतीत काही दक्षता घेणे आवश्यक असते. सर्वेक्षणात अभ्यासासाठी घेतलेल्या व्यक्ती प्रातिनिधिक नसतील तर सर्वेक्षण (व म्हणून पुढील निष्कर्ष

विधान) फसवे ठरेल. राष्ट्रीय आघाडीच्या सरकारने काही शहरी भागांचे सर्वेक्षण करून India Shining ची प्रसार माध्यमातून व्यापक हवा निर्माण केली होती; परंतु त्यांचे समर्थक सर्वदूर भारतातील प्रातिनिधिक समर्थक नव्हते. परिणामत: सर्वेक्षण फसले व निवडणुकीतील यशाचे अंदाज कोसळले.

सर्वेक्षण पद्धतीत मुलाखत व प्रश्नापणी या तंत्रांचा वापर करणाऱ्या व्यक्ती प्रशिक्षित नसल्यास पायाभूत माहितीच चुकीची ठरू शकते. सूचक उत्तरांचे प्रश्न विचारण्याऐवजी सरळ व सोपे प्रश्न विचारणे सर्वेक्षणासाठी योग्य ठरते. 'प्राप्तीकराचे नवीन दर तुम्हास कसे वाटतात?' या प्रश्नाऐवजी 'जागतिकीकरण व उदारीकरणाचे गाढे अभ्यासक अर्थमंत्री श्री. चिदंबरम् यांनी सुचविलेले नवीन प्राप्तीकर दर तुम्हास कसे वाटतात?' असा प्रश्न विचारल्यास एकच उत्तर येणार नाही. खरे उत्तर देण्याऐवजी व्यक्ती भलतेच, कदाचित स्वत:स न रुचणारे उत्तर देऊ शकेल. त्यामुळे सर्वेक्षण पद्धतीत मुलाखत व प्रश्नावलीची रचना व सादरीकरण अतिशय कसोशीने होणे गरजेचे आहे असे दिसून येईल.

वरील दोन्ही प्रकारच्या दक्षता घेतल्यास 'शितावरून भाताची परीक्षा' करण्यास वाव देणारी सर्वेक्षण पद्धती मानसशास्त्राच्या संशोधनात फलदायक ठरू शकते.

सहसंबंधात्मक पद्धती (Correlational Method) : या पद्धतीचा उद्देश वर्तनाच्या संदर्भात दोन अथवा अधिक घटकांत काही एक संबंध आहे काय व तो कशा प्रकारचा आहे हे दर्शविणे हा असतो. सतत धूम्रपान करणाऱ्या व्यक्ती व कॅन्सरग्रस्त व्यक्ती यांच्यामध्ये धनसंबंध (एकाच दिशेने बदलण्याचा संबंध) आढळून येतो, तर अभ्यासपाठाचा अधिक सराव व होणाऱ्या चुका यांत ऋणसंबंध (विरुद्ध दिशेने बदलण्याचा) दिसून येतो. व्यक्तीची उंची व परीक्षेतील गुण यांच्यामध्ये कुठलाही संबंध दिसून येत नाही. यालाच शून्यसंबंध असेही म्हणतात. घटकांमधील बदल संख्यात्मक स्वरूपात मांडता येतात व बदलांचा तुलनात्मक अभ्यास करून संबंधाचे स्वरूप ठरविता येते. ज्याचे मूल्य बदलत असते अशा घटकांना परिवर्तक असे म्हणतात. (सरावाचे तास, चुकांची संख्या, उंची, परीक्षेतील गुण, कॅन्सरग्रस्त व्यक्ती हे सर्व परिवर्तक होत.)

तांत्रिक भाषेत दोन परिवर्तकांमधील संबंध कोणत्या प्रकारचा आहे याची निश्चिती करणाऱ्या पद्धतीस 'सहसंबंध पद्धती' असे म्हणतात.

या पद्धतीच्या अभ्यासाने वर्तनसंदर्भातील एका घटकात बदल झाल्यास कोणत्या घटकात बदल होईल, याचे भाकीत करता येते. उदाहरणार्थ, सहसंबंधपद्धतीच्या अभ्यासावरून प्राप्तीकराचे दर वाढवत नेल्यास करचुकवेगिरी करणाऱ्यांचे प्रमाण

वाढेल असे अनुमान करता येते. व्यवहारात उपयोगी पडणारी ही पद्धती दोन घटकांतील संबंधाचे वर्णन करू शकते; पण एक घटक दुसऱ्याचे कारण आहे अशी खात्री देऊ शकत नाही, कारण कित्येकदा दोन परिवर्तकांत विशिष्ट प्रकारचे बदल होत असले तरी त्या बदलांचे कारण एखादा तिसराच परिवर्तक असू शकतो. उदा. एखाद्या व्यक्तीचे वाढते वजन व त्याच्या वेतनातील वाढ यांच्यात धनसंबंध दिसला तरी वजनवाढ हे वेतनवाढीचे कारण आहे असे म्हणता येत नाही, कारण वजनवाढ व वेतनवाढ या दोन्हींचेही कारण वयातील वाढ हे तिसरेच असू शकते.

वर्तनाचे कारण निश्चित करण्यासाठी व स्पष्टीकरण प्राप्त करण्यासाठी प्रायोगिक पद्धतीकडेच वळावे लागते.

प्रायोगिक पद्धती (Experimental Method) : सहसंबंध पद्धतीप्रमाणे याही पद्धतीत दोन अथवा अधिक वर्तनपरिवर्तकांतील संबंध प्रस्थापित करावयाचा असतोच पण यापुढे जाऊन एक परिवर्तक दुसऱ्याचे कारण आहे, असे निश्चितपणे सिद्ध करणे हे या पद्धतीचे उद्दिष्ट असते.

एक अथवा अनेक परिवर्तकांत पद्धतशीर बदल करून त्यामुळे वर्तनाच्या एखाद्या अंगावर कोणता बदल होतो याचा अभ्यास करणाऱ्या पद्धतीस 'मानसशास्त्रीय प्रयोग' असे म्हणतात.

मानसशास्त्रीय प्रयोग कार्यान्वित करताना प्रयोगकर्ता पुढील गोष्टींचे आयोजन करतो.

१) प्रथम अमुक एक वर्तन विशिष्ट घटकामुळे घडून येते, असे विधान तो प्रायोगिक अभ्यासासाठी घेतो. यास अभ्युपगम म्हणजे परीक्षणासाठी घेतलेले विधान असे म्हणतात. यांपैकी वर्तनाच्या ज्या घटकात बदल घडून येतो त्यास परतंत्र परिवर्तक व ज्या विशिष्ट घटकामुळे बदल घडून येतो (असा अंदाज केलेला असतो) त्यास स्वतंत्र परिवर्तक असे म्हणतात.

२) प्रयोगकर्ता स्वतंत्र परिवर्तकात आपणास हवा तसा योजनापूर्वक बदल घडवून आणतो. म्हणजेच स्वतंत्र परिवर्तकावर त्याचा ताबा असतो. परतंत्र परिवर्तक मात्र स्वतंत्र परिवर्तकावर अवलंबून असतो.

३) स्वतंत्र परिवर्तकात बदल न करता, त्याचप्रमाणे बदल केल्यानंतर परतंत्र परिवर्तकावरील प्रभाव पाहण्यासाठी प्रयोगकर्ता दोन व्यक्तींची अथवा दोन व्यक्तिसमूहांची निवड करतो. पहिल्या गटास नियंत्रित गट व दुसऱ्यास प्रायोगिक गट असे म्हणतात. प्रयोगात दिसून येणारा बदल दुसऱ्या कोणत्याही घटकामुळे घडून येऊ नये यासाठी दोन्ही गटांतील इतर घटक समान व स्थिर ठेवले जातात.

४) प्रयोगात प्रयोगकर्त्याचे दुहेरी नियंत्रण असते. एक म्हणजे तो स्वतंत्र परिवर्तकातील बदल किंवा योजना आपल्या मर्जीने करतो व दुसरे असे की प्रयोगात कोणत्याही इतर घटकांनी ढवळाढवळ करू नये म्हणून नियंत्रित व प्रयोगगटातील इतर सर्व घटक कटाक्षाने समान ठेवतो.

५) प्रयोगगटातील वर्तन बदल व नियंत्रित गटातील वर्तन यांची तुलना करून वर्तनबदलाचे कारण स्वतंत्र परिवर्तकच असला पाहिजे हे तो निश्चित करतो.

६) प्रायोगिक व नियंत्रित गट अशी रचना करून इतर घटक समान ठेवण्याऐवजी कित्येकदा एकच गट प्रथम स्वतंत्र परिवर्तकाशिवाय व नंतर स्वतंत्र परिवर्तक कार्यान्वित करून प्रयोगकर्ता पूर्व–पश्चात निरीक्षणांची तुलना करतो. या तऱ्हेने प्रयोगाची आखणी केल्यास तोच समूह निरीक्षणाखाली येत असल्याने प्रयुक्तांचे इतर घटक मुद्दाम समान ठेवण्याचे कारण पडत नाही व म्हणून प्रायोगिक व नियंत्रित असे दोन स्वतंत्र समूह न बनविता प्रयोग करणे शक्य होते.

७) दोन समूहांची तुलना केल्यामुळे जेथे स्वतंत्र परिवर्तक तेथे वर्तनबदल, तसेच जेथे स्वतंत्र परिवर्तकाचा अभाव तेथे वर्तनबदलाचा अभाव, असा दुहेरी सहसंबंध प्रस्थापित झाल्यामुळे स्वतंत्र परिवर्तक व परतंत्र परिवर्तक यांच्यामध्ये कार्यकारणभाव प्रस्थापित होतो.

आता एका उदाहरणाने प्रायोगिक पद्धतीचे स्वरूप पाहू.

अभ्यासपाठाच्या उजळणीचा स्मृतीवर परिणाम होऊन स्मृतीसुधारणा होते, या विधानाचे मानसशास्त्रीय प्रयोगाने परीक्षण करण्यासाठी पुढीलप्रमाणे आखणी करावी लागेल.

१) पाठाची उजळणी (उदा. एखाद्या उताऱ्याच्या वाचनाची उजळणी अथवा आवृत्ती) हा स्वतंत्र परिवर्तक म्हणून घ्यावा लागेल. पाठस्मृतीवरील प्रभाव (उताऱ्याच्या स्मृती चाचणीवरील यश) हा परतंत्र परिवर्तक राहील.

२) प्रयोगासाठी एकाच वर्गातील, एकाच वयाचे, एकाच शालेय गुणवत्ता पातळीचे, एकाच लिंगाचे (मुले अथवा मुली), समान शालेय पूर्वानुभव असलेले विद्यार्थी घेऊन त्यांचे यदृच्छेने (आवश्यक तर चिठ्ठ्या टाकून) दोन गट बनवावेत. असे केल्याने हे गट इतर घटकांचे बाबतीत समतुल्य राहतील. दोन्ही गटांतील विद्यार्थ्यांना वाचनासाठी दिलेला अभ्यासपाठ सारखाच राहील.

३) यानंतर एका गटास अभ्यासपाठ वाचून काही वेळा उजळणी करण्याची संधी द्यावी. दुसऱ्या गटाने फक्त अभ्यासपाठाचे एकदाच वाचन करावे. त्यांना उजळणी करण्याची संधी देऊ नये.

४) काही वेळाने दोन्ही गटांना वाचलेला पाठ लिहून काढण्यास सांगावे. या स्मृतीचाचणीत विद्यार्थ्यांनी उताऱ्यापैकी किती भाग बिनचूक लक्षात ठेवला हे पाहून त्यांच्या चाचणीतील गुणांची तुलना करावी.

५) प्रायोगिक गटातील विद्यार्थ्यांचे स्मृतीचाचणीतील गुण नियंत्रित गटातील विद्यार्थ्यांहून जास्त आढळल्यास उजळणीमुळे पाठाच्या स्मृतीत सुधारणा (वाढ) दिसून आली असे म्हणावे लागेल, कारण दोन्ही गटांतील इतर घटक समान असताना केवळ उजळणी हाच फरकाचा घटक बदलास कारणीभूत होता. (हाच प्रयोग एकाच गटावर करून, परंतु प्रथम केवळ अभ्यासपाठाच्या वाचनावरील चाचणी व नंतर त्याच गटास अभ्यासपाठानंतर उजळणीची संधी देऊन घेतलेली चाचणी अशी दोन निरीक्षणे घेऊन करता येईल. प्रायोगिक गट हाच सुरुवातीस नियंत्रित गट राहील.)

मानसशास्त्रीय प्रयोगपद्धतीचे स्वरूप व उदाहरण पाहिल्यानंतर या पद्धतीच्या गुणविशेषांची चर्चा करू.

■ प्रयोगाची वारंवार उभारणी करून निष्कर्षाची खातरजमा करता येते. इतर निरीक्षण पद्धतींत प्रसंगांची पुनरावृत्ती सहजासहजी होत नसल्याने घाईने काढलेल्या निष्कर्षात चूक राहू शकते.

■ प्रयोगपद्धतीत दोन गटांतील वर्तनाची तुलना केलेली असल्याने प्रयोगकर्त्याच्या व्यक्तिगत आवडी निवडींना वाव राहात नाही. म्हणून ही पद्धती वस्तुनिष्ठ निर्णय देते.

■ प्रायोगिक पद्धतीत वर्तनातील परिवर्तकामधील सहसंबंधाचे नुसते वर्णन केले जात नाही तर या वर्तनामागील निश्चित कारणही प्रस्थापित केले जाते. तसेच या पद्धतीत वर्तनाचे मापनही केले जाते.

■ विश्वसनीयता, वस्तुनिष्ठता, मापनीयता व कार्यकारणभाव निश्चित करणारी पद्धती या दृष्टीने प्रायोगिक पद्धती मानसशास्त्रातील अव्वल दर्जाची पद्धती समजली जाते. किंबहुना, प्रायोगिक पद्धतीने संशोधन केल्यामुळेच मानसशास्त्र निसर्गशास्त्राच्या पंक्तीला बसू पाहात आहे.

या सर्व गुणविशेषांच्या वर्णनावरून प्रायोगिक पद्धतीला कोणताच पर्याय नाही व इतर अभ्यासपद्धतींना रजा देण्यास हरकत नाही, अशी वाचकाची समजूत झाल्यास ती चूक ठरेल, कारण प्रायोगिक पद्धतीच्या वापरास अनेक मर्यादाही दिसून येतात.

■ प्रायोगिक पद्धतीत प्राणिवर्तन व व्यक्तिवर्तनावर प्रयोग करून निष्कर्ष काढले जातात. प्रयोगशाळेतील प्रयुक्तांचे वर्तन नैसर्गिक वर्तनाप्रमाणे न होता कृत्रिम स्वरूपाचे होऊन निष्कर्षात फसगत होऊ शकते.

■ प्रयोगात प्राण्यास अगर व्यक्तीस शारीरिक अथवा मानसिक इजा होण्याची शक्यता असल्यास, धोकादायक प्रयोगाबाबत नैतिक प्रश्न उपस्थित होतात. उदा. मेंदूविच्छेदनाचे प्रयोग.

■ प्रयोगाचा हेतू व फलित याबद्दल साशंकता असल्यास प्रयुक्त सहभागी होत नाहीत. व्यक्तिमत्त्वावर दुष्परिणाम होण्याची शक्यता असल्यास प्रयुक्त प्रयोगापासून दूर राहतात. उदा. व्यसनाधीनतेवरील प्रयोग.

■ प्रायोगिक व नियंत्रित गटांतील इतर घटक समान राखणे ही कठीण बाब असते.

■ प्रयोगरचना व मापनसाधनांची उपलब्धता या गोष्टी आर्थिकदृष्ट्या बऱ्याच खर्चाच्या असतात.

■ काही समस्यांचा अभ्यास करण्यासाठी प्रयोगपद्धतीहून इतर पद्धती अधिक उपयुक्त ठरतात. पशुपक्ष्यांच्या जीवनपद्धतींचा अभ्यास करण्यासाठी नैसर्गिक निरीक्षण, वैशिष्ट्यपूर्ण व्यक्तींच्या अभ्यासासाठी व्यक्तिइतिहास, तर लोकमताच्या अभ्यासासाठी सर्वेक्षणच उपयोगी पडू शकते. तेथे प्रायोगिक पद्धती समाधानकारक निष्कर्ष देऊ शकणार नाही. तेव्हा गुणवत्तेच्या दृष्टीने प्रायोगिक पद्धती सर्वश्रेष्ठ असली, तरी 'अधिकस्य अधिक फलम्' या न्यायाने इतर पद्धतीही मानसशास्त्रात उपयुक्त भूमिका बजावू शकतात.

मानसशास्त्राच्या अभ्यासपद्धतींची येथवर चर्चा केल्यानंतर थोडक्यात पण ठळक नोंद करण्यासारख्या गोष्टींची उजळणी करणे लाभदायक होईल.

१.५ मानसशास्त्राच्या क्षेत्रातील जीवनमाग (Career Avenues) :

'मानसशास्त्र, तत्वज्ञान, खगोलशास्त्र अशा शास्त्रांचा अभ्यास निव्वळ ज्ञान मिळविण्यासाठी केला जातो. त्या प्रांतात कार्य करणाऱ्या व्यक्तींना व्यावहारिक जीवनातील यशच काय, पण साधी उपजीविकाही करणे मुष्कील असते', असे काही काळापूर्वी मानले जाई. म्हणूनच अशा अभ्यासकांना 'आपण काय करता?' असा उपरोधिक प्रश्न विचारला जाई. परंतु मानसशास्त्राचा ज्ञानवृक्ष फोफावून त्याला सैद्धान्तिक शाखांबरोबर उपयोजित (व्यावहारिक स्वरूपाच्या) शाखा फुटू लागल्यानंतर वरील पारंपरिक गैरसमज दूर होऊ लागला.

अर्थात तरीसुद्धा मानसशास्त्राचा अभ्यास करून आणि योग्य त्या पदव्या प्राप्त करूनही अध्यापनाच्या क्षेत्रात नोकरी मिळविणे हाच तेवढा जीवनमार्ग (Career) सुरुवातीस मान्य होऊ लागला. ही समजूत बरोबर असली तरी ती पूर्ण बरोबर नाही. नुसत्या अध्यापनक्षेत्रात देखील महाविद्यालयीन, विद्यापीठीय अध्यापनाच्या

नोकरीबरोबरच शालेय मानसशास्त्रज्ञ, मूक-बधिर व बौद्धिकदृष्ट्या मागासलेल्या मुलांच्या संस्थांमधील प्रशिक्षकाची कामे असे जीवनमार्ग आता उपलब्ध झालेले आहेत. सेट-नेटसारख्या परीक्षा उत्तीर्ण करून महाविद्यालयात कायम स्वरूपाच्या उत्तम नोकऱ्या मानसशास्त्राचे विद्यार्थी हल्ली प्राप्त करून घेऊ लागले आहेत.

पण अध्यापनापलीकडे अन्य क्षेत्रांतील व्यवसायही आता मानसशास्त्रात रमणाऱ्या व्यक्तींना खुणावत आहेत. व्यवसायमार्गदर्शनाच्या संदर्भात सुशिक्षित उमेदवारांचे समुपदेशन करणे, स्पर्धा परीक्षांच्या संदर्भात वर्ग चालविणे (जेथे योग्य प्रकारचे संप्रेषण, मुलाखती इ. गोष्टींना महत्त्व असते). यांतही इच्छुक उमेदवार जीवनमार्ग शोधू शकतात.

पण याखेरीज मानसशास्त्राची पदवी मिळविताना आपल्या पसंतीचे विशेषीकरण (Specialisation) वापरून निरनिराळ्या क्षेत्रांतील व्यवसायात यशस्वीपणे उतरणे शक्य झाले आहे. उदा. मानसशास्त्राचा पदव्युत्तर अभ्यास व M.D. पदवी घेऊन मनोविकारतज्ज्ञ म्हणून व्यवसाय सुरू करता येतो, ज्याची सध्याच्या धावपळीच्या व कमालीच्या तणावग्रस्त जीवनात आत्यंतिक गरज आहे. M.D. न केलेल्या पण चिकित्सा-मानसशास्त्रात पदवी घेतलेल्या व्यक्तीस चिकित्सा-मानसशास्त्रज्ञ म्हणून अधिकृत सल्ला देता येतो. (फक्त वैद्यकीय सेवा देता येत नाही). समुपदेशन या विषयात पदव्युत्तर अभ्यास करून नियमित प्रॅक्टिस केल्यानंतर मानसशास्त्रीय प्रश्नांबाबत अधिकृतपणे सेवा देणे शक्य होते.

वैद्यकीय क्षेत्राप्रमाणे औद्योगिक संदर्भातील योग्य ती पदवी घेऊन औद्योगिक मानसशास्त्रज्ञ म्हणून नोकरी मिळू शकते. तेथे कामगारांची निवड, प्रशिक्षण-आराखड्याची रचना, कार्यमूल्यमापन, संघर्ष-निवारण इ. कामे करावी लागतात. उपभोक्ता-मानसशास्त्रज्ञाच्या भूमिकेतून उपभोक्त्यांची सर्वेक्षणे घेऊन त्यांचा कल तपासणे, चांगल्या जाहिरातींची रचना करणे अशा संदर्भातील सेवा देणे आजकाल अनिवार्य बनले असून तेथेही जीवनमार्ग निवडणे मानसशास्त्राच्या अभ्यासकास शक्य झाले आहे.

सैनिकी-मानसशास्त्रामधील निवड चाचण्यांचा पूर्वापार केला जाणारा उपयोग आणि अपराध-मानसशास्त्रातील अपराधाचे स्वरूप, कारणे व सुधारणा याविषयी होणारा ऊहापोह लक्षात घेता, या क्षेत्रामध्ये जीवनमार्ग निवडल्यास तेथे यशस्वी होण्यास भरपूर वाव आहे. हल्लीच्या यंत्रयुगात मानवी गरजा व यंत्राची कार्यक्षमता यांच्यामध्ये मेळ घालणाऱ्या मानव-अभियांत्रिकीच्या क्षेत्रात धडाडीने काम करू इच्छिणाऱ्या विद्यार्थ्यास आकाश हीच मर्यादा आहे. वाहतुकीची सोईस्कर साधने, वैद्यकीय उपकरणे इ. बनविणाऱ्या उपक्रमांना मानसशास्त्रीय दृष्टिकोनाची गरज असल्याने त्या क्षेत्रात पाय रोवण्यास संधी आहे.

याचा अर्थ केवळ दैनंदिन व्यवहाराशी संबंधित नोकरी-व्यवसाय वगळता मानसशास्त्राच्या विद्यार्थ्यास संशोधनाच्या क्षेत्रात जीवनमार्ग निवडता येणार नाही असे

नाही. शैक्षणिक, चिकित्सासंदर्भातील, औद्योगिक, वैकासिक क्षेत्रात संशोधन करणाऱ्या संस्था मोठ्या शहरातून निर्माण झाल्या असून तेथे संशोधक व शास्त्रज्ञ म्हणून आयुष्यभर काम करणे शक्य आहे.

मानसशास्त्राचे क्षेत्र जीवनमार्ग (Career) म्हणून निवडणे नुसते शक्यच नसून त्यातील आर्थिक पर्यायही आता उपलब्ध झाले आहेत, हे लक्षात घेऊन विद्यार्थ्यास या क्षेत्रात आत्मविश्वासपूर्वक श्रीगणेशा करता येईल यात शंका नाही.

१.६ सारांश :

■ मानसशास्त्र म्हणजे वर्तन व मानसिक क्रियाप्रक्रियांचा शास्त्रीय अभ्यास होय.

■ आधुनिक मानसशास्त्राची सुरुवात विल्हेम वुंटच्या संशोधनाने झाली असे मानले जाते. त्याने जर्मनीत लिपझिग येथे १८७९ मध्ये पहिली मानसशास्त्रीय प्रयोगशाळा स्थापन केली.

■ आधुनिक मानसशास्त्राच्या आरंभकालात रचनावाद, कार्यवाद, वर्तनवाद असे भिन्न वर्तनप्रवाह निर्माण झाले. मानवी मनाची रचना (घटक) जाणून घेणे हे रचनावादाचे उद्दिष्ट होते, तर कार्यवादाने मनाच्या कार्यावर भर दिला. वर्तनवादाने मानसशास्त्राच्या अभ्यासासाठी व्यक्त किंवा प्रकट वर्तन हाच योग्य विषय असल्याचे प्रतिपादन केले.

■ समग्रवादाने सुट्या किंवा अलग अनुभवघटकांचा एकत्रित बोध अधिक अर्थपूर्ण असतो यावर भर देऊन रचनावाद नाकारला.

■ वर्तनवादामुळे मानसशास्त्राचा अभ्यास वस्तुनिष्ठ होतो असे मानले जात असतानाच मनोविश्लेषणवादाचा पुरस्कार करून सिगमंड फ्रॉइडने अप्रकट व अबोध मनोव्यापाराचे महत्त्व अधोरेखित केले. कार्ल रॉजर्सने 'मानवी वर्तनाचा खरा अर्थ मानववादातूनच कळतो. कारण मानवी वर्तन प्राण्यांप्रमाणे यांत्रिक (साचेबंद) नसून इच्छा–आकांक्षांवर अवलंबून असते. त्यामुळे यांत्रिक प्रतिक्रिया न देता माणूस आत्मविकास साध्य करून घेतो', असे वेगळे मत नोंदविले. बोधात्मवादी (Cognitive) मानसशास्त्रज्ञांनी बोधनिक क्रियांचा वर्तनावरील प्रभाव महत्त्वाचा असल्याने त्यांच्या संशोधनावर अधिक लक्ष केंद्रित केले.

■ वर्तन व मानसिक क्रियाप्रक्रिया हा मानसशास्त्राचा अभ्यासविषय निश्चित झाला असला तरी या विषयाकडे पाहण्याचे विविध दृष्टिकोन निर्माण झाले आहेत. त्यांच्या योग्य त्या समन्वयातून वर्तनाचा अभ्यास अधिक उपयुक्त होऊ शकेल.

दृष्टिकोन	वर्णन
जीवशास्त्रीय	वर्तनामागील जैविक घटना व प्रक्रियांवर भर
वर्तनवादी	दृश्य - प्रकट वर्तनाचा शास्त्रीय अभ्यास
मनोविश्लेषणात्मक	अबोध प्रेरणा व प्रक्रियांचा शोध
मानववादी	मानवी इच्छा - आकांक्षा व आत्मप्रकटीकरण ही मध्यवर्ती कल्पना
बोधात्मवादी	उच्च बोधनिक क्रियांचा (विचार, स्मरण, निर्णय इ.) सखोल अभ्यास

■ वर्तनात व्यक्तिगत व सामाजिक उद्दिष्टानुसार वैविध्य आढळून येते. ज्ञानसंपादनाच्या सोयीसाठी मानसशास्त्रीय संशोधनाच्या अनेक शाखा किंवा उपक्षेत्रे निर्माण झाली आहेत. काही उपक्षेत्रांत मनोव्यापारांचे सैद्धान्तिक ज्ञान मिळते, तर काहींमध्ये व्यावहारिक प्रश्न सोडविले जातात. जैविक मानसशास्त्र, प्रायोगिक मानसशास्त्र, वैकासिक मानसशास्त्र, सामाजिक मानसशास्त्र, व्यक्तिमत्त्व मानसशास्त्र यातून वर्तनसिद्धान्ताची उभारणी होते, तर चिकित्सा व समुपदेशन मानसशास्त्र, शैक्षणिक व शालेय मानसशास्त्र, औद्योगिक - संघटना व मानव अभियांत्रिकी मानसशास्त्र ही व्यावहारिक (उपयोजित) मानसशास्त्राची उदाहरणे होत.

■ मानसशास्त्राच्या अभ्यासासाठी सामान्यज्ञानावर अवलंबून न राहता शास्त्रीय पद्धतींचा अवलंब केला जातो, कारण सामान्य पातळीवरील (Common Sense) ज्ञानात अपुरेपणा, परस्परविरोध, अनुरूपता पूर्वग्रह, उपलब्धतेचा अवलंब, (Availability Heuristics) इत्यादी दोष संभवतात. शास्त्रीय पद्धतीत प्रत्येक विधान चिकित्सा किंवा परीक्षण करूनच स्वीकारले जाते. प्रत्येक उदाहरणामागील संभाव्य स्पष्टीकरण सांगणे (उपपत्ती देणे) व स्पष्टीकरणाच्या पुष्टीसाठी खरे खोटे ठरविता येईल असे पूर्वकथन (भाकीत, Hypothesis) करणे ही शास्त्रीय पद्धतीची वैशिष्ट्ये होत.

विविध अभ्यासपद्धतींची तुलना :

पद्धती	वर्णन	गुणविशेष	दोष / मर्यादा
नैसर्गिक निरीक्षण	वर्तनाचे नैसर्गिक परिस्थितीत केलेले निरीक्षण	वर्तनाचे खरेखुरे दर्शन, व्यापक क्षेत्र	अपुऱ्या निरीक्षणाची शक्यता, वेळखाऊ पद्धत
पद्धतशीर निरीक्षण	पूर्वनियोजनयुक्त वर्तन–निरीक्षण	सविस्तर निरीक्षण, कालापव्यय टळतो.	विशेष पूर्वतयारीची गरज, खर्चीक पद्धती
व्यक्तिइतिहास पद्धती	एकाच व्यक्तीचा सखोल, सर्वांगीण अभ्यास	तपशीलवार माहिती एकवटलेले प्रयत्न	सामान्य-सिद्धान्त (सामान्यीकरण) प्राप्त होणे कठीण
सर्वेक्षण	प्रातिनिधिक व्यक्तींकडून माहितीचे संकलन	जलद संकलन, सर्वांगीण अभ्यास	प्रातिनिधिक व्यक्ती-अभावी सर्वेक्षण एकांगी, मुलाखत, प्रश्नावलीच्या दुरुपयोगाची शक्यता
सहसंबंधात्मक निरीक्षण	दोन वा अधिक परिवर्तकांच्या संबंधांचे निवेदन व मापन	व्यावहारिकदृष्ट्या उपयोगी	कार्यकारण संबंध निश्चित होत नाही.
प्रायोगिक पद्धती	स्वतंत्र परिवर्तकातील बदलाच्या परिणामाचा अभ्यास	वस्तुनिष्ठता, विश्वसनीयता, कार्यकारणाची निश्चिती	कृत्रिमता, प्रायोगिक नियंत्रणाची कठीणता, आर्थिकदृष्ट्या डोईजड
आत्मनिरीक्षण–पद्धती	स्वतःच्या वर्तनाचे स्वतः निरीक्षण करून निवेदन करणे	वर्तनाचा प्रत्यक्षानुभव, सुटसुटीत, सुलभ पद्धती	व्यक्तिनिष्ठता, एकांगीपणा, पूर्वग्रहदूषितता, कमी विश्वसनीयता

सरावासाठी प्रश्न

प्रश्न १ : प्रत्येकी वीस शब्दांपर्यंत उत्तरे लिहा.

१. मानसशास्त्राची सुयोग्य व्याख्या सांगा.
२. कोणत्याही दोन मानसशास्त्रीय दृष्टिकोनांची व त्यांच्या पुरस्कर्त्यांची नावे सांगा.
३. वर्तनवाद व मनोविश्लेषणवाद यांतील एक ठळक भेद सांगा.
४. मानव-अभियांत्रिकी शास्त्रात कशाविषयी संशोधन केले जाते?
५. आत्मनिरीक्षण पद्धतीचा एक दोष सांगा.
६. पद्धतशीर निरीक्षणपद्धतीची दोन वैशिष्ट्ये लिहा-
७. व्यक्तिइतिहासपद्धती सर्वेक्षणपद्धतीहून कोणत्या बाबतीत भिन्न ठरते?
८. प्रायोगिक पद्धती सहसंबंधात्मक पद्धतीहून कोणत्या बाबतीत सरस ठरते?
९. स्वतंत्र परिवर्तक म्हणजे काय?
१०. कोणत्याही दोन व्यावहारिक उपयोगितेच्या उपक्षेत्रांची नावे लिहा.
११. आत्मनिरीक्षण पद्धती म्हणजे काय?

प्रश्न २ : थोडक्यात (संक्षिप्त) उत्तरे द्या (प्रत्येकी ४० ते ५० शब्दांपर्यंत)

१. विल्हेम वुंटची आधुनिक मानसशास्त्रातील कामगिरी सांगा.
२. जीवशास्त्रीय दृष्टिकोनाचे मानसशास्त्रातील महत्त्व सांगा.
३. नैसर्गिक निरीक्षण पद्धतीच्या मर्यादा (दोष) कोणत्या?
४. वैकासिक मानसशास्त्राचे स्वरूप सांगा.
५. मानसशास्त्रातील मानववादी दृष्टिकोनाचे वैशिष्ट्य सांगा.
६. आरोग्य मानसशास्त्राचा अभ्यासविषय कोणता?
७. स्त्रियांच्या मानसशास्त्राचा स्वतंत्र अभ्यास का केला पाहिजे?

प्रश्न ३ : मुद्देसूद उत्तरे लिहा. (प्रत्येकी १५० शब्दांपर्यंत)

१. सामान्यज्ञान पातळीवरील वर्तनविषयक समजुतीतील प्रमुख दोष कोणते?
२. मानसशास्त्राच्या अभ्यासविषयीचे प्रमुख दृष्टिकोन सांगून तीन दृष्टिकोनांचे संक्षिप्त वर्णन करा.
३. औद्योगिक/संघटनांच्या मानसशास्त्रात कोणत्या समस्यांचा अभ्यास केला जातो?
४. व्यक्तिइतिहास पद्धतीचे स्वरूप, गुण व मर्यादा सांगा.
५. नैसर्गिक व पद्धतशीर निरीक्षण पद्धतीमधील भेद उदाहरण देऊन स्पष्ट करा.
६. मानसशास्त्राच्या अभ्यासाची प्रमुख उद्दिष्टे कोणती?

प्रश्न ४ : सविस्तर उत्तरे द्या. (प्रत्येकी ३०० शब्दांपर्यंत)

१. मानसशास्त्राची व्याख्या सांगून त्याचे स्वरूप व व्याप्ती स्पष्ट करा.

२. मानसशास्त्राच्या प्रमुख उपक्षेत्रांची नावे सांगून कोणत्याही पाच उपक्षेत्रांचे वर्णन करा.

३. आधुनिक मानसशास्त्रातील प्रमुख दृष्टिकोन कोणते? त्यांचे वर्तनाच्या अभ्यासातील महत्त्व स्पष्ट करा.

४. मानसशास्त्रातील शास्त्रीय अभ्यासपद्धती कोणत्या? थोडक्यात माहिती द्या.

५. प्रायोगिक पद्धतीचे स्वरूप उदाहरणाने स्पष्ट करून या पद्धतीच्या गुणदोषांचे विवरण करा.

६. उपयोजित मानसशास्त्राचे प्रकार म्हणून खालील उपशाखांची माहिती द्या. आरोग्य, अपराध, क्रीडा, स्त्रिया.

७. मानसशास्त्राच्या क्षेत्रातील विविध जीवनमार्ग (Career Avenues) कोणते?

प्रकरण २

मानवी वर्तनाचा जीवशास्त्रीय आधार

(Biological Bases of Human Behavior)

भूमिका

भूमिका

तुम्हाला कल्पना आहे त्याप्रमाणे मानसशास्त्राचा अभ्यासविषय 'वर्तन' हा आहे. हे वर्तन कसे घडून येते ते समजावून घेण्यासाठी त्याचा विविध दृष्टिकोनांतून विचार केला जातो. भूक लागल्यानंतर आपण अन्न ग्रहण करण्याचे वर्तन करतो तेव्हा त्यामागे 'भूक प्रेरणा' कार्यान्वित झालेली असते. एखाद्याला मदत करण्याचे वर्तन करताना 'दया अथवा कणव' ही भावना उद्दीपित झालेली असते. परीक्षेमध्ये एखाद्या प्रश्नाला आठवून उत्तर लिहीत असतो तेव्हा स्मरणाचे कार्य चालू असते, तर विशिष्ट प्रकारची समस्या सोडविण्याचे काम करताना विचारप्रक्रिया, बुद्धी कार्यरत असतात.

वर्तनाला सुरुवात होते ती एखाद्या उद्दीपकामुळे, पण तत्पूर्वी त्याकडे आपले अवधान गेले पाहिजे आणि त्याचे संवेदनही व्हायला हवे. उद्दीपक अनुभवलेला असेल तर वर्तन कसे करायला हवे हे ठरविणे सोपे होते. तो नवीन उद्दीपक असेल तर अध्ययन करून त्याप्रमाणे वर्तनाची दिशा ठरवावी लागते.

थोडक्यात म्हणजे आपल्याकडून एखादी साध्या स्वरूपाची कृती, ज्याला मानसशास्त्रीय भाषेत आपण वर्तन म्हणतो, ते घडून येत असताना भावना, प्रेरणा, विचारप्रक्रिया, बुद्धी, स्मरण, अवधान, संवेदन, अध्ययन वगैरे अनेकविध मानसिक प्रक्रियांचा समावेश झालेला असतो.

हे सर्व खरे असले तरी एक गोष्ट नक्कीच विसरून चालणार नाही आणि ती म्हणजे ज्या शरीराच्या आधारे आपण वर्तन करतो त्याचा महत्त्वपूर्ण असा सहभाग असल्याशिवाय वर्तन घडून येऊ शकणार नाही.

बाह्य जगतातील वेगवेगळ्या स्वरूपांमध्ये असणाऱ्या घटकांची माहिती गोळा करून ती मेंदूपर्यंत पोहोचविण्याचे काम डोळे, नाक, कान, त्वचा आणि जीभ ही पंचज्ञानेंद्रिये करतात, तर त्या माहितीचे विश्लेषण करून व्यक्तीला विशिष्ट प्रकारचे वर्तन करण्यासाठी प्रवृत्त करण्याचे काम नससंस्था करते. अशाप्रकारे काम ज्ञानेंद्रियांचे असो किंवा नससंस्थेचे त्यासाठी आवश्यकता असते ती मात्र नसपेशींची. मानवी शरीरच मुळी असंख्य पेशींचे बनलेले आहे. नसपेशी या वर्तनास आधारभूत असतात. शारीरिक हालचालींबरोबर विचार करणे, स्मरण करणे, भावनांचा अनुभव घेणे यांसारख्या विविध प्रकारच्या कार्यांसाठी आवश्यकता असते ती अनेक, अगणित अशा नसपेशींची.

नसपेशी हीच वर्तनाचा सूक्ष्म असा जैविक आधार असल्याने तिची रचना व कार्य यापासून वर्तनाचा अभ्यास सुरू करणे उचित होईल.

२.१ नसपेशी (मज्जापेशी)

Neuron

नसपेशींचा रंग भुरकट, धूसर असतो. त्या अतिशय सूक्ष्म आकाराच्या असतात. इतक्या सूक्ष्म की, एका सुईच्या टोकावर सुमारे २०,००० नसपेशी बसू शकतात. रूप, आकार आणि कार्य याबाबतीत त्यांच्यामध्ये भिन्नता असली तरी प्रत्येक पेशीची मूलभूत रचना मात्र सारखीच आहे. ती पुढे दिलेल्या आकृतीमधून स्पष्ट होऊ शकते.नसपेशीचे तीन प्रमुख भाग आढळतात :

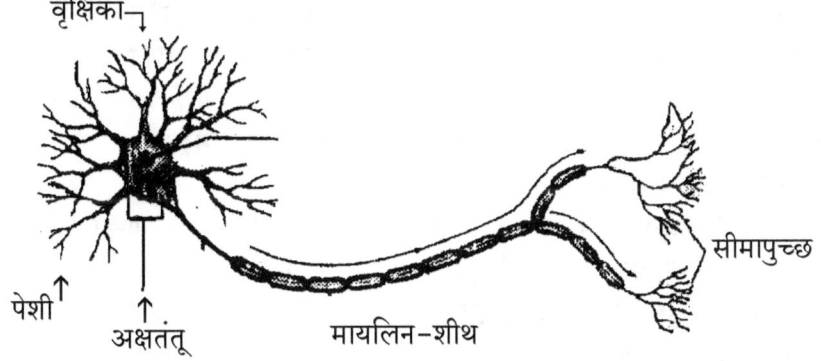

वृक्षिका
सीमापुच्छ
पेशी
अक्षतंतू
मायलिन-शीथ

आकृती क्र. २.१ : नसपेशीची रचना

१) पेशी शरीर (Cell Body), २) वृक्षिका (Dendrites), ३) अक्षतंतू (Axon)

(१) पेशी शरीराच्या मध्यभागी केंद्रक असते. त्या सभोवती 'सायटोप्लाझम' नावाचे पातळ आवरण असते. यामध्ये असलेल्या जैविक स्रावामुळे पेशीचे पोषण होते. (२) नसपेशी एका टोकाकडून संदेश ग्रहण करतात आणि दुसऱ्या टोकाकडे पाठवतात. संदेश ग्रहण करणारा हा भाग म्हणजे वृक्षिका. वृक्षिका अनेक तंतूंच्या जाळीने बनलेली असते. पेशी शरीरापासून सर्व बाजूंना एखाद्या वृक्षाच्या अनेक शाखांप्रमाणे हे तंतू विस्तारलेले असतात. वृक्षिका त्यांच्या निकट संपर्कामध्ये असणाऱ्या इतर अनेक नसपेशींकडून संदेश ग्रहण करतात. वृक्षिकेच्या शाखा जितक्या विस्तारित असतील, तितक्या अधिक संख्येने अन्य नसपेशींशी त्या शाखांचा संपर्क प्रस्थापित झालेला असतो.

मेंदूमधील नसपेशींची संख्या अक्षरश: अगणित असते. ही संख्या अंदाजे दशकोटींच्या वर असावी, असे मानले जाते.

(३) नसपेशीच्या मध्यभागी एक बारीक पण नलिकेसारखा लांबच लांब तंतू असतो. एकूण नसपेशीचा विचार करता हा तिच्यामधील सर्वांत मोठा भाग आहे.

त्याला अक्षतंतू असे म्हटले जाते. त्याचे कार्य पेशीकडून प्राप्त झालेले संदेश तंतूच्या दुसऱ्या टोकापर्यंत पोहोचविणे हे असते. बऱ्याचशा नसपेशींमधील अक्षतंतू काही मिलीमीटर इतक्या लांबीचे असतात. काही अक्षतंतू मात्र ३ फुटांपर्यंत लांब असतात. बहुधा मज्जारज्जूमधील अक्षतंतू मोठ्या लांबीचे व मेंदूमधील कमी लांबीचे असतात.

अक्षतंतूभोवती पांढऱ्या रंगाचे, चरबीयुक्त, प्रथिनांचे असे एक आवरण असते. त्याला 'मायलिन आवरण' (Mylin Sheath) असे म्हणतात. माहितीचे वहन होत असताना अनेक नसपेशींची सरमिसळ होऊ नये म्हणून त्याचा उपयोग होतो. नसावेगावर त्याचे नियंत्रण असते. त्यामुळेच अतिशय महत्त्वाचा आणि तातडीचा संदेश पाठविणाऱ्या नसपेशींमध्ये हे आवरण इतर नसपेशींपेक्षा जाड आढळते. उदाहरणार्थ, आपल्या हाताला चटका बसणे, या प्रसंगामध्ये ही माहिती वाहून नेणारी नसपेशी इतर नसपेशींपेक्षा जास्त जाडसर मायलिन आवरण असणारी असते आणि तिचा मेंदूकडून संदेश वाहून नेण्याचा वेगही अधिक असतो.

असे आढळून आले आहे की, लहान व्यासाचे अक्षतंतू असणाऱ्या नसपेशी ताशी २ मैल (सुमारे सव्वादोन कि.मी.) वेगाने नसावेग वाहून नेतात, तर लांब व जाड आवरण असणाऱ्या अक्षतंतूच्या नसपेशी ताशी २२५ मैल (सुमारे ३६२ कि.मी.) वेगाने संदेश वहन करतात.

अक्षतंतूच्या शेवटी अंत्यप्रशाखन किंवा सीमापुच्छ हा भाग असतो. तो अत्यंत सूक्ष्म तंतूंनी बनलेला आहे.

नसपेशीचे प्रकार : नसपेशींचे मुख्य तीन प्रकार आढळतात.

१) वेदक किंवा अभिवाही नसपेशी (Afferent Neurons) :

ज्या नसपेशी वेदनेंद्रियांकडून आलेले नसावेग नससंस्थेकडे पोहोचवितात, त्यांना वेदक नसपेशी असे म्हणतात. थोडक्यात, इंद्रियांचे संदेश नससंस्थेला यांच्यामुळे मिळतात.

२) कारक किंवा अपवाही नसपेशी (Efferent Neurons) :

मेंदूकडून आणि काही वेळा मज्जारज्जूकडून संदेश ग्रहण करून तो कारक इंद्रियांकडे पोहोचविणाऱ्या नसपेशींना कारक नसपेशी असे म्हटले जाते. यांच्यामुळे स्नायू व ग्रंथी कार्यप्रवण होतात.

३) सहयोजन किंवा संयोजक नसपेशी (Associative Neurons) :

मेंदू व मज्जारज्जूमध्ये असणाऱ्या वेदक नसपेशी आणि कारक नसपेशी यांच्यामध्ये संपर्क घडवून आणणाऱ्या नसपेशी या सहयोजन नसपेशी होत. यांच्याशिवाय संदेशाला अनुसरून योग्य त्या प्रतिक्रिया करणे शक्यच झाले नसते.

नसपेशींचे कार्य (Functions of Neurons) :

एका नसपेशीपासून दुसऱ्या नसपेशीकडे असे करत करत संदेशाचे वहन योग्य त्या ठिकाणी केले जाते. उद्दीपकामुळे उद्दीपित होऊन जेव्हा नसावेग (Nerve Impulse) निर्माण होतो तेव्हा तो प्रथम वृक्षिका ग्रहण करतात. तिथून हा नसावेग अक्षतंतूमध्ये येतो. त्यानंतर या नसावेगाला सीमापुच्छामध्ये आणले जाते. सीमापुच्छाकडून शेजारच्या नसपेशीच्या वृक्षिकेकडे असा त्यापुढचा त्याचा प्रवास असतो. ही संपूर्ण प्रक्रिया विद्युत् व रासायनिक स्वरूपाची असते.

१) नसपेशीची विद्युत् स्वरूपाची प्रक्रिया : नसपेशीभोवती एक संरक्षक कवच असते. त्याच्या दोन्ही बाजूंना धनात्मक किंवा ऋणात्मक ऊर्जा असणारे सूक्ष्म विद्युतीय (Ions) परमाणू असतात. विद्युत्संवहन क्रियेमध्ये ऋणभारित असलेले जैविक आणि क्लोरिनचे परमाणू महत्त्वाचे असतात. धनविद्युत्भारित कण हे सोडियम (Na+) व पोटॅशियमचे (K+) असतात. ऋणात्मक जैविक परमाणू पेशीच्या कवचामधून आत शिरकाव करू शकत नाहीत; पण धनात्मक पोटॅशियम परमाणू सहजपणाने आत जाऊ शकतात. सोडियम परमाणूंपेक्षा ते सूक्ष्मतर असतात. एकूण कवचाच्या दोन्ही बाजूंना ऋण व धन विद्युत्भार असमान असतात.

निकटच्या नसपेशीकडून जेव्हा नसपेशी संदेश ग्रहण करते तेव्हा धन व ऋण शक्तींचे द्विधृवीकरण नष्ट होते. त्यातून चेतावेग निर्माण होतो. तो विद्युत्भारित परमाणू असतो.

सर्व वा नैक नियम (All or None Rule) :

नसावेग निर्माण होण्यासाठी उद्दीपक विशिष्ट तीव्रतेचा असावा लागतो. त्याच्या तीव्रतेप्रमाणे नसावेग कमी-जास्त होत नाही. म्हणजेच बंदुकीच्या गोळीप्रमाणे एक तर नसपेशी पूर्णपणे उद्दीपित होते किंवा पूर्णपणे उद्दीपित होत नाही. याच्या अधली मधली अशी पायरी नसते.

असे असताना कमीअधिक तीव्र उद्दीपकांची जाणीव आपल्याला कशी होते, असा प्रश्न निर्माण होतो. त्याचे महत्त्वाचे कारण म्हणजे नसपेशी किती वेळा उद्दीपित होऊ शकते, याबाबतीत नसपेशींमध्ये भिन्नता आढळते. काहींमध्ये एका सेकंदाला १,००० वेळा उद्दीपित होण्याची क्षमता असते, तर काहींमध्ये यापेक्षा खूपच कमी क्षमता आढळते. उद्दीपक किती तीव्रतेचा आहे, त्यावर हे अवलंबून असते. उदाहरणार्थ— झगझगीत प्रकाश, मोरपिसाचा स्पर्श.

२) नसपेशीची रासायनिक प्रक्रिया : नसपेशीमधील विद्युत् प्रक्रियेमुळे वृक्षिका, अक्षतंतू आणि अक्षतंतूचे टोक इथपर्यंत संदेशाचे म्हणजेच नसावेगाचे वहन

होते; परंतु हा नसावेग एका नसपेशीकडून दुसऱ्या नसपेशीकडे जाणे, ही प्रक्रिया मात्र रासायनिक स्वरूपाची असते.

सर्व नसपेशी या एकमेकींपासून स्वतंत्र असतात. कोणत्याही दोन पेशींमध्ये थोडेसे अंतर असते. हे अंतर केवळ विद्युत् शक्तीने पार करता येत नाही. त्यासाठी रासायनिक द्रव्याची आवश्यकता असते.

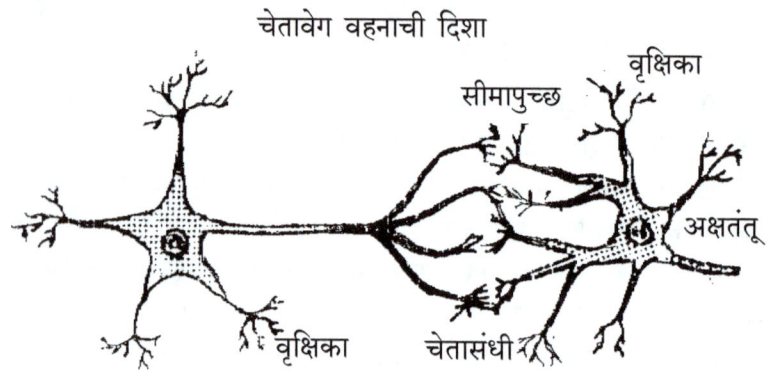

चेतावेग वहनाची दिशा

वृक्षिका

सीमापुच्छ

अक्षतंतू

वृक्षिका   चेतासंधी

आकृती क्र. २.२ : नसबंध

नसपेशींमधील असणारे अंतर की ज्यामध्ये रासायनिक पदार्थ असतो, तो भाग म्हणजे नससंधी. नससंधीमध्ये असलेल्या रासायनिक द्रव्यामार्फत नसावेग एका नसपेशीच्या सीमापुच्छाकडून दुसऱ्या नसापेशीच्या वृक्षिकेकडे पोहोचविला जातो. थोडक्यात म्हणजे, नसपेशी एकमेकींच्या निकट असतात; पण एकमेकींना चिकटलेल्या नसतात. त्यांच्यामधील संपर्काचे काम रासायनिक द्रवपदार्थ करतात.

थोडक्यात, नसपेशी या मेंदूकडे, मेंदूमध्ये व मेंदूच्या बाहेर काम करतात. संगणकाच्या भाषेत वर्णन करायचे तर एक साधी नसपेशी ही एका लहानशा संगणकाइतकी गुंतागुंतीची असते. एकच नसपेशी ही जवळजवळ इतर ८०,००० पेशींशी संपर्क साधू शकते. तिच्यामधून वाहणाऱ्या नसावेगाची दिशा ही वृक्षिका ते सीमापुच्छ अशी एकमार्गीच असते, मग नसपेशी कोणत्याही प्रकारची असो.

बहुधा सर्व नसपेशी जीवनाच्या प्रारंभीच निर्माण होतात. कोणत्याही कारणाने त्यांचा ऱ्हास झाला तर त्या पुन्हा तयार होत नाहीत; पण त्यांचा आकार, रूप किंवा इतरांशी असलेले संपर्क यांमध्ये मात्र जीवनाच्या कोणत्याही काळामध्ये बदल घडून येऊ शकतात.

नसावेग आल्यानंतर नसपेशी संपूर्ण क्षमतेनिशी संदेशवहनाचे कार्य करते. एकदा हा नसावेग स्वतःमधून पुढे पाठविला की ती १/१००० सेकंद एवढा वेळ विश्रांती

घेते. अशावेळी कितीही तीव्रतेची उद्दीपना तिला दिली तरी ती उद्दीपित होत नाही. ज्याप्रमाणे बंदुकीतील गोळ्या संपल्यानंतर पुन्हा गोळ्या घातल्याशिवाय बंदूक काम करत नाही त्याप्रमाणे हे घडते.

२.२ नससंवाहक

(Neurotransmitters)

नससंधीमध्ये आढळणाऱ्या रासायनिक द्रव्यांना 'नससंवाहक' असे म्हणतात. नसपेशींना रासायनिकदृष्ट्या जोडण्याचे काम नससंवाहक करतात. नसावेगांना अधिक गतिमान बनविण्याचे किंवा त्यांना निष्क्रिय बनविण्याचे म्हणजेच उत्तेजक व अवरोधक म्हणून ते कार्य करतात. त्यांचा प्रभाव ते प्रत्यक्षपणे पाडतात किंवा इतर नससंवाहकांबरोबरील आंतरक्रियांमधून आपला परिणाम घडवून आणतात. त्यांच्यामधील रासायनिक द्रव्ये फक्त नससंधीमध्येच सोडली जातात असे नव्हे तर शरीरातील इतर प्रकारच्या द्रव्यांमध्येसुद्धा ते जाऊन मिसळतात, त्यामुळे अनेक पेशींशी संपर्क साधणे शक्य होते व दूरवर परिणाम घडवून आणणे सोपे होते.

ग्रंथी, मेंदूपेशी आणि शरीरातील इतर पेशी यांमधून नससंवाहकांची रासायनिक द्रव्ये साठविलेली असतात. बहुधा नसपेशीच्या शेवटच्या भागामध्ये असणाऱ्या सीमापुच्छांच्या पुटिकांमध्ये (Buttons) ती आढळून येतात.

जे नससंवाहक नसावेगाची-पर्यायाने नसपेशींची-कार्यक्षमता वाढवितात त्यांना 'उत्तेजक नससंवाहक' (Excitatory Neurotransmitters) असे म्हणतात. याउलट, नसपेशींच्या कार्यात अवरोध निर्माण करणाऱ्या नससंवाहकांना 'अवरोध नससंवाहक' (Inhibitory Neurotransmitters) असे म्हटले जाते. काही नससंवाहक एकाच वेळी उत्तेजक व अवरोधक अशा दोन्ही प्रकारची कार्ये करतात.

आपण जे अन्न सेवन करतो, त्यातूनच त्यांची निर्मिती होत असते. विशिष्ट प्रकारच्या मानसिक प्रक्रियांशी त्यांचा संबंध आढळून येतो. उत्तेजकता, खिन्नपणा, भावनाशीलतेच्या मुळाशी नससंवाहक असतात.

मादक द्रव्ये व इतर औषधी अमली पदार्थ यांचे कण रासायनिक दृष्ट्या नससंवाहकांच्या रचनेसारखेच असतात. त्यांचे कार्यही नैसर्गिक असणाऱ्या नससंवाहकांप्रमाणे चालते. म्हणूनच हे अमली पदार्थ व मादक द्रव्ये मानसिक क्रिया व भावनिक अवस्था प्रभावित करतात, असे दिसून येते.

आतापर्यंत एकूण ५० नससंवाहकांचा शोध लागला आहे. तर १०० पेक्षा अधिक रासायनिक द्रव्ये ही नससंवाहक म्हणून काम करीत असावीत असे वाटते. मानवी मेंदूमध्ये आढळणारे काही नससंवाहक गोगलगाय ते देवमासा यांच्यापर्यंत

अनेक प्राण्यांमध्ये दिसून येतात. काही नससंवाहकांची माहिती पुढीलप्रमाणे –

१) असेटिलकोलिन (Acetylcholine-Ach) : स्वायत्त नससंस्था, सीमावर्ती नससंस्था व कारक नसपेशींच्या टोकाकडील भागात हे नससंवाहक आढळतात. उत्तेजक म्हणून ते कार्य करतात. अध्ययन, स्मरण व स्नायूंच्या क्रिया यांच्याशी त्यांचा संबंध येतो.

२) सेरोटोनिन (Serotonin) : मध्यवर्ती नससंस्थेमधील मज्जास्कंध ते चेताक्षेपक यांच्या दरम्यानच्या भागामध्ये सेरोटोनिन प्रकारचा नससंवाहक असतो. त्याचे कार्य अवरोधक स्वरूपाचे असते.

झोप प्रेरणेचे नियंत्रण आणि औदासीन्य यांच्याशी या नससंवाहकाचा संबंध असतो. खिन्न अवस्थेमध्ये सेरोटोनिनचे प्रमाण कमी झालेले असते तर उन्माद अवस्थेमध्ये त्याचे प्रमाण अधिक झाले आहे, असे आढळते.

३) नॉर : एपिनेफ्राइन (Nor : Epinephrine) :

अधिवृक्क ग्रंथीच्या मध्यांगामध्ये व मज्जास्कंद या भागामध्ये नॉर : एपिनेफ्राइन दिसून येते.

मध्यवर्ती नससंस्थेमध्ये अवरोधकाचे, तर हृदयामधील स्नायू आणि पोटामध्ये ते उत्तेजकाचे काम करते.

मानसिक सतर्कता आणि जागृतावस्था या क्रियांशी हा नससंवाहक संबंध दाखवितो. त्याच्या अतिरेकी कमतरतेतून खिन्नता व अति प्रमाणातील आधिक्यामुळे अस्वस्थता निर्माण होते.

४) एपिनेफ्राइन (Epinephrine) : मेंदूच्या काही विशिष्ट भागातील पेशी व अधिवृक्क मध्यांग ग्रंथी यांमध्ये हा नससंवाहक आढळतो.

रक्तदाब, हृदयाची स्पंदने वाढणे, शारीरिक उत्तेजकता हे सर्व त्याचेच परिणाम आहेत.

५) डोपामिन (Dopamine) : हा नससंवाहक मुख्यत्वेकरून अवरोधक आहे. मेंदूमधील कृष्ण स्राव केंद्र (Substantia Nigra) या भागातून डोपामिन निर्माण होते.

शारीरिक ऐच्छिक हालचालींवर नियंत्रण ठेवणे, स्मरण, अध्ययन, प्रेरणा, अवधान यांच्याशी या नससंवाहकाचा संबंध दिसतो.

मेंदूमधील डोपामिनचे प्रमाण कमी झाल्यास पार्किन्सन्स विकृती (कंपवात) निर्माण होते, की ज्यामध्ये डोपामिनचे प्रमाण वाढविणे हा उपाय असतो. तसेच विविध प्रकारच्या इतर शारीरिक व मानसिक विकृतींवर उपचार म्हणून तो उपयोगी पडतो. छिन्नमनस्कतेमध्ये डोपामिनचे प्रमाण कमी केल्यास विकृतीचे प्रमाणही कमी होताना आढळून येते.

६) गॅमा : ॲमिनोब्युट्रायरिक ॲसिड GABA (Gamma : Aminobutryric Acid) : संपूर्ण मध्यवर्ती नससंस्थेमध्ये तो असतो. मेंदूतील १/३ मज्जासंधीमध्ये हे ॲसिड दिसते. अवरोध म्हणून ते प्रामुख्याने काम करते. त्याच्या कार्यामुळेच नसावेगांच्या उत्तेजनेमध्ये अचूकता येते.

भूक ते आक्रमकता अशा विविध प्रेरणांवर त्याचे नियंत्रण असते. त्याचे प्रमाण कमी झाल्यास निद्रा व भूक यांच्यामध्ये दोष निर्माण होतो. व्हॅलियम, अल्कोहोल यांचा प्रभाव GABA नससंवाहकामुळे वाढतो. परिणामी, सर्व प्रकारच्या शारीरिक क्रिया मंद होतात.

नससंवाहकाच्या वर्गीकरणातील रसायनांचा एक गट मेंदूमधून निर्माण केला जातो. त्यास एण्डॉर्फिन्स (Endorphines) म्हणतात. हे मॉर्फिनप्रमाणे कार्य करते. मेंदूमध्ये सर्व ठिकाणी आढळते. अत्यंत प्रभावशाली असे ते वेदनाशामक आहे. ज्या व्यक्ती बराच काळ व तीव्र स्वरूपाच्या वेदनांना तोंड देतात, त्यांच्यामध्ये एण्डॉर्फिन्सचे प्रमाण अधिक आढळते. त्यावरून वेदना नियंत्रित करण्याचा मेंदूचा प्रयत्न लक्षात येतो. एण्डॉर्फिन्स मुख्यत्वेकरून अवरोधकाचे काम करीत असले तरी मेंदूच्या काही भागांत उत्तेजकाचे कार्य करते. उदाहरणार्थ, खूप पळाल्यानंतर धावपटूला आनंद होतो.

विविध नससंवाहकांची माहिती हाती आलेली असली तरी असे अनेक स्राव निरीक्षणात येत आहेत, की जे नससंवाहक म्हणून शरीरात काम करत असावेत असे वाटते. उदाहरणार्थ, हिस्टामिन (Histamine), ग्लायसिन (Glycine), ग्लुटामिक ॲसिड (Glutamic Acid) यांच्याकडे संभाव्य नससंवाहक म्हणून पाहिले जाते.

२.३ नससंस्था
(Nervous System)

नसपेशींना जर आपण विटा मानल्या तर नससंस्थेला खुद्द इमारत मानावे लागेल. अब्जावधी नसपेशींची मिळून नससंस्था बनलेली आहे. आपल्या वर्तनामागचा क्रियाव्यापार समजावून घेण्यासाठी नससंस्थेचा अभ्यास करणे आवश्यक ठरते.

नससंस्थेचे दोन मुख्य प्रकार आढळतात. तिचे कार्य समजण्याकरिता तिच्या उपविभागांचाही विचार करावा लागतो. त्याबाबतची वर्गीकरणरचना थोडक्यामध्ये पुढीलप्रमाणे दाखविता येईल –

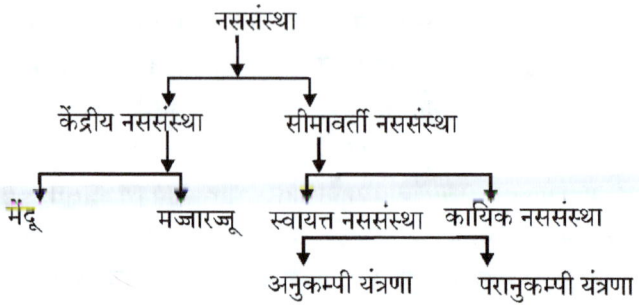

यापैकी केंद्रीय नससंस्थेची माहिती प्रथम घेणे उपयुक्त ठरेल.

केंद्रीय नससंस्था (Central Nervous System) CNS :

केंद्रीय किंवा मध्यवर्ती नससंस्था मुख्यत्वेकरून दोन महत्त्वाच्या घटकांची बनलेली आहे : **अ) मेंदू ब) मज्जारज्जू**

या नससंस्थेस केंद्रीय नससंस्था म्हणून संबोधण्यामागे दोन कारणे दिसून येतात. एक म्हणजे शरीराच्या रचनेचा विचार करता ही संस्था शरीराच्या मध्यभागी असते. दुसरे कारण म्हणजे वर्तनाबाबत तिचे स्थान महत्त्वाचे, मध्यवर्ती आहे.

अ) मेंदू (Brain) : शरीरामध्ये राजाप्रमाणे सर्वोच्च स्थान असणारा हा अवयव दिसायला मात्र सुरेख नाही. मऊ, स्पंजासारखा असणारा मेंदू गुलाबी झाक असलेल्या करड्या रंगाचा असतो. अब्जावधी अशा नसपेशींचा तो बनलेला आहे.

दिसण्याच्या बाबतीत तो 'विशेष' नसला तरी निसर्गाने घडविलेल्या अनेक चमत्कारांमध्ये मेंदूचा नंबर (क्रमांक) पहिला लागतो. अलौकिक असणाऱ्या मेंदूसारखा संगणक बनविणे अशक्यप्राय तर आहेच; पण त्याच्या जवळपास पोहोचणेसुद्धा अवघड आहे, वर्तन व विचार घडवून आणणारी 'बुद्धी' हे त्याचे वैशिष्ट्य!

मानवी जीवनातील त्याचे महत्त्वाचे स्थान लक्षात घेऊन निसर्गाने त्याची विशेष प्रकारची काळजी घेतलेली दिसते. केवळ ३ पौंड वजन असणारा, (शरीराच्या २% वजन) अक्रोडासारखा दिसणारा मेंदू टणक व मजबूत अशा कवटीमध्ये सुरक्षितपणे बसविलेला आहे.

मेंदू व कवटी यांच्या मधल्या भागामध्ये नसतंतूचे चिवट, मजबूत आवरण असते. त्यास ड्युरा आवरण (Dura Matter) म्हणतात. त्याच्या खाली असते जालमय आवरण (Archnoid Matter), जालमय आवरणाला लागून मृदू व कोमल आवरण (Pia Matter) आढळते. या शेवटच्या आवरणातून मेंदूला रक्त पुरविणाऱ्या रक्तवाहिन्या मेंदूमध्ये प्रवेश करतात. त्यातून प्राणवायू, शर्करा व आवश्यक अशा पदार्थांचा मेंदूला पुरवठा केला जातो आणि मेंदूमधील अनावश्यक पदार्थ शोषून घेतले जातात.

अशा या मेंदूचा अभ्यास हे अभ्यासकांसाठी नेहमीच आव्हान राहिले आहे. पूर्वीच्या काळी माणसाच्या मृत्यूनंतरच त्याचा अभ्यास केला जात होता. त्यामधून मेंदूबाबत फारच थोडी माहिती मिळवता आली. नंतरच्या काळात मेंदूला झालेल्या इजा व त्यातून व्यक्तीच्या वर्तनामध्ये निर्माण झालेले दोष यामधून मेंदूच्या विभागांचा व कार्यांचा सहसंबंध जोडण्याचा प्रयत्न सुरू झाला.

मेंदूची शस्त्रक्रिया करणे सुरू झाल्यानंतर विशेष दुखापत न करता कवटीचे दोन भाग करून मेंदू उघडा पाडता येऊ लागला. मेंदूवर आवश्यक ती शस्त्रक्रिया करणे शक्य झाले. त्यातून मेंदूच्या कार्याविषयी माहिती मिळविता येऊ लागली; पण स्वस्थ मनुष्याच्या सुदृढ मेंदूचे काम नक्की कसे चालते हे समजू शकले नाही.

अलीकडे मात्र मेंदूच्या अभ्यासाबाबत बरीच वैज्ञानिक प्रगती झालेली आहे. कार्यरत अशा मेंदूच्या कार्याचे निरीक्षण करण्याची अनेक तंत्रे विकसित झाल्याने त्याच्या कार्याचे चित्रांकन करता येऊ लागले आहे. **त्यांपैकी काही तंत्रांची माहिती पुढीलप्रमाणे –**

१) विद्युत्मस्तिष्क लेख (Electroencephalogram EEG) :

मेंदू विद्युत् लहरी निर्माण करत असतो. व्यक्तीच्या डोक्यावर इलेक्ट्रोडस् बसवून मेंदूच्या अंतर्भागातील विद्युत् क्रियेचे आलेखन या उपकरणाच्या मदतीने करता येते. अलीकडे या विद्युत् क्रियेचे रूपांतरण चित्रमय अशा प्रतिमेमध्ये मिळविता येते.

यामधून अपस्मार, अध्ययनक्षमतेचा अभाव यांसारख्या समस्यांचे निदान करता येते.

२) संगणकीकृत अक्षीय टोमोग्राफी निरीक्षण (Computerized Axial Tomography : Scan (CAT Scan) : मेंदूची वेगवेगळ्या कोनांतून पण थोड्याशा फरकाने हजारो क्ष-किरण छायाचित्रे घेतली जातात व त्यांतून मेंदूची रचना मिळविली जाते. ती दूरचित्रवाणीच्या पडद्यावर दिसते. त्यातून मेंदूच्या रचनेतील विकृती शोधता येतात. उदाहरणार्थ- मेंदूमध्ये सूज येणे, एखाद्या ठिकाणी गाठ येणे वगैरे.

३) चुंबकीय अनुनाद प्रतिमादर्शन (Magnetic Resonance Imaging MRI) : या तंत्राच्या साहाय्याने प्रभावी चुंबकीय क्षेत्र निर्माण केले जाते. त्याद्वारा मेंदूच्या रचनेची संगणकनिर्मित सविस्तर प्रतिमा तयार केली जाते. दीर्घकालीन पाठदुखी किंवा त्यासारख्या दुखण्यांचे निदान या तंत्राने शक्य होते.

४) स्क्विड स्कॅन (Superconducting Quantam Interference Device SQID) : नसपेशींच्या उद्दीपनातून होणाऱ्या चुंबकीय क्षेत्रातील बारीक सारीक बदल यातून मिळविता येतात. नसपेशींच्या हालचालींचे ठिकाण निश्चित करता येते.

५) पॉझिट्रॉन एमिशन टोमोग्राफी (Positron Emission Tomography PET) : या तंत्राच्या मदतीने कोणत्याही क्षणी मेंदूमध्ये कशी जैवरासायनिक क्रिया घडत आहे, हे समजू शकते. त्यातून मेंदूच्या वेगवेगळ्या भागांच्या क्रियाशीलतेचे स्पष्ट चित्रण मिळते. मेंदूच्या रोगाचे किंवा मेंदूला झालेल्या इजेचे निदान व चिकित्सा सोपी बनते.

अशा विविध तंत्रज्ञानांमुळे मेंदूच्या विकृतीचे निदान व त्यावरील उपचाराची दिशा निश्चित करता येऊ लागली. त्याचप्रमाणे मेंदूच्या कार्याची माहिती मिळविणेही सुकर झाले. सध्या संशोधक हे सर्व प्रकार एकत्रितपणे वापरून मेंदूविषयी अधिक व्यवस्थित माहिती मिळविण्याच्या प्रयत्नात आहेत.

मेंदूची रचना : नससंस्थेचा प्रमुख या नात्याने मेंदूचे कार्य समजावून घेण्याकरिता मेंदूची रचना समजावून घेणे आवश्यक ठरते.

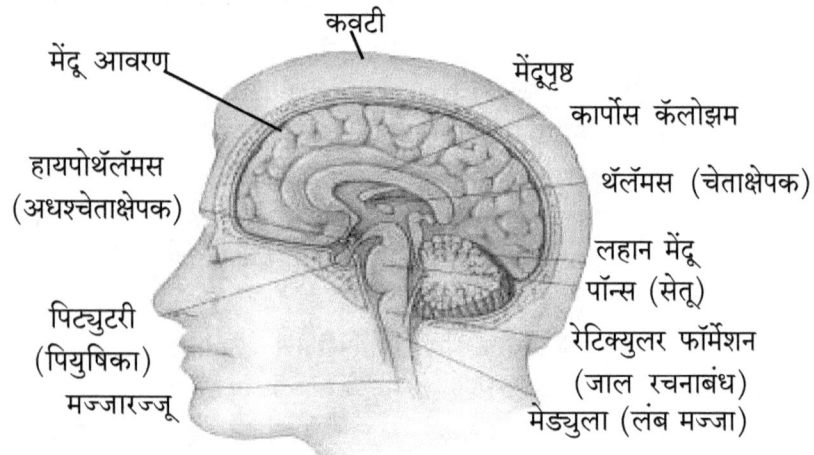

कवटी
मेंदू आवरण
मेंदूपृष्ठ
कार्पोस कॅलोझम
हायपोथॅलॅमस
(अधश्चेताक्षेपक)
थॅलॅमस (चेताक्षेपक)
लहान मेंदू
पॉन्स (सेतू)
पिट्युटरी
(पियुषिका)
रेटिक्युलर फॉर्मेशन
(जाल रचनाबंध)
मज्जारज्जू
मेड्युला (लंब मज्जा)

आकृती क्र. २.३ : मेंदूची रचना

एखाद्या व्यवसायामध्ये जसे विविध प्रकारच्या जबाबदाऱ्या पार पाडण्यासाठी निरनिराळे विभाग असतात, तसेच मेंदूमधील वेगवेगळ्या विभागांकडे निरनिराळ्या स्वरूपाची कार्ये सोपविलेली असतात.

असे काही महत्त्वाचे विभाग आणि त्यांच्याकडून केली जाणारी कामे यांची माहिती करून घेणे उद्बोधक ठरेल.

१) लंबमज्जा (Medulla) : मज्जारज्जू जेथे मेंदूला मिळतो, तो भाग म्हणजे लंबमज्जा होय. त्याच्या आकारावरून त्याला 'मेंदूचे देठ' असेही म्हटले जाते.

मेंदूच्या अंतर्भागात अत्यंत सुरक्षित ठिकाणी तो असतो. मेंदूकडे येणारे व मेंदूकडून येणारे नसतंतू येथून ये-जा करतात.

श्वसन, हृदयाचे स्पंदन, रक्तदाब यांसारखी मनुष्यजीवनाच्या संरक्षक कार्यांची अनेक केंद्रे लंबमज्जेमध्ये असतात. यांतील थोड्याशा बिघाडातून मृत्यू येऊ शकतो. शिंका येणे, खोकला, उचकी, उलटी अशा स्वयंचलित क्रियांचेही नियमन या भागाकडून होते.

२) सेतू (Pons) : लंबमज्जेच्या वर सेतू असतात. ते मेंदू व मज्जारज्जू यांच्यामध्ये संपर्क साधून देतात. म्हणूनच त्यांना 'सेतू' म्हटले जाते.

अन्न चावणे, चेहरा व डोक्याकडील संवेदना, चव, लालोत्पादन, बुबुळांच्या हालचाली, भावना व्यक्त करण्यासाठी स्नायूंच्या हालचाली यांचे नियंत्रण करणारी केंद्रे सेतूमध्ये आढळतात. श्वसनाची क्रिया लंबमज्जेबरोबरच सेतूमधील दोन भागांकडून नियंत्रित केली जात असतात.

३) लहान मेंदू (Cerebellum) : लहान मेंदू किंवा अनुमस्तिष्क हा मेंदू गोलार्धाच्या मागे परंतु खालच्या भागामध्ये असतो. तो सुरकुतल्यासारखा दिसतो. त्याचे दोन भाग असतात. ते बाह्यकाने झाकलेले असतात.

स्नायूंच्या जाणीवपूर्वक हालचाली करणे व त्यांच्यावर नियंत्रण ठेवणे, शरीराचा तोल सांभाळणे अशी कारक कौशल्यांमधील समन्वयाची कामे तो करतो. मनुष्याच्या हालचालींचे नियंत्रण करण्याची मुख्य केंद्रे मेंदूमधील उच्च केंद्रांकडे असली, तरी गतीने व वारंवार दिशा बदलून करण्याच्या हालचालींमध्ये सुसूत्रता आणण्याचे काम लहान मेंदू करतो. उदाहरणार्थ, फुटबॉल खेळणे. लहान मेंदूस तीव्र स्वरूपाची इजा झाल्यास उभे राहणे, चालणे, पळणे अशा क्रिया करणे अशक्य होते.

४) मध्य मेंदू (Mid Brain) : मेंदूच्या बाजूने असणारे मज्जारज्जूचे टोक म्हणजे मध्य मेंदू. मध्यमेंदू सेतू व लंबमज्जा यांची मिळून ब्रेनस्टेम बनते व पुढे तिचे मज्जारज्जूमध्ये रूपांतर होते.

शरीराच्या सर्व महत्त्वाच्या अवयवांकडून आलेले संवेदनांविषयक संदेश येथे आणले जात असतात व मेंदूचे आज्ञाविषयक संदेश येथून ठिकठिकाणी पाठविले जातात. येथूनच लहान मेंदूशी दळणवळण होते. म्हणूनच एखाद्या गोष्टीकडे पाहात असताना डोके, मान किंवा धड यांची सुसूत्र हालचाल घडून येऊ शकते. पाहणे, ऐकणे या क्रियांशी त्याचा संबंध येतो. वेदनाशमन, कारक कौशल्य नियंत्रण यामध्ये मध्य मेंदू सहभागी असतो.

५) चेताक्षेपक (Thalamus) : मेंदूच्या दोन्ही अर्ध गोलार्धांमध्ये चेताक्षेपक यंत्रणा असते. मेंदूच्या एकदम आतल्या मध्यवर्ती भागामध्ये त्याचे स्थान असते. दोन

फुटबॉल एकमेकांना जोडल्यावर जसे दिसतील, तशा आकाराचा पण वाटाण्याच्या दाण्याएवढा छोटा असा चेताक्षेपक असतो.

शरीराच्या विविध भागांकडून विशेषत: डोळे, कान, त्वचा यांच्याकडून आलेल्या वेदक नसावेगांचे विश्लेषण करून त्यांना मोठ्या मेंदूच्या विशिष्ट भागाकडे पाठविण्याचे काम हा भाग करतो. तसेच गेंदूचे संदेश शरीराच्या विशिष्ट भागांकडे तो पाठवितो. दूरध्वनिकेंद्रासारखे त्याचे काम चालते. त्याच्या या कामाच्या स्वरूपावरून त्याला 'मेंदूचा खाजगी चिटणीस' असे म्हटले जाते.

अध्ययन व निद्रा यांच्या नियंत्रणामध्येही त्याचा सहभाग असतो.

६) अधश्चेताक्षेपक (Hypothalamus) : चेताक्षेपकाच्या किंचित खालच्या बाजूस अधश्चेताक्षेपक असतो. एक घन सेंटिमीटर एवढा छोटा आकार असलेला हा भाग वर्तनावर मोठ्या प्रमाणात आपला प्रभाव पाडतो.

स्वायत्त नससंस्थेवर त्याचे नियंत्रण असते. त्याचा परिणाम म्हणून घाम येणे, लाळ गाळणे, अश्रू येणे आणि रक्तदाबामध्ये बदल घडून येणे यांसारख्या क्रिया घडून येतात.

जगण्यासाठी अतिशय महत्त्वाच्या असलेल्या भूक, झोप, तहान, संरक्षण व लैंगिक प्रेरणा अधश्चेताक्षेपक निर्माण करतो आणि नियंत्रितही करतो.

ज्यामधून शरीराच्या अंतर्भागातील वातावरणाचे नियमन होते, त्या शारीरिक संतुलन (Homeostasis) या प्रक्रियेमध्ये तो अतिशय महत्त्वपूर्ण अशी भूमिका बजावतो.

आक्रमक स्वरूपाच्या वर्तनामध्ये त्याचा सहभाग असतो. पियुषिका ग्रंथीला उद्दीपित करून इतर ग्रंथींवर काही प्रमाणात नियंत्रण ठेवतो.

या भागास इजा झाली असता सर्वच प्रकारच्या अगदी तहान, भुकेच्यासुद्धा उद्दीपकांना प्रतिक्रिया देण्याची प्रवृत्ती कमी होते.

थोडक्यात, त्याचे काम एखाद्या 'रेग्युलेटर' (Regulator) सारखे चालते.

७) जालरचना बंध (Reticular Formation) :

लंबमज्जा व सेतू यांच्या अंतर्भागात अगणित अशा पेशींची जाळी दिसते. या नसपेशी एकमेकींशी जोडल्या गेलेल्या असतात. त्यांच्या मार्गांमुळे जालरचना बंध तयार होतो. साधारणपणे ५ सें. मी. लांबीचे असे ते जाळे असते. 'सतर्कता' ही त्याची वैशिष्ट्यपूर्ण भूमिका असते.

झोप व जागृत अवस्था या कार्यांमध्ये त्याचे महत्त्वाचे काम असते. यामध्ये तो एखाद्या जागरूक द्वारपालाप्रमाणे वागतो. उदाहरणार्थ, मोठा आवाज झाला तर हा भाग तुम्हाला काही प्रतिक्रिया देण्याची आवश्यकता आहे का, याची जाणीव करून देतो, तर आपण झोपलेलो असताना आजूबाजूच्या उद्दीपकांनी झोप चाळवली जाणार नाही यासाठी विशेष स्वरूपाचे काम करतो.

स्नायू व हृदय, रक्ताभिसरणाशी संबंधित प्रतिक्षिप्त क्रिया यांच्याशी निगडित कामांमध्ये ही जालरचना सहभागी असते.

८) किनारी संस्था (Limbic System) :

मेंदूच्या केंद्रभागाजवळ असलेल्या अनेक रचनांच्या समुच्चयातून किनारी संस्था तयार झाली आहे. तिचा आकार डोनटसारखा दिसतो.

या संस्थेचे सर्व भाग मिळून भावनांवर व जिवंत राहण्याच्या दृष्टीने आवश्यक असणाऱ्या भूक, आक्रमकता, पुनरुत्पादनासारख्या प्रेरणांवर नियंत्रण ठेवतात. मेंदूमध्ये आनंद देणारी अनेक केंद्रे (Pleasure Centers) आहेत. त्यांतील काही केंद्रे किनारी संस्थेवर आढळतात. अध्ययन व स्मृती यांमध्ये तिचा महत्त्वाचा सहभाग आढळतो.

या संस्थेच्या परिसरातील भागांना उद्दीपना दिल्यास तीव्र भावनात्मक प्रतिक्रिया घडून येतात, मात्र त्या भागांना इजा झाल्यास प्रतिक्रियांची तीव्रता फारच कमी होते. त्यामुळे भित्र्या प्राण्यांच्या किनारी संस्थेस उद्दीपित केले तर ती क्रूर, रानटी होतात आणि मेंदूमधील हा भाग काढून टाकल्यास प्रक्षुब्ध स्वभावाचे प्राणी अतिशय, शांत व आज्ञाधारक बनतात.

किनारी संस्थेतील काही महत्त्वाच्या रचना म्हणजे ॲमिग्डाला (Amygdala), अश्वमीन (Hippocampus), पटीय क्षेत्र (Septal Area) आणि अधश्चेताक्षेपकाचे काही भाग होत. त्यांची सविस्तर माहिती या संस्थेबद्दलची कल्पना अधिक स्पष्ट करेल.

१) ॲमिग्डाला : अश्वमीनला लागून हा भाग असतो. राग, संताप आणि आक्रमकता व्यक्त होणाऱ्या वर्तनामध्ये ॲमिग्डालाचा महत्त्वाचा सहभाग असतो.

ॲमिग्डालाला उद्दीपित केले असता प्राणी अतिरेकी प्रमाणामध्ये क्रोध व आक्रमक वर्तन करतो. त्याच्या इतर भागांना उद्दीपित केले असता प्राण्याची भावनात्मकता नष्ट होते. संकटाच्या परिस्थितीमध्येही तो शांत राहतो. थोडीसुद्धा चलबिचल त्याच्यामध्ये दिसत नाही.

२) अश्वमीन : स्मृतीच्या कार्यासाठी हा भाग अतिशय महत्वाचा आहे. या क्षेत्रास इजा झाल्यास नवीन माहितीचे स्मरण ठेवणे अतिशय अवघड होते. मेंदूच्या दोन्ही गोलार्धांमधील या भागांना इजा झाली तर नवीन कोणत्याच गोष्टी स्मृतीमध्ये राहात नाहीत. मात्र दुखापतीपूर्वीच्या गोष्टी व कौशल्ये यांचे स्मरण टिकून राहिलेले असते.

परंतु हेही तितकेच खरे की, या भागातून स्मृतीची केवळ साठवण होत नाही, तर मिळविलेल्या माहितीपैकी कोणत्या घटकांचे कायमस्वरूपी ठसे मेंदूमध्ये ठेवायचे याचा निर्णय हा भाग घेतो.

३) पटीय क्षेत्र : सुखावह अनुभूतीशी संबंधित असा हा घटक आहे. रॉबर्ट हीथ (१९१५-१९९९) यांनी अपस्मारग्रस्त स्त्री आणि भावनिक समस्या असणारा पुरुष यांच्यावर किनारी संस्थेला उद्दीपित करून उपचार करण्याचा प्रयत्न केला, तेव्हा पटीय क्षेत्राला उद्दीपना दिली असता आत्यंतिक सुखाची अनुभूती मिळते असे या दोन्ही रुग्णांनी सांगितले.

परंतु किनारी संस्थेतील काही अन्य क्षेत्रांना उद्दीपित केले असता सुखावह प्रतिक्रियांऐवजी टाळण्याच्या प्रतिक्रिया दिल्या जाऊ शकतात, असेही लक्षात आले आहे.

मोठा मेंदू (Cerebral Cortex) : मोठा मेंदू हा मेंदूचा सर्वांत महत्त्वाचा भाग. माणसाचे वेगळेपण दाखविणारा अवयव. मोठा मेंदू एकूण मेंदूचा ८०% भाग व्यापतो. अलीकडच्या काळात उत्क्रांत पावलेला असा हा भाग. म्हणूनच त्याला नवा मेंदू म्हटले जाते.

यामध्ये अनेक वळ्या आणि खाचा असतात. त्याची जाडी एकदशांश इंचांपेक्षा कमी आहे; पण त्यावर असलेल्या अनेक खाचा व वळ्यांमुळे त्याचे क्षेत्रफळ मात्र बरेच असते. तो जर सपाट केला तर त्याचे क्षेत्रफळ होते २,००० चौरस सें.मी. किंवा ३१५ चौरस इंच (१८ इंचाचा चौकोन) इतके होते. मानवाची बुद्धी, स्मृती, भावभावना यांचे अस्तित्व मोठ्या मेंदूमुळे आहे.

मोठ्या मेंदूवर असलेल्या अनेक खाचांपैकी दोन खाचा अधिक ठळकपणे दिसून येतात- रोलँडोची खाच आणि सिल्व्हियसची खाच. त्यामुळे चार खंडांमध्ये हा मेंदू विभागल्यासारखा वाटतो. अग्रखंड, मध्यखंड, पार्श्वखंड आणि कुंभखंड या नावांनी ते भाग ओळखले जातात. या खंडांच्या विस्तारित माहितीमुळे मोठ्या मेंदूचे स्वरूप लक्षात येऊ शकेल.

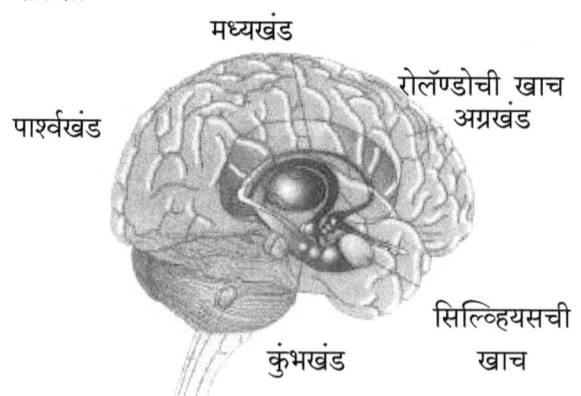

आकृती क्र. २.४ मोठ्या मेंदूची रचना

१) अग्रखंड (Frontal Lobe) : मोठ्या मेंदूचा कपाळाकडचा भाग म्हणजे अग्रखंड. त्याने मोठ्या मेंदूची सर्वांत जास्त जागा व्यापलेली आढळते. इतर भागांच्या तुलनेत हा भाग अधिक गुंतागुंतीची कामे करतो. उच्च मानसिक क्रियांची नियंत्रणकेंद्रे यामध्ये असतात. विचार करणे, कल्पना करणे, समस्या सोडविणे, आपल्या इच्छेनुसार शारीरिक हालचाली करणे, भूतकालीन गोष्टींचा मागोवा घेणे आणि भविष्यकालीन योजना आखणे, ध्यान केंद्रित करणे, भावभावनांवर नियंत्रण ठेवणे, तसेच आशय समजावून घेऊन त्याचे विश्लेषण करणे या सर्व गोष्टी या प्रगत भागामुळेच शक्य होत असतात. ऊर्ध्व अग्रखंडास इजा झाली असता व्यक्तींमध्ये व्यक्तित्व आणि भावनिक दोष निर्माण होतात. त्यांचा आत्मसंयम सुटतो. त्यांचे वर्तन अपरिपक्व बनते.

अग्रखंडाच्या मागील भागात दोन्ही कानांच्या किंचित पुढे पेशींचा एक उभा पट्टा असतो. तो भाग म्हणजे कारक क्षेत्र. स्नायूंना पाठविले जाणारे सर्व संदेश या भागातूनच पाठविले जातात.

कारक क्षेत्राचे विशिष्ट भाग शरीराच्या विशिष्ट भागांच्या हालचालींशी संबंधित असतात. ज्या शारीरिक हालचाली साधारणपणे ढोबळ स्वरूपाच्या असतात, उदा. गुडघा, कंबरेच्या हालचाली-त्यांच्याशी संबंधित शारीरिक भागांचे नियंत्रण कारक क्षेत्राच्या फारच थोड्या क्षेत्राकडून होते; परंतु चेहऱ्याच्या, बोटांच्या हालचालींसारख्या हालचाली की ज्यामध्ये सूक्ष्मता व कौशल्यपूर्णता असते त्यांच्याकरिता कारक क्षेत्रातील बराच भाग व्यापलेला आहे.

कारक क्षेत्राच्या पुढील भागामध्ये वाचा केंद्र (Broca's Area) असते. हा भाग नसपेशींच्या जाळीने कुंभखंडातील 'वेर्निक' भागाशी जोडलेला असतो. कोणताही शब्द उच्चारण्यापूर्वी त्या शब्दाची, अर्थाची जुळणी ह्या भागातून होते. त्याला ध्वनीचे रूप वाचा केंद्र (ब्रोकाचा भाग) देतो. ते शब्द किंवा ध्वनी उच्चारण्यासाठी स्नायूंची अपेक्षित हालचाल कारक केंद्र घडवून आणते.

वाचा केंद्रातील दोषामुळे व्यक्तीला अस्खलितपणे बोलता येत नाही. त्यांच्या बोलण्यात व्याकरणाचेही दोष आढळतात.

अग्रखंडाचा कपाळाकडील जो भाग असतो त्यास 'सायलेण्ट एरिया' (Silent Area) किंवा 'मनाचे स्थान' असे म्हटले जाते. हा भाग मानवामध्ये इतर प्राण्यांच्या तुलनेत मोठा असतो आणि तोच मानवाला इतर प्राण्यांहून वेगळा ठरवितो. याच भागात स्मरण, बुद्धी, भावना यांची केंद्रे असतात. अग्रखंड इतर खंडांशी जोडलेला असतो. त्याच्यामध्ये असणाऱ्या स्मरणाच्या क्षमतेमुळे इतर भागांकडून येणाऱ्या संवेदनांची पूर्वी येऊन गेलेल्या अनुभवांशी सांगड घालता येते, म्हणूनच वाचन, संभाषण व कुठल्याही कलेचा आपण आनंद घेऊ शकतो.

२) मध्यखंड (Parietal Lobe) : मध्यखंड अग्रखंडाच्या मागील बाजूस दोन्ही अर्धगोलांत विभागलेला असतो. यामध्ये मेंदूतील प्रेरक व संवेदी भाग असतात. शरीराच्या उजव्या भागातील संवेदना डाव्या भागात व डाव्या भागातील संवेदना उजव्या भागात ग्रहण केल्या जातात. स्पर्श, वेदना, दाब, तापमान यांसारख्या बाह्य संवेदनांचे ज्ञान या खंडातून होते. मध्यखंडाचा अलीकडच्या काळात विकसित झालेला भाग आपल्याला त्रिमितीचे ज्ञान करून देतो.

मध्यखंडाच्या वरच्या बाजूस नसपेशींचा अरुंद पट्टा असतो. तोच कायिक – वेदन क्षेत्राचा भाग. शरीराच्या विशिष्ट भागांना अनुसरून स्पर्श, दाब इत्यादींची विशिष्ट केंद्रे ह्या भागात आढळून येतात. शरीराच्या विशिष्ट भागाशी मेंदूच्या कायिक-वेदन क्षेत्राचा किती भाग संबंधित आहे, त्यावर वेदनानुभवाची तीव्रता अवलंबून असते. उदाहरणार्थ, हाताची बोटे अत्यंत संवेदनशील असतात. त्यांच्यासाठी कायिक-वेदन क्षेत्रामध्ये बोटांच्या त्वचेपेक्षा जास्त जागा आढळते. अशा प्रकारे विशिष्ट अवयवात विशिष्ट संवेदनबिंदू किती आहेत त्यानुसार त्या त्या भागातील संदेश कायिक –वेदन क्षेत्रात आणले जातात. या भागावर शरीरातील प्रत्येक भाग विशिष्ट ठिकाणी दाखविलेला असतो. थोडक्यामध्ये सांगायचे तर, शरीराचा पूर्ण नकाशा येथे सूक्ष्म रूपात असतो.

मेंदूमधील चेताक्षेपक हा भाग या संवेदना ढोबळ मानाने ग्रहण करतो; पण तो नक्की स्थान सांगत नाही. मध्यखंडाचा खालील भाग मिळालेल्या संवेदनांचे एकत्रीकरण करून त्यांचे विश्लेषण करतो. त्यामुळेच एखाद्या ठिकाणी जखम झाली तर त्याची सतत जाणीव हा भाग करून देतो.

डाव्या भागातील मध्यखंडास इजा झाली तर वाचणे, लिहिणे, शरीरातील अवयव कुठे आहेत ते सांगणे अवघड जाते. उजव्या गोलार्धातील मध्यखंडास इजा झाली तर डाव्या भागातील शरीराची जाणीव नष्ट होते.

३) पार्श्वखंड (Occipital Lobe) : मोठ्या मेंदूच्या सर्वात मागच्या भागात आणि मध्यखंडाच्या खाली पार्श्वखंड आढळतो.

पाहिलेल्या वस्तू, घटना, शब्द या खंडामुळे ओळखता येतात, कारण बाहेरच्या जगातील दृष्य-संवेदना ग्रहण करून त्यावर प्रक्रिया करण्याचे हे प्राथमिक केंद्र आहे. या खंडाचे दोन्ही भाग डोळ्यांच्या मागील भागातून निघणाऱ्या नसपेशींशी जोडलेले असतात, त्यामुळे डोळ्यांनी ग्रहण केलेल्या दृष्य प्रतिमा ग्रहण करून प्रतिमांचे एकत्रीकरण करणे व त्याचा अन्वयार्थ लावणे शक्य होते.

या भागास इलेक्ट्रोड्सचा उपयोग करून उद्दीपित केले असता व्यक्तीला प्रकाश-शलाकांचा किंवा रंगांचा अनुभव येतो.

पार्श्वखंडातील संस्करणभागास इजा झाली तर अंधत्व येते. जर अंशतः इजा

झाली असेल तर दृष्टिक्षेत्रातील मध्यभागातील भाग दिसत नाही, पण इतर भाग मात्र दिसतो. ही इजा गंभीर स्वरूपाची असेल तर मात्र व्यक्ती न दिसण्याची तक्रार करतात आणि त्याचवेळी तो उद्दीपक दिसल्याप्रमाणे योग्य स्वरूपाची प्रतिक्रियाही देतात.

४) कुंभखंड (Temporal Lobe) : मध्यखंडाच्या खालील आणि दोन्ही कानांच्या वरील भागात कुंभखंड असतो. श्रवण वेदनांचा अर्थ कुंभखंडामुळे लागतो. आंतरकर्णाकडून आलेल्या ध्वनी-वेदनांवर प्रक्रिया करण्याचे काम हा खंड करतो. आलेल्या आवाजातील चढउतार, तीव्रता आणि आवाजाचे स्वरूप यांची पूर्वीच्या आवाजाच्या अनुभवांशी तुलना करून अर्थबोध करणे, हे कार्य कुंभखंडाकडून होते.

ध्वनीच्या स्वरमानाप्रमाणे (Pitch) कुंभखंडातील वेदनक्षेत्राचे वेगवेगळे भाग उद्दीपित होत असतात.

या खंडाला उत्तेजित केले असता व्यक्तीला वेगवेगळी ध्वनिवेदने होतात. डाव्या गोलार्धातील कुंभखंडातून ध्वनी, भाषा यांचे आकलन होते, तर उजव्या गोलार्धातील कुंभखंड स्वर, नाद, लय यांचे अर्थबोधन करतो. या भागास इजा झाली असता श्रवणक्रियेमध्ये बाधा येते.

मोठ्या मेंदूवरील खाचखळग्यांप्रमाणे जसे त्याचे चार खंड पडतात, तसेच त्याचे दोन मुख्य भागांत विभाजन झालेले आढळते.

कार्यानुसार डाव्या व उजव्या गोलार्धांचे प्राबल्य (Functional Dominance of Left and Right Hemisphere) : मोठा मेंदू मध्यभागी दोन भागांत विभागला जातो. या अर्धगोलांना डावा गोलार्ध व उजवा गोलार्ध असे म्हटले जाते. एका भागाची प्रतिकृती म्हणजेच दुसरा भाग असावा इतकी त्यांच्यामध्ये दिसण्याबाबत समानता आहे, पण कार्याचा विचार करता त्यांच्यामध्ये तेवढीशी समानता आढळत नाही.

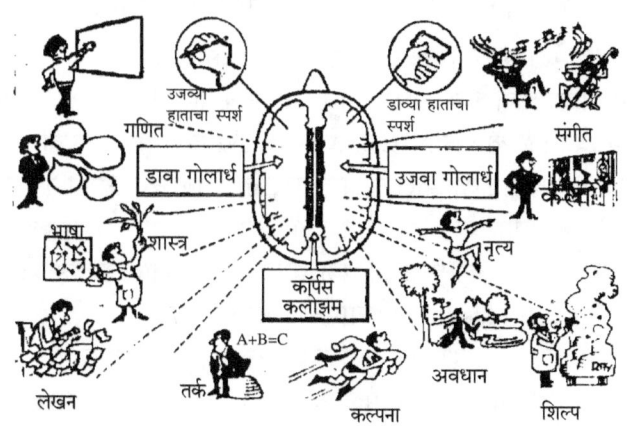

आकृती क्र. २.५ : डाव्या व उजव्या गोलार्धांची कार्ये

मेंदूचा डावा गोलार्ध हा शरीराच्या उजव्या भागाचे आणि उजवा गोलार्ध शरीराच्या डाव्या भागाचे नियमन करत असतो. असे जरी असले तरी संपूर्ण शरीराचा एकत्रितपणे विचार करता दोन्ही भाग एकमेकांच्या सहकार्याने सर्व शरीराचे नियमन करतात. कारण हे गोलार्ध 'कॉर्पस कलोझम' (Corpus Collosum) या नसतंतूच्या जुडग्याने जोडलेले असतात. त्यामार्फत दोन्ही गोलार्ध संदेशांची देवाण–घेवाण करतात. कार्यात्मकदृष्ट्या विचार करता काही क्रियांची केंद्रे एकाच गोलार्धात विशेषत्वाने जाणवतात. उदाहरणार्थ, अफाझिया (Aphasia) या दोषामध्ये रुग्ण भाषिक अक्षमता दाखवितात. त्यांचा डाव्या गोलार्धातील मेंदूचा संबंधित भाग दुखावलेला असतो. ज्यांच्या मेंदूतील उजवा गोलार्ध दुखावलेला असतो, अशा व्यक्ती मात्र बोलण्याच्या क्रियेत दोष दाखवीत नाहीत. यावरून भाषेच्या संदर्भात दोन्ही गोलार्ध आपापला वेगळा प्रभाव पाडतात, असे दिसते. संशोधकांनाही भाषेबाबत डावा गोलार्ध वर्चस्व दाखवितो, असे आढळले आहे.

याप्रमाणे कार्यदृष्ट्या मेंदूच्या दोन्ही गोलार्धांचे विशेषीकरण झालेले असते. बोलणे, वाचन, तर्क करणे, कारणमीमांसा, वैज्ञानिक विचारसरणी या गोष्टी डाव्या गोलार्धाकडून घडून येतात, तर भावना, कला, उत्स्फूर्त ज्ञान, सापेक्ष स्थानविषयक संबंधाचे आकलन यांच्याशी उजवा गोलार्ध निगडित असतो.

दोन्ही गोलार्ध माहितीसंस्करण (Information Processing) याबाबत भिन्नता दाखवितात. डावा गोलार्ध माहितीचा विचार अनुक्रमानुसार करतो, तर उजव्या गोलार्धाकडून माहितीचे समग्र पद्धतीने संस्करण होते.

एक मात्र विसरता कामा नये की, विशेषीकरणाचे हे भेद फार मोठ्या प्रमाणात दिसून येत नाहीत. त्यामध्ये व्यक्तीपरत्वे भिन्नता दिसून येते. काहींच्या बाबतीत तर भाषिक योग्यतेचे दोन्ही गोलार्धांमध्ये समान प्रमाणात विभाजन झालेले आढळते.

लैंगिक भेदानुसार मेंदूच्या गोलार्धांचे आधिक्य :

याबाबतीत झालेले संशोधन गोंधळात टाकणारे आहे. स्त्री व पुरुष भाषिक कार्याबाबत वेगवेगळ्या गोलार्धांचे आधिक्य दाखवितात. पुरुषांच्या डाव्या गोलार्धामध्ये भाषिक क्षमतेचे केंद्रीकरण झालेले आढळते, तर स्त्रियांच्या बाबतीत ही क्षमता दोन्ही गोलार्धांमध्ये समप्रमाणात कार्यान्वित होत असताना दिसते. म्हणूनच काही भाषिक कौशल्यांमध्ये पुरुषांपेक्षा स्त्रिया अधिक वरचढ आढळतात. उदाहरणार्थ, बोलण्याचे कौशल्य (Speech Fluency) स्त्रियांमध्ये जास्त दिसते.

याला आधारभूत अशा गोष्टी प्रत्यक्षामध्ये अनुभवाला येतात. मुलांपेक्षा मुली लवकर बोलू लागतात. तसेच मुलींपेक्षा मुलांमध्ये वाचनविषयक समस्या जास्त प्रमाणात उद्भवतात.

सांस्कृतिक घटकसुद्धा गोलार्धांचे आधिक्य निश्चित करताना दिसतात. जपानी लोक स्वर व शब्दांचे संस्करण डाव्या गोलार्धाने करतात, तर युरोपियन लोक हेच काम उजव्या गोलार्धाने करताना दिसतात.

मेंदूची प्रतियोजनक्षमता :

मेंदूचे दोन गोलार्ध वेगवेगळ्या क्षमतांबाबत आपापला प्रभाव पाडतात, असे आपण पाहिले. पण त्याचा अर्थ असा नव्हे की, एखाद्या विशिष्ट माहितीचे संस्करण होत असताना एक गोलार्ध काम करत असतो आणि त्याचवेळी दुसरा गोलार्ध मात्र निष्क्रिय असतो. याउलट, दोन्ही गोलार्ध एकमेकांवर अवलंबून असल्यासारखे माहितीचे विश्लेषण करत असतात व त्यावरून अर्थ लावून समविचाराने प्रतिक्रियेबाबत निर्णय घेत असतात.

दुसऱ्या अर्थानेही मेंदू प्रतियोजन करताना दिसतो. एखाद्या व्यक्तीच्या डाव्या गोलार्धास इजा झाल्यामुळे त्याच्यामध्ये भाषिक क्षमतेबाबत दोष निर्माण झाला, तर उजव्या गोलार्धाकडून त्यासंबंधीची बऱ्याच प्रमाणातील जबाबदारी पार पाडण्यास सुरुवात होते. त्यामुळेच काही अवधीनंतर व्यक्तीमधील भाषिक दोष कमी होत जाताना दिसतो. यावरून मेंदूची लक्षणीय स्वरूपाची अशी प्रतियोजनक्षमता आणि कार्यामध्ये लवचिकता ठेवण्याची क्षमता दिसून येते.

मोठ्या मेंदूचे कार्य :

मोठ्या मेंदूचे कार्य अतिशय गुंतागुंतीचे व उच्च प्रकारचे असते, हे त्याच्या रचनेवरूनच लक्षात येते. त्याचे कार्य पुढीलप्रमाणे सांगता येईल –

१) वेदनेंद्रियांकडून येणारे नसावेग ग्रहण करणे : नसावेग ग्रहण करण्याचे काम वेगवेगळ्या खंडांकडून केले जाते. विशिष्ट प्रकारचे नसावेग मोठ्या मेंदूच्या विशिष्ट विभागातच ग्रहण केले जात असतात. त्यांना प्राथमिक संवेदनकेंद्रे असे म्हणतात. डोळ्याकडून आलेले नसावेग पृष्ठखंडात, कानापासून आलेले नसावेग कुंभखंडात आणि त्वचा, स्नायू यांच्याकडून येणारे नसावेग मध्यखंडात ग्रहण केले जातात.

२) स्नायूंना क्रियाविषयक आदेश देणे : यासाठी अग्रखंडातील कारक क्षेत्र काम करते. परिस्थितीला अनुसरून योग्य प्रकारची प्रतिक्रिया करण्यासाठी स्नायूंना आज्ञा देण्याचे कार्य या क्षेत्राद्वारे होते. डाव्या गोलार्धातील कारक क्षेत्र शरीराच्या उजव्या भागातील हालचालींचे आणि उजव्या गोलार्धामधील कारक क्षेत्र शरीराच्या डाव्या भागाकडून होणाऱ्या हालचालींचे नियंत्रण करते.

कारक क्षेत्राच्या निरनिराळ्या विभागांचे शरीराच्या निरनिराळ्या विभागांवर नियंत्रण

असते. या क्षेत्राच्या वरच्या बाजूकडून शरीराच्या खालच्या विभागांच्या हालचालींचे आणि खालच्या बाजूस शरीराच्या वरच्या भागातील अवयवांचे नियंत्रण करणारी क्षेत्रे असतात. नियंत्रण करणारी क्षेत्रे जितकी विस्तारलेली, तितक्या त्या क्षेत्राशी संबंधित अवयवांच्या हालचाली सूक्ष्म स्वरूपामध्ये होऊ शकतात. उदाहरणार्थ, जीभ.

३) वेदन व प्रतिक्रिया यांच्यामध्ये सुसूत्रता आणणे : उद्दीपकाचा प्रकार व त्याची तीव्रता यांना अनुरूप अशी प्रतिक्रिया घडवून आणण्याचे काम मोठा मेंदू करतो. त्यासाठीच वेदनक्षेत्रे व कारकक्षेत्रे एकमेकांशी जोडलेली असतात. निरनिराळ्या वेदनक्षेत्रांमध्येही परस्पर संबंध असतात. तसेच कारक क्षेत्रामध्ये रोधक (Inhibitory) व उत्तेजक (Excitatory) अशी दोन केंद्रे असतात. उत्तेजक केंद्रामुळे क्रिया सुरू होते व रोधक केंद्रामुळे ती अमर्यादित न होता थांबवता येते, म्हणूनच हालचाली सहज व प्रमाणबद्ध होतात.

४) प्राप्त केलेली माहिती जपून ठेवणे व योग्य त्यावेळी त्याचा उपयोग करणे : मोठ्या मेंदूमध्ये वेदक व कारक क्षेत्रे सोडली असता सर्वत्र साहचर्यक्षेत्रे असतात. आपण घेतलेल्या अनुभवांचे सुसंघटन करून स्मरणसंस्कारांच्या आधारे त्यांना जपून ठेवले जाते. योग्य त्यावेळी त्यांचा उपयोग होऊन त्या अनुभवाची आठवण होऊ शकते. हे सर्व साहचर्यकेंद्रांमुळे होते. दृष्टीविषयक अनुभवांचे स्मरण पृष्ठखंडातील साहचर्य- केंद्रामुळे, श्रवण अनुभवांचे स्मरण कुंभखंडातील साहचर्य केंद्रामुळे शक्य होते. साहचर्य- क्षेत्रांमुळेच लिहिणे, वाचणे, भाषा समजणे या अवघड क्रिया शक्य होतात.

ब) मज्जारज्जू (Spinal Cord) : सुरुवातीला पाहिले त्याप्रमाणे केंद्रीय नससंस्था ही मेंदू व मज्जारज्जूची मिळून बनलेली आहे. मेंदूची रचना व त्याचे कार्य समजावून घेतल्यावर मज्जारज्जूची माहिती घेणे उपयोगी ठरेल.

मज्जारज्जू म्हणजे अनेक नसतंतूंचा एक जुडगा आहे. घट्ट विणलेल्या दोऱ्याप्रमाणे तो दिसतो. पाठीच्या कण्यामध्ये तो सुरक्षितपणे बसविलेला आहे. मज्जारज्जूमध्ये एकूण ३३ मणके असतात. मज्जारज्जू बाहेरून पांढऱ्या व आतून करड्या रंगाचा दिसतो. थोडक्यामध्ये त्याचे वर्णन करायचे तर तो एक लांबच लांब १/२ इंच जाडीचा अक्षतंतू आहे. असा हा मज्जारज्जू कमरेच्या माकडहाडापासून मानेपर्यंत पसरलेला आहे.

प्रत्येक मणक्याला दोन बाजूंनी छिद्र असते. त्यातून अनेक नसतंतू मज्जारज्जूला मिळतात किंवा मज्जारज्जूमधून बाहेर पडतात. शरीराच्या डाव्या बाजूकडून येणारे

नसावेग डाव्या आणि शरीराच्या उजव्या बाजूकडून येणारे नसावेग उजव्या बाजूने प्रवेश करतात. तसेच शरीराकडून येणारे वेदनवाही नसावेग शरीराच्या पाठीमागून प्रवेशतात. त्या भागाला पृष्ठीय मूळ (Dorsal Root) म्हणतात, तर मेंदूकडून येणारे नसावेग मेंदूच्या पुढच्या बाजूने येतात. त्या भागास अधर मूळ (Ventral Root) असे म्हटले जाते. परिणामी वेदनवाही व कारक नसावेग एकमेकांमध्ये मिसळत नाहीत.

मज्जारज्जूचे कार्य :

मज्जारज्जू मेंदूला आधारभूत अशा स्वरूपाची महत्त्वाची कामे करतो.

१) ज्ञानेंद्रिये, स्नायू, ग्रंथी व शरीराच्या इतर भागांकडून आलेले नसावेग मज्जारज्जू ग्रहण करतो व ते नसावेग मेंदूकडे पाठविण्याचे काम करतो.

२) आलेल्या नसावेगांचा मेंदू अर्थ लावतो आणि योग्य त्या प्रतिक्रियेबाबत निर्णय घेतो. तो निर्णय नसावेगांच्या स्वरूपात मज्जारज्जूकडे पाठविला जातो. हे नसावेग मज्जारज्जू ग्रहण करतो आणि ते स्नायू व ग्रंथीकडे पोहचवितो.

३) मज्जारज्जूचे महत्त्वाचे कार्य म्हणजे प्रतिक्षिप्त प्रतिक्रिया (Reflex Action). काही प्रतिक्रिया अत्यंत साध्या स्वरूपाच्या असतात. बहुधा त्या यांत्रिक स्वरूपाच्या किंवा शरीराला सुरक्षित ठेवणे, वंश चालू ठेवणे याकरता महत्त्वाच्या असतात. अशा प्रक्रियांची माहिती मेंदूला देऊन त्याच्या आज्ञेची वाट पाहात न बसता मज्जारज्जूच त्याबाबतचे निर्णय घेऊन टाकतो. अशा प्रतिक्रियांना 'प्रतिक्षिप्त प्रतिक्रिया' असे म्हणतात. उदा. चटका बसला असता हात बाजूला घेणे- अशा प्रतिक्रियांकरिता ०.०५ सेकंद एवढा वेळ लागतो. त्याबाबतची माहिती नंतर मेंदूला दिली जाते.

प्रतिक्षिप्त क्रियेसाठी मेंदूची आवश्यकता नसते. प्रयोगामधून असे दिसून आले की, ज्या बेडकाचा मेंदू काढून टाकला आहे तो बेडूक श्वासोच्छ्वास करतो, पोहतो, खातो- पितो.

विकासाच्या सुरुवातीच्या अवस्थेतील ज्या प्राण्यांच्या मेंदूचा विकास झालेला नसतो असे प्राणी सर्व प्रतिक्रिया प्रतिक्षेपाने देतात.

अशा स्वरूपाची प्रतिक्षिप्त प्रतिक्रिया होत असताना वेदनेंद्रियांकडून येणारे वेदक नसतंतू व स्नायू, ग्रंथी यांच्याकडे जाणारे कारक नसतंतू यांच्यामधील संपर्क मज्जारज्जूतील संयोजक नसपेशींनी साधून दिलेला असतो. अशा रीतीने बनलेल्या चापाला प्रतिक्षेप चाप (Reflex Arc) असे म्हणतात. आकृतीमधून तो स्पष्ट होऊ शकेल.

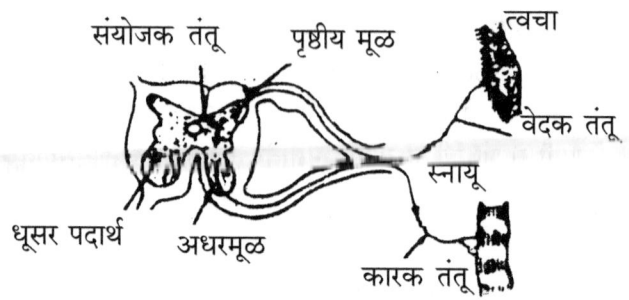

आकृती क्र. २.६ : मज्जारज्जूचा छेद व प्रतिक्षेपक्रिया यंत्रणा

प्रतिक्षिप्त प्रतिक्रिया या जन्मजात असतात. त्यासाठी अध्ययनाची जरुरी नसते. आतापर्यंत आपण केंद्रीय नससंस्थेची माहिती घेतली. आता सीमावर्ती नससंस्थेचा आपले वर्तन घडून येण्यामागे कसा सहभाग असतो, ते पाहणे आवश्यक आहे.

सीमावर्ती नससंस्था (Peripheral Nervous System) : केंद्रीय नससंस्थेच्या बाहेर असलेल्या नसरचनेला 'सीमावर्ती नससंस्था' म्हटले जाते. शरीराकडून मज्जारज्जू व मेंदूकडे आणि मज्जारज्जू व मेंदूकडून शरीराकडे संदेशांचे वहन करून सीमावर्ती नससंस्था मध्यवर्ती नससंस्थेला मदत करत असते.

सीमावर्ती नससंस्थेचे दोन विभाग पडतात.

अ) कायिक नससंस्था ब) स्वायत्त नससंस्था

अ) कायिक नससंस्था : यामध्ये हातापायांशी संबंधित स्नायूंच्या नसपेशींचा समावेश होतो. हातापायांची, डोळ्यांची व जिभेची हालचाल या संस्थेमुळे शक्य होते. त्वचा, वेदनेंद्रिय आणि स्नायूंकडून आलेले संदेश मेंदूकडे इथूनच पाठविले जातात.

ब) स्वायत्त नससंस्था : हृदय, श्वासनलिका, जठर, आतडे, रक्तवाहिन्या व इतर आंतरेंद्रियांचे मृदू स्नायू व ग्रंथींचे नियंत्रण या संस्थेकडून होते.

या संस्थेचे कार्य बाह्य उद्दीपकाशिवाय अव्याहतपणे चालू असते, म्हणूनच तिला 'स्वायत्त' नससंस्था म्हटले जाते.

तिचे दोन प्रमुख विभाग पडतात :

१) अनुकम्पी नससंस्था २) परानुकम्पी नससंस्था

१) अनुकम्पी नससंस्था (Sympathetic) : ही नससंस्था जेव्हा कार्यान्वित होते, तेव्हा त्याचा परिणाम म्हणून हृदयाची स्पंदने वाढतात, श्वसनाचा वेग वाढतो, रक्तदाबात

बदल होतो, फुफ्फुसांचे काम वेगाने होऊ लागते व पचनक्रिया मंदावते. अशाप्रकारे भावनिक परिस्थितीला तोंड देण्याची सर्व तयारी अनुकम्पी नससंस्थेकडून घडून येते.

अशी अवस्था फार काळ राहणे धोकादायक असते, तेव्हा परानुकम्पी नससंस्थेचे काम सुरू होते.

२) परानुकम्पी नससंस्था (Parasympathetic) : शारीरिकदृष्ट्या उत्तेजित झालेली परिस्थिती पुन्हा पूर्ववत् करण्याचे काम ही संस्था करते. त्यामुळे हृदय, श्वसन, पचन व रक्ताभिसरण सुरळीतपणे होऊ लागते.

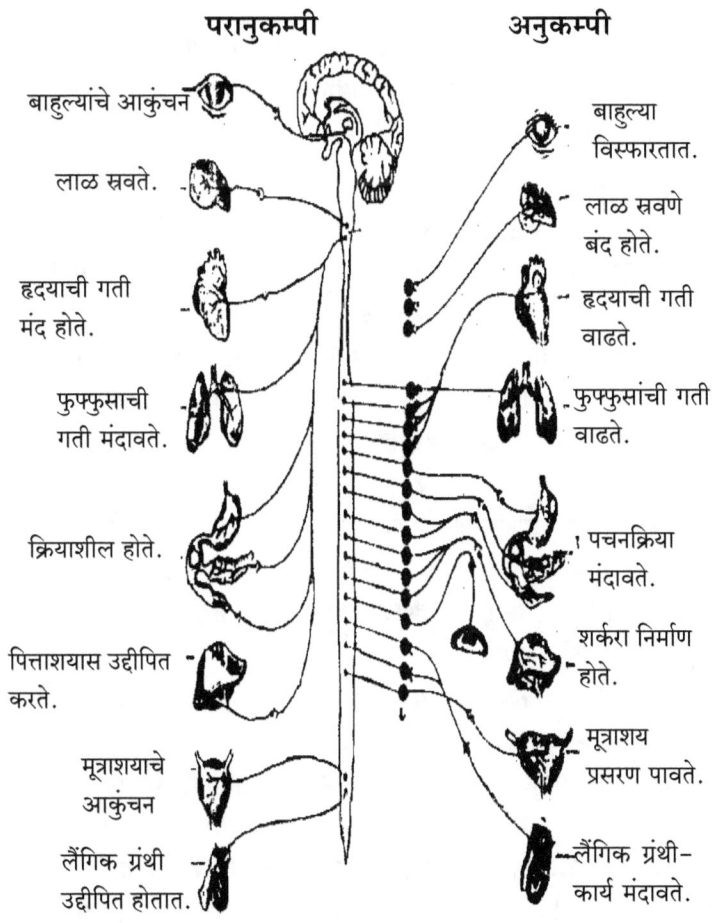

परानुकम्पी
अनुकम्पी
बाहुल्यांचे आकुंचन
लाळ स्रवते.
हृदयाची गती मंद होते.
फुफ्फुसाची गती मंदावते.
क्रियाशील होते.
पित्ताशयास उद्दीपित करते.
मूत्राशयाचे आकुंचन
लैंगिक ग्रंथी उद्दीपित होतात.
बाहुल्या विस्फारतात.
लाळ स्रवणे बंद होते.
हृदयाची गती वाढते.
फुफ्फुसांची गती वाढते.
पचनक्रिया मंदावते.
शर्करा निर्माण होते.
मूत्राशय प्रसरण पावते.
लैंगिक ग्रंथी– कार्य मंदावते.

आकृती क्र. २.७ : स्वायत्त नससंस्थेत समाविष्ट असणाऱ्या अवयवांचे कार्य

अशा प्रकारे भावना निर्माण झाल्यावर त्या आणीबाणीच्या स्थितीला तोंड देण्याची तयारी अनुकम्पी नससंस्था करते, तर रोजच्या शांत परिस्थितीमध्ये परानुकम्पी नससंस्था कार्यान्वित असते.

अनुकम्पी व परानुकम्पी नससंस्थेचे कार्य समजावून घेतल्यावर ते परस्परविरोधी आहे असे वाटते; परंतु त्यांचे काम एकमेकींना विरोधी नसून एकमेकींना पूरक आहे, असे म्हणावे लागेल.

आकृतीमधून स्वायत्त नससंस्थेमध्ये समाविष्ट असणाऱ्या अवयवांबाबतची माहिती मिळते.

केंद्रीय नससंस्था व सीमावर्ती नससंस्थेच्या अभ्यासामधून आपल्याकडून दिवसभर ज्या विविध प्रकारच्या क्रिया घडून येतात, त्यामागे कोणकोणत्या प्रकारच्या यंत्रणा काम करत असतात, याची कल्पना येते.

२.४ गुणसूत्रे व वंशाणू
(Chromosomes and Genes)

आतापर्यंत आपण नससंस्थेच्या मानवी जीवनातील सहभागाचा विचार केला. म्हणजेच मनुष्याकडून घडून येणाऱ्या वर्तनास शारीरिक पातळीवर कोणकोणत्या गोष्टी कारणीभूत होत असतात, ते समजावून घेतले. प्रत्येक व्यक्तीमध्ये या प्रक्रिया एकाच पद्धतीने होत असतात; पण व्यक्तीव्यक्तींच्या वर्तनामध्ये मात्र वेगळेपणा दिसून येतो, असे का? यामागे दोन महत्त्वाची कारणे दिसतात. ती म्हणजे अनुवंश व परिवेश.

व्यक्तिमत्त्वाच्या जडणघडणीमध्ये आणि त्यांच्याकडून घडून येणाऱ्या वर्तनाच्या नियंत्रणामध्ये हे दोन्ही घटक सारख्याच प्रमाणात जबाबदार असतात.

अनुवंश (Heredity) : अनुवंश म्हणजे आई-वडिलांकडून जन्माबरोबर प्राप्त होणारी मूलभूत स्वरूपाची गुणसंपदा.

ही गुणसंपदा एका पिढीकडून दुसऱ्या पिढीकडे कशा प्रकारे संक्रमित होते, हे समजावून घेणे आवश्यक आहे.

अनुवंश यंत्रणा : आनुवंशिकता ही एक अतिशय गुंतागुंतीची प्रक्रिया आहे. अंडपेशी आणि रेतपेशी यांच्या संयोगातून मनुष्यप्राण्याच्या जीवनाला प्रारंभ होतो. अंडपेशी स्त्री प्रजनन पेशी आहे तर रेतपेशी ही पुरुष प्रजनन पेशी आहे.

अंडपेशीचा आकार किंचित मोठा व गोलसर असतो, तर रेतपेशी लांबट आकाराची व गतियुक्त असते. स्त्री प्रत्येक २५ दिवसांनी जैविक प्रक्रियेनुसार एका अंडपेशीची उत्पत्ती करते, तर पुरुष दर चार दिवसांनी लक्षावधी रेतपेशी निर्माण करतो.

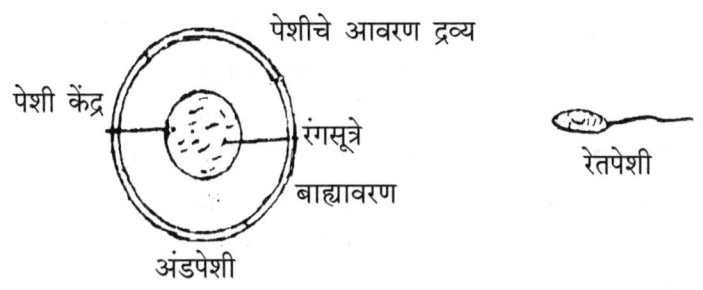

आकृती क्र. २.८ : अंडपेशी व रेतपेशी

अंडपेशी व रेतपेशी यांच्या फलनातून एक फलित पेशी तयार होते. ही फलित पेशी एका औंसाच्या २० दशलक्षावा भाग एवढ्या वजनाची असते. अशा या छोट्या पेशीपासून अब्जावधी पेशी बनतात व त्यातून शरीर तयार होते.

प्रत्येक पेशीमध्ये एकूण ४६ गुणसूत्रांच्या (Chromosomes) २३ जोड्या असतात. सूक्ष्मदर्शकाखाली आपण त्या पाहू शकतो. त्यांची रचना ठरावीक स्वरूपाची असते. ती व्यवस्थितपणे दिसण्याकरिता रंगीत केली जातात. त्यावरून त्यांना रंगसूत्रे असेही म्हटले जाते.

ही गुणसूत्रे दोऱ्यासारखी असतात. प्रत्येक गुणसूत्रामध्ये डायॉक्झिरिबोन्युक्लिक ॲसिड (Dexoyrubonucleic Acid DNA) या आम्लाचे कण असतात. त्यामध्ये अतिसूक्ष्म असे परमाणू असतात. हे परमाणू चार वेगवेगळ्या रासायनिक मूलद्रव्यांपासून तयार होतात. त्या परमाणूंच्या विशिष्ट रचनेस वंशाणू (Genes) असे म्हणतात. गुणसूत्रामध्ये आईकडून ८०,००० व वडिलांकडून ८०,००० वंशाणू संक्रमित होतात. त्यांच्यामुळे पुढल्या पिढीतील बालकाचे शारीरिक व मानसिक गुणधर्म निश्चित होतात.

घट व विभाजन : फलित अंडपेशीमध्ये पालकांकडून प्रत्येकी ४६ याप्रमाणे ९२ गुणसूत्रे यायला हवीत; पण प्रत्यक्षामध्ये ४६ गुणसूत्रे घेतली जातात व ४६ गुणसूत्रांचा त्याग केला जातो. त्यांच्या २३ जोड्या बनतात. कोणती ४६ गुणसूत्रे ठेवली जातील व कोणत्या ४६ गुणसूत्रांचा त्याग केला जाईल हे मात्र योगायोगाने ठरते.

लिंगनिश्चिती : स्त्रीमधील २३ गुणसूत्रांच्या जोड्या (xx) या एकाच प्रकारच्या असतात, तर पुरुषांमधील २२ जोड्या (xx) प्रकारच्या आणि २३ वी जोडी (xy) प्रकारची असते. जन्माला येणाऱ्या बालकाचे लिंग निश्चित होण्याच्या दृष्टीने गुणसूत्रांची २३ वी जोडी महत्त्वाची असते. पुरुषांच्या लैंगिक पेशीतील गुणसूत्राच्या २३ व्या जोडीतील xy हे गुणसूत्र मुलगा अथवा मुलगी हे ठरवितो. सर्व जोड्या xx प्रकारच्या असतील तर बालक स्त्रीलिंगी होते आणि २३ वी जोडी xy प्रकारची असेल तर पुल्लिंगी बालक जन्माला येते.

जुळी : काही वेळा एकापेक्षा जास्त बालकांचा जन्म होताना दिसतो. जेव्हा फलित पेशीचे विभाजन होऊन दोन स्वतंत्र भाग स्वतंत्रपणे पण एकाचवेळी वाढू लागतात तेव्हा जन्माला येणाऱ्या बालकांना एकबीज जुळी म्हटले जाते. ती एकाच फलित पेशींपासून बनतात म्हणून त्यांचा अनुवंश सारखा मानला जातो. ही बालके समलिंगी असतात, पण जेव्हा दोन किंवा त्यापेक्षा अधिक अंडपेशींचे दोन किंवा अधिक रेतपेशींशी फलन होते तेव्हा अनेकांड बालके जन्माला येतात. ती समलिंगी किंवा भिन्नलिंगी असू शकतात.

रोमन कॅथॉलिक पाद्री ग्रेगॉर मेंडेल यांनी १८६६ मध्ये अनुवंशाबाबत महत्त्वाचे शोध लावले. वाटाणे व इतर बियांच्या लागवडीबाबत त्यांचा अभ्यास चालू होता. त्यांना असे दिसून आले की उंच वाढणाऱ्या व ठेंगण्या जातींच्या वनस्पतींच्या बीजांचा संकर घडवून आणल्यास पुढील पिढीतील वनस्पती उंच आढळते; पण दुसऱ्या पिढीतील बीजांच्या संकरातून तिसऱ्या पिढीतील वनस्पतींमध्ये उंच व ठेंगणेपणाची लक्षणे ३:१ प्रमाणात आढळतात. त्याप्रमाणे उंचपणा हा अधिक प्रभावी गुण (Dominant Trait) असून ठेंगणेपणा हा अप्रभावी गुण (Recessive Trait) आहे, असे मेंडेल (१८२२-१८८४) यांनी प्रतिपादन केले.

इतक्या सहजपणाने नसला तरी मानवाबाबतही वंशाणूंचा प्रभाव पडताना दिसतो. मनुष्यामध्ये अनुवंशाचे वाहक वंशाणू आहेत. त्यांचे (DNAव RNA) असे दोन भाग आहेत. विशिष्ट प्रकारचे गुणधर्म मग ते शारीरिक किंवा मानसिक स्वरूपाचे असोत, आई-वडिलांकडून येणाऱ्या वंशाणूंमुळे ठरतात. वंशाणूंच्या अव्यक्त शक्तीमुळे जे गुण बालकात प्रकट होतात त्यांना फेनोटाइप (Phenotype) वंशाणू म्हणतात, तर काही वंशाणूंचे प्रकटीकरण परिस्थितीशी निगडित असणाऱ्या घटकांवर अवलंबून असते. त्यांना जिनोटाइप (Genotype) वंशाणू असे म्हणतात. प्रत्येक वंशाणू विशिष्ट प्रकारच्या गुणांच्या प्रकटीकरणास जबाबदार असतो, तर काही गुण अनेक वंशाणूंच्या एकत्रीकरणाचा परिणाम असतो.

प्रबल व अप्रबल वंशाणू : गुणूसूत्रांप्रमाणे वंशाणूंच्याही जोड्या बनत असतात. एकाच गुणाकरिता आईकडून व वडिलांकडून वंशाणू संक्रमित होतात; पण गुण मात्र त्या दोघांपैकी एकाचे उतरलेले दिसतात, कारण वंशाणू प्रबल किंवा दुर्बल स्वरूपाचे असतात. प्रबल वंशाणू त्यांच्या अस्तित्वाने बालकामध्ये गुणधर्म निर्माण करतात. त्याकरिता जोडीतील दोन्ही वंशाणू प्रबल किंवा जोडीपैकी एक वंशाणू प्रबल असला तरी पुरतो. दुर्बल वंशाणू मात्र प्रबल वंशाणूच्या हजेरीमध्ये गुणवैशिष्ट्ये संक्रमित करू शकत नाही. दोन्ही वंशाणू दुर्बल असतील तरच त्यांचा प्रभाव पडतो. उदाहरणार्थ, समजा आईचे केस कुरळे आहेत आणि वडिलांचे केस सरळ आहेत. आता पाहिलेल्या

स्पष्टीकरणाप्रमाणे त्यांच्या अपत्याचे केस कुरळेच असतील, कारण कुरळ्या केसांचे वंशाणू प्रबल असतात. जेव्हा पुढल्या कुठल्या तरी पिढीमध्ये कुरळे केस संक्रमित करणारा वंशाणू हजर नसेल, तेव्हाच अप्रबल वंशाणूच्या जोडीमुळे अपत्याचे केस सरळ असतील. याप्रमाणे पिंगट डोळे, सामान्य रंगदृष्टी, सामान्य दृष्टिक्षीणता, त्वचेचा सामान्य वर्ण हे गुणधर्म प्रबल वंशाणूच्या प्रभावातून येतात, तर भुरकट केस, सरळ केस, निळे डोळे, लघुदृष्टिदोष, वर्णतेचा अभाव हे गुण अप्रबल वंशाणूच्या हजेरीतून निर्माण होतात. थोडक्यात, वंशाणू म्हणजे व्यक्तीच्या संपूर्ण जीवनाचा नकाशा असतो. बुद्धिमत्ता, सामाजिकता, स्वभाव यांसारख्या गुणांवरही वंशाणूंचा मोठाच परिणाम होतो.

अनुवंशाप्रमाणे व्यक्तीच्या घडणीवर भौतिक आणि सामाजिक घटकांचा प्रभाव पडताना आढळतो. हवामान, तापमान, औद्योगिकीकरण, राजकीय परिस्थिती याप्रमाणेच कुटुंब, कुटुंबाचा सामाजिक दर्जा, संस्कृती, समाज, शाळा, धर्म, शिष्टाचार वगैरे अनेक घटक व्यक्तीला, तिच्या वर्तनाला दिशा देत असतात.

२.५ ग्रंथिसंस्था (Glandular System)

मानवी वर्तनाचा अभ्यास करत असताना 'ग्रंथिसंस्था' देखील विचारात घ्यावी लागते. स्नायू व ग्रंथिसंस्था या कारक (Motor) यंत्रणा आहेत. मज्जासंस्था ज्याप्रमाणे मानवी वर्तनावर परिणाम करते त्याप्रमाणे ग्रंथिसंस्था माणसाच्या वागणुकीवर खोलवर परिणाम करतात. शरीरांमध्ये विविध ठिकाणी ग्रंथी स्थापित झालेल्या दिसतात. शरीरांतर्गत असलेल्या वेगवेगळ्या स्वरूपाच्या क्रिया-प्रतिक्रिया ग्रंथीसंस्थेद्वारा नियंत्रित केल्या जात असतात. ग्रंथींमधून रासायनिक स्राव निर्माण होत असतात. त्यांच्यामुळे शरीरामध्ये जैव-रासायनिक बदल घडून येतात. या बदलांमुळे मानवी वर्तनास वेगळी दिशा मिळू शकते.

व्यक्तीची शारीरिक वाढ, बौद्धिक विकास, भावनिक स्वरूप, स्वभाव अशा अनेक गोष्टी ग्रंथींमुळे नियंत्रित होत असतात-

ग्रंथी दोन प्रकारच्या असतात.

अ) बहिःस्रावी किंवा नाल ग्रंथी (Exocrine Glands)

या ग्रंथींचा स्राव शरीराच्या बाहेर येतो. त्यासाठी या ग्रंथींना सूक्ष्मनलिका किंवा वाहिन्या असतात, म्हणून त्यांना नलिकायुक्त ग्रंथी असे म्हणतात. बहिःस्रावी ग्रंथींमधून निघणारे स्राव रक्तामध्ये मिसळत नाहीत. घाम, लाळ, अश्रू हे अनुक्रमे घर्मग्रंथी, लाळग्रंथी, अश्रूग्रंथींचे स्राव आहेत. अशा स्रावांचा व्यक्तिच्या व्यक्तिमत्त्व-जडणीघडणीवर मोठा प्रभाव पडत नाही.

ब) अंतःस्रावी किंवा विनाल ग्रंथी (Endocrine Glands)

या प्रकारच्या ग्रंथींमधील स्राव सरळ रक्तामध्ये जाऊन मिसळतो, म्हणून त्यांना

'अंतःस्रावी' ग्रंथी असे म्हटले जाते. त्यांना नलिकांची आवश्यकता रहात नाही, म्हणून त्यांना नलिकाविरहित ग्रंथी असे संबोधले जाते. अंतःस्रावी ग्रंथींच्या स्रावासाठी हार्मोन्स (Hormones) शब्द वापरला जातो, जो आपल्या परिचयाचा आहे.

मानवी वर्तन बऱ्याचअंशी या ग्रंथींच्या स्रावांवर अवलंबून असते. आहार, निगमन, चयापचय क्रिया, भावनिक प्रतिक्रिया, विविध प्रकारच्या प्रेरणा यावर हे अंतःस्राव परिणाम करतात. व्यक्तिची बुद्धिमत्ता, भाव-भावना, स्वभाव, व्यक्तिमत्त्व गुणधर्म यांचा व ग्रंथींच्या स्रावांचा अगदी जवळचा संबंध आहे, म्हणूनच चेतासंस्था किंवा मज्जासंस्थेइतकेच महत्त्व ग्रंथीसंस्थेला दिले जाते.

काही महत्त्वाच्या अंतःस्रावी ग्रंथी पुढीलप्रमाणे सांगता येतील-

१) पियुषिका ग्रंथी (Pituitory Gland) : मस्तकामध्ये अधःश्चेताक्षेपकाखाली पियुषिका ग्रंथी आढळून येते. या ग्रंथीचे महत्त्वाचे वैशिष्ट्य असे की, ती वेगवेगळे स्राव निर्माण करते. त्यातील काही स्राव इतर ग्रंथींना उत्तेजित करतात. एक प्रकारे ते इतर ग्रंथींना नियंत्रित करतात. या कारणाने तिला 'ग्रंथी राज' किंवा 'प्रधान ग्रंथी' असे म्हणतात. उदा. पियुषिका ग्रंथीतील एका स्रावाने कंठस्थ ग्रंथीला, दुसऱ्या एका स्रावाने वृक्कस्थ ग्रंथीला, आणखी एका स्रावाने जनन ग्रंथीला नियंत्रित केले जाते.

हिच्या विविध स्रावांपैकी 'वाढ व विकासाचा स्राव' (Growth Hormone) शरीर चयापचय व हाडांच्या वाढीच्या गतीवर नियंत्रण ठेवतो. हा स्राव प्रमाणात असतो तेव्हा शारीरिक वाढ प्रमाणशीर होते. परंतु, या स्रावाचे आधिक्य झाल्यास व्यक्तीची उंची भरमसाठ-म्हणजे ८ ते ९ फुटांपर्यंत वाढते. या व्यक्ती कमी बुद्धिच्या, अल्पायुषी ठरतात. स्राव अति प्रमाणात वाढण्याची समस्या प्रौढ वयात निर्माण झाल्यास उंची न वाढता हाडांची आडवी वाढ होत जाते व व्यक्ती गोरीला माकडासारखी दिसू लागते. हाच 'वाढीचा व विकासाचा स्राव' कमी प्रमाणात निर्माण झाला तर व्यक्तीच्या वाढीवर त्याचा प्रतिकूल परिणाम दिसू लागतो. व्यक्तीची उंची २-३ फुटांपर्यंतच राहते.

२) अवटू (कंठस्थ) ग्रंथी (Thyroid Gland) : मानेमध्ये या दोन ग्रंथी आढळतात. मानेमध्ये, गळ्याखाली त्या आढळत असल्यामुळे त्यांना 'कंठस्थ' ग्रंथी असेही म्हटले जाते. त्यांचा आकार इंग्रजीतील (H) या अक्षरासारखा दिसतो. या ग्रंथीमधून येणाऱ्या स्रावाला 'थायरॉक्झीन' (Thyroxin) म्हणून ओळखले जाते. चयापचय क्रियेचे नियंत्रण हे तिचे महत्त्वाचे कार्य आहे.

लहान वयामध्ये थायरॉक्झीन स्राव अपेक्षेपेक्षा कमी स्रवल्यास जड-वामनता (Cretinism) आजार झालेला आढळून येतो. त्यामुळे बालकाची शारीरिक व बौद्धिक वाढ खुंटते. त्वचा कोरडी पडते, सुरकुतलेली होते. प्रौढावस्थेमध्ये स्रावाची कमतरता

निर्माण झाल्यास 'मिक्सेडेमा' विकृती होते. यामध्ये वजन वाढते, सुस्ती येते, थकवा जाणवतो.

थॉयरॉक्झीन स्रावामध्ये ६५% आयोडिन असते. पाणी, पालेभाज्या या मार्गाने शरीराला आयोडिन मिळत असते. आहारातून आयोडिन कमी मिळू लागल्यास त्याचा या ग्रंथीवर विपरीत परिणाम होऊ लागतो व त्यातून गलगंड (Goitre) निर्माण होतो.

थॉयरॉक्झीनचे आधिक्य झाल्यास ग्रेव्हचा आजार होतो. परिणामी वजन कमी होते, नाडीचे ठोके जलद होतात. निद्रानाश होतो, शरीर थरथरते, ताण येतो, घाम येतो.

३) पराअवटू (उपकंठस्थ) ग्रंथी (Parathyroid Gland) : कंठस्थ ग्रंथीला लागून या चार ग्रंथी असतात. *त्यांना 'उपकंठस्थ ग्रंथी' असेही ओळखले जाते. त्यांच्यामधून येणाऱ्या स्रावाला 'पॅराथायरॉक्झीन' स्राव असे म्हणतात.* अन्नामधून आलेल्या कॅल्शियम व फॉस्फरस या घटकांना शरीराच्या वाढीसाठी उपलब्ध करून देण्याचे काम हा स्राव करतो. त्यामुळे हाडांना बळकटी येते. रक्तामध्ये असणाऱ्या कॅल्शियमच्या प्रमाणावर चेतातंतूंचे उद्दीपन अवलंबून राहात असते.

पॅराथायरॉक्झीन स्राव प्रमाणापेक्षा कमी झाल्यास शक्ती नष्ट होते, त्यामुळे व्यक्ती निरुत्साही, अतिसंवेदनशील बनते. स्नायूसंकोच (Muscle Spasm) निर्माण होतो. व्यक्ती अस्वस्थ बनते. याउलट, स्राव अधिक झाल्यास शारीरिक व मानसिक पातळीवर दुर्बलता जाणवू लागते. कशामध्येही मन लागत नाही.

४) अधिवृक्क (वृक्कस्थ) ग्रंथी (Adrenal) : अधिवृक्क किंवा वृक्कस्थ ग्रंथी मूत्रपिंडावर टोपीप्रमाणे बसविल्यासारख्या दिसतात. त्या संख्येने दोन असतात. मनुष्याची भावनिक अवस्था व तणावांना तोंड देण्याचे सामर्थ्य या ग्रंथीवर अवलंबून असते.

अधिवृक्क ग्रंथीचे दोन भाग मानले जातात. ग्रंथीच्या बाहेरच्या बाजूला बाह्यक किंवा बाह्यकवच असे म्हणतात. तर अधिवृक्काचा गाभ्याचा भाग हा मध्यांग समजला जातो.

बाह्यकातून कॉर्टिन (Cortin) स्राव येतो. रक्तातील साखर, शरीरातील पाणी व सोडियम यांचे प्रमाण कॉर्टीन नियंत्रित ठेवते, पण पुरुषांमध्ये कॉर्टीनचे प्रमाण अधिक झाले तर त्यांच्यामधील लैंगिक प्रेरणा वाढते. याउलट, स्त्रियांमध्ये असे झाल्यास त्यांच्यामध्ये पुरुषीपणाची लक्षणे दिसू लागतात. मात्र, कॉर्टीनचा पुरवठा कमी झाला तर शरीरातील महत्त्वाच्या क्रियांवर परिणाम होऊन मृत्यू येऊ शकतो.

अधिवृक्क ग्रंथीच्या मध्यांगावर स्वायत्त चेतासंस्थेच्या सहानुभावी यंत्रणेचे नियंत्रण दिसून येते. यातून अनेक स्राव बाहेर पडतात. त्यापैकी अॅड्रेनलिन (Adrenalin) स्राव आणीबाणीच्या प्रसंगी शरीराला जास्तीची शक्ती पुरवितो. अॅड्रेनलिन रक्तामध्ये मिसळल्यामुळे हृदयाचे ठोके, रक्ताभिसरण, श्वसन या क्रियांना जलदगती मिळते.

आतड्यांमधील रक्ताभिसरण कमी होऊन स्नायूंना अधिक प्रमाणात रक्तपुरवठा होऊ लागतो, परिणामी शरीराची शक्ती वाढते व आलेल्या प्रसंगाला तोंड देणे शक्य होते.

ॲड्रेनलिन स्राव वाढल्यास व्यक्तीची लैंगिक प्रेरणा वाढते, व्यक्ती दक्ष राहते. याउलट, प्रमाण कमी झाल्यास उदासीनता, विस्मरण, चिडखोरपणा, निद्रानाश, क्षीण लैंगिक प्रेरणा असे परिणाम दिसू लागतात.

५) जनन ग्रंथी (Sex Glands) : जनन ग्रंथींचे वैशिष्ट्य असे की, सामान्यपणे व्यक्तीच्या १२व्या-१३व्या वर्षापर्यंत त्या सुप्त अवस्थेत असतात. या कालावधीनंतर त्या कार्यरत होतात. तसेच त्यांचे वर्णन 'बहिःस्रावी व अंतःस्रावी' असे दोन्ही प्रकारात करता येते. कंबरेच्या भागामध्ये त्यांचे स्थान असते.

पुरुषांमधील जननग्रंथीला अंडग्रंथी किंवा वृषण (Testes) म्हणतात. त्यातून अँड्रोजेन (androgens) स्राव निर्माण होतो. हा स्राव मुलांचे पुरुषांमध्ये रूपांतर करणारी दुय्यम लैंगिक लक्षणे निर्माण करण्यासही जबाबदार असतो.

स्त्रियांमधील जननग्रंथींना डिंब ग्रंथी (Overies) म्हटले जाते. त्यातून इस्ट्रोजेन (Estrogen) व प्रोजेस्टेरॉन (Progesterone) स्राव निर्माण होतात. मुलींमध्ये स्त्रीसुलभ दुय्यम लक्षणे तयार होण्यास ते जबाबदार असतात.

आतापर्यंत अभ्यासलेल्या सर्व ग्रंथींच्या वर्णनावरून त्यांचा मानवी वर्तनाशी किती जवळचा संबंध आहे ते लक्षात येते, त्यामुळे त्यांचे संतुलन राखणे किती आवश्यक आहे ते जाणून घेतले पाहिजे.

२.६ सारांश

तुम्ही रूपाने सुंदर असाल नाही तर नसाल, पण तुमच्याकडून जे वेगवेगळ्या प्रकारचे वर्तन घडून येते त्यामागची यंत्रणा मात्र नितांत सुंदर, अतिशय चमत्कृतिपूर्ण आणि मुख्य म्हणजे आत्यंतिक शिस्तीची आहे.

या यंत्रणेचा मुख्य आधार आहेत नसपेशी. वेदक, कारक व संयोजक नसपेशींच्या साहाय्याने बाह्य जगतातील उद्दीपकांची माहिती मेंदूकडे नेऊन पोहोचविणे व मेंदूच्या आज्ञा शरीरातील त्या त्या भागांना देणे हे काम आत्यंतिक वेगाने आणि अखंडितपणे चालू असते. 'सहकारातून उद्धार' याचे ते 'जिवंत' उदाहरण आहे.

नससंवाहक त्यांच्या कार्याचा अधिक विस्तार करण्याचे काम करतात. अनेक प्रकारच्या नससंवाहकातून मानसिक, भावनिक अवस्थांचे नियमनही होत राहते.

नसपेशी आणि नससंवाहक हे सैन्य काम करते ते मेंदू नावाच्या राजासाठी. संशोधकांना सतत आव्हान देणारा आणि त्यांना अचंबित करणारा असा मेंदू हा अवयवांचा राजाच आहे. त्याच्यामध्ये असणारे लंबमज्जा, सेतू, लहान मेंदू, मध्य

मेंदू, चेताक्षेपक हे घटक शरीराची निरनिराळी कामे कार्यान्वित करतात. अधश्चेताक्षेपकासारखा छोटासा भाग अनेक मोठी कामे करतो.

मोठा मेंदू हा उत्क्रांतीमध्ये अलीकडेच विकसित झालेला अवयव. त्यानेच माणसाला 'माणूस' बनविले आणि प्राण्यांपेक्षा वेगळे केले. त्याचे दोन मुख्य विभाग डावा गोलार्ध व उजवा गोलार्ध आणि त्या प्रत्येकातील चार खंड अग्र, मध्य, पार्श्व, कुंभ. अशा भागांनी मिळून उच्च मानसिक प्रक्रिया व विविध प्रकारच्या संवेदनांचे नियमन होते. त्याचबरोबर वर्तनासाठीच्या आज्ञांचे निर्णय घेतले जातात.

मनुष्याला 'ताठपणा' देतो तो मज्जारज्जू. मेंदूच्या कार्यात सहभागी तर तो होतोच, शिवाय संरक्षणविषयक, पुनरुत्पत्तीसारख्या महत्त्वाच्या क्रियांबाबतचे निर्णय स्वत:च्या जबाबदारीवर पार पाडतो.

हे सर्व घटक काम करतात, तेव्हा कुठे आपण 'सजीव मानव' म्हणून जीवन जगतो. शारीरिक पातळीवर चालू असलेल्या या प्रक्रियांमध्ये सर्वच व्यक्तींमध्ये सारखेपणा दिसून येतो; परंतु, कोणतीच व्यक्ती दुसऱ्या व्यक्तीसारखी नसते. प्रत्येकाचे शारीरिक, मानसिक गुणधर्म दुसऱ्यापेक्षा वेगळे असतात. या वेगळेपणामागे अनुवंश यंत्रणा काम करत असते. गुणसूत्रे व त्यांच्यामध्ये असणारे वंशाणू त्यासाठी जबाबदार असतात.

सरावासाठी प्रश्न

प्रश्न १ : खालील प्रश्नांची उत्तरे द्या. (प्रत्येकी २० शब्दांमध्ये)

१) वृक्षिका म्हणजे काय?

२) ई. ई. जी. तंत्राचा उपयोग कोठे करतात?

३) लंबमज्जेची कोणतीही दोन कार्ये द्या.

४) अग्रखंडाची मानसिक कार्ये कोणती?

५) प्रतिक्षिप्त क्रिया म्हणजे काय?

६) वंशाणू म्हणजे काय?

७) कोणत्या विनाल ग्रंथीस 'ग्रंथिराज' असे म्हटले जाते?

प्रश्न २ : खालील प्रश्नांची थोडक्यात उत्तरे द्या. (प्रत्येकी ४० शब्दांमध्ये)

१) नसपेशींचे कोणकोणते प्रकार आढळतात?

२) किनारी संस्था म्हणजे काय?

३) डोपामिन नससंवाहकाची माहिती द्या.

४) अधश्चेताक्षेपक कोणकोणती कामे करतो?

५) नससंधी म्हणजे काय?

६) अनुवंशाची यंत्रणा स्पष्ट करा.

७) वृक्कस्थ (Adrenal) ग्रंथीची प्रमुख कार्ये कोणती?

प्रश्न ३ : खालील प्रश्नांची मुद्देसूद उत्तरे लिहा. (१०० ते १५० शब्दांमध्ये)

१) मेंदूचा अभ्यास करण्यासाठी कोणती तंत्रे वापरली जातात?

२) मज्जारज्जूची रचना व कार्य सांगा.

३) मेंदूचा डावा व उजवा गोलार्ध स्पष्ट करा.

४) नसपेशीचे कार्य कसे चालते?

५) गुणसूत्रे व व्यक्तिमत्त्व यांमधील संबंधाचे स्पष्टीकरण करा.

६) पियूषिका ग्रंथीची कार्ये सांगून तिला ग्रंथिराज का म्हटले जाते ते स्पष्ट करा.

प्रश्न ४ : खालील प्रश्नांची सविस्तर उत्तरे सांगा. (प्रत्येकी ३०० शब्दांमध्ये)

१) मेंदूची रचना व कार्य स्पष्ट करा.

२) मोठ्या मेंदूचे सविस्तर वर्णन करा.

३) नससंवाहकांची सविस्तर माहिती सांगा.

४) विविध अंतस्रावी ग्रंथींचे वर्णन करा.

भूमिका

आपण बोलताना असे नेहमी म्हणतो की, 'दुनिया रंगीबेरंगी' आहे. त्यातून केवळ रंगांबाबत आपल्याला काही सूचित करायचे असते असे नव्हे, तर परिसराच्या विविधतेलाही आपण महत्त्व देत असतो,

ही विविधता अनेक गोष्टींची असते. आपल्याभोवती वेगवेगळ्या रूपांची माणसे तर असतातच. शिवाय सजीव सृष्टीतील अनेक प्रकारचे प्राणी, पक्षी, झाडे यांचीही विविधता दिसते. निर्जीव गोष्टी अगणित संख्येने अनेक स्वरूपांत असतात. या सर्व गोष्टी आपल्यावर कमी–अधिक प्रमाणात प्रभाव टाकण्याचा सातत्याने प्रयत्न करत असतात. त्या सगळ्याच घटकांना एकाच वेळी प्रतिक्रिया व्यक्त करणे आपल्याला शक्य होत नाही, कारण त्या सर्वांवर एकदम लक्ष केंद्रित करणे आपल्या नैसर्गिक क्षमतेच्या पलीकडचे असते. ज्या ज्ञानेंद्रियांच्या आधारे आपल्याला निरनिराळ्या उद्दीपकांचे ज्ञान होत असते त्यांची कुवत एका वेळी एकच उद्दीपक स्वीकारण्याची असते, म्हणून जगात वावरताना अनेक प्रकारचे उद्दीपक प्रसंग, घटना, वस्तू किंवा व्यक्ती आपल्यासमोर असल्या, तरी काही निवडक उद्दीपकांकडेच आपण लक्ष पुरवतो व बाकी सर्व घटकांकडे दुर्लक्ष करतो.

एखाद्या घटकावर लक्ष दिलेले असताना त्याचे आपल्याला पूर्णत्वाने ज्ञान होते. त्यावेळी बाकीच्या घटकांची अस्पष्ट स्वरूपात जाणीव होत असते. ज्याची आपल्याला सुस्पष्ट जाणीव होत असते, त्याला स्पष्ट जाणिवेचे क्षेत्र असे म्हटले जाते. सिनेमा पाहात असताना पडद्यावर चालू असलेला प्रसंग हा आपल्या स्पष्ट जाणिवेच्या क्षेत्राचा भाग असतो. त्या प्रसंगातील घर, घरातील वस्तू यांची अस्पष्ट स्वरूपात जाणीव होत राहते. ते बनते पुसट जाणिवेचे क्षेत्र. अशावेळी काही घटकांची आपल्याला फारच कमी प्रमाणात जाणीव होत असते.

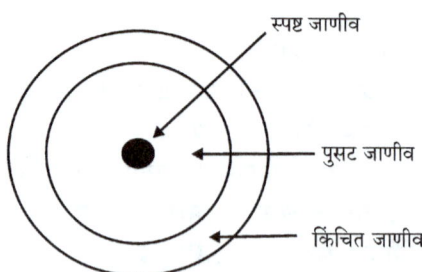

आकृती क्र. ३.१ : जाणिवेची क्षेत्रे

उदाहरणार्थ, सिनेमामधल्या त्या विशिष्ट प्रसंगातील घरामध्ये असणाऱ्या शोभेच्या वस्तू. त्यांचे आपल्याला फार कमी प्रमाणात ज्ञान होते. अशा गोष्टी असतात किंचित जाणिवेच्या क्षेत्रामध्ये. या तिन्ही प्रकारच्या क्षेत्रांना जाणिवेचे क्षेत्र असे म्हणतात आणि ज्यावर लक्ष केंद्रित झालेले असते त्यास जाणिवेचे केंद्रस्थान म्हटले जाते.

३.१ वेदन : व्याख्या, स्वरूप व प्रक्रिया

वेदनप्रक्रिया ही ज्ञानप्रक्रियेपैकी अगदी प्राथमिक स्वरूपाची प्रक्रिया होय. 'ज्ञानेंद्रियांच्या साहाय्याने व्यक्तीस (मेंदूस) प्राथमिक स्वरूपाचे होणारे ज्ञान म्हणजे वेदन.' ही ढोबळ स्वरूपातील व्याख्या सर्वमान्य झालेली आहे. या व्याख्येस अनुसरून वेदनप्रक्रियेचे स्वरूप पुढीलप्रमाणे सांगता येईल.

१) वेदन म्हणजे ज्ञानप्रक्रियेची पहिली पायरी, तसेच या पायरीवर प्राप्त होणारे प्राथमिक ज्ञान असा दुहेरी अर्थ घेता येईल. ही प्रक्रिया व असे ज्ञान हे ज्ञानेंद्रियांच्या कार्यामुळेच होऊ शकते. डोळ्यामुळे रूपाचे, कानामुळे शब्दाचे, नाकामुळे गंधाचे, जिभेमुळे रसाचे, त्वचेमुळे स्पर्शाचे ज्ञान होते. या प्राथमिक ज्ञानास कोणताही विशेष अर्थ दिलेला नसतो. उदा. श्रुतिवेदनात आवाज आहे, हे कळते, पण कोणाचा, कशाचा, केवढा इ. निश्चित बोध होत नाही.

२) ज्ञानेद्रियांपासून निघणाऱ्या ग्राहकपेशी संबंधित वेदने केंद्रीय-मज्जासंस्थेतील मेंदूमधील प्राथमिक वेदन केंद्रात पोहीचवितात, व तेथे प्राथमिक ज्ञानाची नोंद होते.

३) ज्ञानेंद्रियाचे ज्ञान होण्यास शरीराच्या बाहेरील उद्दीपक (प्रकाश, फूल इ.) जसे कारणीभूत होतात, तसेच शरीरांतर्गत उद्दीपकही कारणीभूत होतात. त्यांच्यामुळेच तहान, भूक, शरीरवेदना इ. वेदन-ज्ञान होते. थोडक्यात, वेदने बाह्य व आंतरिक उद्दीपकांपासून मिळू शकतात.

४) टिचनेर या मानसशास्त्रज्ञाने ज्ञानप्रक्रियेत वेदन, भाव (Feeling) आणि प्रतिमा (image) असे तीन घटक मानले तेव्हा वेदन म्हणजे प्रारंभिक-प्राथमिक स्वरूपाचे ज्ञान हेच अभिप्रेत होते.

५) वरील विवेचनावरून वेदन व संवेदन या भिन्न प्रक्रिया असून अर्थहीन संवेदन म्हणजे वेदन आणि अर्थयुक्त वेदन म्हणजे संवेदन असा या दोन प्रक्रियांतील भेद लक्षात येईल. (संवेदनाचे सविस्तर विवेचन पुढे येईलच).

६) वेदनाच्या आधारावरच संवेदनप्रक्रिया घडून येते, तथापि या दोन प्रक्रिया इतक्या अविभाज्य आहेत की निव्वळ किंवा शुद्ध संवेदन अनुभवातून वेगळे काढून दाखविणे, मुष्कील आहे. फार तर बालकास होणारे ज्ञानेंद्रियजन्य ज्ञान बरेचसे शुद्ध स्वरूपाचे असते असे म्हणता येईल.

वेदन-अनुभवानंतर विशिष्ट वेदनांकडे लक्ष वेधले जाणे, त्यांना विशिष्ट अर्थ दिला जाणे या प्रक्रिया घडून येतात. त्यांनाच अनुक्रमे अवधान व संवेदन प्रक्रिया म्हटले जाते. त्यांचा क्रमाक्रमाने परामर्श घेऊ.

३.२ अवधान : व्याख्या व स्वरूप

'जाणिवेच्या क्षेत्रातील घटक जाणिवेच्या केंद्रस्थानी आणण्याची मनाची वेचक प्रक्रिया म्हणजे अवधान'

नॉर्मन मन यांच्या मते - 'आपण ज्या मानसिक प्रक्रियेद्वारे निवडक वेदन उद्दीपक किंवा उद्दीपक समूहाला बोधावस्थेच्या केंद्रस्थानी आणतो त्याला अवधान म्हणतात.' गिलफोर्ड अवधान प्रक्रियेचे वर्णन करताना म्हणतात, 'अवधान ही निवडपूर्व प्रक्रिया आहे.'

अवधानाचे स्वरूप - जाणिवेच्या केंद्रस्थानामध्ये असलेल्या उद्दीपकावर आपले लक्ष पूर्णपणे केंद्रित झालेले असते. त्याच वेळी जाणिवेच्या क्षेत्रातील इतर उद्दीपक केंद्रस्थानी येण्याचा सातत्याने प्रयत्न करत असतात. काही घटक व्यक्तीच्या अवधानामध्ये बराच काळ टिकून राहतात, तर काही थोड्याच वेळात अवधानातून बाजूला पडतात. अवधानाचे स्वरूप समजावून घेतल्यावर ही प्रक्रिया अधिक स्पष्ट होते.

१) अवधान ही वेचक प्रक्रिया आहे - अवधानाची प्रक्रिया वेचक बनण्याचे महत्त्वाचे कारण असे की पंचज्ञानेंद्रियांवर अनेक उद्दीपके आघात करत असतात. त्यांपैकी एखाद्याच घटकावर लक्ष केंद्रित करण्याची व्यक्तीची क्षमता असते, त्यामुळे इतर उद्दीपकांकडे आपोआप दुर्लक्ष होते. विद्यार्थी जेव्हा शिक्षकांचे शिकवणे मन:पूर्वक ऐकत असतो तेव्हा वर्गातील अनेक विद्यार्थी व इतर घटकांकडे त्याचे लक्ष नसते.

२) अवधान प्रक्रियेमध्ये मन कार्यरत असते - अवधान देत असताना मन निर्विकार नसते, तर उलट सक्रिय झालेले असते, कारण मनाच्या साहाय्याने उद्दीपक जाणीवपूर्वक अवधानाच्या केंद्रस्थानी आणला जात असतो. अवधान क्रिया मानसिक असल्यामुळेच फार काळ एखाद्या गोष्टीकडे लक्ष दिल्यास थकव्याचा अनुभव येतो. एकच विषय बराच वेळ अभ्यासत बसल्यावर कंटाळा त्यामुळेच तर येत असतो.

३) अवधानामुळे शरीरही सक्रिय असते - अवधान ही विशेष करून मानसिक घटना आहे. परंतु अवधान देण्यासाठी शरीराची गरज आहे. मुख्य म्हणजे आजूबाजूच्या उद्दीपकांचे ज्ञान हे ज्ञानेंद्रियांमुळेच होते. अवधान देत असताना शारीरिक हालचालीही घडून येतात आणि त्यामुळेच अवधान देणे सोपे होते. गोष्ट ऐकताना लहान मुले हनुवटी हातावर ठेवून आपले लक्ष एकाग्र करण्याचा प्रयत्न करतात ते यामुळेच.

४) अवधानासाठी मानसिक तत्परतेची गरज असते – एखादी गोष्ट पूर्णपणे समजण्यासाठी मनाची तयारी असणे आवश्यक आहे. व्यक्तीचे मन ज्या घटकांवर केंद्रित झालेले असते, त्यांचेच स्पष्ट स्वरूपात ज्ञान होऊ शकते, म्हणूनच ज्याची गणिते समजावून घेण्याची तयारी असते त्यालाच गणिताचे आकलन चांगल्या प्रकारे होते.

५) अवधान ही बोधात्मक स्वरूपाची प्रक्रिया आहे – अवधान दिले नाही तर त्या त्या घटकांचा आपल्याला बोध होत नाही. अवधान दिल्यामुळेच विशिष्ट उद्दीपकाचा आपल्याला बोध होऊ शकतो. उदा. सूचनेकडे लक्ष दिले तरच सूचनेचा अर्थ कळतो.

६) अवधान ही समायोजनात्मक प्रक्रिया आहे – व्यक्तीला सातत्याने सभोवतालच्या परिस्थितीशी जुळवून घ्यावे लागत असते, पण हे समायोजन होणे- न होणे अवधान देण्यावर अवलंबून आहे. परिस्थितीचे ज्ञान झाले तरच कसे समायोजन करायचे, कोणत्या प्रतिक्रिया द्यायच्या हे ठरविता येते. उदा. सिग्नलला लाल दिवा लागला आहे, याकडे लक्ष गेले असेल तरच वाहन थांबविण्याची प्रतिक्रिया देता येते.

७) अवधानाच्या क्रियेमध्ये नससंस्था सहभागी असते – अवधानामध्ये मेंदूचा महत्त्वपूर्ण असा सहभाग असतो. उद्दीपकावर पूर्णपणे लक्ष केंद्रित झालेल्या व्यक्तीच्या मेंदूचा विद्युत्-स्पर्श-स्पंद आलेख (EEG) सपाट मेंदूलहरी दर्शवितो. यावरूनच मेंदूचा अवधानातील सहभाग लक्षात येतो.

८) अवधानामध्ये वेदनिक घटकांचे विश्लेषण होते – आपल्या वेदनेंद्रियांच्या आधारे उद्दीपकांचे ग्रहण केले जात असते. परंतु ही क्रिया होत असताना सरसकट सर्वच घटकांचा स्वीकार केला जात नसतो, तर ज्यांचे वेदन होत असते त्या वस्तूचे, सामग्रीचे विश्लेषण केले जाते आणि असंबंधित गोष्टी बाजूला करून उपयुक्त घटकांचा स्वीकार केला जातो.

अवधानाची व्याख्या व स्वरूप यावरून असे लक्षात येईल की आपल्या सर्व प्रकारच्या वर्तनासाठी अवधान ही आधारभूत प्रक्रिया आहे. अनेक प्रकारच्या प्रतिक्रिया, संवेदन, स्मरण, विचार, अध्ययन वगैरे गोष्टी अवधानाशिवाय शक्य होणार नाहीत.

अवधानाचे प्रकार (Types of Attention) : आजूबाजूच्या घटकांकडे अवधान देत असताना ते एकाच पद्धतीने दिले जात नाही. त्याबाबतीत विविधता आढळते. या विविधतेवरून अवधानाचे प्रकार पडतात.

१) ऐच्छिक अवधान किंवा सहेतुक अवधान (Voluntary Attention) : व्यक्ती जेव्हा एखाद्या उद्दीपकाकडे स्वत:होऊन लक्ष पुरविते, तेव्हा त्यास ऐच्छिक अवधान असे म्हणतात.

या प्रकारच्या अवधानामध्ये उद्दीपकाच्या गुणधर्मांपेक्षा व्यक्तीची इच्छा जास्त महत्त्वाची असते, त्यामुळेच उद्दीपक आकर्षक असला किंवा नसला तरी व्यक्तीचे लक्ष त्याकडे जाते.

उदा. विद्यार्थ्याने अभ्यासाकडे लक्ष देणे, दूरदर्शनवरील एखादी मालिका आवडते म्हणून पाहणे, आजूबाजूच्या घटकांकडे दुर्लक्ष करून समोरच्या व्यक्तीबरोबर आपल्या गप्पा चालूच ठेवणे वगैरे.

एखाद्या उद्दिष्टाने प्रेरित झाल्यामुळे किंवा समायोजन करण्याच्या दृष्टीने ऐच्छिक अवधान घडून येत असते.

काही वेळा असे अवधान देत असताना सभोवतालच्या परिस्थितीतील अधिक आकर्षक घटक अवधान खेचण्याचा प्रयत्न करत असतात. अशावेळी व्यक्तीला आपला हेतू पूर्ण करण्यासाठी त्या उद्दीपकाकडे दुर्लक्ष करण्याचे प्रयत्न करावे लागतात. आपल्यामधील इच्छाशक्तीचा विशेषत्वाने वापर करावा लागतो. मनात निर्माण झालेल्या संघर्षाचे निवारण करावे लागते. उदा. शेजारच्या बाईशी बोलत असताना घरात मुलांच्या चाललेल्या आरडाओरड्याकडे आई दुर्लक्ष करते.

२) अनैच्छिक अवधान किंवा निर्हेतुक अवधान (Involuntary Attention):
व्यक्तीची इच्छा असो वा नसो जेव्हा एखादा उद्दीपक व्यक्तीला स्वत:कडे आकर्षित करून घेतो, तेव्हा अनैच्छिक अवधान घडून येते.

म्हणून हे अवधान विनासायास घडून येते, असे म्हणता येईल. उदा. विमानाचा मोठा आवाज लक्ष वेधून घेणारा ठरतो.

अशा प्रकारच्या अवधानामध्ये व्यक्तीच्या इच्छा, प्रेरणा यांचा काही संबंध नसतो, तर उद्दीपकाचे गुणधर्म महत्त्वाचे असतात. त्या उद्दीपकांची स्वत:ची प्रभावी स्वरूपाची वैशिष्ट्ये असतात. त्यांचे गडद रंग, आकार, आवाज हा प्रभाव निर्माण करतात. त्यामुळे अशा अवधानामध्ये व्यक्तीची अभिरुची किंवा हेतू काम करत नाही. परिणामी हे अवधान अल्प काळ टिकणारे असू शकते.

३) स्वाभाविक अवधान किंवा अभ्यस्त अवधान (Habitual Attention) :
साधारणपणे ऐच्छिक अवधानाचे रूपांतर हे स्वाभाविक अवधानामध्ये होते. एखाद्या उद्दीपकाकडे सतत अवधान देऊन देऊन ते सवयीचे होऊन जाते आणि त्यातून यांत्रिकपणाने स्वाभाविक अवधान दिले जाऊ लागते.

उदा. फोनची रिंग वाजल्यानंतर ज्या ठिकाणी फोन ठेवलेला असतो त्याच दिशेने आपले लक्ष आपोआप जाऊ लागते.

ऐच्छिक अवधानाप्रमाणे स्वाभाविक अवधानासाठी व्यक्तीची इच्छा महत्त्वाची

नसते आणि अनैच्छिक अवधानाप्रमाणे उद्दीपकाचे गुणधर्म आपला प्रभाव पाडत नसतात. तर दीर्घ काळापर्यंत ऐच्छिक अवधान देत राहिल्याने स्वाभाविक अवधान निर्माण होऊ लागते.

सकाळी उठल्यापासून रात्री झोपेपर्यंत आपण सातत्याने कशावर ना कशावर तरी अवधान केंद्रित करत असतो. तेव्हा या तीन प्रकारांपैकी एखाद्या प्रकारचे अवधान त्यामध्ये कार्य करीत असते.

अवधानाचे निर्धारक (Determinants of Attention) : आपण इच्छेने किंवा अनिच्छेने अवधान दिले किंवा सततच्या अवधानातून स्वाभाविक स्वरूपाचे अवधान घडून आले तरी ते तसे होत असताना त्यामागे काही कारण असते. उद्दीपकाचे गुणधर्म आपले लक्ष आकर्षित करतात किंवा व्यक्तीमध्ये असणाऱ्या आंतरिक प्रेरणांशी त्याचा संबंध असतो, त्यातूनच अवधानप्रक्रियेमध्ये विविधता येते आणि आपल्या जगण्यामध्ये नीरसता येण्याचे टळते.

अशा प्रकारे आपले अवधान निश्चित करणाऱ्या घटकांना अवधानाचे निर्धारक असे म्हटले जाते.

बाह्य परिवेशातील घटक जेव्हा आपले अवधान आकर्षित करून घेतात, तेव्हा त्यांना अवधानाचे बाह्य निर्धारक असे म्हणतात. हे निर्धारक अनेक स्वरूपांमध्ये असतात.

अवधानाचे बाह्य निर्धारक – अवधानाचे या प्रकारचे निर्धारक हे इतके प्रभावी गुणधर्मांचे असतात की, व्यक्तीची इच्छा असो वा नसो त्याकडे व्यक्तीचे लक्ष जातेच. हे घटक पुढीलप्रमाणे सांगता येतील.

१) उद्दीपकाची तीव्रता – उद्दीपक जितका तीव्र तितके त्याकडे अवधान चटकन जाण्याची शक्यता अधिक. म्हणूनच झगझगीत प्रकाश, कर्कश्श आवाज, तीव्र स्वरूपाचा वास, झणझणीत स्वाद, त्वचेला अतिशय थंड, उष्ण किंवा आघात देणारा स्पर्श या गोष्टी हाती घेतलेल्या कामाचा विसर पाडून त्या घटकांकडे अवधान द्यायला लावतात.

२) उद्दीपकाचा आकार – छोट्या छोट्या गोष्टींपेक्षा प्रमाणापेक्षा जास्त मोठ्या आकाराचे उद्दीपक आपले लक्ष वेधून घेतात.

लहान लहान बंगल्यांमधील एखादी मोठी इमारत, लठ्ठ व्यक्ती, रस्त्यातून हत्तीचे डुलत डुलत जाणे आपले अवधान खेचते. अशावेळी व्यक्तीसमोर अनेक उद्दीपके असली तरी त्यांतील मोठ्या उद्दीपकाकडे सहजपणे लक्ष जाते.

३) विरोधी गुणधर्मांचे उद्दीपक – जेव्हा परस्परांहून विरोधी गुणधर्म असणारी

उद्दीपके एकत्र येतात तेव्हा ते अवधान आकर्षित करतात, म्हणूनच काळ्या फळ्यावर पांढऱ्या खडूने लिहिले जाते, काळ्या व्यक्तीचे दात पांढरेशुभ्र वाटतात. कपड्यांचे 'मॅचिंग' याच तत्त्वावर ठरवले जाते.

४) उद्दीपकाची गतिशीलता – स्थिर उद्दीपकापेक्षा गतिमान उद्दीपक अवधान खेचून घेण्यात यशस्वी ठरतात. दिव्यांची हलती रोषणाई, रस्त्याने चालत जाणाऱ्या व्यक्तीमध्ये एखादी पळत जाणारी व्यक्ती इतरांच्या कुतूहलाचा विषय बनते ती याच कारणामुळे.

५) उद्दीपकामधील बदल – परिसरातील उद्दीपकांमध्ये काही बदल झाल्यास ते लगेच आपल्या लक्षात येते. परिचित असणाऱ्या घरामधील मांडणीची रचना बदलणे किंवा जुन्या इमारतीच्या जागी नवी इमारत येणे, विद्यार्थ्यांना एखादा विषय शिकविणाऱ्या नेहमीच्या शिक्षकांऐवजी नवीन शिक्षक शिकवायला येणे यासारखे बदल अवधानावर परिणाम करतात.

६) उद्दीपकाची पुनरावृत्ती – आपल्याभोवती असणाऱ्या अनेक उद्दीपकांपैकी एखाद्या विशिष्ट उद्दीपकाकडे लक्ष जाण्यामागे हे एक कारण दिसते. रेल्वे स्थानकावर गाड्यांबाबतच्या सूचना सारख्या दिल्या जातात, जाहिरात वारंवार केली जाते ती अवधान वेधून घेण्यासाठीच.

ही पुनरावृत्ती एका मर्यादेपलीकडे केल्यास मात्र अवधान पुरविण्याऐवजी अवधान काढून घेण्याचा प्रयत्न सुरु होतो. अभ्यास करण्याची सूचना आईने वारंवार केली तर मुले दुर्लक्ष करू लागतात ते यामुळेच. कारण अशी पुनरावृत्ती कंटाळा आणते. तिच्यामधील अवधान प्रभावित करण्याची क्षमता कमी होऊ लागते.

७) उद्दीपकाची योजनाबद्धता किंवा प्रमाणबद्धता – जे उद्दीपक प्रमाणशीर असतात किंवा योजनापूर्वक मांडलेले असतात ते अवधान आकर्षित करू शकतात. प्रदर्शनात मांडलेल्या वस्तू लोकांना लक्ष देण्यास, खरेदी करण्यास भाग पाडतात ते त्यांच्यातील आकर्षकपणामुळे. कारण प्रमाणबद्धतेमुळे घटकांचे सौंदर्य वाढते.

अस्पष्ट, ढोबळ स्वरूपात असणाऱ्या, बेढब उद्दीपकांकडे लक्ष जात नाही आणि गेलेच तर ते काढून घेतले जाते. उदा. कचराकुंडीकडे लक्ष गेल्यास त्यावरून नजर ताबडतोब बाजूला होते.

८) उद्दीपकाची नवीनता – नावीन्यपूर्ण उद्दीपक व्यक्तीचे लक्ष चटकन आपल्याकडे वळवतात. नवीन शेजारी, नव्या प्रकारची कपड्यांची फॅशन, चित्रपटातील एखादा नवीन चेहरा, वेगळ्या स्वादाचा पदार्थ, निराळ्याच आकारातील मोटार या गोष्टी लोकांच्या चर्चेचा विषय बनतात.

सर्वसामान्य गोष्टींच्या पार्श्वभूमीवर नावीन्य असलेल्या गोष्टी आपला प्रभाव जास्त पाडू शकतात.

९) उद्दीपकाची अचानकता – एखादी नेहमीच्या ओळखीची वस्तू किंवा व्यक्ती पूर्णपणे वेगळ्या वातावरणात आढळली तर तिच्यामध्ये नावीन्यतेचा गुणधर्म येतो आणि अशी गोष्ट आश्चर्याची भावना निर्माण करते. त्याचबरोबर आपले लक्ष चटकन वेधून घेते. एखाद्या दूरवरच्या ठिकाणी पर्यटनास गेलो असताना अनपेक्षितपणे आपल्या गावातील परिचित व्यक्ती दिसली तर आपले अवधान खेचले जाते.

असे अनेक घटक आपले अवधान निश्चित करत असतात. अशा वातावरणातील गोष्टींबरोबर व्यक्तींमध्ये आढळणारे गुणधर्म अवधानावर परिणाम करताना आढळतात.

अवधानाची व्यक्तिनिष्ठ निर्धारके – यांनाच अवधानाची आंतरिक निर्धारके असेही म्हटले जाते. व्यक्तीमधील जे घटक व्यक्तीचे अवधान निश्चित करतात, त्यांना अवधानाची व्यक्तिनिष्ठ निर्धारके असे म्हणतात.

ही निर्धारके व्यक्तीशी संबंधित असतात. म्हणजे व्यक्तीमधील विविध प्रेरणांशी ती निगडित असतात. खरे तर वस्तुनिष्ठ निर्धारकांवर या आंतरिक घटकांचा मोठाच प्रभाव असतो. उदा. ज्या व्यक्तीला नोकरीची गरज आहे तीच व्यक्ती वर्तमानपत्रातील नोकरीविषयक जाहिरातींकडे लक्ष देईल, क्रिकेट हा खेळ आवडणाऱ्या व्यक्ती दूरदर्शनवरील क्रिकेट प्रसारणाकडे आपले अवधान केंद्रित करतील. अशासारखे काही महत्त्वाचे व्यक्तिनिष्ठ निर्धारक पुढीलप्रमाणे सांगता येतील.

१) प्रेरणा – अवधान केंद्रित करत असताना व्यक्तीमध्ये जागृत स्वरूपात असणाऱ्या प्रेरणा मोठ्या प्रमाणात सहभागी झालेल्या आढळतात. तहान, भूक, झोप, लैंगिक प्रेरणा यासारख्या शारीरिक प्रेरणांबरोबरच कुतूहल, इतरांमध्ये उठून दिसणे, मनोरंजन या मानसिक प्रेरणाही अवधानप्रक्रियेवर परिणाम करत असतात. ज्या गोष्टी या प्रेरणांचे समाधान करतात त्यांच्यावर व्यक्तीचे लक्ष केंद्रित होते. उदा. कडकडून भूक लागल्यावर एखाद्या 'टपरीतील' वडा पावसुद्धा व्यक्तीला आकर्षित करून घेतो, इतरांचे आपल्याकडे लक्ष जावे यासाठी काही व्यक्ती सिनेमातील हीरो-हीरॉईनप्रमाणे वेशभूषा करतात.

अर्थात प्रेरणांचे समाधान झाल्यावर त्यांचा प्रभावही कमी होतो. जसे, खूप तहान लागल्यानंतर व्यक्ती पाणी पिते. पण तहान शमली की पाण्याकडे लक्षही देत नाही.

२) अभिरुची – ज्या गोष्टी आवडीच्या असतात त्यांच्याकडे व्यक्तीचे लक्ष अगदी सहजपणे जाते. त्यानुसार सभोवतालच्या परिस्थितीतील घटकांकडे अवधान दिले जाते. रस्त्याने जाताना लहान मुलांचे लक्ष खाऊच्या, खेळण्यांच्या दुकानाकडे

असते, तर आईची नजर साड्यांवर खिळलेली असते, तसेच या दोघांचे लक्ष तिकडे जाऊ नये यावर वडील 'लक्ष' ठेवून असतात!

३) मूल्ये – संस्कृतीप्रमाणे व अनुभवातून प्रत्येक व्यक्तीच्या मनात चांगले आणि वाईट यांबद्दलच्या कल्पना तयार झालेल्या असतात. त्यानुसार कोणत्या गोष्टींकडे लक्ष द्यायचे आणि कुठे दुर्लक्ष करायचे याबाबतचा निर्णय आपोआपच घेतला जात असतो, म्हणूनच जेवणाऱ्या व्यक्तीच्या ताटाकडे पहाण्याचे टाळले जाते आणि मुद्दाम वेळ काढून, देवळात जाऊन देवाला नमस्कार केला जातो.

४) मानसिक न्यास किंवा मानसिक तयारी – विशिष्ट क्षणी व्यक्तीचा कल ज्या गोष्टीकडे असतो त्याकडे व्यक्ती आपले लक्ष केंद्रित करत असते. जे काम हाती घेतलेले आहे त्या कामाला पूरक गोष्टींकडे लक्ष पुरविले जाते आणि इतर घटकांकडे दुर्लक्ष केले जाते. शिकविण्याचे काम करत असताना शिक्षक आपला मुद्दा मुलांना कसा समजेल या विचाराने तन्मय झालेले असतात आणि अशावेळी शेजारच्या वर्गातून येणाऱ्या आवाजांकडे पूर्णपणे त्यांचे दुर्लक्ष झालेले असते.

५) सवय – प्रत्येक व्यक्तीला कशाची ना कशाची सवय लागलेली असते. बऱ्याच सवयी व्यक्तीच्या अंगी मुरलेल्या असतात. त्यातून काही घटकांकडे अवधान देण्याची आणि काहींकडे अवधान न देण्याची सवय लागते. सकाळी उठल्या उठल्या वर्तमानपत्र वाचण्याची सवय असलेल्या व्यक्तीला एखाद्या दिवशी वर्तमानपत्र न आल्यास अत्यंत अस्वस्थ वाटते. रोज संध्याकाळी सहा वाजता फिरायला जाण्याची सवय लागलेली व्यक्ती सहा वाजण्याच्या सुमारास बाहेर जाण्याच्या तयारीला लागते; त्यात अडथळा आल्यास चुकल्यासारखे वाटू लागते.

६) भावना – व्यक्ती ज्या भावनिक स्थितीमध्ये असते त्याचा परिणाम अवधानावर होताना आढळतो. बहुतेक व्यक्तींना समस्या, संकटे नकोशी वाटतात. समस्यांच्या कल्पनेनेसुद्धा त्यांना भीती वाटते, तर काहींना संकटाला तोंड दिल्यानंतर मिळणारे यश हे आनंदित करते व अशा व्यक्ती संकटाची वाट पाहतात!

७) अभिवृत्ती – वेगवेगळ्या स्वरूपात मिळणाऱ्या माहितीमधून आणि स्वत:च्या अनुभवातून व्यक्तीची अभिवृत्ती तयार होत असते. विविध विषयांबद्दल व्यक्तीच्या मनात अनुकूल किंवा प्रतिकूल स्वरूपाच्या अभिवृत्ती असतात. त्यांचा अवधानावर परिणाम होत असतो. धर्मभेद मानणारी व्यक्ती आणि सर्व धर्मांकडे समभावाने पाहणारी व्यक्ती यांचे आजूबाजूच्या व्यक्तींच्या वागण्याकडे वेगवेगळ्या प्रकारे लक्ष जात असते.

८) सामाजिक प्रेरणा – समाजातील स्थान, प्रतिष्ठा, दर्जा याचा व्यक्तींवर

फार मोठा पगडा असतो. त्याप्रमाणे आपले आचरण राहील याकडे प्रत्येकजण लक्ष पुरवत असतो. आपली भाषा, कपडे, वर्तनप्रकार यांबरोबरच आपल्या प्रतिष्ठेचाही विचार केला जात असतो.

अवधानप्रक्रियेची वैशिष्ट्ये :

अवधानप्रक्रियेची काही स्वतंत्र आणि ठळक स्वरूपाची वैशिष्ट्ये आढळून येतात. त्यापैकी काही वैशिष्ट्ये पुढीलप्रमाणे सांगता येतील.

१) अवधान कक्षा (Span of Attention) : अवधान ही प्रामुख्याने मानसिक प्रक्रिया आहे. त्यामुळे माणसाच्या इतर प्रकारच्या मानसिक प्रक्रियांच्या जशा मर्यादा आढळतात, तसेच अवधानाबाबतही आढळते.

आजूबाजूला हजारो, लाखो उद्दीपके असतात; त्यांपैकी एका अवधानामध्ये व्यक्ती किती घटकांवर लक्ष केंद्रित करू शकते, त्यावरून अवधानाची मर्यादा म्हणजेच अवधानकक्षा निश्चित करता येते. मानसशास्त्रीय प्रयोगशाळेत प्रयोग करून

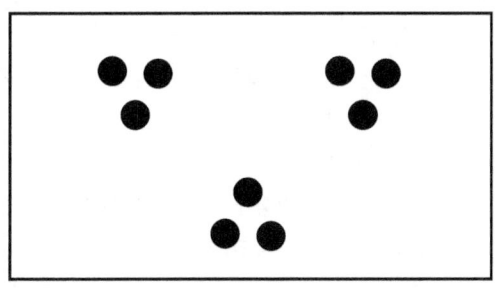

आकृती क्र. ३.२

व्यक्तीची अवधानकक्षा ठरवता येणे शक्य आहे. त्यासाठी तीनपासून दहापर्यंत वाढत्या संख्येने ठिपके काढलेली कार्ड्स वापरतात. प्रत्येक कार्ड उपकरणाच्या साहाय्याने प्रयुक्ताला १०० मिलिसेकंद इतका वेळ दाखविले जाते. ते पाहताच प्रयुक्ताने किती ठिपके पाहिले ते सांगायचे असते. व्यक्ती जेवढे ठिपके सांगेल तितकी तिची अवधानकक्षा असते.

लहान मुलांची अवधानकक्षा कमी असते. वयानुसार ती टप्प्याटप्प्याने वाढत जाते. वयानुसार अवधानकक्षा वाढत असली तरी ती ७ पेक्षा जास्त असत नाही. कार्डावरील ठिपके विस्कळित स्वरूपात मांडलेले असतात. ते व्यवस्थितपणे किंवा एका विशिष्ट प्रकारे मांडल्यास उद्दीपकातील अर्थपूर्णता वाढते. परिणामी त्याचे संघटन सोपे होते, म्हणून अवधानकक्षाही वाढते. तसेच ठिपक्यांऐवजी अंक किंवा अक्षरे वापरली तर अवधानाची व्याप्ती आणखीन वाढते.

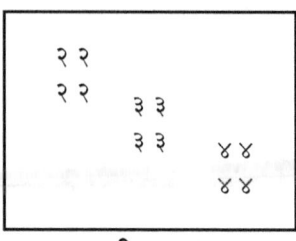

आकृती क्र. ३.३

२) अवधानाचे विकर्षण (Distraction of Attention) अवधान ही चंचल अशा मनाच्या साहाय्याने घडून येणारी घटना आहे. त्यामुळे ती गतिशील प्रक्रिया बनते. एखाद्या उद्दीपकाकडे पूर्णपणे मन केंद्रित करून अवधान देत राहिले तरी ते अवधान फार काळ टिकू शकत नाही. अवधान प्रक्रियेमध्ये अडथळा येतो. अशाप्रकारे अवधानामध्ये अडथळा येणे म्हणजे अवधानाचे विकर्षण होय. अवधानामध्ये व्यत्यय आणणाऱ्या घटकाला अवधानाचा विकर्षक असे म्हटले जाते. पूर्णपणे लक्ष केंद्रित करून अभ्यास करत असताना भूक लागल्याची जाणीव होणे, या प्रसंगामध्ये अभ्यासावरून लक्ष उडणे हे अवधानाचे विकर्षण झाल्याचे लक्षण आहे आणि भुकेची जाणीव हा विकर्षक आहे.

अवधान प्रक्रियेमध्ये अडथळा आणणाऱ्या उद्दीपकांमध्ये काही प्रभावी स्वरूपाची वैशिष्ट्ये असतात. त्यांच्यामुळेच व्यक्तीचे लक्ष विचलित होते. असे विकर्षक अनेक रूपांमध्ये असू शकतात. उदा. आवाज, वास, वेदना, प्रेरणा, भावना वगैरे.

या विकर्षकांना बाह्य आणि आंतरिक अशा दोन भागांमध्ये विभागता येईल. मोठा गोंगाट, उग्र दर्प, प्रखर प्रकाश, तिखट स्वाद, तीव्र संवेदना अशाप्रकारे पाचही इंद्रियांच्या साहाय्याने ग्रहण करता येतील असे बाह्य परिवेशातील विकर्षक हे 'बाह्यविकर्षक' बनतात, तर मनामध्ये येणारे विचार, शरीरातील विकार हे आंतरिक स्वरूपाचे विकर्षक असतात.

जर व्यक्तीची या विकर्षकांकडे दुर्लक्ष करण्याची इच्छा तीव्र असेल, तर अवधानावर फारसा परिणाम होत नाही. त्यामुळेच काही विद्यार्थी परीक्षा जवळ आल्यावर कुठल्याही अडथळ्याला न जुमानता अभ्यास चालू ठेवण्यात यशस्वी होतात.

आजूबाजूच्या किंवा आंतरिक परिस्थितीतून सतत कोणत्या ना कोणत्या रूपामध्ये विकर्षक येतच असतात. पण त्याकडे दुर्लक्ष करण्याची सवय व्यक्ती स्वत:ला लावून घेते. म्हणजेच विकर्षकांवर मात करण्याचे व्यक्ती शिकते. अशा विकर्षकांवर मात करण्यासाठी काही उपाय करता येतात. –

१) हाती घेतलेले काम अधिक सक्रियतेने आणि उत्साहाने करणे,

२) विकर्षकाला उद्दीपकाचाच एक भाग बनविणे,

३) आपल्या शरीराला अधिक ताण देणे,

४) एकाग्रता वाढवणारी ध्यान करणे वगैरेसारखी तंत्रे वापरणे,

३) अवधानाचे विभाजन (Division of Attention) काही व्यक्तींचे वर्णन करताना आपण 'त्या अष्टावधानी होत्या, शतावधानी होत्या' अशा शब्दात वर्णन करत असतो. त्यावरून एकावेळी अनेक उद्दीपकांवर लक्ष केंद्रित करता येत असावे, असा आपला समज होतो. त्यासच अवधानाचे विभाजन म्हणतात.

आठ घटकांवर एकाच वेळी अवधान देण्याचे जमले नाही तरी दोन-दोन तीन-तीन गोष्टी एकत्रितपणे करण्याचा अनुभव आपण नेहमीच घेतो. त्यामुळे अवधानाचे विभाजन करणे शक्य आहे, यावर विश्वास ठेवता येतो. परंतु नीट निरीक्षण केले असता लक्षात येईल की ज्या गोष्टी यांत्रिकपणे करता येतात किंवा ज्या कामांची आपल्याला सवय झालेली असते, त्याच बाबतीत अवधानाचे विभाजन घडून येते. श्वासाची क्रिया करत आपण जेव्हा वाचन करतो किंवा दूरदर्शन पाहत असतो तेव्हा दोन क्रिया एकाचवेळी घडून येत असल्यासारखे वाटते. प्रत्यक्षात श्वसन ही अनैच्छिक क्रिया असून त्यासाठी अवधान देण्याची गरज नसते. आपले वाहन चालवत आपण गप्पाही मारत असतो. येथे वाहन चालविणे किंवा गप्पा मारणे या प्रतिक्षिप्त क्रिया नाहीत. जर रस्ता शांत असेल तर ते वाहन चालविणे हे काम यांत्रिक स्वरूपाचे असल्याने शेजाऱ्यांशी गप्पा मारणे चालू ठेवता येते. हाच रस्ता गर्दीचा असेल तर मात्र 'ड्रायव्हिंग' सहजपणे होऊ शकत नाही. अशावेळी गप्पा मारण्याच्या क्रियेमध्ये मध्ये मध्ये अडथळे येत राहतात.

या उदाहरणांवरून लक्षात येते की एकाचवेळी दोन क्रिया अत्यंत कार्यक्षमतेने चालू ठेवता येतील एवढे अवधान केंद्रित करणे शक्य नसते. तसे करण्याचा कोणी प्रयत्न केला तर कोणतीच क्रिया व्यवस्थितपणे पार पडत नाही. त्यामध्ये चुका होऊ लागतात, त्यामुळे ती गोष्ट करण्यासाठी नेहमीपेक्षा जास्त वेळ लागतो. आपली कार्यक्षमताही कमी झालेली दिसून येते.

जर एखाद्या प्रसंगामध्ये एकाच क्रियेच्या बाजू असलेल्या दोन किंवा तीन गोष्टी करायला घेतल्या, तर अशावेळी अवधानाचे विभाजन झालेले आढळत नाही. एखादे 'सदीप व्याख्यान' (Slide Show) चालू असताना आपण व्याख्यात्याचे बोलणे ऐकत असतो, त्याचवेळी चित्र पाहात असतो आणि टिपणे घेत असतो. यामध्ये वेगवेगळ्या क्रियांमधून एक अर्थपूर्ण संघटन तयार होते आणि अवधान केंद्रित होऊ

शकते. काही वेळा हे अवधान एरवीपेक्षा जास्त चांगल्या प्रकारे होताना दिसते. त्यातून घेतलेला अनुभव, त्यातील मुद्दे दीर्घ काळ स्मरणात राहतात.)

४) सततचे अवधान / अवधान सातत्य (Sustained Attention) :

अवधानप्रक्रियेचे स्वरूप लक्षात घेता त्याची चंचलता विशेषत्वाने जाणवते. आजूबाजूला असणाऱ्या उद्दीपकांच्या रेट्यामुळे किंवा आपल्या मनात चालू असलेल्या विचारांच्या प्रवाहामुळे फार काळ एखाद्या घटकावर अवधान केंद्रित करणे अवघड होते. असे असूनही काही वेळा मात्र सतत अवधानांचा अनुभव येतो.

चुरस वाढवत नेणारा क्रिकेटचा सामना दूरदर्शनवर पाहात असताना किंवा गंभीररीत्या आजारी नातेवाइकांची काळजी घेत असताना, तेथे आपल्या अवधानाचा ओघ दुसरीकडे वळत नाही. अशा प्रसंगांमध्ये स्थळकाळाचे भान रहात नाही, तहान भुकेचाही विसर पडतो. त्यामुळे हे अवधान सातत्याने चालू राहिल्याचा अनुभव येतो.

मात्र सातत्याने घडणाऱ्या अवधानामध्ये गतिमानता नसते, असे नव्हे. उलट त्यामधील गतिमानताच आपल्याला खिळवून ठेवते. संथपणे चालू असणारा खेळ कंटाळा आणतो. त्यावरचे आपले लक्ष उडते. याउलट चुरशीने खेळला जाणारा सामना त्या खेळाबरोबरच आपल्यालाही पुढे पुढे नेत राहतो.

सततच्या अवधानामध्ये परिवर्तनही घडून येत असते. आजारी नातेवाइकावर संपूर्ण लक्ष केंद्रित केलेले असताना त्याच्या प्रकृतीच्या तक्रारींमधील बदल, डॉक्टरांच्या सूचना, औषधांच्या वेळा याचे भान पुरेपूर असते.

सततच्या अवधानाचे वैशिष्ट्य हेच की, ते चालू असताना ते क्षेत्र सोडून अन्यत्र लक्ष जात नाही. अशा प्रकारच्या प्रक्रियेमध्ये व्यक्तीची अभिरुची मोठ्या प्रमाणात कार्य करते. क्रिकेटच ज्याला आवडत नाही तो दूरदर्शनसमोर येऊन बसण्याचा प्रश्नच उद्भवत नाही, पण ज्यांना त्याची आवड आहे ते आपली सर्व कामे बाजूला सारून अवधान केंद्रित करून बसतात.

५) अवधानाचे विचलन (Fluctuation of Attention) ज्या उद्दीपकाकडे आपले अवधान केंद्रित झालेले असते, तो उद्दीपक स्थिर असला तरी आपले अवधान तेवढ्याच प्रमाणात स्थिर रहात नाही, तर त्यामध्ये आंदोलने किंवा विचलन घडून येते. त्यामुळे एका उद्दीपकावरून दुसऱ्या उद्दीपकाकडे व पुन्हा मूळ उद्दीपकावर लक्ष दिले जाते.

अशा प्रकारे एका ठिकाणाहून दुसरीकडे व तिथून पुन्हा पहिल्या उद्दीपकाकडे अवधान जाणे, याला अवधानाचे विचलन असे म्हणतात.

अवधानामध्ये आंदोलने घडून येण्यामागचे मुख्य कारण म्हणजे अवधानाची

गतिशीलता. उद्दीपकाच्या एखाद्याच वैशिष्ट्यावर दीर्घ काळ अवधान देणे हे निसर्गत:च मनुष्याला शक्य होत नाही. दुसरे कारण म्हणजे बहुतेक उद्दीपक हे संकीर्ण स्वरूपाचे असतात. त्यांना विविध बाजू असतात. त्यांची वेगवेगळी वैशिष्ट्ये असतात. परिणामी त्यांच्याकडे आलटून पालटून लक्ष जात राहते. त्याचप्रमाणे सतत एखाद्या घटकावर अवधान केंद्रित केल्यामुळे थकवा येतो, कंटाळा येतो. तो घालवण्यासाठी अवधान बदलत राहते.

अवधानाचे विचलन किती प्रमाणात होईल हे उद्दीपकाच्या आकर्षकतेवर अवलंबून असते. लहान मुलांपासून मोठ्यांपर्यंत सर्वांनाच कथा ऐकण्यास आवडते, परंतु म्हणून एकामागून एक खूपच गोष्टी सांगण्यास सुरुवात केली, तर मात्र त्याचाही कंटाळा येऊ लागतो. लक्ष इकडे तिकडे जाऊ लागते. अवधानाच्या विचलनामध्ये तात्पुरत्या स्वरूपात उद्दीपकाकडे दुर्लक्ष होते, त्यामुळे अवधानाचे विचलन म्हणजे अवधानाचा अभाव असे मात्र नव्हे.

३.३ संवेदन (Perception)

एखाद्या उद्दीपकाकडे अवधान दिल्यानंतर आपल्याला त्याचा अनुभव येतो, असे आपण पाहिले; परंतु उद्दीपकाकडे लक्ष दिले आणि आपल्याला त्याचा नीट बोध झाला असे जितक्या सहजपणे आपण बोलतो तितक्या सहजपणाने ही प्रक्रिया घडून येत नाही, तर त्या दोन्हींमध्ये एक महत्त्वाची, क्लिष्ट स्वरूपाची प्रक्रिया होत असते, ती म्हणजे संवेदनाची.

अवधानामधून पंच-ज्ञानेंद्रिये उद्दीपकाबाबत माहिती गोळा करतात. ही माहिती प्रतिमांच्या स्वरूपात असते. आलेल्या उद्दीपकाच्या माहितीचे नसावेगांच्या रूपात वहन केले जाते व हे नसावेग मेंदूच्या विशिष्ट भागाकडे पोहोचविले जातात. मेंदू त्याचा अर्थ लावतो. तेव्हाच खऱ्या अर्थाने उद्दीपकाचा पूर्ण बोध होतो. उदा. एखाद्या वस्तूकडे पाहिले असता त्या वस्तूवर पडलेला प्रकाश डोळ्याकडे येतो. तिथून तो दृष्टिपटलापर्यंत पोहोचतो. त्या ठिकाणी असलेल्या शंकू (किंवा दंड) या ग्राहक पेशींशी त्याचा संपर्क येतो व त्याचे नसावेगांमध्ये रूपांतर होते. हा नसावेग मेंदूच्या पृष्ठखंडाकडे पोहोचवला जातो. इथपर्यंत घडून येणारी क्रिया म्हणजे वेदन (Sensation) होय. वेदन म्हणजे उद्दीपकाचा होणारा प्राथमिक स्वरूपाचा बोध होय. त्या वेदनाचा मेंदू अर्थ लावतो. ही प्रक्रिया असते संवेदनाची.

या पार्श्वभूमीवर संवेदनाची व्याख्या एकदम सुटसुटीत बनते. 'अर्थपूर्ण वेदन म्हणजे संवेदन.' असे नेहमीच म्हटले जाते की संवेदन ही क्रिया अत्यंत गुंतागुंतीची आहे, कारण संवेदनामध्ये अनेक मानसिक प्रक्रियांचा समावेश होतो. जसे, निरनिराळ्या

घटकांचे संघटन करणे, आकार, अंतर, तीव्रता वगैरे घटकांचा अंदाज घेणे, नव्या माहितीची जुन्या माहितीशी पडताळणी करणे, पूर्वानुभवांचे स्मरण करणे, वेगवेगळ्या उद्दीपकांची एकमेकांशी तुलना करणे वगैरे. थोडक्यात म्हणजे संवेदनप्रक्रियेमध्ये बाह्य वातावरणाबद्दल इंद्रियांनी मिळविलेल्या माहितीचे एका अर्थपूर्ण व स्थिर स्वरूपाच्या संकल्पनेमध्ये रूपांतर होत असते.

संवेदनाचे स्वरूप – आतापर्यंत पाहिले त्याप्रमाणे संवेदनामध्ये वेदनांचे अर्थपूर्ण अशा जाणिवेमध्ये रूपांतर होत असते. रूपांतर होण्याची ही प्रक्रिया अतिशय गुंतागुंतीची आहे. संवेदनप्रक्रियेचे स्वरूप समजावून घेतल्यावर त्याची जटिलता लक्षात येईल.

१) संवेदन होण्यासाठी वेदन होण्याची गरज आहे – ज्या उद्दीपकावर आपले लक्ष केंद्रित झालेले असते, त्याबाबतची माहिती वेदनेंद्रियांवर ग्रहण केली जाते. नसावेगाच्या स्वरूपात ती मेंदूपर्यंत पोहोचविली जाते. इथपर्यंतची प्रक्रिया ही वेदनाची प्रक्रिया. आलेल्या माहितीचा मेंदूने अर्थ लावल्यावर संवेदन घडून येते. म्हणजेच वेदन हा संवेदनाचा पाया आहे. वेदन झालेच नाही तर संवेदन घडून येण्याचा प्रश्नच उद्भवत नाही, म्हणूनच संवेदन होण्याकरिता वेदन होणे अत्यावश्यक आहे. एखाद्या नवीन ड्रेसची खरेदी करत असताना त्याचे डिझाइन, रंग, पोत वगैरे माहिती ज्ञानेंद्रियांकडून मेंदूकडे जाते. मगच ड्रेस आवडणे, न आवडणे, आपल्याकडे असणाऱ्या ड्रेसबाबतची पार्श्वभूमी, आपली खरेदी करण्याची आर्थिक मर्यादा या सगळ्या घटकांची एकत्रित माहिती मनात उभी राहते.

२) संवेदन होताना पूर्वानुभव जागे होतात – जेव्हा वेदनाला अर्थ देण्याचे काम सुरू होते तेव्हा त्या उद्दीपकाशी संबंधित पूर्वी घेतलेले अनुभव चालवले जातात. त्यासाठी मेंदूमध्ये असणाऱ्या साहचर्यकेंद्रांमध्ये साठवलेल्या स्मृती उपयोगी पडतात. या स्मृती म्हणजे पूर्वानुभवांची धारणाच असते. त्यांच्यामुळे आत्ता घेतल्या जाणाऱ्या अनुभवांना, वेदनांना अर्थ देणे सोपे होते. असे पूर्वानुभव नसते तर जगणे असंबद्ध बनले असते. नवीन येणारे अनुभव स्वीकारणे, ते लक्षात ठेवणे अवघड होऊन बसले असते.

जीवनामध्ये आपण अनेक व्यक्तींचा, वस्तूंचा अनुभव घेत असतो. त्या त्या व्यक्ती, वस्तू समोर आल्या की त्यांना स्वीकारणे, त्याचा अर्थ लावणे पूर्वानुभवांमुळे सोपे होते. उदा. रस्त्याने जात असताना आपल्याला बालवाडीत शिकविणाऱ्या बाई भेटल्या की, त्यांनी शिकवलेले खेळ, त्यांचा स्वभाव, शिकविण्याची पद्धत, कोडी, अभ्यास या सर्व गोष्टींची एकसंधरीत्या आठवण होते व त्या स्वरूपामध्ये बाईंची ओळख लागते.

३) संवेदन ही संघटनात्मक प्रक्रिया आहे – एखाद्या उद्दीपकाविषयी वेगवेगळ्या मार्गांनी माहिती मिळाल्यानंतर त्यातून आवश्यक नसलेल्या घटकांना बाजूला केले जाते आणि महत्त्वाच्या घटकांना सुसंबद्ध रीतीने एकत्रित केले जाते. त्यामुळेच संवेदन ही संघटनात्मक प्रक्रिया बनते.

जसे 'आंबा' हा शब्द ऐकल्यानंतर त्याची चव, रंग, रूप, वास, त्याच्या विविध जाती, हे फळ मिळण्याचा मोसम, त्याच्या रसापासून बनविले जाणारे पदार्थ, आपल्या आयुष्यामधील त्याच्याशी जोडला गेलेला प्रसंग वगैरे अनेक गोष्टींचे संघटन केले जाते. पुन्हा तो उद्दीपक अनुभवास आल्यास त्याचा अर्थ लावताना या सगळ्या घटकांचा उपयोग होतो.

४) संवेदनाला भावनात्मक बाजू असते – उद्दीपकाचा अर्थ लागल्यानंतर आपल्याला समाधान मिळते किंवा असमाधान वाटते. काही उद्दीपक यापेक्षा तीव्र भावना निर्माण करतात. त्यांच्याबरोबर असणारे आपले पूर्वानुभव जागे होतात आणि आपल्याला आनंद होतो किंवा दुःख वाटते. उदाहरणार्थ, एखाद्या विनोदी सिनेमाचे नाव ऐकल्यावर त्याची कथा भराभर मनात आठवली जाते आणि सिनेमा पाहून अनेक दिवस झालेले असले तरी आता हसू येते, आनंद होतो.

५) संवेदनामध्ये वैयक्तिक भिन्नता आढळते – वेदनाला अर्थ देत असताना त्या संदर्भातील अनुभव, अध्ययन, स्मरण जागे होते; परंतु एकाच उद्दीपकाबाबतचा प्रत्येकाचा अनुभव हा एकसारखा कधीच नसतो. व्यक्तिपरत्वे त्यामध्ये भिन्नता आढळते. परिणामी माहितीचे संघटन वेगवेगळ्या प्रकारांनी केले जाते, त्यामुळे संघटनही वेगवेगळे होते. उदा. एकच अधिकारी वेगवेगळ्या कर्मचाऱ्यांना वेगवेगळा वाटतो. एखाद्याला तो कडक वाटतो, एखाद्याला तो कनवाळू वाटतो, तर एखाद्याला तो खडूस वाटतो, कारण प्रत्येकाला त्या अधिकाऱ्याचा अनुभव वेगवेगळा आलेला असतो.

६) संवेदनाला अनुरूप अशी प्रतिक्रिया दिली जाते – उद्दीपकाचे स्वरूप कसे आहे यापेक्षा व्यक्ती त्या उद्दीपकाला कसा अर्थ देते त्यावरून प्रतिक्रिया ठरत असते. वरील उदाहरणातील अधिकाऱ्याशी प्रत्येक कर्मचाऱ्याचे वागणे वेगळे होईल. एखादा त्याला टाळेल तर एखादा त्याचा आदर करेल.

या सर्व माहितीच्या आधारे संवेदनाची वैशिष्ट्ये अशी सांगता येतील की,

१) संवेदन हे तुकड्या तुकड्यांनी न होता एकसंधपणे, संघटितपणे होत असते. म्हणजे मोगऱ्याचा अनुभव हा पाकळी पाकळीने, रंगाचे ज्ञान वेगळे, वासाचे ज्ञान निराळे असे न होता पांढऱ्या रंगाचा, विशिष्ट रूप, वास असणारा असे एकत्रितपणे होते.

२) संवेदन हे परिस्थितीच्या संदर्भात होत असते – हेच मोगऱ्याचे फूल आपण लावलेल्या झाडाला पहिल्यांदाच आले असेल तर वेगळा अनुभव देते. देवाला वाहायचे असेल तर आपली मानसिक स्थिती निराळी बनते आणि मित्राने मैत्रिणीला देताना त्याच्यामागचा संदर्भ बदलतो.

३) संवेदन हे आकृती व पार्श्वभूमी अशा स्वरूपात होते – संवेदन होत असताना उद्दीपक क्षेत्रातील जो भाग ठळकपणे पुढे येतो तो असतो. आकृती आणि आकृतीच्या सभोवतालचा भाग बनतो पार्श्वभूमी. मोगऱ्याच्याच फुलाचे उदाहरण द्यायचे झाले तर फूल आहे आकृती आणि ज्या झाडावर ते उमलले आहे ते झाड आणि त्याच्या आजूबाजूची बाग आहे पार्श्वभूमी.

ही पार्श्वभूमी आकृतीचा प्रभाव कमी–अधिक करते. संपूर्ण झाडावर एकच मोगरा असेल तर आणि झाड फुलांनी बहरून गेले असेल तर एका फुलाचा प्रभाव कमी–जास्त होतो.

४) संवेदनप्रक्रियेमध्ये अनेक प्रक्रियांचा समावेश होतो – संवेदनप्रक्रिया ही गुंतागुंतीची प्रक्रिया आहे असे या कारणाने म्हटले जाते की, त्यामध्ये संघटन, पूर्वानुभवांचे स्मरण, भावनांची जागृती वगैरे अनेकविध प्रक्रियांचा समावेश होत असतो.

संवेदनाचा समाकृतिवादी किंवा समष्टीवादी सिद्धान्त –
(Gesalt Laws of Perceptual Organization)

वातावरणामध्ये असणाऱ्या उद्दीपकांचा आपल्याला अलग–अलग अनुभव येतो. या विविध अनुभवांचे आपण संघटन करत असतो. अशाप्रकारे सांवेदनिक अनुभवांचे संघटन करण्याची वृत्ती ही जन्मजात असते, त्यासाठी कोणत्याही अनुभवाची आणि अध्ययनाची गरज नसते; परंतु याचा अर्थ असा नव्हे की एखाद्या उद्दीपकाकडे पाहात असताना त्याचा आधी आपल्याला तुकड्या तुकड्यांनी अनुभव येतो आणि मग त्याचे आपण संघटन करतो. तर संवेदन होताना एक संपूर्ण उद्दीपक म्हणूनच आपल्याला त्याचे संवेदन होत असते.

काफ्का, कोहलर, वर्दायमर यांसारख्या समष्टीवाद्यांनी (समग्रवाद्यांनी) हेच सांगितले आहे की, परिसरातील कोणत्याही वस्तूचे, व्यक्तीचे किंवा घटनेचे संवेदन हे अलग अलग वस्तूंचे, घटनांचे होत नसून त्यांपासून तयार होणाऱ्या संघटनेचे होत असते. म्हणजेच बटाटेवडा खात असताना त्यामधील बटाटा, कांदा, मिरची, लसूण, डाळीचे पीठ, मीठ वगैरे प्रत्येक घटकाचा स्वतंत्रपणे आपल्याला अनुभव येत नाही, तर त्याचा एकत्रितपणे अनुभव येऊन एक स्वादिष्ट पदार्थ खाल्ल्याचा आनंद मिळतो.

समष्टीवाद्यांच्या मते संवेदनप्रक्रियेमध्ये मध्यवर्ती नससंस्थेतील मेंदूचा सहभाग असतो. वेदनिक अनुभवांचे संघटन त्याच्यामुळे आपोआप घडून येते. संवेदनाच्या संघटनप्रक्रियेमागची काही तत्त्वे ते स्पष्ट करतात. त्या तत्त्वांवरून ते असे म्हणतात की, प्रत्येकातील संघटन एकसारख्या स्वरूपाचे असते.

संवेदनातील संघटनेची तत्त्वे – समष्टीवाद्यांनी आपल्याला होणारे वस्तूचे किंवा घटनेचे संवेदन हे समग्र असते या मुद्द्यावर जोर दिला. जर्मन मानसशास्त्रज्ञ वर्दायमर (१९३०) व त्यांच्या सहकाऱ्यांनी अनेक दृक् व श्राव्य उद्दीपकांद्वारे काही तत्त्वे मांडून आपले हे मत स्पष्ट केले. त्यांनी विशद केलेली संघटनेची तत्त्वे अशी –

१) सान्निध्यतेचे तत्त्व (Law of Proximity) या तत्त्वानुसार उद्दीपनक्षेत्रातील जे घटक एकमेकांच्या जवळ असतात, त्यांचा आपल्याला एक गट म्हणून अनुभव येतो व त्यांचे एक समूह म्हणून संवेदन होते. उदाहरणार्थ, उंच डोंगरावरून गाव पाहात असताना गावातील प्रत्येक घराचे वेगवेगळे संवेदन न होता त्याचा समूहरूपाने एक गाव म्हणून विचार केला जातो.

या आकृतीमध्ये प्रत्येक फुली, चौकोन किंवा गोलाचे स्वतंत्रपणे संवेदन न होता एक समूह म्हणून संवेदन होते.

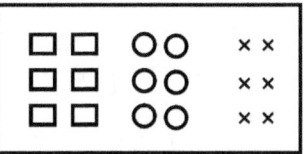

आकृती क्र. ३.४

२) संपूर्णतेचे तत्त्व (Law of Completeness) - सोबतच्या आकृतीमध्ये सात वेगवेगळ्या घटकांचे असे संवेदन न होता एकमेकांमध्ये गुंफलेल्या तीन वर्तुळांचे चित्र अशा पद्धतीने त्याचे अवलोकन केले जाते.

हे चित्र सात तुकड्यांचा स्वतंत्रपणे विचार करून पाहिले तर ते तुटक, अपूर्ण वाटू लागते.

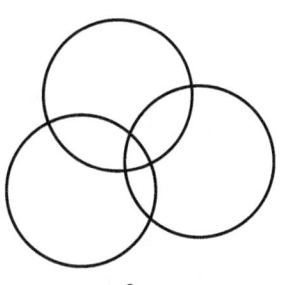

आकृती क्र. ३.५

३) सादृश किंवा समानतेचे तत्त्व (Law of Similarity) - उद्दीपनक्षेत्रातील घटक जर परस्परांपासून लांब असतील तर अशावेळी त्यांच्यामधील रंग, आकार, विस्तार लक्षात घेतला जातो व त्यांचा गट म्हणून अर्थ लावण्याचा प्रयत्न केला जातो. रंग, आकाराबाबतीतील वैशिष्ट्यांबरोबरच त्यांच्यामध्ये समान असणाऱ्या आणि नसणाऱ्याही गुणधर्मांचा विचार केला जातो.

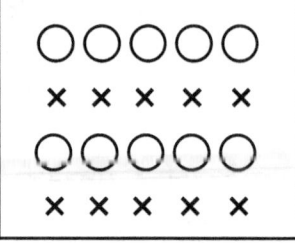

आकृती क्र. ३.६

उदाहरणार्थ, दूरदर्शनवर कोणत्या दोन देशांच्या संघांमध्ये क्रिकेटचा सामना चालू आहे हे त्यांच्या गणवेशांच्या रंगांवरून पटकन लक्षात येते.

वरील आकृतीमध्ये वर्तुळांची आणि फुलीची (x) एका आड एक रांग आहे, अशाच स्वरूपाचे संवेदन आपल्याला होते. कितीही प्रयत्न केला तरी उभ्या रांगांचे संवेदन होत नाही. पण आडव्या रांगांचे संवेदन मात्र ठळकपणाने होते.

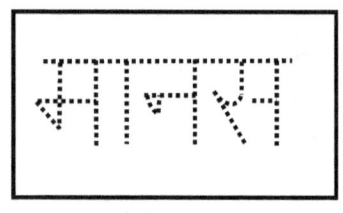

४) सातत्याचे तत्त्व (Law of Continuity) - उद्दीपक घटकांमध्ये सलगता, सातत्य असेल तर त्यांच्यामध्ये वेगळेपणा असूनसुद्धा त्यांचे एका गटामध्ये समावेशन होते. आपण सिनेमा पाहात असतो तेव्हा सर्व कथा सलगपणे आपल्यासमोर उलगडत जाते. प्रत्यक्षात मात्र अत्यंत वेगाने फोटोच आपल्यासमोर दाखविले जात असतात. सिनेमा बघताना हा वेगळेपणा किंवा तुटकपणा आपल्याला थोडासुद्धा जाणवत नाही. याच तत्त्वाचा उपयोग करून पुढील 'मानस' हा तुटक रेषांनी लिहिलेला शब्द आपण जराही न अडखळता वाचू शकतो.

आकृती क्र. ३.७

५) समावेशनाचे तत्त्व (Law of Closure) - काही वेळा आपल्यासमोर अपूर्ण स्वरूपातील आकृती किंवा उद्दीपक येतो. तेव्हा कोणत्याही प्रकारच्या संभ्रमात न पडता त्याचे आपल्याला व्यवस्थितपणे आकलन होते, कारण त्यातील अपूर्णता आपण भरून काढतो. शेजारची आकृती सरळ रेषांची नसली, तुटक रेषांनी काढलेली असली तरी तिचे आपल्याला चौकोन म्हणूनच संवेदन होते.

आकृती क्र. ३.८

६) साधेपणाचे तत्त्व (Law of Simplicity) - एखादा अवघड विशिष्ट स्वरूपाचा उद्दीपक समोर आला तर तो सोपा करून त्याचे आपण संवेदन करून घेतो. खालील आकृती दोन W एकमेकांना जोडून तयार झाली आहे, असा बोध आकृतीचे स्वरूप समजावून घेण्यास उपयोगी पडतो.

याचप्रमाणे एखादा अवघड सिद्धान्त सोपा करूनच आपण लक्षात ठेऊ शकतो.

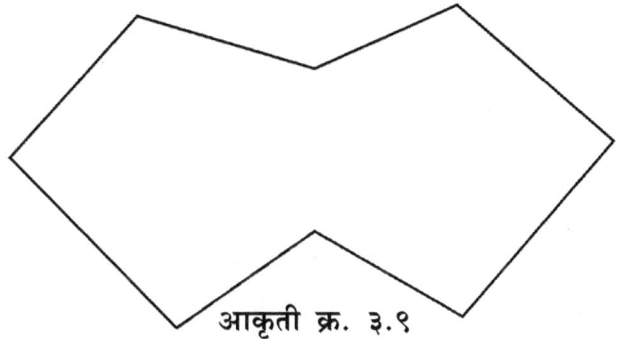

आकृती क्र. ३.९

७) दिशेचे तत्त्व (Law of Direction) – जेव्हा वस्तू एका दिशेमध्ये असतात तेव्हा त्यांचा समूह बनतो व त्याचेच आपल्याला संवेदन होते.खाली दाखविल्याप्रमाणे प्रत्येक घटकाचे वेगवेगळे संवेदन न होता दिशेच्या आधारे एका गटाचे ज्ञान होते.

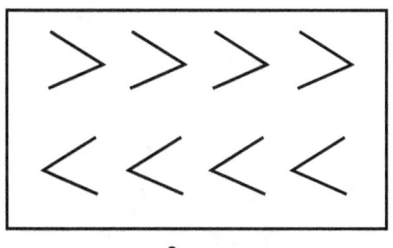

आकृती क्र. ३.१०

८) आकृती आणि पार्श्वभूमी (Figure and Background) - समष्टीवादी सिद्धांताचा हा मूळ गाभा आहे. त्यानुसार उद्दीपकाचे संवेदन हे त्याच्या पार्श्वभूमीच्या संदर्भात होत असते.

काफ्का, कोहलर, वर्दायमर यांच्या दृष्टिकोनाप्रमाणे आपण जेव्हा कोणत्याही घटनेचा अनुभव घेतो, तेव्हा एका विशिष्ट क्षणी जाणिवेच्या क्षेत्रातील एखादा घटक संवेदनाचा प्रमुख विषय होतो आणि उर्वरित भाग पाठीमागे राहतो; म्हणजेच संवेदनाचा

प्रमुख घटक बनतो, आकृती आणि बाकीचा भाग बनतो पार्श्वभूमी. उदा. आकाशातील चंद्र पाहात असताना चंद्र असतो आकृती आणि चांदण्या असलेले आकाश बनते पार्श्वभूमी.

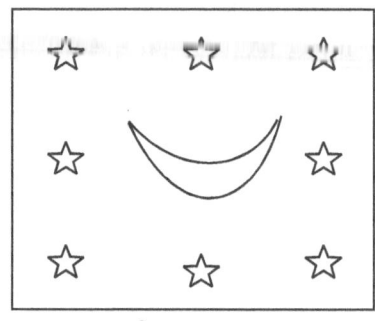

आकृती क्र. ३.११

आपल्या अवधानाचा विषय बदलल्यास त्याप्रमाणे आकृती पार्श्वभूमीमध्येही बदल होतो. आताच्याच उदाहरणामध्ये आपण जर चंद्राऐवजी ध्रुवताऱ्याकडे बघायला लागलो तर ध्रुवतारा बनतो आकृती आणि चंद्रासह बाकी तारे बनतात पार्श्वभूमीचा भाग.

साधारणपणे व्यक्ती उद्दीपकाचा अनुभव घेत असताना तो कोणत्यातरी पार्श्वभूमींवर घेत असते. त्यामुळे उद्दीपकाचे संघटन करणे व परिणामी संवेदन करणे सोपे बनते.

वरील चित्रावरून आकृती आणि पार्श्वभूमी विभाजन लक्षात येईल.

आतापर्यंत घेतलेल्या माहितीच्या आधारे आकृती व पार्श्वभूमी यांतील फरक पुढीलप्रमाणे सांगता येतील –

१) आकृतीला निश्चित असा आकार असतो. तिची रचना स्पष्ट असते. याउलट पार्श्वभूमी मात्र आकारहीन व पुसट असते.

२) आकृती 'घटक' म्हणून अनुभवाला येते. पार्श्वभूमीला कडा नसते, तपशील नसतो. त्यामुळे पार्श्वभूमी अमर्याद वाटते.

३) आकृतीला अर्थपूर्णता असते. पार्श्वभूमी आकारहीन असल्यामुळे अर्थपूर्ण वाटत नाही.

४) अर्थपूर्णता लाभल्यामुळे आकृती स्मरणात राहते, परंतु पार्श्वभूमी त्या मानाने लक्षात रहात नाही.

५) आकृती परिणामकारक भासते. पार्श्वभूमीला आपला प्रभाव पाडता येत नाही.

६) आकृती अवधानाच्या केंद्रस्थानी असते. त्या मानाने पार्श्वभूमी दुर्लक्षित होते.

प्रत्यावर्ती संवेदन (Reversible Perspective) : काही घटनांमध्ये उद्दीपकाचे स्वरूप असे असते की, ज्यामध्ये आपल्याला येणाऱ्या अनुभवांचे आकृती व पार्श्वभूमी या दोन प्रकारांत विभाजन करणे शक्य होत नाही. त्यातील एका घटकाला आकृती म्हणून प्राधान्य द्यावे तर उरलेल्या भागाला पार्श्वभूमी बनवता येत नाही. त्या दोन्हींमध्ये आकृतीमध्ये आढळणारी सर्व वैशिष्ट्ये असतात. एका भागास आकृती म्हटले असता दुसरा घटक आकृती म्हणून पुढे येऊ पाहतो. ही अवस्था फार काळ टिकत नाही. त्यामुळे दुसऱ्या घटकास आकृती बनविल्यास पहिला भाग पुन्हा आकृती म्हणून जाणवू लागतो. तेही फारसे टिकत नाही. परिणामी आकृती व पार्श्वभूमी असे स्थिर स्वरूपात संवेदन मिळू शकत नाही. अशा बदलणाऱ्या संवेदनाला प्रत्यावर्ती संवेदन असे म्हणतात.

आकृतीमध्ये दाखविल्याप्रमाणे पांढऱ्या भागाकडे पाहिल्यास पांढऱ्या पार्श्वभूमीवर दोन समोरासमोर तोंड करून असलेले चेहरे दिसतात. काळ्या भागावर अवधान केंद्रित केल्यास काळ्या पार्श्वभूमीवर पांढरी फुलदाणी दिसू लागते.

गाणे ऐकतानाही असेच होते. गाण्यातील शब्दांकडे लक्ष पुरविल्यास त्याबरोबरच्या संगीताकडे अवधान खेचले जाऊ लागते. तसेच संगीत लक्षपूर्वक ऐकायला लागल्यास गाण्याचे बोल आपल्याला आकर्षित करू लागतात.

संवेदनात्मक प्रत्यय

उद्दीपकाच्या निश्चित आकाराचा बोध कसा होतो? गतीची जाणीव कशी निर्माण होते, तसेच संवेदनात भ्रम निर्माण होतात ते कसे? या संवेदनात्मक प्रत्ययाचे मानसशास्त्रज्ञांनी केलेले विवरण पाहणे मनोरंजक ठरेल.

अ) संवेदनीय स्थिरता (Perceptual Constancy) - आपल्या निकट असणाऱ्या व्यक्तीची आपल्या दृष्टिपटलावर प्रतिमा पडते. हीच व्यक्ती आपल्यापासून जसजशी लांब जाऊ लागते तसतशी दृष्टिपटलावरची प्रतिमाही लहान लहान होत जाते, पण म्हणून ती व्यक्तीही त्याच प्रमाणात आणि प्रत्यक्षात हळूहळू लहान होत चालली आहे, असे मात्र आपण गृहीत धरत नाही. आपल्याला माहीत असते की सुरुवातीला जेवढा त्या व्यक्तीचा आकार होता तेवढाच तो उरलेला आहे. व्यक्तीच्या आकाराचे संवेदन जसे होते तसेच राहिले जाते. या संवेदनाबाबतच्या स्थिरतेला 'संवेदनीय स्थिरता' असे म्हणतात.

आपल्याजवळ असणारी व्यक्ती दूर जात आहे याची नोंद मेंदूकडून घेतली जाते.

ती व्यक्ती कितीही लांबवर पोहोचली, दृष्टिपटलावरची तिची प्रतिमा खूप लहान झाली, तरी व्यक्तीच्या संवेदित आकारात बदल होत नाही याची सूचना मेंदू देत असतो. त्यामुळे वस्तूच्या, घटकाच्या भौतिक स्वरूपाच्या परिस्थितीत कितीही बदल झाला, त्याच्या दिसण्यात फरक पडला तरी वस्तूचे संवेदन अपरिवर्तनीय राहते, असे संवेदन स्थिरतेमधून सूचित होते.

आकृती क्र. ३.१२ : प्रत्यावर्ती संवेदन

ही स्थिरता स्पष्ट करण्यासाठी नेहमी चंद्राचे उदाहरण दिले जाते. पौर्णिमेचा चंद्र जेव्हा क्षितिजाजवळ असतो तेव्हा तो शांत, शीतल, तेजाचा गोळा खूपच मोठा दिसतो. तोच चंद्र जेव्हा मध्यरात्रीच्या वेळी माथ्यावर आलेला असतो तेव्हा तेवढ्याच प्रमाणात मोठा वाटत नाही. प्रत्यक्षात चंद्राच्या आकारात जरासुद्धा बदल झालेला नसतो. क्षितिजाजवळ असणारा चंद्र मोठा वाटतो, कारण वातावरण किंवा त्याच्याकडे पाहात असताना मध्ये येणारी झाडे, इमारती, डोंगर ही संवेदनाची नियामके अंतराची जाणीव निर्माण करत असतात. पण ही जाणीव चुकीचा समज तयार करतात. माथ्यावरचा चंद्र पाहात असताना मात्र ही अंतराची सूचना देणारी नियामके अनुपस्थित असतात. संवेदन– स्थिरतेला अनुसरून तोच चंद्र त्यामुळे लहान वाटू लागतो.

चंद्राच्या उदाहरणावरून आकारस्थिरता लक्षात येते. त्याचप्रमाणे संवेदनीय स्थिरता इतर बाबतींतसुद्धा आढळते.

आकाराप्रमाणेच आकृती (Shape), रंग (Colour) या घटकांच्या अनुरोधाने संवेदन स्थिरतेचा प्रत्यय येतो.

एखाद्या गोल आकाराचे टेबल आपल्या नेहमीच्या पाहण्यात असेल, तर त्याकडे आपण कोणत्याही कोनातून बघितले तरी त्याचा आकार बदलल्यासारखा वाटत नाही. त्या टेबलाच्या आकाराशी आपल्याला पूर्ण परिचय असतो, त्यामुळे एका

विशिष्ट कोनातून पाहताना तेच टेबल लंबवर्तुळाकार दिसले तरी टेबलाचा आकार बदलला की काय, अशी शंका मनात निर्माण होत नाही. टेबल गोल म्हणजे गोलच राहणार ही आकृती - स्थिरता आहे. त्या संवेदनामध्ये प्राथमिक संवेदनात्मक माहितीकडे आपण सहजपणाने दुर्लक्ष करतो आणि वस्तू मूळ ज्या आकाराची आहे अशी माहिती असते त्याच आकाराचे संवेदन होते.

रंग-स्थिरता हाही संवेदनस्थिरतेचा प्रकार आहे. दिवसा उन्हाच्या प्रकाशात, रात्री ट्यूबच्या झगझगीत प्रकाशात आणि संध्याकाळी मावळतीच्या प्रकाशामध्येही आपल्या ड्रेसचा रंग आपण त्याच्या मूळ स्वरूपातच स्वीकारतो. म्हणजेच प्रकाशाचे प्रमाण कमी अधिक तीव्रतेचे झाले तरी आपल्या परिचयामध्ये असणाऱ्या वस्तूच्या रंगामध्ये फरक पडल्याचे आपण लक्षात घेत नाही. वस्तू आणि ती ज्या वातावरणात असते ते वातावरण यांच्याकडून परावर्तित होणाऱ्या प्रकाशाचे गुणोत्तर जोपर्यंत बदलत नाही, तोपर्यंत वस्तूच्या रंगामध्ये पडणाऱ्या फरकाकडे व्यक्ती विशेषत्वाने पाहात नाही.

संवेदनस्थिरतेचा आपल्याला बराच उपयोग होतो. एरवी घटक जवळ किंवा दूर गेल्यामुळे त्यांचे आकार मोठे किंवा लहान दिसायला लागले असते. प्रकाशाच्या तीव्रतेनुसार रंगांमध्ये बदल होत गेले असते. त्याचा परिणाम म्हणून अनेक अपघात घडून आले असते हे सहज लक्षात येते. संवेदनस्थिरतेमुळे बाह्य जगात वावरणे अत्यंत सोयीचे झाले आहे.

ब) गतिसंवेदन (Motion Perception) चेंडूशी खेळायला मुलांना आवडते. एकमेकांकडे चेंडू फेकत तो झेलायचा हा तर त्यांचा नेहमीचा खेळ. गतीने येणारा चेंडू विशिष्ट जागी पकडायचे मुलांना अचूकपणे समजते. चेंडू किती वेगाने येत आहे आणि कुठे उभे राहिल्यावर तो निश्चितपणे आपल्या हातात येईल याचा अंदाज बांधत असताना काही संकेत वापरले जातात. गती-संवेदनासाठी त्याचा उपयोग होतो.

संपूर्ण दृश्य क्षेत्राची प्रतिमा दृष्टिपटलावर उमटत असते. त्यामध्ये स्थिर वस्तूंची प्रतिमा स्थिर असते आणि त्या स्थिर पार्श्वभूमीवर गतिशील वस्तूच्या प्रतिमेला अनुसरून गती संवेदन घडून येते. त्याचप्रमाणे गतिमान वस्तू आपल्या दिशेने येत असताना तिची दृष्टिपटलावरील प्रतिमा आकाराने वाढत जाऊन हळूहळू संपूर्ण दृश्यक्षेत्र व्यापून टाकते. त्यावरून वस्तू आपल्या दिशेने येत असल्याचे समजते. वस्तू ठरावीक अंतरावर आहे आणि तिचा आकार वाढत आहे असे मात्र आपण समजून घेत नाही.

गतीच्या संवेदनासाठी दृष्टिपटलावरील गतिमान प्रतिमेबरोबरच बऱ्याच प्रसंगांमध्ये डोक्याच्या हालचालीपण साहाय्यकारी ठरतात. डोके हलविल्यावर वस्तूंच्या दृष्टिपटलावरील प्रतिमा गतिमान असतात. त्यावरून जग गतिमान आहे, असा अर्थ आपण काढत नसतो.

अतितीव्र गतीने येणाऱ्या वस्तूंसाठी पूर्वानुभवांची मदत होते. गोलंदाजाने फेकलेल्या वेगवान चेंडूला फटकविण्यासाठी फलंदाज तो चेंडू आपल्या नजरेच्या टप्प्यात येण्याची वाट पाहतो. पाचव्या मजल्यावर उभ्या असणाऱ्या व्यक्तीला आपण खाली उभे राहून किल्ली फेकण्यास सांगितले असता किल्ली नीट दिसेपर्यंत अचूक ठिकाण गाठण्याचे ठरवता येत नाही. म्हणजेच प्रत्येक क्षणाला मिळणाऱ्या वेदनात्मक माहितीचा विचार करत बसण्याऐवजी संवेदनप्रक्रियेवर अवलंबून राहणे योग्य ठरते. किल्ली कशी व कुठे येऊन पडेल या निर्णयासाठी पूर्वानुभवांचा उपयोग होतो.

क) स्वरूपविश्लेषण (Feature Analysis) : वस्तू, व्यक्ती, घटना यांचे प्रथम वेगवेगळे घटक आपण लक्षात घेतो आणि नंतर त्यांच्या संघटनेतून संवेदनाचे स्वरूप निश्चित होत असते.

या प्रक्रियेमध्ये शारीरिक पातळीवर मेंदूमध्ये असणाऱ्या विशिष्ट प्रकारच्या नसपेशीद्वारे विशिष्ट प्रकारच्या घटकांचे संघटन होते. गोलाकार, कोनात्मकता, वस्तूच्या कडा यांचे वेदन वेगवेगळ्या नसपेशी करतात, त्यामुळे कोणत्याही स्वरूपाचा उद्दीपक असला, तरी त्याचे पृथक्करण मूळ घटकांमध्ये होते. जसे 'क' अक्षर हे दोन अर्धगोल व एक उभी रेघ यांतून तयार झालेले आहे.

स्वरूपविश्लेषणाप्रमाणे एखादा उद्दीपक प्राप्त झाल्यावर वेगवेगळ्या घटकांशी मेंदूच्या प्रतिक्रिया घडून येतात आणि संवेदन घडून येते. स्मृतीमध्ये या घटकांची साठवण केलेली असते. झालेल्या घटकांची या स्मरणात ठेवलेल्या घटकांशी तुलना केली जाते आणि आलेला उद्दीपक अमुक आहे, असा निर्णय घेतला जातो.

ड) समग्रतेकडून आंशिकतेकडे आणि आंशिकतेकडून समग्रतेकडे संवेदन प्रक्रिया (Top Down and Bottom-up Processing) : आपल्याला वस्तूचे जे संवेदन होते ते छोट्या-छोट्या बाजूंच्या एकत्रीकरणातून होत असेल, तर त्या वस्तूच्या काही भागांच्या संवेदनावरून संपूर्ण संवेदन होणे शक्य आहे, पण संवेदनप्रक्रिया पूर्णतया याच प्रकारे घडून येऊ लागली तर गुंतागुंतीच्या उद्दीपकाचे संवेदन कसे घडून येणार? दुसरा एक प्रश्न असा निर्माण होतो की, 'टेबल' या वस्तूचे संवेदन होताना त्याचे चार पाय, त्यांना जोडणाऱ्या आडव्या पट्ट्या, टेबलाची वरची बाजू, त्यावरील डिझाइन या पद्धतीने होते की 'टेबल' या वस्तूला आपण ओळखत असल्यामुळे त्याचा थोडासा भाग दिसला की पूर्णपणे आपण त्याला ओळखतो?

या दोन्ही प्रश्नांसाठी उत्तर असे की, संवेदन दोन वेगवेगळ्या मार्गांच्या समन्वयातून घडून येते. पहिल्या मार्गामध्ये लहान लहान भागांच्या माहितीवरून पूर्ण भागाचे संवेदन होते (Bottom up) आणि दुसऱ्या मार्गानुसार उद्दीपकाची संपूर्ण माहिती असल्यामुळे त्याच्या आधारे उद्दीपकाचा एक एक भाग जाणून घेऊन (Top Down) तो पूर्ण भागाशी जुळणारा आहे का ते तपासून पाहिले जाते.

१) समग्रतेकडून आंशिकतेकडे प्रक्रिया (Top Down Processing) :
यामध्ये उच्च पातळीवरील माहिती, अनुभव, अपेक्षा, प्रेरणा, उत्तेजना यांच्या परिणामातून उद्दीपक चांगल्या प्रकारे समजावून घेतलेला असतो. त्यामुळे त्या उद्दीपकाचा थोडासा भाग जरी समोर आला तरी त्याचे संवेदन पूर्णपणे होते. इस्त्रीच्या दुकानात गेल्यावर आपल्या ड्रेसचा थोडासाच भाग दिसला तरी पूर्ण ड्रेसचे संवेदन आपल्याला होते आणि आपले कपडे कुठे आहेत हे आपण इस्त्रीवाल्याला दाखवतो.

२) आंशिकतेकडून समग्रतेकडे (Bottom up Processing) :
उद्दीपकाच्या काही बाजूच्या माहितीवरून संपूर्ण संवेदन घडून येण्याची प्रक्रिया सहजपणाने घडून येत नाही. संदिग्ध उद्दीपक अर्थपूर्ण बनवता येत असला, तरी अगोदर उद्दीपकाच्या लहान-सहान घटकांची माहिती मिळवणे आवश्यक आहे. अनेकदा आपला ड्रेस आपण पाहिलेला असतो, वापरलेला असतो. त्यामधून ड्रेसचा रंग, त्यावरील डिझाइन, त्याची फॅशन याचे नकळतपणे ज्ञान साठवले गेलेले असते. म्हणूनच त्याच्या आंशिक भागावरून पूर्ण डेसची ओळख लागू शकते.

साधारणपणे या दोन्ही गोष्टी एकाच वेळी घडून येतात. त्यातूनच आपल्या भोवतालच्या जगाशी आंतरक्रिया घडून येतात. मेंदू संवेदन घटकांची माहिती आपल्याला येणाऱ्या अनुभवांशी जोडून देतो व अर्थपूर्ण संवेदन घडून येते.

अंतराचे किंवा खोलीचे संवेदन (Depth Perception) - नेत्रगोलामधील दृष्टिपटल द्विपरिमित असते. म्हणजेच लांबी किंवा रुंदी व उंची या दोनच परिमिती शक्य असतात. त्यामुळे वस्तूची दृष्टिपटलावरील प्रतिमा सपाट किंवा द्विमितीय असते. डावे-उजवे, खाली-वर याबरोबरच अंतराचे किंवा खोलीचे असे तिसऱ्या परिमितीचे संवेदन आपल्याला होते. दृष्टिपटलाचा विचार करता अंतराचे ज्ञान देणारी यंत्रणा त्यामध्ये नसते, पण तरीही वस्तू आपल्यापासून दूर आहे का जवळ आहे, याचा निर्णय आपण घेऊ शकतो.

त्यामागे कारण असे की, वस्तूंच्या प्रतिमा दृष्टिपटलावर पडत असतात. पण त्या प्रतिमा मेंदूमध्ये संक्रमित केल्या जात नाहीत. वस्तूकडून परावर्तित झालेल्या प्रकाशाकडून दृष्टिपटलावर छायाप्रकाशाचा एक आकृतिबंध तयार होत असतो. त्याला अनुसरून नसावेगांचा आकृतिबंध मेंदूमध्ये पोहोचतो. त्यामध्ये चित्राची वैशिष्ट्ये आढळत

नाहीत, परंतु मेंदूच्या आकृतिबंधाशी ज्या प्रतिक्रिया होतात त्यामुळे बाह्य जगातील घटकांचे संवेदन आपल्याला होते.

त्रिमिती संवेदन होण्यासाठी आपण काही संकेतांचा उपयोग करतो. काही संकेत प्रत्येक डोळ्याला स्वतंत्रपणे मिळतात. त्यांना अतराची किंवा (Depth) खोलीची एकनेत्रीय नियामके म्हणतात. काही संकेत दोन्ही डोळ्यांच्या उपयोगातून मिळत असतात. त्यांना द्विनेत्रीय नियामके म्हटले जाते.

अ) खोलीची/अंतराची एकनेत्रीय नियामके (Monocular Clues for Depth Perception) जेव्हा एकाच डोळ्याने पाहिल्यावरसुद्धा संकेतांचा उपयोग होऊ शकतो आणि वस्तू दूर आहे की जवळ आहे हे कळू शकते, तेव्हा आपण एकनेत्रीय संकेत वापरत असतो. असे संकेत पुढीलप्रमाणे -

१) प्रतिमेचा आकार (Shape of the Image)– काही एका विशिष्ट अंतरापर्यंत वस्तूचा आकार स्पष्टपणे कळू शकतो. पण तीच वस्तू आपल्यापासून फारच दूर असेल तर तिचा आकार नेहमीपेक्षा लहान वाटू लागतो. त्यावरून वस्तू जवळ आहे की लांब आहे, हे ठरविता येते. एखादी दुकानाची पाटी जवळ असते तेव्हा ती स्पष्टपणे वाचता येते, पण दूरवरून ती पाटी लहान वाटते.

२) परस्पर आच्छादन (Interposition)- जेव्हा एका वस्तूच्या संपूर्ण संवेदन होण्यामध्ये दुसऱ्या वस्तूच्या काही प्रमाणातील संवेदनामुळे अडथळा येऊ लागतो तेव्हा अडथळा उत्पन्न करणारी वस्तू दुसऱ्या वस्तूच्या पुढे म्हणजेच आपल्या अधिक जवळ आहे असा निर्णय आपण घेतो. डोंगराआड लपलेला सूर्य दाखविताना सूर्याचे चित्र संपूर्णपणे काढले जात नाही, ते याचमुळे.

३) रेखीय परिदृश्य (Linear Perspective)– पाहणाऱ्या व्यक्तीपासून वस्तू जेव्हा दूर असते तेव्हा ती आकाराने लहान वाटतेच, शिवाय दोन वस्तूंमध्ये असणारे अंतरही कमी वाटू लागते. त्याच वस्तू आपल्या जवळ असताना त्यांच्यामधील अंतराची स्पष्ट कल्पना येते. एखाद्या कार्यक्रमाला बसलेल्या व्यक्तींचा समूह जवळून पाहिला असता माणसा-माणसांमध्ये बरेच अंतर आहे हे दिसते, मात्र तो समूह दूरवरून पाहिला तर सगळी माणसे दाटीवाटीने बसली आहेत असे वाटते.

४) सापेक्ष स्पष्टता (Clearness)- जवळच्या वस्तूंमधील सर्व बारकावे स्पष्टपणे दिसतात, पण लांबून वस्तू ढोबळमानाने कळते. दुरून पाहिले असता डोंगर हिरवेगार वाटतात. जवळ जाऊन पाहिले असता त्यावर फारशी झाडे नाहीत हे लक्षात येते.

५) छाया (Shadows)- एखाद्या वस्तूची सावली बघणाऱ्याच्या बाजूला

पडली, तर ती प्रकाशाच्या उगमस्थानाच्या अलीकडे असणार हे समजते. म्हणजेच व्यक्तीच्या जवळ असते. याउलट वस्तूची सावली बघणाऱ्या व्यक्तीच्या विरुद्ध दिशेला असेल तर वस्तू प्रकाशाच्या उगमस्थानाच्या पलीकडे म्हणजेच बघणाऱ्यापासून दूर आहे हे लक्षात घेतले जाते.

६) सापेक्ष गती (Movement) - वस्तूच्या सापेक्ष गतीवरून वस्तूच्या अंतराचे संवेदन होऊ शकते. जवळच्या वस्तूची गती जास्त वाटते आणि लांबवरच्या वस्तूची गती मंद वाटते. रेल्वेतून प्रवास करताना जवळचे रस्ते, शेते, खांब, घरे तीव्र वेगाने पळताना दिसतात. दूरवरचे घटक मात्र त्यामानाने स्थिर वाटतात.

ब) खोलीची/अंतराची द्विनेत्रीय नियामके (Binocular Cues for Depth Perception) – खोलीचे ज्ञान देण्यासाठी काही वेळा दोन्ही डोळ्यांकडून येणारे संकेत लक्षात घ्यावे लागतात. त्यांना द्विनेत्रीय नियामके म्हणतात. ही नियामके शारीरिक पातळीवरची असतात.

१) संयोजन (Activity of the Lens)- जवळची वस्तू पाहात असताना नेत्रभिंगाची वक्रता वाढते. वस्तू दूर असताना नेत्रभिंग चपटे बनते. त्यावरून मेंदूला वस्तूच्या खोलीची जाणीव होते.

२) अभिबिंदूता (Convergence) - वस्तू जवळ असताना बुबुळे आतल्या बाजूला वळतात. त्यांच्या स्नायूंवर ताण येतो. दूरची वस्तू बघताना डोळ्यांचे स्नायू शिथिल होतात, म्हणजेच डोळ्यांच्या स्नायूंच्या हालचालींवरून खोलीचा अंदाज येतो.

३) द्विनेत्रीय दृष्टिभेद (Binocular Parallax) – दोन डोळ्यांमध्ये ६५ मि. मी. चे अंतर असते. दोन्ही डोळ्यांकडून निघालेले नसावेग मेंदूमध्ये एकाच जागी पोहोचतात; परंतु दोन्ही डोळ्यांमध्ये उमटलेल्या वस्तूच्या प्रतिमेमध्ये दोन डोळ्यांमध्ये असलेल्या अंतरामुळे भिन्नता असते. उजव्या डोळ्याने वस्तूच्या उजव्या बाजूकडील किंचित भाग जास्त दिसतो. डाव्या डोळ्याने डावीकडील थोडा अधिक भाग दिसतो. याप्रकारे दोन डोळ्यांना दिसणारे वस्तूचे भाग काही प्रमाणात वेगळे असतात. मेंदू या प्रतिमांची सांधणूक करतो. त्यातून खोलीचा अथवा वस्तूच्या अंतराचा अनुभव येतो.

३.४ संवेदनातील चुका (Errors in Perception)

अ) संवेदनाच्या प्रक्रियेमध्ये आपण उद्दीपकापासून मिळणाऱ्या वेदनाचा अर्थ लावत असतो. आपण पाहिले की ही क्रिया साधी, सरळ नाही. त्यावर अध्ययन, स्मरण, व्यक्तिनिष्ठ आणि वस्तुनिष्ठ निर्धारक अशा वेगवेगळ्या घटकांचा परिणाम होत असतो, त्यामुळेच अत्यंत सुरक्षितपणे वावरणे आपल्याला जमू शकते. गर्दीमध्येही

वाहन चालविणे, विविध प्रकारचे खेळ खेळणे, निरनिराळी यंत्रे चालविणे, व्यक्तिपरत्वे आपली वागणूक ठरविणे वगैरे गोष्टी आपण सहजपणाने करू शकतो. वस्तुस्थितीचे जोपर्यंत योग्य प्रकारे संवेदन होत राहते तोपर्यंत आपले वर्तन सुसंगत राहते.

काही वेळा मात्र परिस्थितीशी विसंगत स्वरूपाची सूचके आपल्याला मिळतात. वेदनेंद्रियांकडून आहे त्यापेक्षा वेगळ्या स्वरूपाची माहिती गोळा केली जाते. त्यामुळे त्यांचा अर्थही वेगळाच लावला जातो. म्हणजे वस्तूचे, घटकाचे योग्य ज्ञान होण्याऐवजी सदोष किंवा विपरीत ज्ञान होते. अशा विपरीत संवेदनाला भास (Illusion) असे म्हणतात.

भासाची अनेक उदाहरणे देता येतील. एखाद्या काचेच्या ग्लासात पाणी घालून काडी ठेवल्यास ती मध्ये वाकली आहे असे वाटणे, आभाळ जमिनीला टेकल्यासारखे दिसणे, प्रवास करताना ढग पळत आहेत असा अनुभव येणे वगैरे भासाची उदाहरणे आहेत.

विपरीत संवेदन होण्यामागे वस्तुनिष्ठ आणि व्यक्तिनिष्ठ घटक कारणीभूत असतात. दोन रुळांच्या मध्ये उभे राहून लांबवर पाहिल्यास दोन्ही रुळ एकमेकांमध्ये मिसळल्यासारखे दिसू लागतात. या भागामागे वस्तुनिष्ठ घटक कार्यरत असतात, तर घाबरलेल्या मन:स्थितीमध्ये अंधारातून जात असताना झाडावरचा पांढरा रंग भुतासारखा वाटणे या अनुभवास व्यक्तिनिष्ठ घटक जबाबदार असतात.

वस्तुनिष्ठ घटकांमुळे होणारे भास हे सर्वांनाच होतात. ते सारख्याच प्रकारांनी सगळ्यांनाच जाणवतात. मृगजळ दिसणे, प्रवास करत असताना पळणारी झाडे, गाडी चालली आहे त्याच्या विरुद्ध दिशेने पळत आहेत असे वाटणे, अशा वस्तुनिष्ठ भासांमध्ये व्यक्तिपरत्वे भिन्नता आढळत नाही, पण व्यक्तिगत घटकांमुळे निर्माण झालेले भास व्यक्तीपुरतेच मर्यादित राहतात. भित्र्या व्यक्तीला सतत भुते दिसतात तर धैर्यशील व्यक्तीला कुठेच भूत दिसत नाही.

१) आकार, आकृती, त्रिमितीसंबंधी भास : भासांचा शास्त्रशुद्ध अभ्यास करता यावा म्हणून मानसशास्त्रज्ञांनी रेषांच्या मदतीने भास निर्माण करणाऱ्या आकृत्या तयार केल्या आहेत.

खालील आकृतीमध्ये एबिंगहॉस यांची भासाची आकृती दाखविली आहे.

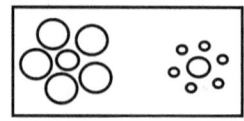

आकृती क्र. ३.१३ : एबिंगहॉस यांचा भास

या आकृतीत वर्तुळाकृती चित्रे आहेत. त्यांच्या मध्यावर असलेल्या वर्तुळांकडे लक्ष दिले असता पहिल्या आकृतीतील मधले वर्तुळ बाजूच्या वर्तुळांपेक्षा लहान वाटते तर दुसऱ्या आकृतीमध्ये तेच वर्तुळ मोठे वाटते. वस्तुत: दोन्ही वर्तुळे समान आकाराची आहेत. त्यावरून असे म्हणता येईल की, संदर्भाचा आपल्या संवेदनावर परिणाम होतो. कारण पहिल्या आकृतीमध्ये मध्यावर असलेले वर्तुळ भोवती असलेल्या मोठ्या वर्तुळांच्या सान्निध्यामध्ये लहान वाटते आणि दुसऱ्या आकृतीतील बाजूची लहान वर्तुळे तेवढ्याच आकाराच्या मधल्या वर्तुळाला मोठे बनवतात. अशाप्रकारे आकारासंबंधीचा भास यातून अनुभवास येतो.

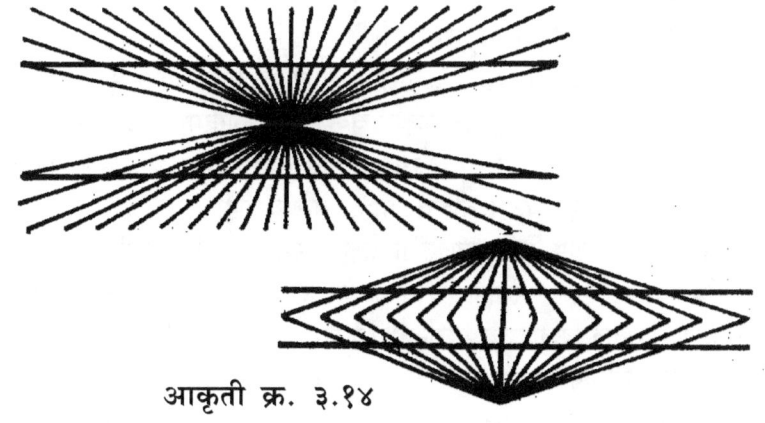

आकृती क्र. ३.१४

वर दाखविलेल्या चित्रावरून आकारासंबंधीचा भास स्पष्ट करता येतो.

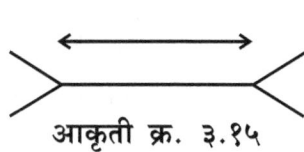

आकृती क्र. ३.१५

यामध्ये आडव्या रेषा या समांतर व सरळ न वाटता बहिर्वक्र व अंतर्वक्र भासतात. त्रिमिती संवेदन भासाचे म्युलर – लायर हे उत्तम उदाहरण आहे. खाली दाखविल्याप्रमाणे पहिल्या चित्रातील रेषा लहान व दुसऱ्या चित्रातील रेषा मोठी वाटते.

प्रत्यक्षात दोन्ही रेषा सारख्याच लांबीच्या आहेत. पहिल्या चित्रामध्ये बाणाची टोके रेषेच्या जवळ आहेत आणि दुसऱ्या चित्रामधील बाणाची टोके रेषेपासून लांब व बाहेरच्या दिशेने आहेत. या दोन फरकांमुळे दोन्ही रेषा असमान लांबीच्या वाटतात.

२) गतिसंबंधी भास – सातत्याभासी गती (Stroboscopic Motion) : हे गतिसंबंधीच्या भासाचे उदाहरण आहे. यामध्ये अतिशय कमी वेळाच्या फरकाने घेतलेल्या छायाचित्रांच्या प्रतिमा एका पाठोपाठ पडद्यावर दाखविल्या जातात. अशावेळी

प्रत्येक प्रतिमेचे स्वतंत्रपणे संवेदन न होता एखादा प्रसंग पाहतो आहोत असा आपल्याला भास होतो. सिनेमा हे त्याचेच उदाहरण आहे.

जाहिराती करताना पाटीच्या भोवतालचे दिवे गतीने फिरत आहेत, असे आपल्याला नेहमीच दिसते. प्रत्यक्षामध्ये एका नंतर दुसरा या पद्धतीने दिवे लागत असतात. कोणत्याही प्रकारची गती नसताना अनुभव मात्र गती उत्पन्न झाल्याचा असतो. या प्रकारच्या गतिभ्रमाला फाय प्रत्यय (Phi Phenomenon) म्हणतात.

असा एक अनुभव प्रत्येकाला येतो की, आपण ज्या गाडीत बसलेलो असतो त्याच्या शेजारची गाडी हलली तरी आपलीच गाडी हलल्याची जाणीव आपल्याला होते. यामध्ये चुकीचा संदर्भ धरल्याने गतिविषयक भास निर्माण होतो. हा भास प्रवर्तित (Induced) भास मानला जातो.

ब) भ्रम (Hallucination) : भासामध्ये उद्दीपक उपस्थित असतो. परंतु वेदनाचा अर्थ लावत असताना वेदनेंद्रियांकडून चूक होते. जगामध्ये उद्दीपक अस्तित्वात नसतानाही जेव्हा व्यक्तीला त्याचे संवेदन होते तेव्हा त्यास भ्रम असे म्हणतात.

उदा. मृत व्यक्ती येऊन बोलत आहे, असे वाटणे.

अशा प्रकारचे भ्रम विकृत व्यक्तींना होताना दिसतात. ज्यांना अनेक दिवसांचे मादक पदार्थांचे व्यसन असते, अशाही व्यक्तींना भ्रम होतात. सामान्य व्यक्ती जेव्हा अतिशय थकलेल्या असतात किंवा उच्च भावनिक स्थितीत असतात तेव्हा भ्रमिष्ट होताना दिसतात.

याप्रमाणे संवेदन होताना भास किंवा भ्रम या स्वरूपात चुका घडून येऊ शकतात.

३.५ अतींद्रिय संवेदन (Extra Sensory Perception - ESP) :

पंचज्ञानेंद्रियांद्वारे बाह्य जगतातील घटकांचे आपल्याला ज्ञान होत असते. त्यावर आधारित आपला रात्रंदिवस व्यवहार चालू असतो. विचार, भावना, इच्छा यांची शब्द किंवा हावभावांची एकमेकांबरोबर देवाण-घेवाण होत असते; पण पंचज्ञानेंद्रियांपलीकडचे असे काही अनुभव आलेले अनेकजण सांगत असतात. त्यामुळे अशा संवेदनांचे अस्तित्व संशोधनाचा विषय ठरतो.

या मुद्द्यावर पाश्चिमात्य आणि भारतीय मानसशास्त्रामध्ये तफावत आढळून येते. पाश्चात्त्य मानसशास्त्रात बुद्धिचे सिद्धान्त, बुद्धिमध्ये समाविष्ट असलेले घटक, बुद्धिचे मापन करणे वगैरे विषयांवर सविस्तर अभ्यास केलेला आढळतो. विचार, अनुमान, तर्क, विश्लेषण, आकलन, स्मरण यांना त्यांनी बुद्धीचे प्रमुख घटक मानले आहे. समस्यांचे आकलन करण्याच्या क्षमतेस श्रेष्ठ बुद्धिमत्ता म्हटले आहे.

याउलट, भारतीय मानसशास्त्रानुसार बुद्धी ही मनापेक्षा श्रेष्ठ अशी चित्ताची अवस्था आहे. त्यांच्या दृष्टीने बुद्धी मन:शक्तींच्या साहाय्याने इंद्रियांना नियंत्रित करणारी शक्ती

आहे. आत्मतत्त्वामध्ये विलीन झालेली बुद्धी हे बुद्धीचे सर्वश्रेष्ठ स्वरूप मानले आहे. तिलाच ऋतंभरा प्रज्ञा असे म्हणतात. हिच्या विकासाला इंद्रिय निग्रह, चित्तशुद्धी व मनाच्या एकाग्रतेची गरज असते. याला समांतर अशा श्रेष्ठ मानसिक शक्तीला अंतःप्रज्ञा किंवा अंतःप्रेरणा (Intuition) म्हणतात. अध्यात्म ज्ञानप्राप्तीचे व गूढ अतींद्रिय अनुभव प्राप्तीचे ती एक महत्त्वाचे साधन आहे.

स्वप्ने, भास, अनामिक हुरहुर, अचानक कृतिप्रेरणा यातून काही वेळा वास्तवाबाबतच्या सूचना मिळतात. त्यांनाच अतींद्रिय अनुभव म्हटले जाते. अनेक शास्त्रज्ञ, कलाकार एखादा महत्त्वाचा शोध स्वप्नांमध्ये दिसल्याचे सांगताना आपण ऐकतो. तो अतींद्रिय अनुभव असतो.

अतींद्रिय शक्ती साधना करून मिळते, तर काहींमध्ये ती जन्मतः आढळते. अनेक साधू, सिद्ध पुरुष व योगी अतींद्रिय शक्तीद्वारे तर्कातील ज्ञान प्राप्त झाल्याचे सांगतात. एकाग्रता व ध्यानधारणेमधून ही शक्ती जागृत व विकसित करता येते.

मानवाच्या ठिकाणी असणारी अतींद्रिय संवेदनक्षमता प्राथमिक कोटीची (Primitive) व परिसराभिमुखतेचे मूलभूत रूप असावी, असे हेन्री बर्गसॉ या उत्क्रांतीवाद्याने तसेच विल्यम मॅक्डुगलसारख्या मानसशास्त्रज्ञांनी प्रतिपादले आहे. त्यानुसार अतींद्रिय संवेदनक्षमता ही उत्क्रांतीपूर्व अवस्था बनते. जसजशी परिसराशी समायोजन करण्यासाठी उपयोगी पडणारी इंद्रिये विकसित होत गेली तसतशी संवेदन क्षमता क्षीण बनली, पण नष्ट झाली नाही, असे अनेक शास्त्रज्ञांचे मत आहे.

याचप्रमाणे प्रगत संस्कृतीमधील मानवांपेक्षा आदिवासींच्या ठिकाणी आणि प्रौढांपेक्षा लहान मुलांच्या ठिकाणी अतींद्रिय संवेदनक्षमता अधिक आहे या दोन्ही तर्कांना पुष्टी देणारी निरीक्षणे मिळाली आहेत.

प्रकार – अतींद्रिय ज्ञानाचे तीन प्रकार आढळतात.

१) दूरस्थ विषयांचे ज्ञान– लांबच्या विषयाचे ज्ञान हे दृश्यात्मक असेल तर त्यास 'क्लेअर व्हॉयन्स' व श्रवणात्मक स्वरूपाचे असेल तर त्याला 'क्लेअर ऑडियन्स' म्हणतात.

२) मानस संक्रमण (Telepathy) – यामध्ये अन्य व्यक्तींच्या भावना, वेदना, विचार त्या व्यक्तीने न सांगता समजतात.

३) अनागत ज्ञान (पूर्वज्ञान) (Pre Cognition) – अनुमानावर आधारित नसलेल्या भावी घटनांचे ज्ञान यामध्ये होते.

हे तीन प्रकार वर्गीकरणासाठी मानले जातात. प्रत्यक्षात संमिश्र स्वरूपाचे अनुभवही येऊ शकतात.

जे. डब्ल्यू. डून यांच्या मते, अतींद्रिय संवेदन, अनुभव हे लहान-मोठे, स्त्री-पुरुष, सुशिक्षित-अशिक्षित अशा सर्व प्रकारच्या व्यक्तींना येऊ शकतात.

अभ्यास, संशोधनाबाबतच्या मर्यादा – अतींद्रिय ज्ञान अबोध स्तरावर नेणिवेच्या प्रांतात होते, असे मानले जाते. त्यामुळे अधिक अभ्यास, संशोधन हे या विषयाच्या बाबतीत अवघड झाले आहे. प्रयोग हा विज्ञानाचा आत्मा आहे. सर्व शास्त्रांची प्रगती प्रयोगामुळे होते. या पार्श्वभूमीवर प्रयोग व पुनरावृत्ती या दोन्ही गोष्टी अतींद्रिय ज्ञानाच्या संशोधनाला लागू करता येत नाहीत.

अतींद्रिय अनुभवांबाबत व्यक्तीपरत्वे भिन्नता आढळून येते. त्यामध्ये एकसारखेपणा नसणे, हाही या विषयावर मर्यादा आणणारा घटक ठरतो.

३.६ सारांश

■ आपल्या अवतीभोवती असणाऱ्या घटकांकडे आपले लक्ष कसे वेधले जाते आणि त्यांचा अर्थ कसा लागतो हे स्पष्ट करणाऱ्या अवधान आणि संवेदन या दोन महत्त्वाच्या प्रक्रिया आहेत.

■ उद्दीपकाकडे लक्ष देण्याची म्हणजे अवधान देण्याची प्रक्रिया गुंतागुंतीची आहे. कारण ही प्रक्रिया एकाचवेळी मानसिक, शारीरिक, बोधात्मक व समायोजनात्मकही आहे.

■ अवधान काही वेळा व्यक्तीने स्वत:होऊन दिलेले असते, काही वेळा उद्दीपक व्यक्तीचे अवधान स्वत:कडे खेचून घेतो, तर काही प्रसंगांमध्ये सवयीमधून अवधान देणे घडून येते.

■ कोणत्याही प्रकारच्या अवधानामध्ये उद्दीपकामधील बदल, पुनरावृत्ती, आकार, नवीनता, अचानकता यांसारखे वस्तुनिष्ठ गुणधर्म आणि प्रेरणा, अभिरुची, मूल्ये, सवय, भावना, अभिवृत्ती यांसारखे व्यक्तिनिष्ठ गुणधर्म सहभागी होत असतात.

■ अवधान प्रक्रियेची काही वैशिष्ट्ये आढळून येतात. एका अवधानामध्ये किती उद्दीपकांवर लक्ष केंद्रित होऊ शकते यावरून अवधानकक्षा ठरते.

अवधानामध्ये आजूबाजूच्या उद्दीपकांच्या रूपाने व्यत्यय येऊन विकर्षण घडून येते, तर एकाचवेळी एकापेक्षा जास्त उद्दीपकांवर लक्ष केंद्रित करण्याच्या प्रयत्नामध्ये अवधानाचे विभाजन घडून येते आणि काही वेळा व्यक्तीला आपल्यावर बराच काळ अवधान खिळवून ठेवण्याच्या गुणधर्मामुळे 'सततचे अवधान' घडून येऊ शकते.

उद्दीपकाकडे अवधान देऊन ज्ञानेंद्रिये त्यांची माहिती गोळा करतात व नसावेगांच्या रूपाने ती मेंदूकडे वाहून नेतात. या प्रकारे वेदन होते. त्या वेदनाचा मेंदू अर्थ लावतो आणि आपल्याला उद्दीपकाचे संवेदन होते.

■ संवेदनाची प्रक्रिया अवधानापेक्षा अधिक क्लिष्ट स्वरूपाची असते. संवेदन होण्यासाठी वेदन होणे आवश्यक असते, तेव्हा पूर्वानुभव जागे होतात. आलेल्या माहितीचे संवेदनामध्ये संघटन केले जाते, संवेदनाला वैयक्तिक आणि भावनिक बाजू असते. ज्या प्रकारचे संवेदन होते त्याप्रमाणे प्रतिक्रियेचा निर्णय घेतला जातो.

ही संवेदनप्रक्रिया स्पष्ट करण्यासाठी समाकृतिवाद्यांनी संवेदनाचा सिद्धान्त मांडला. त्यामध्ये आकृती व पार्श्वभूमी हे दोन महत्त्वाचे घटक विशद केले. ज्याचे संवेदन होत आहे तो परिसराचा भाग म्हणजे आकृती, तर उरलेला भाग म्हणजे पार्श्वभूमी. अशा पद्धतीने संघटन करत असताना आपण काही तत्त्वे वापरत असतो. जसे, उद्दीपकांचे सान्निध्य, संपूर्णता, समानता, सातत्य, समावेशन, दिशा वगैरे. काही प्रसंगांमध्ये मात्र आकृती व पार्श्वभूमी असे विभाजन हे बदलत्या स्वरूपाचे असते. त्यामधून प्रत्यावर्ती संवेदन घडून येते. अवधानाप्रमाणेच संवेदनप्रक्रियेचीसुद्धा काही वैशिष्ट्ये आढळतात. उद्दीपक आपल्यापासून लांब जाऊ लागल्यावर ती लहान होत चालल्याचे जाणवते, पण तरीसुद्धा तिची मूळ प्रतिमा आपल्या मनात स्थिर असते. त्यासच संवेदनीय स्थिरता म्हणता येते. हलणाऱ्या उद्दीपकाचेही आपल्याला योग्य प्रकारे संवेदन होत असते. बहुधा संवेदनाच्या सुरुवातीला उद्दीपकाबाबतची माहिती लहान–लहान विभागांत मिळविली जाते. त्यालाच स्वरूपविश्लेषण म्हटले जाते. या प्रक्रियेबरोबर उद्दीपकाचे समग्र ज्ञान मिळविणे किंवा एखाद्या छोट्याशा बाजूच्या ज्ञानामुळे संपूर्ण उद्दीपकाचे संवेदन होणे, याही प्रक्रियेचा समावेश होतो.

दृष्टिपटलाची योजना द्विमिती ज्ञान करून देण्यासाठी असली, तरी आपल्याला प्रत्यक्षात त्रिमिती ज्ञान होत असते. यासाठी काही संकेतांची आपण मदत घेत असतो. त्यांतील एकनेत्रीय संकेत एकाच डोळ्याला मिळाले तरी चालतात आणि द्विनेत्रीय संकेत वापरताना दोन्ही डोळ्यांच्या सहकार्यातून ते मिळत असतात.

संवेदनप्रक्रिया महत्त्वाची असली तरी वेदनेंद्रिये काही चुका करू शकतात, त्यामुळे उद्दीपक आहे त्यापेक्षा विपरीत ज्ञान होऊन भास होतो, तर काही प्रसंगांमध्ये उद्दीपक अस्तित्वात नसतानाही त्याचे संवेदन होऊन भ्रम निर्माण होतो. भास सर्वसामान्यांना होतात, तर भ्रम विकृत व्यक्तींमध्ये आढळतात.

सरावासाठी प्रश्न

प्रश्न १ : खालील प्रश्नांची थोडक्यात उत्तरे द्या. (वीस शब्दांत)

१. अवधान म्हणजे काय?
२. स्वाभाविक अवधान कशास म्हणतात?
३. अवधान विचलन का घडून येते?
४. वेदन प्रक्रियेचे वर्णन करा.
५. अवधानस्थिरता कशास म्हटले जाते?
६. अतींद्रिय संवेदन म्हणजे काय?

प्रश्न २ : खालील प्रश्नांची उत्तरे द्या. (चाळीस ते पन्नास शब्दांत)

१. ऐच्छिक व अनैच्छिक अवधानाची वैशिष्ट्ये कोणती?
२. प्रेरणेचा अवधानावर कसा परिणाम होतो?
३. अवधानाच्या विकर्षांचे प्रकार सांगा.
४. संवेदनप्रक्रियेमध्ये पूर्वानुभवांचे महत्त्व किती असते?
५. प्रत्यावर्ती संवेदन म्हणजे काय?

प्रश्न ३ : खालील प्रश्नांची मुद्देसूद उत्तरे द्या. (शंभर ते दीडशे शब्दांत)

१. गती संवेदन कसे स्पष्ट करता येईल?
२. खोलीची/अंतराची एकनेत्रीय नियामके कोणकोणती आढळतात?
३. अवधानाचे स्वरूप स्पष्ट करा.
४. संवेदनाचा सिद्धान्त स्पष्ट करून सांगा.
५. संवेदनातील चुकांचे प्रकार सोदाहरण सांगा.

प्रश्न ४ : खालील प्रश्नांना वर्णनात्मक उत्तरे द्या. (तीनशे शब्दांत)

१. संवेदनात्मक प्रत्ययांचे विवेचन करा.
२. अवधान प्रक्रियेची वैशिष्ट्ये सांगा.
३. अवधानाचे निर्धारक स्पष्ट करा.
४. अतींद्रिय संवेदनाचे प्रमुख प्रकार सांगा. अतींद्रिय संवेदनाच्या अभ्यासावर वैज्ञानिक दृष्टीने कोणते आक्षेप घेतले जातात?

प्रकरण ४

वर्तनप्रेरण

(Motivation)

भूमिका

४.१ **प्रेरणा : स्वरूप व व्याख्या**

वर्तन समतोलत्वाचे तत्त्व व प्रेरणाचक्र

प्रेरणाविषयक विविध सिद्धान्त व मॅस्लोची प्रेरणांच्या अधिश्रेणीची उपपत्ती

४.२ **प्रेरणांचे प्रकार**

१) जैविक प्रेरणा : भूक, तहान, लैंगिक प्रेरणा व निद्रा

२) सामाजिक प्रेरणा : सहवास प्रेरणा, प्रभुत्व प्रेरणा व संपादन प्रेरणा

३) मानसिक प्रेरणा

४.३ **१) विफलता : विफलतेची व्याख्या व उगम**

परिस्थितिनिष्ठ व व्यक्तिनिष्ठ

२) संघर्ष : स्वरूप व प्रकार व संघर्ष निराकरण

भूमिका

शोधक नजरेने अवतीभोवती थोडे पाहिले तर जगण्यासाठी प्राणिमात्रांची सर्वत्र धडपड चाललेली कोणासही दिसून येईल. माणसाचेच पाहा. खेड्यापाड्यांतून मुंबईसारख्या महानगराकडे धावणारी पोटार्थी जनता, धरणाच्या पाण्यासाठी गुद्‌द्याचा पवित्रा घेणारे प्रांतोप्रांतीचे लोकसमुदाय, स्वत:चे छानसे घरकुल असावे म्हणून काडी काडी जमवणारे श्रमजीवी, घरकुलातून स्वस्थ जीवन जगता यावे म्हणून विवाहासारखे समाजबंधन मानणारे स्त्री-पुरुष, समाजाचे बोट धरून वाढणाऱ्या व तेथेच सुप्रतिष्ठित होणाऱ्या व्यक्ती, कधी त्याच समाजावर अधिकार गाजवून वर्चस्व प्रस्थापित करणारे नेते, यांचे अगणित वर्तनप्रकार समाजात आढळून येतील. इतकेच नव्हे तर चाकोरीबाहेर जाऊन आपल्या पसंतीचे छंद जोपासणारे, क्रीडा व साहसाच्या क्षेत्रात विक्रम प्रस्थापित करणारे, तहान-भूक हरपून साहित्य-संगीत आदी कलांना वाहून घेणारे उत्साही युवक समाजात जागोजागी चमकून जाताना दिसतील.

या सर्वांच्या धडपडीचा उगम कोणता? त्यांच्या वर्तनामागील नेमक्या प्रेरणा कोणत्या? अशा प्रश्नांनी सामान्य माणूस भांबावून जात असला तरी मानसशास्त्रज्ञांनी या प्रश्नांचा बराचसा समाधानकारक उलगडा केला आहे. बराचसा म्हणण्याचे कारण एकाच प्रेरणेतून अनेक वर्तनप्रकार व एकाच वर्तनप्रकारामागे अनेक प्रेरणा अशी प्रेरणा व वर्तनाची गुंतागुंत मानवी जीवनात दिसून येते. 'अमुक एका तऱ्हेने माणूस का वागतो?' (Why a person behaves as he behaves?) या महान कोड्याचे उत्तर देण्यासाठी मानसशास्त्रज्ञांनी प्रेरणेचे स्वरूप, वर्गीकरण, प्रेरणेविषयीचे सिद्धान्त अशा मांडणीतून मार्ग काढला आहे. त्याचा मागोवा या प्रकरणात घेण्यात आला आहे.

प्रेरणेप्रमाणेच मानवाला वर्तनप्रवृत्त करणारा, जीवनात सुखदु:खांचे रंग भरणारा वर्तनघटक म्हणजे भावना होय. बोध, भावना व कृती या वर्तनसाखळीत भावना नसेल तर मानवी जीवन यंत्रमानवासारखे (Robot) सफाईदार झाले तरी नीरस होईल. क्रोध, भय, शोक अशा भावनांच्या आहारी जाऊन, तोल गमावल्यामुळे माणसे स्वास्थ्य घालवून बसतात. त्याउलट आनंद, प्रेम अशा भावनांचा आश्रय घेऊन आपले जीवन सफलही बनवू शकतात. या भावनांचे स्वरूप काय? भावनिक अनुभवांची अंगे कोणती? भावनांची निर्मिती व कार्य याबाबतचे सिद्धान्त कोणते? याचा वेध शरीर - मानसशास्त्रज्ञांनी घेतला आहे. भावनिक अनुभवातील प्रकट वर्तनाबरोबरच अप्रकट वर्तनावर (आंतरिक जाणिवेवर) प्रकाशझोत टाकणारे हे विवेचन निश्चितच उद्‌बोधक ठरेल. निरनिराळ्या प्राथमिक भावनांचे वर्णन करत असतानाच, भावनिक जीवनाचे

व्यवस्थापन कसे करावे याचे दैनंदिन जीवनासाठी मार्गदर्शनही त्यातून लाभू शकेल.

परस्परविरोधी प्रेरणा व भावनांचा अनुभव घेताना निर्माण होणाऱ्या संघर्षस्थितीची या प्रकरणाच्या अंतिम भागात सविस्तर चर्चा केली आहे. काही वेळा 'तेलही गेले व तूपही गेले' अशी अवस्था येते, तर काही वेळा 'आगीतून निघून फुफाट्यात' पडावे लागते की काय अशी धास्ती पडते. कित्येकदा एखादी गोष्ट करावी की न करावी अशी किंकर्तव्यमूढतेची स्थिती निर्माण होते. 'धरले तर चावते, सोडले तर पळते' अशा पेचात व्यक्ती सापडते. अशा विविध संघर्षप्रकारांचे, संघर्षांमुळे निर्माण होणाऱ्या विफलतेचे विवेचन करून संघर्षपरिस्थितीतून मार्ग कसा काढावा, याचा विचार मानसशास्त्रातील संशोधकांनी सूचित केला आहे.

प्रेरणा व भावना या प्रक्रियांचा विचार करताना त्यांच्या दैनंदिन उपयुक्ततेपर्यंत मानसशास्त्रज्ञ कसे नेऊन सोडतात, हे आता क्रमाक्रमाने पाहू.

४.१ प्रेरणा : स्वरूप व व्याख्या

प्रेरणा हा सजीवास वर्तनाला प्रवृत्त करणारा घटक होय. प्रेरित वर्तन दिसू शकते; पण प्रेरणा कशी दिसणार? भोजन करणारा माणूस तोंडात घास घालताना दिसतो; पण भूक कुठे दिसते? देशभक्तीने प्रेरित झालेला क्रांतिकारक उठाव करताना दिसतो; पण त्याची देशभक्ती कुठे सापडणार? प्रेरणा हा वर्तनातील आंतरिक घटक असल्याने त्याचे निश्चित स्वरूप सांगताना म्हणूनच अडचण निर्माण होते. या प्रेरणेचे स्वरूप निश्चित न उलगडल्याने प्रेरणा देणाऱ्या तत्त्वास (ज्यास प्राचीन काळी आत्मतत्त्व मानले जाई.) मानवी यंत्रातील भूत (Ghost in the human machine) असे म्हटले जाई.

या अडचणीतून मार्ग काढण्यासाठी मानसशास्त्रज्ञ प्रेरणेची कार्यात्मक व्याख्या (Operational definition) करताना दिसतात.

प्रेरणा म्हणजे वर्तनास प्रवृत्त करणारा (गती देणारा), दिशा देणारा व उद्दिष्ट- प्राप्तीपर्यंत सातत्याने धडपड करावयास लावणारा वैशिष्ट्यपूर्ण (आंतरिक) घटक होय, अशी प्रेरणेची व्याख्या करण्यात येते.

Geen and Bentty यांनी केलेल्या प्रेरित वर्तनाच्या खालील वर्णनाचा आशय वरील व्याख्येत आलेला आहे. त्यांच्या मतानुसार Motivation can be defined as the influences that account for initiation, direction, intensity and persistence of behavour.

या व्याख्येवरून प्रेरणेची गुणवैशिष्ट्ये (लक्षणे) उत्तम रीतीने स्पष्ट करता येतात.

१) प्रेरकता : वर्तनास चालना देणे, सजीवास (प्राणी व मानव) वर्तनप्रवृत्त

करणे, त्यास गतिमान करणे हे प्रेरणेचे पहिले वैशिष्ट्य होय. भूक लागलेली व्यक्ती अन्नशोधनाची धडपड करते, सत्ताकांक्षी व्यक्ती निवडणुकीस उभी राहते, किंवा उत्पादनाच्या प्रसिद्धीसाठी एखादा उद्योजक जाहिरात करत सुटतो. या सर्व उदाहरणांत प्रेरणेची वर्तनास गती देण्याची शक्ती दिसून येते. प्रेरणेअभावी अशी धडपड दिसून येत नाही. भूक नसलेले मांजर अन्नाच्या थाळीकडे न जाता ढिम्म पडून राहते, स्पर्धा परीक्षेस बसू न इच्छिणारा विद्यार्थी मार्गदर्शनशिबिरास जाण्याचे कष्ट घेत नाही. यातून प्रेरणेअभावी वर्तनप्रवृत्ती निर्माण होत नाही, हेच सिद्ध होते.

२) दिशादर्शन : प्रेरणेमुळे स्वैर किंवा विस्कळीत वर्तन न घडता एका विशिष्ट रोखाने, विशिष्ट दिशेने वर्तन घडून येते. भुकेला मनुष्य ग्रंथालयाकडे जाणार नाही, तर घराकडे किंवा भोजनालयाकडे वळेल. निद्रेने प्रेरित झालेली व्यक्ती क्रीडांगणाकडे न जाता शयनगृहाकडे जाईल. प्रेरित वर्तनाचा मार्ग उद्दिष्टप्राप्तीच्या दिशेने जात असतो. याचा अर्थ वास्तविक किंवा काल्पनिक उद्दिष्टाची उपस्थिती प्रेरित वर्तनात गृहीत धरलेली असते. ज्या वर्तनास उद्दिष्ट व दिशा नाही त्या वर्तनास प्रेरित म्हणता येणार नाही व अशा वर्तनाची नीट कारणमीमांसा करता येणार नाही. प्रेरित वर्तन हा निश्चित वर्तनाचा प्रवास आहे असे म्हटले तर प्रेरित नसलेले वर्तन हे दिशाहीन भटकंतीचे उदाहरण होईल. स्टेशनवरील तिकीट खिडकीवर जाऊन 'कुठलेही तिकीट द्या' असे म्हटल्यावर स्टेशनमास्तर गोंधळात पडेल. त्याचप्रमाणे एखाद्या वर्तनामागे प्रेरणा असूनही त्याला कुठलीच दिशा नाही असे म्हटल्यास मानसशास्त्राचा अभ्यासक बुचकळ्यात पडेल. सारांश, प्रेरित वर्तन म्हणजे दिशायुक्त वर्तन होय.

३) सातत्यपूर्णता : सातत्यपूर्णता हा प्रेरित वर्तनाचा आणखी एक आवश्यक गुण होय. प्रेरित वर्तनात उद्दिष्ट प्राप्त होईपर्यंत, अखंडितपणे आवश्यक ते प्रयत्न केले जातात. वक्तृत्वस्पर्धेत भाग घेऊ इच्छिणारा युवक स्पर्धेत नावनोंदणी करण्यापासून ते विषयावरील माहितीचे संकलन, शिक्षकांचे मार्गदर्शन, सरावचाचणीत सहभाग अशा अनेक गोष्टी करत शेवटी स्पर्धेत दाखल होईल. निवडणूक जिंकल्यावर सत्ताकांक्षेने प्रेरित झालेला उमेदवार मंत्रिमंडळात वर्णी लागण्यासाठी प्रयत्न, न लागल्यास विधानपरिषदेत प्रवेशासाठी धडपड, तेही न साधल्यास एखाद्या महामंडळावर पद मिळते काय यासाठी लटपट, अशी धावपळ करत राहतो. प्रेरणेत सातत्य नसेल तर प्रेरणा क्षीण झाली किंवा संपली असेच म्हटले जाते. धावण्याची शर्यत मध्येच सोडून देणाऱ्या खेळाडूची धावण्याची प्रेरणा संपलेली असते. राजकारणसंन्यास घेतलेला नेता दैनंदिन राजकारणात सतत न राहिल्यामुळे त्याच्या प्रभुत्वप्रेरणेस ओहोटी लागली आहे, असे मानले जाते.

४) वैशिष्ट्यपूर्णता : सजीवांच्या सर्व वर्तनांस प्रेरित वर्तन म्हणता येत नाही. पशुपक्ष्यांचे तसेच नीच कोटीच्या प्राण्यांचे वर्तन जन्मजात प्रवृत्तींवर अवलंबून असते. त्यास सहजप्रवृत्त वर्तन असे म्हणतात. ते सार्वत्रिक स्वरूपाचे आढळून येते. तशा स्वरूपाचे साचेबंद वर्तन मानवात आढळत नाही. अगदी तहान, भूक अशा जैविक प्रेरणांबाबतही स्थल, काल, परिस्थिती, संस्कार, सवयी यांनुसार वर्तनात विविधता आढळून येते.

मानवाचेदेखील सर्वच वर्तन प्रेरित म्हणता येत नाही. केवळ बाह्य उद्दीपकामुळे कधी कधी वर्तन निर्माण झालेले दिसते; पण ते तात्कालिक व प्रासंगिक वर्तन होय. जाहिरातीमुळे प्रभावित होऊन वस्तूच्या खरेदीस प्रवृत्त होणे अथवा केवळ प्रचारामुळे विशिष्ट उमेदवारास मतदान करणे ही प्रेरित वर्तनाची उदाहरणे नसून उद्दीपित वर्तनाची उदाहरणे होत. दुसऱ्या शब्दात सांगायचे तर प्रेरणा ही सहजप्रवृत्ती व उद्दीपित वर्तन यांच्याहून वैशिष्ट्यपूर्ण असते.

प्रेरणाचक्र

प्रेरित वर्तनाची काही ठळक लक्षणे पाहिल्यावर या वर्तनाचे वर्णन वर्तुळाकार वर्तन अथवा प्रेरणाचक्र म्हणून का केले जाते याचा खुलासा बघू.

सामान्यपणे व्यक्तीचा (अथवा सजीवाचा) प्रयत्न त्याची वर्तनसमतोलत्वाची स्थिती (Homeostasis) राखण्याकडे दिसून येतो. अतिशय कमतरता व अतिशय आधिक्य टाळून वाजवी (आवश्यक तेवढ्या) गरजपूर्तीच्या स्थितीत राहणे म्हणजे वर्तनसमतोलत्व होय. उदाहरणार्थ, कित्येक दिवस अन्न खाण्यास न मिळणे व पोटास तडस लागण्याइतपत अन्नसेवन करणे या टोकाच्या अवस्था असून पोटभर अन्नसेवनामुळे व्यक्ती भुकेबाबतच्या समतोलाच्या अवस्थेत राहते. शरीर तापाने फणफणणे व थंडीने काकडणे या तापमान समतोलाच्या अवस्था नसून नेहमीच्या आवश्यक तापमानास राहणे (९८.४ फॅ.) हे तापमान संतुलन होय. हेच शरीरातील जलांशाबद्दलही म्हणता येईल. जेव्हा जेव्हा काही कारणाने शारीरिक ऊर्जा खर्ची पडते, तेव्हा अन्नपदार्थ, पाणी इत्यादी गोष्टींची शरीरात उणीव निर्माण होते. या उणिवांमुळे एक प्रकारचा ताण निर्माण होऊन व्यक्तीस अस्वस्थता जाणवू लागते. हीच शारीरिक गरज उत्पन्न होण्याची स्थिती होय. अस्वस्थतेच्या जाणिवेतून त्या त्या उणिवेची पूर्तता होऊ शकेल अशा संबंधित वस्तूचा व्यक्ती शोध घेऊ लागते. भुकेली व्यक्ती अन्नपदार्थ शोधेल, तहानलेली व्यक्ती पेयाचा शोध घेईल, तर थंडीने काकडणारी व्यक्ती उबदार वस्त्रांचा शोध घेईल. यासाठी ती ती वस्तू प्राप्त होईपर्यंत व्यक्ती सातत्याने धडपड करत राहील. हे उद्दिष्ट साध्य झाल्यावर निर्माण झालेली उणीव

भरून निघते व पुन्हा एकदा वर्तनसमतोलाची मूळ स्थिती प्राप्त होते. म्हणजेच वर्तनसमतोलत्वाची स्थिती ढळल्यामुळे प्रेरित वर्तनाला सुरुवात होते व विशिष्ट गरजपूर्ती होताच ती स्थिती पुन्हा प्राप्त होते. उदाहरणार्थ, भोजनानंतर स्वस्थता, कालांतराने पुन्हा गरज व अस्वस्थता, पुन्हा अन्नसेवनासाठी धडपड आणि भोजनानंतर पूर्ववत् स्वस्थता असा जो क्रम प्रेरित वर्तनाबाबत आढळून येतो त्यालाच प्रेरणाचक्र असे म्हटले जाते. एका वर्तुळाकृती रेखाकृतीने प्रेरणाचक्र दाखविता येते.

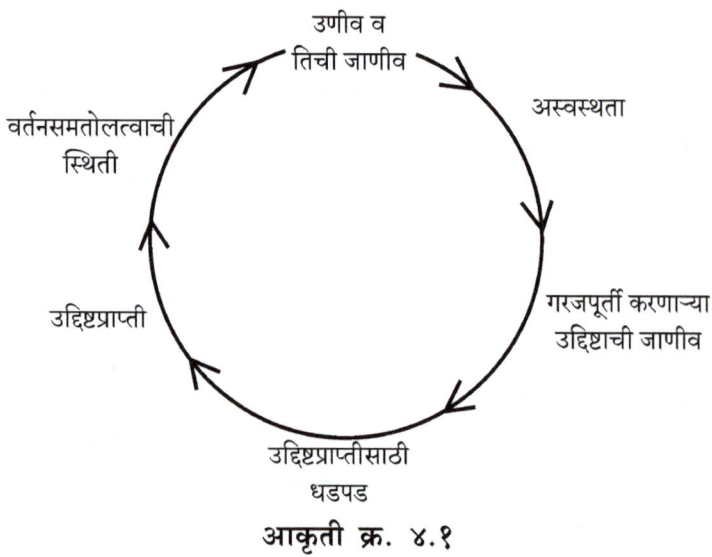

आकृती क्र. ४.१

अर्थात, हे प्रेरणाचक्राचे वर्णन जैविक प्रेरणांना (भूक, तहान, निद्रा, काम इ.) बहुतांशी लागू पडते; परंतु मानसिक- सामाजिक प्रेरणांचे वर्णन जैविक प्रेरणांप्रमाणे स्पष्टपणे व समाधानकारकपणे प्रेरणाचक्राच्या साहाय्याने करता येत नाही. जिज्ञासा, नावीन्याची आवड, संपादन प्रेरणा इत्यादींतून निर्माण होणारे प्रेरित वर्तन वरील सूत्रात बसवणे कठीण आहे. या प्रेरणा काही एका उणिवेतून निर्माण झाल्या असे दाखविता येत नाही. जैविक प्रेरणांचे स्वरूप लक्षात येण्यासाठी व त्यांचे नियंत्रण करण्यासाठी मात्र प्रेरणाचक्राची संकल्पना अभ्यासणे उपयुक्त ठरते.

प्रेरित वर्तन कोणत्या क्रमाने घडते याचा काहीसा खुलासा प्रेरणाचक्राच्या साहाय्याने होत असला, तरी प्रेरित वर्तन का घडून येते, या प्रक्रियेमागील निर्णायक घटक कोणते हे प्रेरणाविषयक सिद्धान्तातून समजते. प्रेरणेची प्रक्रिया विशद करणारे अनेक निरनिराळे सिद्धान्त आधुनिक मानसशास्त्राच्या इतिहासात आजवर मांडले गेले आहेत. कोणताही

एकच एक सिद्धान्त सर्वच प्रेरित वर्तनांचे स्पष्टीकरण करू शकत नाही; परंतु काही सिद्धान्त विशिष्ट प्रकारच्या प्रेरित वर्तनाचे अधिक समाधानकारक स्पष्टीकरण देऊ शकतात. काही महत्त्वाचे प्रेरणाविषयक सिद्धान्त खालीलप्रमाणे –

१) सहजप्रवृत्तिवादी सिद्धान्त (Instinctive Theory)

२) गरजाधिष्ठित सिद्धान्त (Need-based Theory)

३) उत्तेजना – सिद्धान्त (Arousal Theory)

४) प्रलोभनविषयक सिद्धान्त (Incentive Theory)

५) बोधनात्मक सिद्धान्त (Cognitive Theory)

६) प्रेरणांच्या अधिश्रेणीचा सिद्धान्त (Hirarchy of motives theory)

सहजप्रवृत्तीवादी सिद्धान्त : या सिद्धान्तानुसार वर्तनामागे सहजप्रवृत्ती किंवा जन्मजात प्रवृत्ती दिसून येतात. जीवितरक्षणाच्या दृष्टिकोनातून प्राणिवर्तन व मानवी वर्तन यांत मूलभूत भेद नसून परिस्थितिजन्य भिन्नता एवढाच फरक तेथे आढळतो. मॅक्डुगलने पुरस्कृत केलेला हा सिद्धान्त तीन कारणांनी नाकारला जातो– १) सहजप्रवृत्तींच्या निश्चित संख्येबाबत मतभेद आहेत. स्वत: मॅक्डुगल १८ सहजप्रवृत्ती मानतो, तर बर्नार्डसारखा संशोधक सहजप्रवृत्तींची संख्या ५७५९ असल्याचे सांगतो २) वर्तनावरून सहजप्रवृत्ती अनुमानित केली जाते व सहजप्रवृत्तीवरून वर्तनाचे अनुमान केले जाते. या विचारसरणीत परस्परआधार दोष निर्माण होतो. ३) मानवी वर्तनात अध्ययन व संस्कार यांचा मोठाच प्रभाव असतो. उदाहरणार्थ, संग्रहप्रवृत्ती ही जन्मजात नसून अनुभवातून निर्माण झालेली प्रवृत्ती आहे, असे दिसून येते.

गरजाधिष्ठित सिद्धान्त : एखादी शरीरांतर्गत उणीव / कमतरता निर्माण झाली की गरज उत्पन्न होते व तिच्या पूर्ततेसाठी विशिष्ट उद्दिष्टप्राप्तीकरिता धडपड सुरू होते. हा आतून बसणारा रेटा (Push) हेच प्रेरित वर्तनाचे कारण होय असे या सिद्धान्तात सुचविले आहे. बहुतेक सर्व जैविक गरजांच्या बाबतीत हा सिद्धान्त बरोबर ठरतो. परंतु इतर काही प्रेरणांचे (उदा. जिज्ञासा, नावीन्याचा शोध) स्पष्टीकरण या सिद्धान्ताने मिळत नाही. तसेच बाह्य प्रलोभनावर आधारित असलेले वर्तनप्रकार (जसे, स्पर्धेसाठी ठेवलेले पारितोषिक मिळावे म्हणून स्पर्धेत सहभागी होणे) या सिद्धान्तामुळे स्पष्ट होत नाहीत.

उत्तेजना सिद्धान्त : गरजेची पूर्तता होऊनही कित्येकदा स्वस्थ न राहता व्यक्ती वर्तन चालूच ठेवते, कारण उत्तेजनाच्या कमीतकमी पातळीवरून इष्टतम पातळीपर्यंत जाऊन कार्य करण्याची व्यक्तीची प्रवृत्ती असते. क्रियाशीलतेची अथवा उत्तेजनांची पातळी व कार्यक्षमता यांचा सहसंबंध यर्क्स आणि डॉडसन यांनी शोधून काढला

असून, न्यूनतम उत्तेजन पातळी- कमीतकमी कार्यक्षमता, इष्टतम उत्तेजन पातळी- सर्वोत्तम कार्यक्षमता व अतिउत्तेजनाची पातळी- पुन्हा कमी कार्यक्षमता, असा हा सहसंबंध आहे. साधारण वेगाने धावणारा माणूस थोडेच अंतर पार करील, पूर्ण कुवतीनिशी वेगाने धावणारा जास्तीतजास्त अंतर कापेल, तर बेभान होऊन कुवतीबाहेर वेगाने धावणारा मध्येच पडल्यामुळे त्याने कापलेले अंतर कमी राहील. उत्तेजना-सिद्धान्तानुसार खऱ्या अर्थाने प्रेरित वर्तन सर्वाधिक कार्यक्षमता दर्शविते, कारण त्यात शक्य तेवढी जास्त (इष्टतम) क्रियापातळी गाठून कार्य केलेले असते. मंद गतीने थांबत थांबत केलेल्या वाचनापेक्षा जलद पण वाजवी गतीने केलेले वाचन अधिक परिणामकारक ठरते, या अनुभवास उत्तेजना-सिद्धान्त व्यवस्थित लागू पडतो, मात्र वर्तनातील नेमकी इष्टतम पातळी कोणती हे ठरविणे कठीण असते, तसेच ही पातळी व्यक्तीपरत्वे बदलते. त्यामुळे उत्तेजना-सिद्धान्त व्यक्तिनिष्ठ ठरतो.

प्रलोभन सिद्धान्त : प्रेरित वर्तनाच्या बहुसंख्य उदाहरणांत कारणीभूत होणारे घटक हे बाह्यघटक असतात. उदाहरणार्थ, खेळामध्ये पदके व पारितोषिके, शिक्षणामध्ये पदवी व गुणगौरव इत्यादी बाह्य घटक वर्तन घडवून आणतात. व्यक्तीस आपणाकडे ओढून घेणाऱ्या (Pull) घटकांना प्रलोभन (Incentives) असे म्हणतात. प्रलोभने नसतील तर प्रेरित वर्तनात आवश्यक तो जोम व योग्य दिशा मिळालेली दिसून येणार नाही, असे हा सिद्धान्त सांगतो. किंबहुना प्रलोभनावाचून प्रेरित वर्तन घडून येणार नाही, असे या सिद्धान्ताचे समर्थक मानतात.

तथापि, काही ध्येयवादी व्यक्ती, संशोधक, कलावंत तसेच परिपूर्णतेचा ध्यास असणाऱ्या व्यक्ती कोणत्याही बाह्य प्रलोभनावाचून झोकून देऊन विशिष्ट प्रकारचे वर्तन करताना आढळतात. कामातच ज्यांना आनंद वाटतो, गुणवत्तेची उत्तम पातळी राखणे हेच ज्यांचे ध्येय असते, त्यांना बाह्य प्रलोभने आकर्षित करू शकत नाहीत. आगरकरांसारखे निःस्पृह समाजसुधारक, विमानोड्डाणात वयाच्या ऐंशीव्या वर्षांनंतर विक्रम करणारे जे. आर. डी. टाटांसारखे साहसवीर, आपल्या दानशूरपणाचा बोलबाला होऊ न देता देणग्यांची उधळण करणारे पु. ल. देशपांडे यांच्यासारखे समाजहितचिंतक यांना आपापली कामे करत राहण्यातच आनंद वाटतो. कामाची उत्कृष्टता साधावी याशिवाय त्यांना कोणतेही बक्षीस नको असते. अशा व्यक्तींच्या संदर्भात प्रलोभन सिद्धान्त गैरलागू ठरतो.

बोधनात्मक सिद्धान्त : प्रेरित वर्तनाचे स्पष्टीकरण देताना हा सिद्धान्त व्यक्तीचे विचार, अपेक्षा, ध्येये अशा बोधनात्मक प्रक्रियांचा वापर करतो. परीक्षेत चांगले यश मिळावे यासाठी विद्यार्थी मानसशास्त्राचा कसून अभ्यास करील. आंतरराष्ट्रीय कीर्ती

प्राप्त होण्याच्या अपेक्षेने खेळाडू नेटाने सराव करत राहील, तर देशसेवेच्या उदात्त ध्येयापोटी एखादा कार्यकर्ता समर्पित वृत्तीने स्वातंत्र्य चळवळीत भाग घेताना दिसेल. प्रेरित वर्तनाचे रहस्य जाणून घेण्यासाठी संबंधित व्यक्तीचे विचार, इच्छा, अपेक्षा, अंदाज, पूर्वनियोजन या गोष्टींकडे लक्ष वेधण्याचा या सिद्धान्ताचा प्रयत्न दिसतो.

अर्थात वरील बोधनात्मक प्रक्रिया आंतरिक व अमूर्त असल्यामुळे अपेक्षित वस्तू कोणत्या स्वरूपाच्या आहेत यावरून प्रेरणेची तीव्रता ठरते. एखादी भाषा शिकताना त्या विषयात उत्तम श्रेणी मिळावी हे बाह्य प्रलोभन असू शकते. त्याचप्रमाणे भाषा उत्तम प्रकारे आत्मसात व्हावी एवढीच अपेक्षाही असू शकते. या आंतरिक मूल्यासाठी (भाषेच्या आनंदासाठी) केलेला अभ्यास परीक्षेतील यशासाठी केलेल्या अभ्यासाहून अधिक प्रेरक ठरू शकतो. देशप्रेमाने शत्रूशी लढणारा सैनिक व वेतन आणि सवलतीसाठी लढणारा सैनिक यांच्या प्रेरणेत बोधनात्मक अंतर असल्याने त्यांच्या वर्तनात फरक पडतो.

वरील सर्व सिद्धान्तांत प्रेरित वर्तनातील जन्मजात घटक, गरजपूर्ती, उत्तेजना, बोधात्मक जाणिवेचा प्रभाव अशा एकेका बाजूवर भर दिलेला दिसतो. हे सर्व सिद्धान्त आपापल्या परीने सत्य असले तरी एकंदरीत अंशत: सत्य आहेत. ते सर्वस्पर्शी नसून जीवनातील सर्व प्रकारच्या प्रेरणांची व्यवस्था व्यक्ती कशी लावते याचे त्यांच्यातून दर्शन घडत नाही; परंतु सर्व प्रेरणांची एक व्यवस्था, एक प्रणाली रचण्याचा नमुनेदार प्रयत्न अॅब्राहम मॅस्लो (१९०८-१९७०) या मानववादी शास्त्रज्ञाने केला आहे. त्यास 'प्रेरणांच्या अधिश्रेणीचा सिद्धान्त' असे म्हटले जाते.

मॅस्लोची प्रेरणांची अधिश्रेणी : मॅस्लोच्या मतानुसार मानवी गरजा (व त्यातूनच उत्पन्न होणाऱ्या प्रेरणा) विविध प्रकारच्या असून त्या कशा निर्माण होतात यापेक्षा व्यक्ती त्यांची पूर्तता कशी करते, हे पाहणे महत्त्वाचे आहे. उदरनिर्वाहाच्या गरजांइतक्याच, सुरक्षिततेविषयीच्या गरजा महत्त्वाच्या असतात. त्याचप्रमाणे समाजमान्यता, सामाजिक प्रतिष्ठेचीही व्यक्तीस गरज असते. एवढ्यानेच जीवनसाफल्य लाभले असे न समजता व्यक्ती आत्मविकासासाठी सतत धडपड करत असते, पण ती सर्व कसे साध्य करते? सर्वच गोष्टींना ती एकदम हात घालत नाही. काही गरजांच्या पूर्ततेची तातडीने आवश्यकता असते तर इतर काही गरजा क्रमाक्रमाने नंतर पूर्ण केल्या जातात. भूक, तहान, निद्रा, तापमानसंतुलन इत्यादी जैविक गरजा तातडीच्या असून त्यांची पूर्तता लांबवल्यास जीवितास धोका पोहोचू शकतो. या जैविक गरजांचे समाधान होण्याची हमी मिळण्यासाठी तिला सुरक्षाविषयक गरजाही पूर्ण कराव्या लागतात. जसे की, घराचा निवारा, नोकरी- व्यवसायाची शाश्वती

इत्यादी. या दोन्ही प्रकारच्या गरजांना कमतरता गरजा (Deficiency Needs) असे म्हणतात. यानंतर विकासाच्या गरजांना प्रारंभ होतो (Developmental Needs). समाजमान्यता मिळावी, समाजाने आपलेसे करावे, समाजात एखादे महत्त्वाचे, मानाचे स्थान प्राप्त व्हावे अशा गरजा उत्तरोत्तर निर्माण होतात. सरतेशेवटी आपल्या गुणांचा पूर्ण विकास व्हावा, जीवनाचे सार्थक झाले असे वाटावे अशी सर्वोच्च गरज व्यक्तीला कार्यप्रेरित करते. आत्मविकासाची अंतिम अवस्था गाठल्यानंतर व्यक्ती पूर्ण तृप्तता अनुभवते व आता आणखी काही प्राप्त करण्याची इच्छा किंवा गरज तिचे ठिकाणी राहात नाही. अर्थात आत्मविकासाची ही अंतिम गरज पूर्ण करण्यासाठी व्यक्तीस वर सांगितलेल्या कमतरता गरजा व विकासविषयक गरजा पूर्ण कराव्याच लागतात. अनेकविध जैविक गरजांपासून निघून आत्मविकासापर्यंत पोहोचण्यासाठी गरजांचा सोपान (शिडी) व्यक्तीस चढून जावा लागतो. या सोपानाची तळाची पायरी अनेकविध जैविक गरजांच्या अस्तित्वामुळे रुंद तर सर्वांत वरची पायरी निरुंद व बारीक दिसते. त्यामुळे ही गरजांची एकावर एक अशी क्रमाने दिसणारी उतरंड किंवा अधिश्रेणी पिरॅमिडच्या आकारासारखी निमुळती दिसते. एका रेखाकृतीने मॅस्लोचा गरजविषयक (अथवा प्रेरणाविषयक) सिद्धान्त खालीलप्रमाणे दर्शविता येतो.

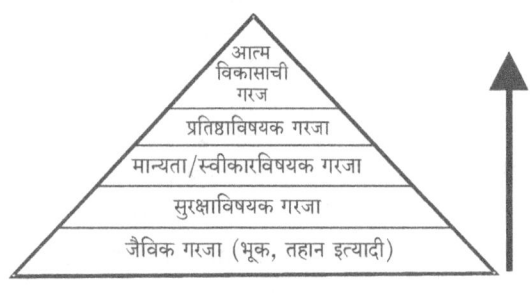

आकृती क्र. ४.२

व्यक्तिगत अथवा सामाजिक जीवनात गरजांची परिपूर्ती कशी होते, गरजांचे व्यवस्थापन कसे केले जाते, याचे मार्गदर्शन या सिद्धान्तातून मिळते.

मानवी वर्तनाच्या अभ्यासाच्या दृष्टीने मॅस्लोचा सिद्धान्त अनेक दृष्टींनी बोधप्रद ठरतो.

१) मानवी जीवनात गरजांची विविधता असून, त्यांची विलक्षण गुंतागुंत आढळून येते. गरजांचे महत्त्व व पातळी यांनुसार त्यांना प्राधान्य देणे आवश्यक असते, हे या सिद्धान्तातून कळून येते.

२) कमतरताविषयक गरजा नीट पूर्ण झाल्याशिवाय विकासाच्या गरजा पूर्ण करण्याकडे व्यक्तीचे सहसा लक्ष जात नाही.

३) भुकेल्या जनतेस तत्त्वज्ञानाची नव्हे, तर भाकरीची गरज महत्त्वाची असते. फ्रेंच राज्यक्रांती भुकेने व्याकूळ झालेल्या जनतेने केली, हे लक्षात ठेवले पाहिजे. त्याचबरोबर ज्यांना पोटापाण्याची सुरक्षितता लाभली आहे व ज्यांना त्यासाठी घाम गाळावा लागत नाही, अशाच लोकांकडून देशाच्या सांस्कृतिक जीवनात लक्षणीय भर घातली जाते. यावरून मॅस्लोच्या विकासविषयक गरजांविषयीच्या विवेचनाला पुष्टी मिळते. प्राचीन काळी गंगेसारख्या नदीकाठच्या सुपीक प्रदेशात वस्ती केल्यानंतर विकासाच्या संस्कृतीचा बहर आला याची इतिहास साक्ष देतो.

४) विकासाच्या कोणत्या टप्प्यात व्यक्ती किंवा समाज आहे, हे कोणत्या गरजांची पूर्तता झालेली आहे, यावरून कळून येते. वर्तनविकासाचा दर्शक आराखडा म्हणून मॅस्लोच्या अधिश्रेणी सिद्धान्ताकडे पाहता येते.

मात्र गरजांच्या अधिश्रेणीनुसार लोकजीवनात होत असलेल्या वाटचालीचा विस्तृत आढावा घेतल्यास मॅस्लोच्या सिद्धान्तास नेहमीची पुष्टी मिळत नाही, कारण १) कित्येकदा कमतरता गरजांची परिपूर्ती होऊनही, उलट व्यक्ती जैविक व सुरक्षाविषयक गरजा डावलून आत्मविकासाच्या मागे धावताना दिसतात. असे का? कफल्लक राहूनही साहित्यशारदेची उपासना करणारे लेखक समाजात दिसतात, तर सत्ता संपत्तीत आकंठ लोळूनही आत्मविकासाची वाट न शोधता क्षुद्र सुखचैनीत बहुसंख्य लोक रममाण होतात. हे अनुभव गरजांच्या अधिश्रेणीच्या सिद्धान्ताच्याविरुद्ध जातात. मॅस्लोने सांगितलेल्या वर्तनक्रमापेक्षा वेगळीच वाट पकडलेले लोक समाजात आढळून येत असल्याने मॅस्लोच्या सिद्धान्तास सिद्धान्त म्हणण्याऐवजी पूर्ण कसोटीस न उतरलेली उपपत्ती म्हणणे योग्य होईल असे बेंजामीन लेही यांनी म्हटले आहे.

तथापि, त्यांनीच आपल्या पाठ्यपुस्तकात नमूद केल्याप्रमाणे प्रेरित वर्तनाचे स्पष्टीकरण देण्यातील अपयशापेक्षा मॅस्लोच्या विचारसरणीचे स्पष्टीकरण देण्यातील यश अधिक ठळकपणे अनुभवास येते म्हणून प्रेरित वर्तनाच्या अभ्यासात एक दखलपात्र विचारसरणी या दृष्टीने 'गरजांच्या अधिश्रेणी'चे महत्त्व अबाधित ठरते.

प्रेरित वर्तनाच्या कार्यावर प्रकाश टाकणाऱ्या सिद्धान्तांचा संक्षिप्त परिचय करून घेतल्यानंतर प्रेरणांच्या वर्गीकरणाकडे व काही विशिष्ट प्रेरणांच्या वर्णनाकडे आता वळू.

४.२ प्रेरणांचे प्रकार

प्रेरणांचे वर्गीकरण वेगवेगळ्या प्रकारे केले जाते. प्रेरणांचे निरनिराळे गट करून

त्यांच्या स्वरूपाच्या व कार्याच्या भिन्नतेवरून पुढील पाच प्रकार पडतात. प्रेरणांच्या तपशीलवार अभ्यासासाठी हे वर्गीकरण उपयुक्त ठरते.

- जैविक प्रेरणा (तहान, भूक, लैंगिक –प्रेरक, निद्रा, वात्सल्य इत्यादी)
- मानसिक प्रेरणा (भय, क्रोध, आनंद इत्यादी भावना)
- सामाजिक प्रेरणा (सहवास, प्रभुत्व, संपादन इत्यादी प्रेरणा)
- अबोध प्रेरणा (स्वप्ने, वाचाप्रमाद, लेखनप्रमाद यामधून दिसणाऱ्या (अनुमानित) प्रेरणा)
- व्यक्तिनिष्ठ प्रेरणा (आकांक्षा, ध्येये, सवयी इ. प्रेरणा)

या सर्व प्रेरणांकडे प्राथमिक प्रेरणा व दुय्यम प्रेरणा या दृष्टीनेही पाहिले जाते. प्राथमिक प्रेरणांची पूर्तता जीवनव्यवहार चालू राहण्यासाठी आवश्यक व तातडीची असते तर दुय्यम प्रेरणा तातडीने पूर्ण होण्याची गरज नसते. 'आधी पोटोबा मग विठोबा' अशी मराठी भाषेत अर्थपूर्ण म्हण आहे. तिचा आशय हाच आहे. प्रेरणेच्या पूर्ततेचा प्राधान्यक्रम ठरविण्यासाठी प्राथमिक प्रेरणा व दुय्यम प्रेरणा हे वर्गीकरण उपयुक्त ठरते.

आता आपण काही जैविक प्रेरकांची शास्त्रीय माहिती घेऊ व त्यानंतर काही महत्त्वाच्या सामाजिक प्रेरकांचा खुलासा करू.

१) भूक (Hunger)

भूक हा एक अतिशय प्रबल प्रेरक असून भुकेपासून वंचित होण्याने शारीरिक, मानसिक व सामाजिक दुष्परिणाम घडून येऊ शकतात. भुकेपोटी गुन्ह्याची व पापाची प्रवृत्ती निर्माण झाल्याची उदाहरणे या बाबतीत बोलकी ठरतात.

– वर्तनसमतोलत्वाच्या तत्त्वानुसार भूक या प्रेरणेचे कार्य घडून येते. अन्नघटकाच्या कमतरतेने अन्नशोधन सुरू होते व पुरेसे अन्नसेवन होताच अन्नप्रेरणेचे कार्य थांबते.

शास्त्रीय संशोधनानुसार भुकेचे नियंत्रण करण्यात मेंदूतील अधश्चेतकाची (Hypothalamus) भूमिका महत्त्वाची ठरते.

१) जठराची हालचाल : अन्नघटकाची कमतरता झाल्यावर जठर आकुंचन पावते. यातून अधश्चेतकातील भुकेची जाणीव निर्माण करणाऱ्या भागास (Feeding Centre) इशारा मिळतो. पोट भरल्यावर भुकेची तृप्ती झाल्याचा इशारा अधश्चेतकाच्या विशिष्ट भागास (Satiety centre) मिळतो. अन्नसेवन करावे का थांबवावे, याचा निर्णय घेण्यास त्यामुळे व्यक्तीस साहाय्य होते.

२) रक्तशर्करेची पातळी (Blood-Sugar Level) : शरीरातील रक्तशर्करेची पातळी खालावल्यास भूक लागते व वाढल्यास भूक मंदावते हे शास्त्रीयरीत्या सिद्ध

झालेले आहे. यकृत व लहान आतड्याच्या वरील भागामध्ये असलेल्या शोधक पेशी अधश्चेतकाच्या विशिष्ट केंद्राकडे रासायनिक संदेश पाठवतात व त्यावरून अन्नसेवन करणे किंवा थांबविणे या क्रिया घडून आणणे शक्य होते.

३) शरीरातील चरबीची पातळी (Fat level) : शरीरातील चरबीचे प्रमाण वाढल्यास विशिष्ट भागातून ob नावाचे प्रोटीन रक्तात सोडले जाते. ते अधश्चेतकापर्यंत पोहोचताच अनेक क्रिया घडून येतात. भूक थांबविणारे केंद्र अन्नसेवनास प्रतिबंध करते. दुसरे एक केंद्र रक्तशर्करेची पातळी नियंत्रित करते, तर आणखी एक विशिष्ट केंद्र स्वायत्त नससंस्थेस कार्यान्वित करून अतिरिक्त चरबीचे ज्वलन घडवून आणते.

मेंदूतील अधश्चेतक भुकेचे नियंत्रण करून वर्तनसमतोलत्वाच्या तत्त्वाचे पालन करतो. तथापि, त्याच्यातील नियंत्रणकेंद्रांना इजा झाल्यास क्षुधातिरेक (अतिसेवन) व क्षुधाभाव (अन्नग्रहण न करणे) अशा घातक विकृती निर्माण होतात. लठ्ठपणा (प्रमाणाबाहेर वजन वाढणे) अतिसेवनाचा एक दुष्परिणाम असून आनुवंशिकता, खाण्याच्या चुकीच्या सवयी, संयमाचा अभाव, तणावाची परिस्थिती, शरीरांतर्गत संदेशाकडे दुर्लक्ष करणे यातून लठ्ठपणाची समस्या निर्माण होते. ज्या वजनाच्या पातळीवर शरीर वजनसमतोलत्व राखू शकते, त्या वजनाची पातळी (Weight Set Point) काही व्यक्तींची अधिक असल्यास लठ्ठपणाकडे त्यांचे शरीर झुकते. याउलट क्षुधाभाव (न खाण्याची विकृती) या विकृतीमागे अधश्चेतकातील बिघाडाबरोबरच आपण शिडशिडीत दिसावे, लठ्ठ दिसू नये अशी मानसिकता दिसून येते.

सामाजिक, सांस्कृतिक व अन्नघटकांचा प्रभाव

भुकेच्या बाबतीत मानवी प्रेरणा व प्राण्यांमधील प्रेरणा यांत फरक पडतो. भूक लागली व अन्न दिसले की प्राणी तात्काळ अन्नसेवन सुरू करतात; पण मानवी अन्नसेवनाच्या वर्तनावर अनेक शरीरबाह्य घटकांचा प्रभाव पडतो. उदाहरणार्थ, अन्न वाटेल त्यावेळी न घेता सवयीने, सोईने, ठरावीक वेळी व ठरावीक वेळा घेतले जाते. अन्नसेवन करताना अन्नपसंती महत्त्वाची ठरते. इडली पसंत करणारी व्यक्ती कदाचित परोठ्यास हातही लावणार नाही. किती खावे व कसे खावे याचा निर्णय सामाजिक प्रसंग पाहून व समाजशिष्टाचारानुसार घेतला जातो. पंक्तीमध्ये इतरांना सोडून अगोदर जेवण सुरू करणे अप्रशस्त मानले जाते. अन्नसेवन पद्धतीवर भौगोलिक परिसराचाही परिणाम दिसून येतो. कोकणातील माणूस भातावर गुजराण करतो तर देशावरील माणूस ज्वारी-गव्हाचा जास्त करून वापर करतो. नेहमीचे अन्न कधी घ्यावे व उपवास कधी करावे हे धार्मिक परंपरा ठरविते. आर्थिक संपन्नतेचा तर अन्नसेवन प्रकारावर उघडच परिणाम दिसतो. झोपडपट्टीतील व्यक्ती वडा-पावाच्या गाडीजवळ

थांबते, तर बंगल्यातील व्यक्ती आपली गाडी पंचतारांकित उपाहारगृहाजवळ उभी करते. एकूण भुकेच्या प्रेरणेतील आंतरिक घटकात समानता असली तरी प्रत्यक्ष अन्नसेवनाच्या वर्तनात खूपच भिन्नता आढळते.

२) तहान (Thirst) : प्रबलतेच्या दृष्टीने तहानेची प्रेरणा भुकेहूनही अधिक तीव्र असल्याचा अनुभव येतो. अन्नावाचून काही दिवस कंठता येतील; पण पाण्यावाचून (अथवा पेयावाचून) माणूस (अथवा प्राणी) फार काळ जिवंत राहू शकणार नाही.

मात्र अन्नसेवनाच्या वर्तनात जेवढी विविधता आढळते तेवढी ती तहानेच्या बाबतीत आढळत नाही. तहान लागताच पाणी अथवा सरबतासारखे एखादे पेय तहान भागवू शकते. पेयाची चव आणि पसंती यांनुसार तहान भागविण्यात काहीसा फरक पडू शकतो. तसेच उष्ण पेय, शीत पेय, अति थंड पेय अशी वेगवेगळी पसंती असू शकते. येथे शारीरिक गरज व सवय निर्णायक ठरते. एरवी पेयाने तहानेचे शमन होते या अनुभवाबाबत भिन्न संस्कृतींत व भिन्न प्रदेशांत एकवाक्यता आढळते.

भुकेप्रमाणेच तहानेच्या प्रेरणेचे नियंत्रण अधश्चेतकाच्या विशिष्ट भागाकडून होते. यासाठी अधश्चेतक तीन गोष्टींचा उपयोग करून घेतो.

१) तोंडाला/घशाला पडणारी कोरड : वॉल्टर कॅनन याने केलेल्या संशोधनानुसार तहान लागल्याचा सुगावा कोरड्या पडलेल्या घशामार्फत होतो. मात्र यामुळे तहान लागते असे म्हणण्यापेक्षा तहानेचे हे बाह्य लक्षण आहे असे म्हणावे लागेल. तहानेने प्रेरित होण्यास इतर घटकही जबाबदार असतात.

२) पेशीतील द्रव पदार्थांची पातळी : शरीरपेशीबाहेरील सोडियमचे क्षार वाढल्यास पेशीतील द्रव पदार्थ शोषले गेल्याने तेथे कोरड निर्माण होते (Dehydration) याचा परिणाम अधश्चेतकातील विशिष्ट केंद्रावर होताच मेंदूतील पिट्युटरी ग्रंथीतून ADH हा ग्रंथीस्राव रक्तात मिसळतो. तो मूत्रपिंडापर्यंत पोहोचून मूत्रातील पाण्याचा अंश शोषला जाऊन शरीरात जलांश राखून ठेवला जातो. त्याचवेळी अधश्चेतकाकडून तहानेसंदर्भात मेंदूपृष्ठाकडे योग्य तो संदेश जाऊन व्यक्ती पेयाचा शोध सुरू करते.

३) रक्ताचे आकारमान : जलांश कमी झाल्यावर शरीराचे रक्तातील आकारमानही घटते. मूत्रपिंडास याची चाहूल लागून घटलेल्या आकाराची भरपाई करण्यासाठी रक्तवाहिन्या संकुचित होतात. तसेच तहानेसंबंधी सूचना देणारा संदेश त्यांच्याकडून विशिष्ट रासायनिक पदार्थांद्वारे मेंदूपृष्ठास दिला जातो व त्यामुळेही व्यक्ती पेयजलाकडे धाव घेऊ लागते.

पेयजलाची तातडीची गरज व पेयजल प्राप्त करण्याच्या पर्यावरणीय समस्येमुळे

(दुष्काळ, भूजलपातळी खाली जाणे इ.) पिण्याच्या पाण्याचा शोध ही अनेक देशात राष्ट्रीय आपत्ती बनू पाहात आहे. एकविसाव्या शतकात पाणीप्रश्नावरून युद्धे होतील असे म्हटले जाते. त्याचा भावार्थ हाच की, तहानेच्या समस्येचे व्यवस्थापन करण्यास लोकनेते असमर्थ ठरत आहेत.

३) लैंगिक प्रेरणा : काम अथवा लैंगिक प्रेरणा जन्मजात मानली जात असली तरी ती कार्यान्वित होऊन लैंगिक वर्तन निर्माण होण्यासाठी मानवजातीत (व प्राण्यांत) पुरेशी लैंगिक परिपक्वता यावी लागते. भूक व तहानेसारखी ही प्रेरणा तातडीची नाही. तसेच ही प्रेरणा भूक, तहानेसारखी एका व्यक्तीपुरती मर्यादित नसून आंतरवैयक्तिक स्वरूपाची आहे. या अर्थाने लैंगिक वर्तन सामाजिक वर्तनाचा भाग ठरते.

लैंगिक प्रेरणा दैनंदिन जीवनव्यवहारासाठी तातडीची नसली, तरी मानवाच्या व एकंदर सजीवांच्या वंशसातत्यासाठी महत्त्वाची असल्याने प्राथमिक गरज समजली जाते. या प्रेरणेच्या पूर्तीतून व्यक्तिगत स्वास्थ्याबरोबर सामाजिक स्वास्थ्यही लाभावे यासाठी मानवाने विवाहसंस्था अस्तित्वात आणली आहे. प्राणी व मानव यांच्या लैंगिक वर्तनात ठळक भेद आढळतात.

१) प्राण्यांमध्ये लैंगिक वर्तनाचे नियमन जैविक परिपक्वतेनुसार केले जाते. मानवी वर्तनात सामाजिक घटक प्रभावी ठरतात. नीतिनियम व सामाजिक बंधने यांमुळे मानवी लैंगिक वर्तन स्वैर न होता नियमबद्ध होते.

२) प्राण्यांचे लैंगिक वर्तन ऋतुकालबद्ध आढळते. मानवी वर्तन मात्र सवयीने सातत्याने चालू राहू शकते.

३) प्राण्यांचे लैंगिक वर्तन नैसर्गिक जैविक क्रियाव्यापारापुरते व मुख्यत: वंशसातत्यासाठी घडून येते. मानवी वर्तनात लैंगिक क्रियाव्यापारातील सुख, समाधान अशा मानसिक घटकांचाही समावेश होतो.

मानवी लैंगिक वर्तनात वयात आलेल्या व्यक्तींच्या (स्त्री-पुरुषांच्या) लैंगिक ग्रंथींमधील स्रावांचा प्रभाव अधिक असतो. पुरुषव्यक्तीमध्ये अँड्रोजन व स्त्रीव्यक्तीमध्ये इस्ट्रोजेन या वैशिष्ट्यपूर्ण स्रावांमुळे (Hormons) लैंगिक वर्तन निर्माण होत असले, तरी त्याचे नियमन अधश्चेतक व पिट्युटरी ग्रंथीतून मिळणाऱ्या उत्तेजनामुळे होत असते, हे लक्षात घेतले पाहिजे. लैंगिक ग्रंथींच्या विकासाबरोबरच स्त्री-पुरुषांमध्ये वैशिष्टपूर्ण शारीरिक फेरफार घडून येतात व ती लैंगिक वर्तनास साहाय्यभूत ठरतात.

समाजव्यवहाराचे योग्य नियमन व्हावे, म्हणून मानवी लैंगिक वर्तनावर अनेक बंधने येतात. मुक्त लैंगिक व्यवहारास समाजाकडून प्रतिबंध झाल्याने व व्यक्तिगत लैंगिक प्रेरणेचे दमन झाल्याने समाजात लैंगिक अत्याचार, व्यभिचार, अश्लील वर्तन

अशा विकृती निर्माण होतात. यांचे केवळ शारीरिक आरोग्यावरच दुष्परिणाम होत नसून समाजाच्या व संस्कृतीच्या आरोग्यावरही अनिष्ट आघात होतात, असे सिग्मंड फ्रॉइड यांनी जगाच्या नजरेस आणले. लैंगिक विकृत रुग्णांवर उपचार करतानाच त्यांची मनोविश्लेषणपद्धती ही मानसोपचारांसाठी उपयुक्त ठरणारी पद्धती उदयास आली.

४) निद्रा : निद्राधीन म्हणजे झोपेच्या अधीन झालेली व्यक्ती जनसामान्यात आळशी व दुर्गुणी मानली जाते; परंतु निद्रेचे मानवी वर्तनातील कार्य लक्षात घेतल्यावर हे गैरसमज दूर होतील. दीर्घ काळ जागे राहिल्याने अथवा कामात व्यस्त राहिल्यानंतर शरीरातील स्नायूंना थकवा येतो व विश्रांतीची गरज वाटू लागते. ताणलेल्या स्नायूंची पूर्ववत् स्थिती येऊन वर्तनसमतोलत्व निर्माण होण्यासाठी हे आवश्यक असते. सर्वसामान्य व्यक्ती दिवसाचा सुमारे एकतृतीयांश भाग झोपेत घालवते व विश्रांती लाभल्याने जागृतावस्थेत पुन्हा जोमाने कामाला लागते.

निद्रेने प्रेरित झालेल्या व्यक्तींच्या मेंदूच्या कार्यात बदल होऊ लागतात, शारीरिक क्रिया मंदावतात व जाणिवेच्या स्थितीत पालट होतो. वरवर लागणाऱ्या डुलकीपासून प्रगाढ झोपेपर्यंत होणारे बदल मेंदूलहरींवरून दिग्दर्शित होतात. (जागृत अवस्थेत अल्फा लहरी आढळतात. गाढ झोपेत डेल्टा लहरी प्रामुख्याने आढळून येतात.)

भरपूर श्रमानंतर हवीहवीशी वाटणारी निद्रा येण्यासाठी केवळ बिछान्याची व्यवस्था पुरेशी नसून झोपेचे ठिकाण, झोपेची वेळ, मन:स्थिती अशा घटकांचाही प्रभाव निर्णायक ठरतो.

पुरेशा निद्रेअभावी व्यक्ती अस्वस्थ होते व तिच्या दैनंदिन कार्यात बिघाड होऊ लागतो. निद्रानाश म्हणजेच अजिबात झोप न येणे, अनियंत्रित किंवा अचानक येणारी निद्रा (Narcolepsy), झोपेत कोसळणे (Cataplexy), झोपेत चालणे (निद्रासंचार) या सर्व वर्तनविकृती निद्राप्रेरणेच्या वंचनेतून निर्माण होतात. सर्वांत घातक विकृती निद्रानाश असून निद्रानाशामुळे वर्तन पूर्णपणे विस्कळीत होते. आत्महत्येच्या अनेक उदाहरणांत संबंधित व्यक्तींना निद्रानाश जडलेला होता असे आढळून आलेले आहे.

मानसशास्त्रीय संशोधनाच्या आधारे बॅरन यांनी निद्रानाशाच्या नियंत्रणासाठी खालील उपाय सुचविले आहेत.

- झोपण्याच्या वेळेपूर्वी मनाला प्रसन्न करणारे, दिलासा देणारे वाचन करावे.
- झोपेच्या वेळेबाबत नियमितपणा ठेवावा.
- गरम पाण्याने स्नान करावे अथवा मसाज करावा.

- चहा- कॉफी सेवन, धूम्रपान टाळावे.
- दिवसा (पण झोपण्याच्या अगोदर नव्हे) नियमित व्यायाम करावा.
- दिवसा झोप टाळावी.
- अतिरिक्त चिंता करणे टाळावे.

झोप न आल्यास उठून बसावे, वाचन करावे, दूरदर्शनचे कार्यक्रम पाहावेत. जडपणा वाटू लागल्यानंतर झोपी जावे. लोळत राहून चिंता करण्यापेक्षा हे फायद्याचे ठरेल.

अपुऱ्या निद्रेबाबत एक दिलासा देणारी बाब संशोधकांनी अशी सांगितली आहे की, जागरणाची भरपाई दिवसा निम्म्या कालावधीच्या झोपेनेही व्यवस्थित होऊ शकते.

याप्रमाणे काही प्राथमिक प्रेरणांचे स्वरूप व महत्त्व पाहिल्यानंतर आता यापुढे काही दुय्यम प्रेरणांचे स्वरूप पाहू. या प्रेरणा सामाजिक प्रेरणा म्हणून ओळखल्या जातात.

सहवास प्रेरणा (Affiliation Motive) : दैनंदिन मानवी जीवन सहवासप्रेरणेवर आधारलेले असल्याने अतिपरिचयामुळे त्याचे महत्त्व लक्षात येत नाही. ज्याप्रमाणे हवेचे महत्त्व हवा कमी पडल्यास गुदमरल्याने कळते, तसेच सहवासप्रेरणेचे महत्त्व सक्तीच्या एकांतवासाच्या किंवा विरहाच्या अनुभवाने कळते. सक्तीचा तुरुंगवास भोगणारे कैदी, आप्तांपासून शिक्षणासाठी दूर राहावे लागणारे विद्यार्थी, निर्जन प्रदेशात नोकरी व्यवसायासाठी राहणारे लोक या सर्वांना सहवासप्रेरणेची तीव्रता अनुभवावी लागते. कुटुंबीय व्यक्ती, मित्रगण, कार्यालयीन सहकारी, शेजारी इत्यादींपासून व्यक्तीस दूर ठेवणे हे माशाला पाण्याबाहेर ठेवण्यासारखेच आहे. (प्राणीदेखील कळप करून राहतात, त्यांच्यामध्येही सहवासप्रेरणा असते हे हॉर्लोसारख्या संशोधकांनी नोंदवून ठेवले आहे.)

सहवास प्रेरणेचा शास्त्रीय अभ्यास करताना ही प्रेरणा असाहाय्यता व परावलंबन यातून निर्माण होते असे हॉर्लो यांनी म्हटले आहे. बालपणात संरक्षण व संगोपनासाठी माता व इतर नातेवाइकांच्या सहवासाची असलेली गरज पुढे विस्तारते. मोठेपणी मित्र, शेजारी, सहाध्यायी, समाजातील अन्य व्यक्ती यांचाही सहवास कारणपरत्वे व्यक्तीस जरुरीचा वाटू लागतो. बालपणीच्या सहवासजीवनाचा विस्तार निरनिराळ्या समाजघटकांशी जोडणी होत होत म्हणजेच अभिसंधानात्मक अध्ययनाने सतत वाढत राहतो. यामागील सहवासप्रेरणेचे विश्लेषण करताना व्हेरिफ या मानसशास्त्रज्ञाने दोन कारणे सूचित केली आहेत.

१) मैत्रीसंबंध वाढविण्याची गरज २) एकाकीपणाविषयी वाटणारे भय.

यावरून सहवासप्रेरणा म्हणजे सामाजिक संबंध निर्माण करून ते टिकवून ठेवण्याची प्रेरणा होय, असे म्हणता येईल. सामान्यपणे ही प्रेरणा जागृत झाल्यावर लोकांच्या सहवासात राहणे, असा सहवास सातत्याने मिळविण्याचा प्रयत्न करणे व इतरांच्या सुखदु:खांत सहभागी होणे अशा प्रकारचे वर्तन व्यक्तीकडून घडून येते. अर्थात केवळ सान्निध्यात राहण्यापासून ते दुसऱ्याच्या हृदयात घर करण्यापर्यंत सहवाससंबंधांचे विविध प्रकार समाजात दिसून येतच असतात.

सहवासप्रेरणेचे मानवी जीवनात मोठेच महत्त्व आढळून येते.

१) सहवासामुळे एकता वाढून संरक्षणाचा लाभ होतो.

२) सहवासप्रेरणेमुळे सामाजिकीकरण झाल्याने व्यक्तीचे समाजानुरूप वर्तन घडणे सुकर होते.

३) सहवासप्रेरणा पायाभूत सामाजिक प्रेरणा असल्याने व्यक्तीस सामाजिक जीवनात प्रवेश तर मिळतोच; परंतु त्याचबरोबर समाजमान्यता, सामाजिक प्रतिष्ठा, सत्तासंपादन, इत्यादी अनेक उद्दिष्टे साध्य करता येतात. थोडक्यात, सहवासप्रेरणेमुळे व्यक्तिविकासाची वाट खुली होते.

४) सहवासप्रेरणेतून काही संबंधांचे दृढीकरण करण्यास व नको असलेले संबंध टाळण्यास व्यक्ती शिकत जाते. व्यक्तिविकासासाठी असे होणे लाभदायक ठरते.

प्रभुत्व प्रेरणा (Power Motive) : सहवासप्रेरणेप्रमाणेच आढळून येणाऱ्या या प्रेरणेचा उगम जैविक घडामोडींशी थेट दाखविता येत नाही. ॲडलर या मनोविश्लेषणवादी शास्त्रज्ञानुसार प्रभुत्वप्रेरणा न्यूनगंडाच्या भावनेतून निर्माण होते. आपल्या व्यक्तिमत्त्वातील न्यून किंवा कमतरतेची भरपाई व्यक्ती दुसऱ्यावर सत्ता गाजवून पूर्ण करते, असा त्याचा अभिप्राय होता; परंतु प्राण्यांमधील वर्चस्ववृत्ती तसेच बहुसंख्य मानवांमधील प्रभुत्वप्रेरणा न्यूनगंडातून निर्माण झाली आहे असे म्हणता येत नाही.

इतरांवर प्रभाव टाकणे, इतरांचे नियंत्रण करणे व त्यांच्यावर वरचष्मा ठेवणे या प्रवृत्तीस प्रभुत्वप्रेरणा असे म्हणतात.

प्राण्यांमध्ये यासाठी शारीरिक जन्मजात शक्तीचा प्रयोग केला जातो. बलवान कोंबडा इतरांवर अधिराज्य गाजवितो, तर वनराज सिंह आपल्या पराक्रमाच्या जोरावर समस्त प्राणिजगतावर वर्चस्व प्रस्थापित करतो. मानवी जगातही प्रभुत्वप्रेरणेतून शारीरिक बलाचा वापर केला जातो. पण येथे शारीरिक बलाबरोबरच बौद्धिक, आर्थिक, धार्मिक, आध्यात्मिक बलाचाही वापर केला जात असतो. लष्करी बलाने नागरी जीवनाचे नियंत्रण करणारे देश, वेठबिगारांना कामास लावणारे धनदांडगे, पुरोगामी व्यक्तींना धार्मिक आचारधर्माचा बडगा दाखवून बहिष्काराची धमकी देणारे

धर्ममार्तंड, भौतिक प्रगतीस हीन लेखून सांसारिकांचा धिक्कार करणारे अध्यात्मवादी हे सर्वजण प्रभुत्वप्रेरणेतून निरनिराळ्या तऱ्हांनी आपले स्थान व महत्त्व टिकवून ठेवण्याची धडपड करतात. अशा व्यक्ती सत्ता गाजविण्यासाठी अतिरिक्त शरीरबलाचा वापर, आक्रमक वर्तन, हुकूमशाही वृत्ती, भल्याबुऱ्याची कदर न करण्याची प्रवृत्ती आणि स्वार्थकेंद्री दृष्टिकोन यांतून सामाजिक व्यवहार करत राहतात.

मात्र येनकेन-प्रकारेण प्रभुत्व प्राप्त करून इतरांवर अन्याय करण्यातून प्रभुत्व वर्तनाची अनिष्ट बाजू दिसत असली, तरी या प्रेरणेचे काही मानसशास्त्रीय फायदेही दिसून येतात.

१) प्रभुत्वप्रेरणेतून समूहजीवनात नेतृत्वगुणांची वाढ होते.

२) प्रभुत्वप्रेरणेतून उद्दिष्ट प्राप्त झाल्यावर व्यक्तीचा आपल्या कर्तृत्वाविषयी आत्मविश्वास दुणावतो.

३) या प्रेरणेचा वापर करून प्रतिष्ठेचे वलय प्राप्त झाल्यावर व्यक्तीच्या पुढील प्रगतीचा मार्ग मोकळा होतो.

४) औद्योगिक संघटना, क्रीडाक्षेत्र, राज्यशासन अशा क्षेत्रांत मिळणारे यश व प्रभुत्वप्रेरणा यांत धनात्मक सहसंबंध आढळून येतो, म्हणून या क्षेत्रात प्रभुत्वप्रेरणा असलेले अधिकारी नेमणे उपयुक्त ठरते.

संपादन प्रेरणा (Achievement Motive) :

संपादनप्रेरणा म्हणजे अवघड कामे आव्हाने म्हणून स्वीकारून यश संपादन करणे व कामात उत्कृष्टतेची पातळी गाठणे होय. मरे व मॅक्लीलँड या मानसशास्त्रज्ञांनी संपादन- प्रेरणेविषयी केलेल्या संशोधनातून या प्रेरणेविषयी बरीच शास्त्रीय माहिती प्राप्त झालेली आहे.

त्यांच्या संशोधनातून प्रथमच एक गोष्ट स्पष्ट होते, की संपादनप्रेरणा ही सहवास प्रेरणा व प्रभुत्व प्रेरणा यांहून भिन्न प्रकारची प्रेरणा होय. सहवासप्रेरणेत इतरांशी संबंध प्रस्थापित करणे यास महत्त्व असते; परंतु संपादनप्रेरणेत सामाजिक संबंध प्रस्थापित केले जातात ते यशप्राप्तीस पूरक ठरावेत म्हणून. यशस्वी कारखानदार समाजाशी संपर्क ठेवतो, ते ग्राहकांना प्रभावित करून अधिक ग्राहकक्षेत्र काबीज करण्यासाठी. एखादा महत्त्वाकांक्षी शास्त्रज्ञ समाजाशी संबंध ठेवतो, ते आपल्या संशोधनास मान्यता मिळावी, समाजावर बौद्धिक छाप पाडावी म्हणून. तेव्हा सहवासप्रेरणा व संपादन प्रेरणा या दोन्ही प्रेरणांत सामाजिक संबंध प्रस्थापित करण्याची गरज समान असली तरी संपादनप्रेरणेचे कार्य त्याहून अधिक आहे. समाजात राहून एखाद्या मोठ्या कार्याची सिद्धी करणे हे या प्रेरणेचे खरे मर्म होय.

संपादनप्रेरणा ही प्रभुत्वप्रेरणेहूनही वेगळी आहे. वर्चस्व किंवा प्रभाव प्रस्थापित करणे हे दोन्हींमध्ये अभिप्रेत असले, तरी प्रभुत्वप्रेरणेत स्वत:स महत्त्व प्राप्त होण्यासाठी इतरांचा साधन म्हणून वापर करणे, इतरांवर दबाव आणणे, प्रसंगी इतरांचे हितसंबंध दुर्लक्षित करणे अशी वैशिष्ट्ये आढळतात. संपादनप्रेरणेत उत्कृष्ट कामगिरीच्या जोरावर महत्त्व प्रस्थापित केले जाते. त्यात दुसऱ्याशी स्पर्धा असली तरी कुरघोडी करण्याचा प्रयत्न नसतो, त्यामुळे या प्रेरणेचे कार्य बहुतांशी विधायक स्वरूपाचे असते, कारण संपादनप्रेरणेमुळे जसा व्यक्तीचा विकास होतो, तसाच समाजाचाही विकास होतो. प्रभुत्वप्रेरणा मात्र काहींच्या व्यक्तिविकासास तारक, तर ज्यांच्यावर प्रभुत्व गाजविले जाते त्यांच्या बाबतीत बहुधा मारक ठरते.

संपादनप्रेरणेचा वेगळेपणा पाहिल्यावर ही प्रेरणा कार्यान्वित झाल्यावर व्यक्तिवर्तन कसे घडते हे पाहू.

१) संपादनवृत्तीने प्रेरित झालेल्या व्यक्ती पारंपरिक कामे न निवडता चाकोरी– बाहेरची कामे निवडतात.

२) यशप्राप्तीसाठी कामाचा चिकाटीने पाठपुरावा करतात.

३) त्यांनी निवडलेली कामे आव्हानात्मक असतात. ती जशी पूर्ण धोकादायक नसतात तशीच पूर्ण सुरक्षितही नसतात. निश्चित अपयश व सहजसाध्य यश याऐवजी मध्यम स्वरूपाची कठीण कामे त्यांना आकर्षित करतात.

४) या व्यक्ती अपयशाने खचून न जाता, अपयशाचे विश्लेषण करून आव्हानास पुन्हा तोंड देण्यास सज्ज होतात.

५) कार्य करताना बऱ्यावाईट परिणामांचे ज्ञान करून घेणे त्यांना आवडते. त्यायोगे त्यांना प्रयत्नांत सुधारणा करता येते. सकारात्मक दृष्टिकोनातून ते सुधारणा करत राहतात.

६) सतत गुणवत्तेत सुधारणा करून उत्कृष्टता प्राप्त करणे हेच त्यांचे मुख्य ध्येय असते.

संपादनप्रेरणेचा व व्यावहारिक यशप्राप्तीचा संबंध असल्याने या प्रेरणेचे मापन कसे करता येईल, असा मानसशास्त्रज्ञांपुढे प्रश्न होता. केवळ निरीक्षण व मुलाखती या तंत्रांनी संपादनप्रेरणेचे वस्तुनिष्ठ मापन होऊ शकत नाही. यासाठी मरे यांच्या कथापूर्तीच्या चाचणीचा (TAT) या प्रेरणेच्या मापनासाठी उपयोग करण्यात आला. कथापूर्तीच्या चाचणीमध्ये दाखविलेल्या चित्रातून एखादी कथा किंवा हकिकत प्रयुक्त व्यक्तीस सादर करावयास सांगितले जाते. चित्रामध्ये काय दिसते, व्यक्ती अथवा प्रसंग कशा प्रकारचे आहेत, काय घडत आहे याविषयी आपले विचार व्यक्तीने सांगावयाचे

असतात. कथापूर्ती करण्याचे तिला स्वांतत्र्य असल्याने आपली कल्पनाशक्ती, भावना, विचार वापरून ती कथापूर्ती करत जाते. या निवेदनात ती कथेतील समस्येकडे कशी पाहते, अडचणीतून मार्ग कशी शोधते, समस्यापरिहार यशाकडे नेणारा आहे की अपयशाकडे हे पाहून तिच्या संपादनप्रेरणेचे स्वरूप व तीव्रता ठरविली जाते. संपादन प्रेरणेतून वर्तन करणाऱ्या व्यक्ती धडाडीचे व चिकाटीचे दर्शन अशा चाचणीतून घडवतात.

अलीकडे विंटर या मानसशास्त्रज्ञाने व्यक्तीचे भाषण, लिखाण व चरित्र यांचा अभ्यास करून त्यावरून संपादनप्रेरणेचे मापन करण्याचा यशस्वी प्रयत्न केला आहे. (१९८३)

संपादनप्रेरणेचे व्यक्तिगत व सामाजिक जीवनात मोठेच महत्त्व दिसून येते. उद्योग, संशोधन, प्रशासन, कला व क्रीडा अशा क्षेत्रांत संपादनप्रेरणेमुळे यशाची उत्तुंग शिखरे गाठलेल्या व्यक्ती समाजाच्या क्रांतीचे दूत म्हणून अग्रभागी चमकताना दिसतात. बिल गेट्ससारखी धडाडीची व्यक्ती माहिती तंत्रज्ञानाच्या क्षेत्रात कुबेराची संपत्ती प्राप्त करते. आपल्या देशातही धीरूभाई अंबानी या उद्योगपतींनी औद्योगिक क्षेत्रात जी घोडदौड केली आहे, त्यामागे त्यांची संपादनप्रेरणा हे मुख्य कारण सांगितले जाते. या प्रेरणेविषयीच्या आंतरसांस्कृतिक अभ्यासात असे आढळते की ज्या ज्या संस्कृतींमध्ये संपादनप्रेरणेस अनुकूल अशी परिस्थिती निर्माण झाली, त्या वेळी त्या त्या संस्कृतींच्या समृद्धीचा आलेख वरवर जात राहिला. दुसऱ्या महायुद्धानंतर जपानच्या प्रगतीची गरुडझेप ही तेथील जनतेच्या संपादनप्रेरणेच्या सामूहिक कार्याचा परिपाक होय.

अर्थातच विकासाच्या वाटेवरील व्यक्तींना व समूहांना या प्रेरणेची जोपासना व वाढ व्हावी, या विषयीच्या संशोधनाचा ध्यास लागलेला असतो. या संदर्भात काही निष्कर्ष नोंदविण्यासारखे आहेत.

१) ज्या कुटुंबात मुलांना लहानपणीच स्वावलंबनाचे शिक्षण दिले जाते, त्यांच्यामध्ये संपादनप्रेरणा प्रकर्षाने आढळून येते.

२) ज्या समाजात चाकोरीबाहेरील उपक्रमांना प्रोत्साहन दिले जाते, तेथील संपादन– प्रेरणा वाढीस लागते.

३) ज्या संस्कृतीत ऐहिक उत्कर्ष, भौतिक संपन्नता, स्पर्धात्मक यशप्राप्ती, गुणवत्तेची कदर इत्यादी गोष्टींना मूल्य असते त्या संस्कृतीत संपादनप्रेरणा बळावते. उलटपक्षी दैववादी आणि पारलौकिकवादी संस्कृतीत संपादनप्रेरणा क्षीण होते. अर्थात संपादन प्रेरणा व व्यावहारिक यश यांत सहसंबंध आढळतो. संपादनप्रेरणा हे यशाचे एकमेव कारण आहे, असे मात्र सिद्ध झालेले नाही. कारण भौतिक यशाला संपादनप्रेरणेव्यतिरिक्त

अनुकूल बाह्यपरिस्थिती, समाजाची मान्यता, अकल्पित योगायोग अशा गोष्टीही कारणीभूत होऊ शकतात; पण म्हणून मानवी प्रगतीच्या इतिहासात संपादनप्रेरणेचे महत्त्व एक प्रेरक घटक म्हणून कमी लेखून चालणार नाही.

मानसिक प्रेरणा :

मानसिक प्रेरणा या शारीरिक प्रेरणा व सामाजिक प्रेरणा यांच्याहून भिन्न होत. शारीरिक प्रेरणांना शरीरात काहीतरी आधार असतो. जसे, भूक जठराच्या हालचालीशी तर तहान शरीराच्या जलांशाच्या प्रमाणाशी संबंधित असते. सहवास, समाजमान्यता, प्रभुत्व इ. तून उद्भवणाऱ्या प्रेरणांना समाजातील इतर घटकांशी आंतरक्रिया होण्याची अपेक्षा असते, परंतु कुतूहल, शोधन, महत्त्वाकांक्षा-अभिरुची, सवयी इ. सारख्या मानसिक प्रेरणा शरीराच्या कोणत्या भागाशी संबंधित आहेत हे निश्चित करता येत नाही. तसेच या प्रेरणांना समाजनिरपेक्ष अस्तित्व असते. या प्रेरणांचे स्वरूप थोडक्यात पाहू.

१) जिज्ञासा किंवा कुतूहल : प्रत्येक प्राणिमात्रास सभोवतालच्या निसर्गाविषयी व स्वतःविषयीदेखील हे काय व कसे आहे असे जाणून घेण्याची इच्छा असते. 'मी कसा झालो' हा लहान मुलांना पडणारा प्रश्न अथवा आपण कोठून आलो, हे विश्व म्हणजे काय, आपण कोठे जाणार? हा तत्त्वजिज्ञासूला पडणारा प्रश्न ही कुतूहल प्रेरणेची उदाहरणे होत. या प्रेरणेतूनच अधिकाधिक ज्ञान मिळविण्याची ऊर्मी निर्माण होते. निरनिराळ्या वैज्ञानिकांनी लावलेले महान शोध (गुरुत्वाकर्षण, वाफेची शक्ती इ.) हे कुतूहल प्रेरणेतूनच जगासमोर आले, हा इतिहास आहे. ही प्रेरणा जाणून घेण्याच्या मानसिक-गरजेतून निर्माण झालेली आहे.

२) शोधन प्रेरणा (Exploratory Motive) : कुतूहलापाठोपाठ 'काय आणि कसे' याचा मागोवा घेण्याची प्रवृत्ती निर्माण होते, त्यालाच शोधनाची प्रेरणा असे म्हणतात. नुसते कुतूहल वाटून शांत राहणाऱ्या व्यक्ती फारशी प्रगती करू शकत नाही. झाडावरून पडणारे सफरचंद पाहून बऱ्याचजणांना निव्वळ कुतूहल व आश्चर्य वाटले असेल; पण हे कशामुळे, यापेक्षा वेगळे का नाही, असेच इतर वस्तूंबाबत घडत असेल काय, या प्रश्नांचा शोध घेणारा न्यूटन कुतूहल शमवू शकला आणि गुरुत्वाकर्षणाचा मानवजातीस शोध लागला. वैज्ञानिक प्रगतीची घोडदौड या मानसिक प्रेरणेतूनच झालेली आहे.

३) महत्त्वाकांक्षा म्हणजे मोठमोठी उद्दिष्टे यशस्वीपणे प्राप्त करण्याची इच्छा. अभिरुची म्हणजे एखाद्या विषयाची विशेष आवड. (जसे संगीताची आवड) सवय म्हणजे पुनरावृत्तीमधून सहजपणे कृती करण्याची प्रक्रिया यांनादेखील मानसिक प्रेरणा

म्हणावे लागेल. या प्रेरणा काहीशा व्यक्तिगत स्वरूपाच्या असल्या तरी त्या शारीरिक प्रेरणाही नव्हेत अथवा सामाजिक स्वरूपाच्याही नव्हेत. मात्र व्यक्तिवर्तनास रेटा देणाऱ्या या मानसिक शक्ती असून त्यांना मानसिक प्रेरणांचा दर्जा द्यावा लागेल. प्रेम, भय, क्रोध, दुःख इ. सर्व भावना व त्यांच्यामधून वर्तनास मिळणारी चालना हे देखील मानसिक प्रेरणेचेच उदाहरण आहे असे मानसशास्त्रात मानले जाते.

४.३ विफलता : व्याख्या व उगम

प्रेरणा आणि भावना यांचा सैद्धान्तिक अभ्यास झाल्यानंतर दैनंदिन जीवनाशी निगडित अशा विफलता (वैफल्य) व संघर्ष या संकल्पनांचा सोदाहरण परामर्ष घेऊ.

सफलता आणि विफलता हे परस्परविरोधी अनुभव व्यक्तीस बालपणापासून परिचित असतात. प्रेरणांची पूर्तता होणे म्हणजे सफलता व पूर्ततेमध्ये अडथळा येऊन प्रेरणापूर्ती न होणे या अनुभवास विफलता असे म्हणतात. 'लगान' या भारतीय चित्रपटास ऑस्करमध्ये नामांकन मिळाले, ही एक प्रकारची सफलता होती; परंतु पुढे या चित्रपटास ऑस्कर न मिळाल्याने चित्रपटरसिकांच्या मनामध्ये विफलता निर्माण झाली. विफलतेचा अनुभव अस्वस्थ करणारा, त्रासदायक, खिन्नता निर्माण करणारा तसेच कित्येकदा घोर निराशेकडे नेणारा ठरतो. प्रत्यक्ष जीवनात प्रगतीस खीळ घालणारा व व्यक्तिजीवनात आघात निर्माण करणारा हा अनुभव नकोसा वाटतो.

विफलतेचा अनुभव नकोसा वाटला तरी निरनिराळ्या व्यक्ती या प्रसंगी भिन्न भिन्न प्रतिक्रिया देतात.

१) काही व्यक्तींच्या ठिकाणी प्रेरणा- प्रयत्न विफल झाल्याने न्यूनगंडाची भावना येते. त्या पराभूत वृत्तीने माघार घेऊ लागतात. माध्यमिक व उच्च माध्यमिक परीक्षांमधील अपयशानंतर न्यूनगंडाने पछाडलेली आणि आत्मविश्वास हरवून बसलेली मुले आत्महत्येस प्रवृत्त झाल्याच्या दुर्दैवी बातम्या वृत्तपत्रात प्रतिवर्षी येत असतात.

२) काही व्यक्ती माघार न घेता विफलता निर्माण करणारी परिस्थिती अथवा संबंधित व्यक्ती यांच्यावर आक्रमक हल्ला करतात. नोकरीतून काढल्याने वैफल्यग्रस्त झालेले कामगार घेराव घालतात, दगडफेक करतात. ती विफलतेस दिलेली एक प्रतिक्रियाच होय.

३) काही विवेकी व्यक्ती मात्र विफलतेचे विश्लेषण करून, कारणे शोधून काढतात व शांतपणे त्यांचा प्रतिबंध करण्याचे उपाय शोधून काढतात. 'अपयश हीच यशाची पहिली पायरी' असे मानून सकारात्मक दृष्टीने 'फिरून यत्न करण्यास' तयार होतात.

व्यक्तिविकासाच्या दृष्टीने ही तिसऱ्या प्रकारची प्रतिक्रिया महत्त्वाची असून

विफलता निर्माण करणाऱ्या कारणांचा शोध मानसशास्त्रज्ञांनी घेतलेला आहे. विफलतेचा उगम काही परिस्थितिजन्य व काही व्यक्तिगत कारणांतून होत असतो.

परिस्थितिजन्य कारणांत नैसर्गिक आपत्ती, सामाजिक बंधने, स्पर्धात्मक जीवनकलह यांचा समावेश होतो.

१) नैसर्गिक आपत्ती : वादळे, वणवे, भूकंप, महापूर, त्सुनामीलाटा अशा संकटांमुळे दैनंदिन अथवा नियोजित कार्यक्रमावर आघात होतो व वैफल्य निर्माण होते. उदा. भूकंपामुळे अनाथ झालेली मुले, कारखाना उद्ध्वस्त झाल्यामुळे हतबल झालेले कारखानदार, अतिवृष्टी व गारपिटीमुळे दुष्काळग्रस्त झालेले शेतकरी यांना नैसर्गिक आपत्तिजन्य विफलतेस तोंड द्यावे लागते.

२) सामाजिक बंधने : समाजात वावरताना व आपली उद्दिष्टे साध्य करताना नियम, कायदे, रूढी, परंपरा, शिष्टाचार यांची बंधने प्रेरित वर्तनास अटकाव करून विफलता निर्माण करतात. हेल्मेट वापराचा कायदा नागरिकांच्या मुक्तसंचारावर बंधने आणून त्रस्त करतो, विदेश परवान्याचे नियम होतकरू युवकास निरुत्साही बनवतात, जातिपरंपरेचे आदेश आंतरजातीय विवाह करणाऱ्या नव्या पिढीला बहिष्कृत करून आडकाठी करतात. अशी उदाहरणे सामाजिक बंधनांतून निर्माण होणारी विफलता दर्शवितात.

३) स्पर्धात्मक जीवनकलह : जीवनाच्या प्रत्येक क्षेत्रात स्पर्धा आल्याने मोजक्या प्रलोभनाच्या प्राप्तीसाठी शेकडो प्रतिस्पर्धी निर्माण होतात. पोलीस भरतीसाठी जागा फक्त चाळीस, अर्ज चार हजार. स्पर्धा परीक्षेसाठी पदे दीडशे, इच्छुक उमेदवार पंधरा हजार. मग शेकडो, हजारोजणांना वैफल्य येणारच. निवडणुकीत अनेक उमदेवार एकमेकांचे दावेदार म्हणून जिवापाड प्रचार करणार, पण विजयी तर एकच होणार. इतर सर्व अर्थातच पराभूत होऊन वैफल्यग्रस्त होणार, हे ठरलेलेच. कलास्पर्धा, क्रीडास्पर्धा, राजकारण, स्पर्धापरीक्षा अशा प्रत्येक क्षेत्रात वैफल्यग्रस्त व्यक्तींच्या झुंडी दिसून येतील.

व्यक्तिगत कारणे : वरील बाह्य परिस्थितिजन्य कारणांबरोबरच काही व्यक्तिगत कारणेही विफलतेस जबाबदार असतात. व्यक्तीची शारीरिक कमतरता (व्यंगे) व मानसिक वैगुण्ये यांचा त्यांत समावेश करावा लागेल. अपंग व्यक्तींना सर्वसामान्य क्षमतांच्या अभावी वैफल्यास तोंड द्यावे लागते. उदाहरणार्थ, पायाने अधू असणाऱ्या व्यक्तीस धावण्याच्या शर्यतीपासून वंचित व्हावे लागेल. मानसिक वैगुण्यात बौद्धिक कमतरतेचा उल्लेख करावा लागेल. बेताची बुद्धी असलेली व्यक्ती अभियांत्रिकी पदवी घेण्याचे स्वप्न पाहील तर तिचा अपेक्षाभंग होईल. याशिवाय आर्थिकदृष्ट्या

दुर्बळ असलेली व्यक्ती औद्योगिक प्रकल्पाचे स्वप्न साकार करू पाहील, तर विफल होईल. व्यक्तीची आशाआकांक्षा, ध्येयपातळी व वास्तविक क्षमता यांतील अंतर तोडता न आल्यास हमखास विफलता निर्माण होते, असे सर्वसाधारण सूत्र सांगता येईल.

अर्थात योग्य विचारविश्लेषणाने व नियोजनाने परिस्थितिजन्य व व्यक्तिगत उणिवांवर नियंत्रण ठेवून विफलतेची धार कमी करता येते. उदा. नैसर्गिक आपद्ग्रस्तांचे समाजाने व शासनाने नियोजनपूर्वक पुनर्वसन केल्यास त्यांची विफलता कमी होऊ शकते. त्याचप्रमाणे व्यक्तीने आपल्या क्षमतांचे योग्य मूल्यमापन करून स्व-परिचय करून घेतल्यास विफलतेवर मात करणे सोपे जाते. बेताची बुद्धी असलेली व्यक्ती अभियंता न झाली तरी अंगभूत चिकाटी व परिश्रमांच्या जोरावर मोठा ठेकेदार होऊ शकते व अनेक अभियंते पदरी बाळगू शकते. अशा तऱ्हेने अपयशातून यशाची वाट मिळून विफलता घालविता येते.

संघर्ष : स्वरूप व प्रकार आणि संघर्षाचे निराकरण

विफलतेशी संलग्न असणारी दुसरी संकल्पना म्हणजे संघर्ष होय. कित्येकदा विफलतेतून मनाची दोलायमान स्थिती निर्माण होते, व संघर्षास तोंड द्यावे लागते. जसे, परीक्षेत दारुण अपयश आल्यावर शिक्षण चालू ठेवावे की सोडावे, असा संघर्ष विद्यार्थ्याच्या (व कित्येकदा पालकांच्याही) मनात निर्माण होतो. याउलट संघर्षाला तोंड देता देता विफलताही निर्माण होऊ शकते. जसे, पुढील शिक्षण करून 'करीअर' करावे की विवाह करून स्वस्थ्य राहावे, याचा झटपट निर्णय करता न आल्याने वेळ वाया जाऊन एखाद्या युवतीच्या मनात वैफल्य निर्माण होते. संघर्ष व विफलता यांचा हा असा दुतर्फा परस्परसंबंध आढळून येतो.

प्रथम आपण संघर्ष कसा निर्माण होतो हे पाहू. माणूस हा प्रेरणापूर्तीसाठी सतत धडपडणारा प्राणी होय. जेव्हा दोन अथवा अधिक प्रेरणा एकाच वेळी निर्माण होतात, पण त्यांची पूर्तता करणे शक्य नसते, त्यावेळी संघर्ष निर्माण होतो. दुसऱ्या शब्दात जेव्हा वेगवेगळ्या प्रेरणा कार्यरत होताना व्यक्तीची मन:स्थिती द्विधा होते अथवा मनाची कोंडी होते, तेव्हा संघर्ष निर्माण झाला असे म्हटले जाते. दोन चांगल्या दुचाकी गाड्यांपैकी कोणती घ्यावी याचा निर्णय करू न शकणारा युवक अथवा दोन चांगल्या साड्यांपैकी कोणती निवडावी याबाबत गोंधळलेली युवती ही प्रेरणासंघर्षाची बोलकी उदाहरणे होत.

संघर्षाचे ठळक चार प्रकार पडतात.

१) व्यक्तिअंतर्गत : व्यक्तीच्या परस्परविरोधी प्रेरणांमधील संघर्ष

२) आंतरवैयक्तिक : दोन व्यक्तींच्या प्रेरणांमधील संघर्ष. उदा. आधी सामाजिक सुधारणा की राजकीय सुधारणा याबाबत टिळक व आगरकर यांच्यामधील वाद

३) समूहअंतर्गत : एकाच समूहामध्ये होणारा प्रेरणासंघर्ष उदा. हिंदू धर्मातील अंधश्रद्धाविरोधी व परंपरावादी गटांमधील संघर्ष. पुण्यातील हेल्मेटविरोधी व हेल्मेट-समर्थक विचारवंतांमधील संघर्ष

४) आंतरसामूहिक : दोन भिन्न समूहांत घडून येणारा संघर्ष. भारत व पाकिस्तान यांच्यामध्ये काश्मीर प्रश्नावरून होत असलेला संघर्ष. काँग्रेस व भारतीय जनता पार्टी यांच्यात होत असलेला सत्तासंघर्ष

यांपैकी पहिल्या प्रकारचे म्हणजे व्यक्तिअंतर्गत प्रेरणासंघर्षाचे चार उपप्रकार विस्ताराने पाहू.

प्रगमन–प्रगमन संघर्ष (Approach-Approach Conflict) : संघर्षाचा हा प्रकार व्यक्तीस वारंवार अनुभवास येतो. जेव्हा व्यक्तीसमोर दोन सारख्या प्रलोभनांचे पर्याय उपस्थित होतात, (त्यांच्याविषयी सारखेच आकर्षण निर्माण होते.) परंतु एकाच पर्यायाची निवड करणे शक्य असते, तेव्हा हा संघर्ष निर्माण होतो. अशा वेळी लवकर निर्णय न घेतल्यास दोन्ही प्रलोभने/पर्याय हातातून निसटून जाण्याची शक्यता असते. या प्रेरणासंघर्षास निवडविषयक संघर्ष असे म्हटले जाते. यालाच प्रगमन–प्रगमन संघर्ष असेही नाव आहे, कारण पर्यायी प्रलोभनांकडे सारखेच खेचले जाण्याची प्रवृत्ती या संघर्षात दिसून येते. बाजारात गेल्यावर 'तुला खाऊ हवा की खेळणे' असे विचारल्यावर (आणि या वस्तू देणे शक्य असेल तर) बालकाच्या मनात हा संघर्ष उत्पन्न होणारच. दोन खाजगी उद्योगक्षेत्रांतून लठ्ठ पगाराच्या पण सारख्याच तोलामालाच्या नोकऱ्यांचे प्रस्ताव आल्यास एखादा पदवीधर युवकही याच प्रगमन–प्रगमन संघर्षाने भांबावून जातो. दोन्ही प्रस्ताव आकर्षक असले, तरी दोन्हीही एकाच वेळी हस्तगत होण्यासारखे नसतात. प्राधान्य कोणास द्यावे, या निर्णयात काळकाढूपणा केल्यास दोन्ही प्रस्ताव रद्द होऊन विफलतेस तोंड द्यावे लागते.

दोन प्रलोभन पर्याय धन–चिन्हाने दाखवून तसेच दोन समान आकर्षणे समान लांबीच्या पण भिन्न दिशांच्या बाणांनी दाखवून हा प्रेरणासंघर्ष उत्तम प्रकारे दिग्दर्शित करता येतो.

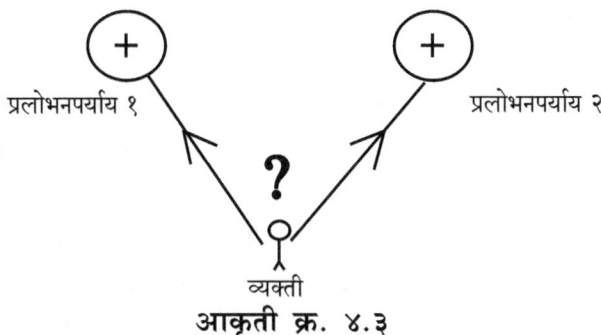

आकृती क्र. ४.३

निर्णय घेणे लांबविल्यास 'तेल गेले, तूप गेले हाती धुपाटणे राहिले' अशी अवस्था येऊ नये म्हणून या संघर्षातून मार्ग काढण्यासाठी पुढील सूचना उपयोगी पडतात.

१) दोन्ही प्रलोभने सारखीच आकर्षक असल्याने, कोणतेही एक निवडल्यास पूर्ण नुकसान न होता थोडा तरी लाभ होईलच. दोन्ही प्रलोभनपर्यायांची हाव धरण्यापेक्षा 'अर्धं त्यजति पंडित:' (विद्वान हा अर्ध्याचा त्याग करून निदान अर्धे तरी मिळवतो.) या न्यायाने एकावर पाणी सोडलेले बरे. खेळणी किंवा खाऊ यात निवड करताना आज खाऊच घेऊ, खेळण्याचे पुढे बघू, असा विचार करणारे बालक शहाणे ठरते. दोनपैकी एक नेमणूकपत्र खिशात घालून नोकरी पदरात पाडून घेणारा युवक 'समझदार' समजला जातो.

२) जेव्हा दोन प्रलोभनपर्याय अगदी तुल्यबळ दिसतात, तेव्हा सहजासहजी निवड निर्णय करता येत नाही. अशा वेळी दोन्ही प्रलोभनांच्या बाबतीत अनुकूल मुद्द्यांची तुलना थोडी खोलात जाऊन करावी. ज्या प्रलोभनाचे अनुकूल मुद्दे अधिक, त्याच्याकडे निर्णयाचा काटा झुकेल. दोन्ही नोकऱ्यांच्या कामाच्या समान वेळा, समान वेतन, समान सुविधा, बढतीच्या समान संधी, या गोष्टी सारख्या असल्या तरी एक ठिकाण घरापासून जवळ असल्यास तेथील नोकरी पत्करणे निर्णायक ठरेल व संघर्ष सुटेल.

वर्जन – वर्जन संघर्ष (Avoidance-Avoidance Conflict) : प्रेरणासंघर्षाचा हा प्रकार असह्य असून शत्रूवरही असा प्रसंग येऊ नये किंवा फारतर कट्टर शत्रूवरच असा प्रसंग यावा अशी इच्छा व्यक्ती धरू शकते. या संघर्षात व्यक्तीपुढे दोन पर्यायी साध्ये असतात, पण दोन्हीही सारखीच प्रतिकूल असतात. मात्र प्राप्त परिस्थितीत कोणतातरी एक पर्याय स्वीकारलाच पाहिजे अशी सक्ती असते. अशावेळी एक मार्ग सोडून दुसरा पत्करावा तर 'आगीतून निघून फुफाट्यात' किंवा 'इकडे आड तिकडे विहीर' अशी व्यक्तीची अवस्था होते.

प्राचीन रोमन साम्राज्यातील एका खेळात टोकदार शिंगे असलेला पुष्ट बैल खेळाडूवर धावून येत असे. बैलाने कोंडीत पकडल्यावर एका शिंगापासून वाचावे तर दुसरे शरीरात खुपसेल, या पेचामध्ये मती कुंठित झालेल्या खेळाडूवर अशीच आपत्ती येत असे. त्यास शृंगापत्ती असे म्हणतात. वर्जन-वर्जन संघर्ष हा शृंगापत्तीसारखाच असून समोरील प्रत्येक वर्तनमार्ग टाळावा (वर्जित करावा) असा व्यक्तीचा प्रयत्न दिसून येतो. म्हणूनच या संघर्षास वर्जन-वर्जन संघर्ष असे म्हणतात. सोप्या भाषेत 'टाळण्याचा संघर्ष' असे त्यास नाव देता येईल. राजीनामा देऊन नोकरी सोडणे किंवा खोट्या कागदपत्रावर सही करणे असे दोन्ही नकोसे मार्ग एखाद्या कारकुनापुढे उभे राहिल्यास हा संघर्ष निर्माण होईल. दहशतवाद्यांना मदत केल्यास देशद्रोह होतो व त्यांना मदत न केल्यास प्राणावर बेतते. असा प्रसंग निर्माण झालेले सीमावासी रहिवासी वर्जन-वर्जन संघर्षात सापडतात. हा संघर्ष (दोन सारखेच प्रतिकूल वर्तनमार्ग) दोन समान रेषांनी दाखविता येतो. प्रतिकूल पर्याय ऋण चिन्हांनी दाखविले आहेत.

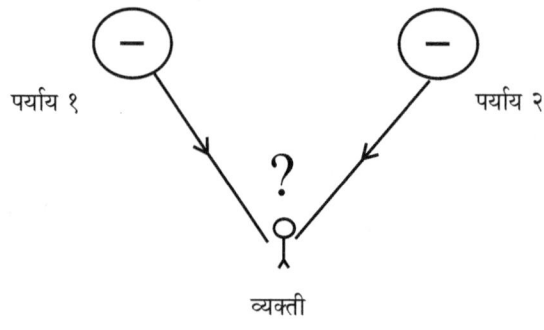

आकृती क्र. ४.४

या प्रकारच्या संघर्षास तोंड देताना काही ना काही नुकसान ठरलेलेच असते. (प्रगमन-प्रगमन संघर्षात काही गमावले तरी निदान काही तरी साध्य होऊ शकते). त्यातून संघर्ष- परिस्थिती टाळून दूर जाणे, चक्क पलायन करणे हा मार्ग काही व्यक्ती स्वीकारतात. कोणी याला परिस्थितीच्या संदर्भानुसार यशस्वी माघार म्हणतात, (Golden retreat) तर कोणी पलायनवादाचे धोरण असे म्हणतात. जंगलात एका बाजूने वाघ व दुसऱ्या बाजूने अस्वल आल्यास पळून जाऊन झाडावर चढणे ही यशस्वी माघार म्हणता येईल, कारण शस्त्रहीन व्यक्ती प्रतिकार करू शकणार नाही; परंतु निवडणूकप्रचारात दोन्ही पक्षांविषयी प्रतिकूल मत झाल्यास, गाव सोडून मतदानाचा हक्क डावलणारी व्यक्ती पळपुटी ठरेल.

एकंदरीत या संघर्षपरिस्थितीस तोंड देताना पुढील सूचना मार्गदर्शक ठरतील.

१) संघर्षाचा परिणाम अतिशय घातक, अस्तित्वास हानिकारक असेल तर संघर्षापासून दूर राहण्याचा प्रयत्न करावा.

२) दोन प्रतिकूल पर्यायांपैकी एक थोडासा कमी प्रतिकूल आहे असे नजरेस आल्यास 'दगडापेक्षा वीट मऊ' या न्यायाने त्याचा स्वीकार करता येईल काय ते पाहावे.

३) कोणताही एक मार्ग स्वीकारणे भाग पडल्यास आणि नुकसानकारक परिस्थिती उद्भवल्यास कुवतीनुसार ते सोसण्याचे धैर्य दाखवावे. त्यातून व्यक्तीचे मनोधैर्य वाढेल व नैतिक प्रतिष्ठा उंचावेल.

प्रगमन−वर्जन संघर्ष (Approach-Avoidance Conflict) : प्रेरणासंघर्षाचा हा एक वैशिष्ट्यपूर्ण प्रकार असून त्यात व्यक्तीसमोर एकच साध्य किंवा उद्दिष्ट असते, मात्र ते अनुकूल व प्रतिकूल अशा परस्परांविरुद्ध स्वरूपाचे असल्याने वर्तनमार्ग स्वीकारण्यास थोड्या लाभाबरोबर थोडे नुकसानही निश्चितपणे वाट्यास येते. मुलगा शिक्षणासाठी विदेशगमनास जाणार म्हणून अपूर्व आनंद होत असतानाच त्याच वेळी ताटातुटीचे दुःखही टाळता येत नाही. मुलास शिक्षणाची संधी द्यावी की न द्यावी या विचाराने व्यक्ती हतबुद्ध होते. मधुमेही व्यक्तीसमोरही असाच संघर्ष उभा राहतो. जेवणाच्या पंक्तीत जिलबीसारखा मधुर पदार्थ खावा तर शरीरस्वास्थ्य बिघडणार, पण खाण्याची अनिवार इच्छा पूर्ण होणार.

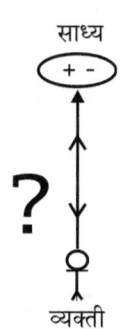

साध्य

व्यक्ती

आकृती क्र. ४.५

या प्रेरणासंघर्षातील विरुद्धगुणी साध्यवस्तू धन व ऋण अशा दोन्ही चिन्हांनी दाखवून, तिच्याकडे होणारे आकर्षण व अपकर्षण बाणाच्या विरुद्ध खुणांनी दाखविता येते.

या संघर्षातील व्यक्तीचे वर्तन इतर संघर्षातील वर्तनाप्रमाणे लवकर निर्णयाप्रत येत नाही. व्यक्तीची मन:स्थिती दीर्घ काळ अस्थिर व दोलायमान होते. एक प्रकारचा ताण निर्माण होऊन संघर्ष वैफल्य निर्माण करतो व व्यक्ती आतल्याआत कुढत राहते. व्यक्तीचा रक्तदाब वाढून आरोग्यावर घातक परिणाम घडू शकतो.

यावर उपाय म्हणजे सध्याच्या प्रतिकूलतेपेक्षा अनुकूलतेबद्दल अधिक समाधानी राहून, प्रतिकूल परिणामास खंबीरपणे तोंड देण्यास व्यक्तीने शिकले पाहिजे. विदेशी जाणाऱ्या मुलाविषयी अधिक संवेदनशील न होता सात पिढ्यांत पहिल्यांदा परदेशगमन करणाऱ्या मुलाविषयी अधिक समाधान मानून संघर्षाची तीव्रता पित्यास कमी कमी करता येईल.

यजमानाचे मन राखणे महत्त्वाचे असल्यास मधुमेही व्यक्ती गोड पदार्थांचे नाममात्र सेवन करून पथ्य पाळू शकेल किंवा इन्शुलिन घेऊन रक्तातील सारखेच्या पातळीवर नियंत्रण ठेवेल. अशा तऱ्हेने प्रगमन-वर्जन-संघर्ष (करावे की टाळावे असे वाटणारा पेचप्रसंग) विवेकनिष्ठ विचाराने अंशत: तरी सुटू शकतो.

द्विधा प्रगमन-वर्जन संघर्ष (Double Approach Avioidance Conflict): हा संघर्ष प्रगमन-वर्जन-संघर्षाचीच विस्तारित आवृत्ती होय. या संघर्षात दोन साध्ये किंवा पर्याय असल्याने दोन वर्तनमार्ग निर्माण होतात. प्रत्येक साध्यामागे काही अनुकूल तर काही प्रतिकूल गुण असतात, व एकच साध्य निवडावयाचे असते; परंतु दोन्ही साध्यांच्या गुणावगुणांची गोळाबेरीज जवळजवळ सारखीच असल्याने दोन्ही साध्ये सारखीच आकर्षक व त्याचवेळी सारखीच अनाकर्षक वाटू लागतात व या प्रेरणासंघर्षात सापडलेल्या व्यक्तीचे मन द्विधा होते. एखाद्या अभिनेत्यापुढे चित्रपटात जावे की दूरदर्शन मालिकेत काम करावे, असा पेच पडू शकतो. चित्रपटात यशस्वी पदार्पण झाल्यास प्रसिद्धी व पैसा भरपूर मिळण्याची शक्यता असते, पण त्याच वेळी रुपेरी दुनियेतील मोह व अनिश्चितता भविष्यात घातक ठरू शकते. याउलट दूरदर्शन-मालिकेत कामे मिळण्याची निश्चितता अधिक; परंतु प्रसिद्धी तात्कालिक व आर्थिक मोबदला बेताचा असतो. त्यामुळे कधी चित्रपटव्यवसायाकडे मन झुकते, तर कधी दूरदर्शनमालिका अभिनेत्यास खुणविते. यातून अनिर्णित अवस्था, धरसोड वृत्ती असे परिणाम संभवतात व होतकरू अभिनेत्यास हा संघर्ष योग्यपणे सोडवता न आल्यास त्याच्या आयुष्याचे नुकसान होते.

हा संघर्ष प्रगमन-वर्जन-संघर्ष व प्रगमन-प्रगमन-संघर्ष या दोन्हींमधील वैशिष्ट्ये लक्षात घेऊन खालील रेखाकृतीने दाखविता येईल.

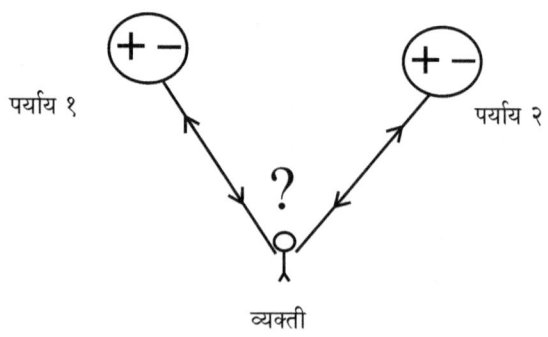

आकृती क्र. ४.६

या संघर्षातून बाहेर पडण्यासाठी दोन्ही साध्यांची तुलना करून अनुकूल मुद्द्यांची सरशी कोठे होते हे पाहून निर्णय घ्यावा लागेल. धोका पत्करण्याची वृत्ती असल्यास चित्रपट-व्यवसायास पसंती देता येईल; पण सुरक्षितता व कामातील आनंद यासाठी दूरदर्शनमालिकेकडे वळणे इष्ट ठरेल.तसेच कोणताही एक मार्ग व एक साध्य निवडल्यावर प्रतिकूल मुद्द्यांवर मात करून त्या साध्याचा खंबीरपणे पाठपुरावा केला पाहिजे. एकदा दूरदर्शन व्यवसायाची निवड केल्यावर दूरदर्शन करीअर हलके समजण्यात अर्थ नाही.

(* **टीप :-** प्रकरण ४ व ५ या प्रकरणांचा सारांश व अभ्यासप्रश्न एकत्रितपणे प्रकरण ५ नंतर घेतलेले आहेत.)

प्रकरण ५

भावना
(Emotion)

५.१ भावना : व्याख्या, स्वरूप व भावनांचे महत्त्व

५.२ भावनाविषयक उपपत्ती :
जेम्स लेंज
कॅनन बार्ड
शॅक्टर
सिंगर
लॅझॅरस

५.३ प्राथमिक भावना : आनंद, उत्तेजितपण (excitement) मृदूपणा (tenderness), दुःख, क्रोध, भय आणि प्रेम

५.४ भावनिक गुणांक : स्वरूप, मापन व महत्त्व

५.५ उपयोजन : भावनांचे आरोग्यावरील परिणाम (सकारात्मक व नकारात्मक)

५. १ भावना : स्वरूप व महत्त्व

भावनेचा विषय फक्त कवी-कादंबरीकार आणि नट-नाटककार यांचाच नसून सामान्य माणसाच्या दैनंदिन जीवनातही भावनांना अविभाज्य असे स्थान आहे. स्टार ट्रेक या गाजलेल्या अंतराळ मालिकेचा नायक आपण भावनारहित आहे असे म्हणतो, पण त्यामुळे अडचणीतच येत राहतो, कारण शेवटी तो एक मानव आहे. मानवी जीवनात रंग भरण्याचे, जीवनाला अर्थ देण्याचे आणि रसोत्कट बनविण्याचे काम भावनाच करतात. 'देव भावाचा भुकेला' असे भक्तिसंप्रदायात म्हटले जाते, त्यामागे हाच अभिप्राय आहे.

भावनांच्या आधाराने कितीतरी गोष्टी जीवनात साध्य होतात.

१) भावनेने कृतीची (वर्तनाची) पूर्वतयारी होते. किरण बेदींपासून स्फूर्ती घेतलेली युवती पोलीस दलात प्रवेश घेण्याचा विचार करून पावले टाकील, तर सरकारच्या पर्यावरणविरोधी कृतीने संतापलेला युवक निषेध चळवळीत भाग घेण्यासाठी त्वेषाने पुढे सरसावेल. या ठिकाणी संबंधित भावनाच संभाव्य कृतीमागील जोरदार प्रेरणा ठरतात.

२) आनंद, समाधान यांसारख्या भावना व्यक्तीच्या मानसिक आरोग्यासाठी उपयुक्त असतातच; परंतु भय, क्रोध, आक्रमकता या नकारात्मक भावनांचादेखील जीवनसंघर्षात आत्मसंरक्षण, अन्यायाविरुद्ध चीड व्यक्त करणे यांसाठी उपयोग होतो.

३) दुसऱ्याच्या मनातील भावना ओळखता आल्यास त्या व्यक्तीशी योग्य समायोजन साधण्यास मदत होते. परिणामी व्यावहारिक संबंध सुरळीत ठेवण्यास मदत होते.

अशा तऱ्हेने भावनांची उपयुक्तता व महत्त्व यांबाबत सामान्य माणसापासून तज्ज्ञांपर्यंत एकवाक्यता दिसली तरी भावनेचे नेमके वर्णन करताना सर्वांचीच पंचाईत होते. रॉबर्ट प्लुटचिक आणि स्ट्रॉंगमन यांनी आपल्या पाठ्यपुस्तकात भावनेच्या तीस निरनिराळ्या व्याख्यांचा उल्लेख केला आहे असे बेंजामिन लेही यांनी नमूद केले आहे. असे असले तरी अनेक मानसशास्त्रज्ञांचे भावनेच्या स्वरूपाबद्दल खालील मुद्यांबाबत सर्वसाधारणपणे एकमत आहे.

१) भावनिक अनुभव भावना - उद्दीपक परिस्थितीतून निर्माण होतो. तशा उद्दीपक परिस्थितीअभावी भावना निर्माण होऊ शकणार नाही. जंगलातून पर्यटन करताना डरकाळी फोडणारा वाघ दिसला अथवा तत्सम आवाज ऐकू आला तर पर्यटक भयभीत होईल. भारतीय क्रिकेट संघाने सामना जिंकल्याचे कळताच चाहत्यांच्या आनंदभावनेला उधाण येईल, मात्र सुरक्षित स्थळी भयाची किंवा क्रिकेटस्पर्धा नसताना

विजयाच्या आनंदाची भावना निर्माण होण्याचे कारण नाही. कोणत्याही उद्दीपक परिस्थितीशिवायच भावना निर्माण होऊ लागली तर ती मनोविकाराचे उदाहरण ठरेल.

२) भावनिक अनुभवात हवीशी वाटणारी अथवा नकोशी वाटणारी (सकारात्मक अथवा नकारात्मक) बोधात्मक जाणीव निर्माण होते. उदा. मेडिकल प्रवेश परीक्षेत नंबर लागताच एखादा विद्यार्थी उल्हसित होऊन यश साजरे करण्याचे बेत करतो, तर नंबर न लागलेला विद्यार्थी दारुण निराश होऊन नशिबास दोष देऊ लागतो.

३) भावनिक अनुभवाचे आणखी एक वैशिष्ट्य म्हणजे स्वायत्त नससंस्था आणि ग्रंथीसंस्था या कार्यान्वित झाल्यामुळे व्यक्तीच्या ठिकाणी एक प्रकारची उत्तेजनाची अवस्था निर्माण होते. जलद श्वसन, जलद नाडी, रक्तदाब व श्वसनातील वाढ अशांसारखे शरीरांतर्गत बदल भावनिक अनुभवास आन्दोलित (खळबळजनक) रूप देतात.

४) भावनिक अवस्थेचा शेवटचा पैलू म्हणजे दृश्य भावनिक वर्तन. भावना केवळ मनात न राहता चेहऱ्यावर, डोळ्यात, हावभावात व शारीरिक हालचालीत व्यक्त होते. टेबलावर मूठ आपटणारी व्यक्ती राग दर्शविते. येरझाऱ्या घालणारी व्यक्ती अस्वस्थता दर्शविते, तर कपाळाला हात लावून बसणारी व्यक्ती चिंता, हतबलता प्रकट करते. भावनानुरूप वर्तन सार्वत्रिक साचेबंद पद्धतीचे आढळत नाही. काही प्राथमिक भावना उदा. भय, क्रोध, आनंद, घृणा, आश्चर्य इत्यादी बाबतीत व्यक्तिवर्तनात कमालीचे साम्य आढळते, तर इतर भावनांवर समाज व सांस्कृतिक घटकाच्या प्रभावानुसार फरक पडतो. सामाजिक प्रसंगात अमेरिकन माणूस मुक्तपणे भावना व्यक्त करतो तर जपानी माणूस नकारात्मक भावना (भय, शोक इ.) चेहऱ्यावर सहसा दिसू देत नाही. हा त्या त्या सांस्कृतिक शिकवणुकीचा प्रभाव होय. भावनिक अनुभवाच्या वरील चारही अंगांबाबत सर्वसाधारण मतैक्य असले तरी ही चारही अंगे परस्परांशी कोणत्या क्रमाने निगडित आहेत, याबाबत मानसशास्त्रात महत्त्वाचे मतभेद आहेत व या भेदांतूनच भावनिक अनुभवाविषयी निरनिराळे सिद्धान्त (Theory) निर्माण झाले आहेत. त्यांचा थोडक्यात परामर्श घेऊ.

५.२ १) जेम्स–लेंज सिद्धान्त : विल्यम जेम्स व कार्ल लेंज यांच्या सिद्धान्तानुसार भावनिक उद्दीपक परिस्थितीची जाणीव 'थॅलॅमस'ला (चेताक्षेपक) होताच तेथून किनारी संस्थेकडे संदेश जातो, अधश्चेतकाच्या साहाय्याने स्वायत्तमज्जासंस्थेमधील सहानुकंपी विभाग शरीरांतर्गत प्रतिक्रिया निर्माण करतो. ही वेदने मेंदूपृष्ठाकडे फिरून पोहोचल्यावर विशिष्ट भावनेची जाणीव निर्माण होते. उदाहरणार्थ, जमिनीवरून सळसळत जाणारा साप पाहून थॅलॅमस, किनारी संस्था, अधश्चेतक कार्यान्वित होऊन स्वायत्त नससंस्थेमुळे

थरकाप निर्माण होतो व ही लक्षणे मेंदूपृष्ठापर्यंत जाऊन पोहोचताच, व्यक्तीस भीती वाटू लागते. जेम्सच्या शब्दात 'आपण दु:खी होतो ते रडल्यामुळे. रागावतो ते आक्रमक हल्ला केल्यामुळे आणि घाबरतो ते लटपटू लागल्यामुळे.' सारांश, आधी शरीरशास्त्रीय लक्षणे (प्रतिक्रिया) आणि नंतर भावनेची जाणीव, असा हा सामान्य समजुतीशी उरफाटा वाटणारा सिद्धान्त आहे. (कारण दु:खी झाल्यामुळे माणूस रडतो, रागावल्यावर हल्ला करतो व घाबरल्यामुळे लटपटू लागतो, अशी सामान्य समजूत आहे.)

वॉल्टर कॅनन याने जेम्स-लेंज सिद्धान्तावर पुढील आक्षेप घेतले. १) स्वायत्त-मज्जासंस्थेस उत्तेजना मिळणे शस्त्रक्रियेने थांबविले तरी भावनेचा अनुभव येऊ शकतो. तसेच शरीरांतर्गत उत्तेजना मंदगतीची असून ती मेंदूकडे पोहोचण्यापूर्वीच भावना जाणवते.

२) शरीरांतर्गत उत्तेजना कृत्रिम रीतीने निर्माण करूनही भावनेचा अनुभव येतोच असे नाही. तसेच शरीरांतर्गत बदल एवढे संदिग्ध व एकसारखे असतात की त्यातून भय व क्रोध अशा भिन्न भावना (मेंदूच्या सहकार्यावाचून) कशा जाणवतात हे कळू शकत नाही.

असे असले तरी भावना हा संपूर्ण शरीराला व्यापणारा अनुभव असल्यामुळे व भावनांचे क्षेत्र केवळ मेंदूपुरतेच नसल्यामुळे जेम्स-लेंज सिद्धान्त पूर्णपणे टाकाऊ ठरत नाही. तसेच कॅरोल ऐझार्ड यांनी भावना अनुभवताना चेहऱ्यावरील स्नायूंचे परिणाम-ज्ञान (Feed-Back) महत्त्वाचे ठरते, हे दाखवून देऊन शरीरांतर्गत प्रतिक्रियांचे महत्त्व पुन्हा एकदा नजरेस आणले आहे (चेहऱ्यावरील ४४ पैकी ४० स्नायूंच्या हालचाली भावना- प्रकटीकरणाशी संबंधित असतात). प्राथमिक भावनांच्या बाबतीत जगाच्या पाठीवर सारखेपणा आढळून येतो, कारण भावनाव्यक्तीकरण जन्मजात स्वरूपाचे असते व ते चेहऱ्यावर सहजपणे प्रकट होते. येथेच जेम्स-लेंजच्या मूळच्या सिद्धान्तातील शारीरिक क्रियाव्यापारावर भर देण्याचे महत्त्व लक्षात येते.

२) कॅनन-बार्ड सिद्धान्त : या सिद्धान्तानुसार भावनिक उद्दीपकाची माहिती थॅलॅमस (चेताक्षेपक) पर्यंत पोहोचताच ती एकाच वेळी मेंदूपृष्ठ तसेच अधश्चेतक व स्वायत्त नससंस्थेकडे संक्रमित होते. म्हणजे एकाच वेळी मेंदूमध्ये विशिष्ट भावनेची जाणीव उत्पन्न होते व स्वायत्त मज्जासंस्थेद्वारे शरीरांतर्गत बदल घडून येतात. भावनेचे ज्ञान व शारीरिक उत्तेजना या दोन्ही गोष्टी एकाच वेळी घडून येत असल्या तरी बहुतांशी स्वतंत्र घटना असतात.

या सिद्धान्तात भावनेच्या शारीरिक व मानसिक घटकांना सारखेच महत्त्व दिल्यामुळे जेम्स-लेंज सिद्धान्ताइतका तो एकान्तिक वाटत नाही.

३) बोधनात्मक सिद्धान्त : ॲरनोल्ड, एलिस, शॅक्टर आणि सिंगर या मानसशास्त्रज्ञांनी भावनिक अनुभवात बोधनिक घटकांना प्राधान्य देऊन सिद्धान्ताची मांडणी केली. त्यांच्या मतानुसार बाह्य पर्यावरणातील उद्दीपक आणि शरीरांतर्गत उत्तेजक अवस्था यांचा अर्थ आपण कसा लावतो, यावरून भावनेची निश्चिती होते. प्रत्यक्ष बाह्य उद्दीपक अथवा आंतरिक उद्दीपक यांपेक्षा त्यांचे जाणवलेले अर्थच भावनिक अनुभवात निर्णायक ठरतात.

उदाहरणार्थ १) बाह्य - उद्दीपकांचा संवेदित अर्थ : टपालातून आलेल्या पार्सल बॉक्स मधून टिकटिक आवाज झाला, व त्यावर जिवलग मित्राचा प्रेषक म्हणून पत्ता असला, तर ती घड्याळाची भेट समजून तुम्ही आनंदून जाल; परंतु त्याच बॉक्सवर 'अल् कायदा' असा उल्लेख असेल तर टाईमबॉम्ब समजून तुमची पाचावर धारण बसेल.

२) आंतरिक स्वायत्त प्रतिक्रियांचा अर्थ: दु:खावेगाने डोळ्यातून येणारे अश्रू तेच, परंतु मुलीचे कन्यादान करताना हा कृतकृत्य होण्याचा प्रसंग आहे असे जाणवले, तर त्यांना आनंदाश्रू म्हणता येईल, मात्र तिची कायमची ताटातूट असा अर्थ लावणाऱ्यास तोच प्रसंग शोकप्रसंग वाटेल आणि ओघळणाऱ्या अश्रूंना दु:खाश्रूंचे स्वरूप येईल.

स्वत: शॅक्टर आणि सिंगर यांनी केलेल्या प्रयोगात शारीरिक उत्तेजना वाढविण्यासाठी एपिनेफ्राईनचे इंजेक्शन प्रयुक्तांना दिले. त्यापैकी निम्म्या प्रयुक्तांना मौजमजेचे नाटक करणाऱ्या हस्तकाच्या उपस्थितीत ठेवले, तर राहिलेल्या निम्म्या प्रयुक्तांच्या सहवासात असताना त्याच हस्तकाने आदळ-आपट करून आक्रस्ताळेपणाने वर्तन केले. परिणामी आनंदी हस्तकाच्या सहवासातील प्रयुक्तांनी आनंद झाल्याचे सांगितले, तर दुसऱ्या प्रयुक्तांनी नाराजीची भावना व्यक्त केली. अर्धा पेला रिकामा की भरलेला, याचा अर्थ निराशावादी आणि आशावादी व्यक्ती आपापल्या अनुभवानुसार, संवेदनानुसार लावते. तसाच प्रकार भावनानिश्चितीबाबत आढळतो, असे दिसून आले.

४) बोधात्मवादी सिद्धान्त : रिचर्ड लॅझॅरस या मानसशास्त्रज्ञाने बोधात्मवादी मूल्यमापन उपपत्तीचा पुरस्कार करताना भावनिक प्रतिक्रियेपूर्वी विचार किंवा बोधनिक प्रक्रिया घडून येते, असे आवर्जून सांगितले आहे. जंगलात एखादे भयंकर श्वापद समोर आल्यावर 'आता मी संपणार' हा विचार प्रथमतः व्यक्तीच्या मनात येतो आणि नंतर तिला भीतीचा अनुभव येऊन तिच्याकडून त्याच वेळी परिस्थितीस तोंड देण्याची तयारी केली जाते. थोडक्यात, उद्दीपक प्रसंग (श्वापद) → परिस्थितीचे आकलन

किंवा बोध (संभाव्य धोक्याची जाणीव) → भयानुभव → (श्वापदाशी झुंज किंवा माघार) परिस्थितीशी सामना - अशा साखळीतून विशिष्ट भावना निर्माण होते.

यातील 'परिस्थितीचे आकलन' हा भाग महत्त्वाचा असून व्यक्ती परिस्थितीचे प्राथमिक तसेच दुय्यम स्वरूपाचे मूल्यमापन करून नंतरच प्रतिक्रिया देते, असा लॅझॅरस यांचा अभिप्राय आहे. परिस्थिती आपल्या जीवनात कितपत महत्त्वाची आहे, ती आपल्या उद्दिष्टाशी/हिताशी विसंगत नाही ना, याचा निर्णय व्यक्ती प्राथमिक मूल्यमापनात घेते, तर या परिस्थितीचे उत्तरदायित्व नेमके कोणाकडे जाते व परिस्थितीविषयी कोणत्या भविष्यकालीन अपेक्षा केल्या जाऊ शकतात, अशा घटकांचा समावेश दुय्यम मूल्यमापनात करून भावनिक प्रतिक्रिया दिली जाते.

येथपर्यंत भावनिक अनुभवाचे स्वरूप व त्यात अंतर्भूत असलेल्या घटकांचे महत्त्व यावर प्रकाश टाकणारे निरनिराळे सिद्धान्त लक्षात घेऊन भावनेची कामचलाऊ व्याख्या (Working Definition) पुढीलप्रमाणे करणे इष्ट होईल.

व्याख्या : भावनिक अनुभव म्हणजे असा अनुभव की, जो एखाद्या परिस्थितीच्या बोधनातून (Cognition) भावात्मक अवस्था, शरीरांतर्गत बदल व तत्संलग्न प्रकट वर्तन निर्माण करतो.

भावनिक वर्तनाचे शारीरिक आधार अभ्यासताना भावनेचे हे वर्णन अधिक अर्थपूर्ण होऊ शकते.

भावनेचे जैविक / शारीरिक आधार : भावनिक अनुभवात जसे शरीरांतर्गत बदल घडून येतात, तसेच त्यांना नियंत्रित करण्याचे व त्यांचा अर्थ लावण्याचे कार्यही केले जाते. या संदर्भात स्वायत्त नससंस्था व मेंदूचे विशेष महत्त्व असून वृक्कस्थ ग्रंथीचे (Adrenal Gland) कार्यही लक्षात घ्यावे लागते.

स्वायत्त नससंस्था : केंद्रीय नससंस्था मेंदू व मज्जारज्जूशी संबंधित असते, तर शरीराचे इतर भाग सीमावर्ती नससंस्था व कायिक नससंस्था नियंत्रित करतात. स्वायत्त नससंस्था ही त्यांपैकी एक. हिला स्वायत्त म्हणण्याचे कारण शरीरांतर्गत बदल घडवून आणण्याची यंत्रणा या संस्थेत स्वतंत्रपणे कार्यान्वित झालेली दिसून येते. स्वायत्त नससंस्थेचे पेशीतंतू अनैच्छिक क्रिया करणाऱ्या अवयवांशी जोडलेले असतात. जसे की डोळे, लाळ ग्रंथी, हृदय, फुफ्फुसे, यकृत, मूत्रपिंड इत्यादी. स्वायत्त नससंस्थेची केंद्रे मज्जारज्जूपासून निकट असून या संस्थेच्या वरच्या व तळाच्या भागास सहानुकंपी नससंस्था तर मधल्या भागास परानुकंपी नससंस्था असे म्हणतात. या दोन्ही विभागांचे कार्य एकमेकांस काहीसे विरोधी पण समतोलत्वाच्या तत्त्वानुसार परस्परपूरक असते. जेव्हा आपत्कालीन किंवा आणीबाणीची परिस्थिती उद्भवते व भय, क्रोध, दुःख

अशा भावना निर्माण होतात तेव्हा परिस्थितीस तोंड देण्यासाठी, सहानुकंपी स्वायत्त नससंस्था शरीरात अनेक आवश्यक व तातडीचे बदल घडवून आणते. जसे की –

१) श्वसनाचा वेग वाढविते – त्यामुळे प्राणवायूचा जलद व सतत पुरवठा होतो.

२) नाडीचे ठोके वाढविते – रुधिराभिसरणास गती मिळून निरनिराळ्या अवयवांना जलद रक्तपुरवठा होतो.

३) रक्तशर्करेत वाढ करते – पुरेशा कार्यशक्तीसाठी रक्तशर्करेचा अधिक पुरवठा यकृतामार्फत केला जातो.

४) पचनक्रिया मंदावली जाते – तिकडे गुंतणारा रक्तपुरवठा हाता-पायांसारख्या अवयवांकडे केला जातो.

५) घामाचे प्रमाण वाढते – वाढलेले शारीरिक तापमान नियंत्रित करण्यासाठी घर्मग्रंथी कार्यान्वित केल्या जातात.

६) डोळ्यांतील बाहुल्या विस्फारणे – आणीबाणीच्या परिस्थितीचा स्पष्ट व जलद बोध होण्यासाठी उपयुक्त ठरते.

७) लालोत्पादनास प्रतिबंध – पचनक्रिया मंद करण्यासाठी लाळेस प्रतिबंध होतो. अशा तऱ्हेने आपत्कालीन परिस्थितीस सामोरे जाण्यासाठी सज्ज होण्यास सहानुकंपी विभाग प्रेरणा देतो.

मात्र हा क्रियाव्यापार मर्यादेबाहेर जाणे धोक्याचे असल्याने ती ती क्रिया नियंत्रणात ठेवण्याचे व शरीरस्थिती पूर्ववत् स्वस्थ करून पचनादी कार्ये पुन्हा सुरू करण्याचे काम परानुकंपी संस्था करते. सहानुकंपी विभागाकडून घडवून आणलेल्या शरीरांतर्गत बदलात पुरेशी तीव्रता निर्माण करण्याचे कार्य मूत्रपिंडाच्या वरील बाजूस असलेल्या वृक्कस्थ (अॅड्रेनल) ग्रंथीतील स्रावाकडून होते. या स्रावामुळे हृदयाची गती वाढणे, रक्तदाब वाढणे, श्वसन वेगाने होऊ लागणे, तांबड्या पेशींची संख्या वाढणे इत्यादी गोष्टी घडून येतात व व्यक्तीची शारीरिक – मानसिक सज्जतेची स्थिती निर्माण होते.

(प्रकरण २ मधील स्वायत्त-मज्जासंस्थेची आकृती पाहावी.)

स्वायत्त मज्जासंस्थेकडून मुख्यत: परिस्थितीनुरूप शरीरांतर्गत बदल घडवून आणले जातात, तर मेंदूच्या विशिष्ट भागाकडून भावनानिश्चितीचे कार्य केले जाते. मेंदूचे डावा व उजवा असे दोन गोलार्ध असून डाव्या गोलार्धात सकारात्मक भावना (आनंद, समाधान, प्रेम इ.) अनुभवल्या जातात तर उजव्या गोलार्धाने नकारात्मक भावनांची ओळख पटते. जसे की, दु:ख, नैराश्य, क्रोध, इ. दोन्ही गोलार्धांच्या अग्रभागातून

सुखद – असुखद भावनांचा बोध होतो, तर पार्श्वभागातून भावनांची तीव्रता / सौम्यता अनुभवली जाते. तीव्र नैराश्याच्या अनुभवात उजव्या गोलार्धातील पार्श्वभाग अधिक क्रियाशील दिसतो; पण सौम्य नैराश्यात एवढा क्रियाशील दिसत नाही. यावरून भावनिक अनुभवातील मेंदूचा सहभाग अधोरेखित होतो.

मेंदूच्या किनारी संस्थेतील अमिगडाला या अवयवाची नकारात्मक भावनांच्या संदर्भातील (भय, क्रोध, इ.) भूमिका अत्यंत महत्त्वाची ठरते. या भागाला इजा झाल्यास अन्य व्यक्तीकडून होणाऱ्या आक्रमकतेची नीटशी कल्पना येत नाही. आणीबाणीच्या परिस्थितीत असे होणे जिवावर बेतू शकते.

असत्य शोधिका (Lie Detector) : भावनिक परिस्थितीत उत्पन्न होणाऱ्या शरीरांतर्गत बदलांचा उपयोग अपराध-वर्तनाच्या शोधासाठी होऊ शकेल, असे काही संशोधकांना वाटले व त्यातूनच असत्य-शोधक – यंत्रणा (Lie Detector) विकसित करण्याचा प्रयत्न झाला. त्याचा जाता जाता उल्लेख करू. संशयित व्यक्तीचे श्वसन, नाडी, त्वचेचा विद्युत्विरोध, मेंदूलहरींचा आलेख इत्यादींची नोंद करण्यासाठी ती ती मापके शरीरास जोडली जातात. या प्रारंभिक मापनानंतर गुन्ह्याच्या संदर्भात चौकशी सुरू होते. व्यक्तीने खोटे बोलण्याचा अभिनय करून गुन्हा लपविण्याचा प्रयत्न केला तरी खोटे उत्तर देताना भय, चिंता इ. भावना उत्पन्न होऊन शरीरांतर्गत फेरफार घडून येतात. त्यांची सुरुवातीच्या नोंदीशी तुलना करून तफावत आढळल्यास व्यक्तीचा खोटेपणा उघडा पडतो. अशी व्यक्ती अपराधी असावी असा अप्रत्यक्षपणे निष्कर्ष काढता येतो.

असत्य- शोधक यंत्रणेमागील विचारसरणीस शास्त्रीय आधार असला तरी व्यवहारात निर्णय घेताना गंभीर अडचणी येतात.

१) निरपराध व्यक्तीस संशयित ठरवून असत्य - शोधकाचा प्रयोग केल्यास शरीरांतर्गत बदल मोठ्या प्रमाणावर झालेले दिसतात. पापभीरू व्यक्ती भविष्यकालीन संभाव्य संकटाच्या भयाने लक्षणीय शारीरिक बदल दर्शवितात. अशा व्यक्तींना (त्या प्रत्यक्षात दोषी नसताना) दोषी ठरविणे म्हणजे 'चोर सोडून संन्याशाला फाशी देण्याचा' प्रकार होऊ शकतो.

२) काही खरोखरच निर्ढावलेले किंवा सराईत गुन्हेगार गुन्ह्याच्या चौकशीच्या वेळी बिलकुल प्रतिसाद देत नाहीत व त्यांच्यामध्ये शरीरांतर्गत फेरबदलही विशेष घडून येत नाहीत. अशा वेळी खऱ्या गुन्हेगारांना निरपराधीपणाचे प्रमाणपत्र या यंत्रणेकडून चुकीने दिले जाऊ शकते.

३) भावनिक स्थितीतील शारीरिक बदल मापनात ५% चूक होऊ शकते असे

तज्ज्ञ सांगतात; परंतु शंभर व्यक्तींपैकी ५ व्यक्ती सुटल्या अथवा अडकल्या तर अनर्थ होऊ शकेल. एखादाच दहशतवादी सुटून संपूर्ण राष्ट्राला वेठीला धरू शकेल. एखादाच निरपराध कार्यकर्ता नक्षलवादी म्हणून फाशी गेल्यास, एका संपूर्ण कुटुंबाचा सर्वनाश होऊ शकेल.

हे लक्षात घेऊन एका बाजूने या असत्य शोधकाची अचूकता वाढवीत असतानाच, अपराधासंबंधी संशयाला पुष्टी देणारे प्राथमिक साधन एवढेच स्थान आज असत्य-शोधकाला दिले जाते. असत्यशोधकाने केलेला तपास हा न्यायालयात निर्णायक पुरावा मानला जात नाही.

भावनिक अनुभवामागील शरीरशास्त्राची ओळख करून घेतल्यानंतर आता काही प्राथमिक भावनांचे वर्णन बघू व त्यांच्या वैशिष्ट्यांचा आढावा घेऊ.

५.३ प्राथमिक भावनांचे स्वरूप

आनंद, प्रेम, भय, चिंता, क्रोध, आक्रमकता या भावना प्राथमिक भावना म्हणून ओळखल्या जातात. या भावनांमागे जन्मजात वर्तन- घटक आढळून येतात, म्हणजेच अध्ययनावाचूनही या भावना जन्मल्यानंतर प्रकट होताना दिसतात. तसेच पृथ्वीच्या पाठीवर सर्वत्र या भावनांची चेहऱ्यावरील अभिव्यक्ती जवळजवळ सारखीच असलेली दिसून येते. नागरी जीवनापासून दूर, तुटक राहणारे आदिवासीदेखील चित्रातील व्यक्तींच्या प्राथमिक भावना बरोबर ओळखू शकतात. अर्थात पॉल एकमनसारख्या संशोधकांनी संस्कृतीपरत्वे भावनांच्या व्यक्तीकरणावर भिन्न प्रभाव पडू शकतो असे निष्कर्ष काढले आहेत. भावनांनी खच्चून भरलेली चित्रपट- दृश्ये पाहिल्यानंतर अमेरिकन प्रयुक्त नकारात्मक भावना मुक्तपणे प्रकट करतात, तर जपानी प्रयुक्त भावनांवर संयम ठेवतात, असे त्यांचा आंतरसांस्कृतिक अभ्यास सुचवितो.

हा भाग लक्षात ठेवून समाजात प्रकर्षाने आढळणाऱ्या वरील प्राथमिक भावनांचा परामर्ष घेऊ.

१) आनंद (Pleasure) : प्राणिमात्राच्या आयुष्यक्रमाला 'जगणे' असे म्हणतात, तर मानवाच्या आयुष्याला 'जीवन' असे नाव दिले जाते. कारण जगण्याबरोबरच आनंद किंवा सुखप्राप्ती हे त्याचे ध्येय असते. मनासारखे घडणे, प्रेरणेची पूर्ती होणे, अंगीकृत कामात यश येणे यांतून आनंदाची भावना निर्माण होते. बालकाची ही भावना शरीरस्वास्थ्यातून व प्रेमळ संगोपनातून निर्माण होत असली, तरी वाढत्या वयात या भावनेचा विकास होत जातो. परीक्षेतील यश, स्पर्धेतील विजय, समाजमान्यता, कुटुंबाची ऊर्जितावस्था, व्यावसायिक यश अशा गोष्टींनीही आनंदप्राप्ती होते. छोट्या गोष्टींच्या प्राप्तीऐवजी मोठ्या गोष्टींची प्राप्ती होण्यातून अधिक आनंद, अधिक सुख

होते. कुटुंबसदस्य, शहरातील गुणवंत, देशातील नररत्ने यांच्या गौरवानेही अभिमान वाटून आनंद होतो. (येथे स्वत:चे दु:खही काही काळ बाजूला सारले जाते.) 'अवघाचि संसार सुखाचा करीन' म्हणणारे तुकारामांसारखे संत आनंदभावनेची व्याप्ती अमर्यादपणे वाढवतात. यात विशेष लक्षात घेण्यासारखा मुद्दा म्हणजे आनंद बाह्य घटनांवर अवलंबून असतो, त्याचप्रमाणे आंतरिक वृत्तीवरही अवलंबून असतो. येथे बाह्य उद्दीपक किंवा आंतरिक उद्दीपक यांचा आनंदमूलक अर्थ लावण्यावर आनंदभावना अवलंबून असते, अशा अर्थाने बोधनात्मक सिद्धान्त लागू पडतो.

आनंद – भावनेचे कार्य शारीरिक व मानसिक स्वास्थ्याच्या दृष्टीने अत्यंत महत्त्वाचे आहे. शारीरिक वाढ व मानसिक विकास होण्यासाठी आनंदाची सकारात्मक भावना उपकारक ठरते. अर्थात आनंदाचा स्रोत अखंड राहण्यासाठी व्यक्तीने मॅस्लोने सांगितलेली आत्मविकासाची गरज पूर्ण करण्यासाठी सतत कार्यरत असले पाहिजे.

२) प्रेम : प्रेम किंवा आपुलकीच्या भावनेची व्याख्या करणे खरोखरच कठीण आहे. प्रेमाची कितीतरी रूपे सभोवताली दिसून येतात. बालकाविषयीच्या प्रेमाला वात्सल्य म्हणतात, तर मित्रांमधील प्रेमास मैत्री म्हणतात. ज्येष्ठ व्यक्तींवरील प्रेमास आदर म्हणतात, तर स्त्रीपुरुषांमधील प्रेमास प्रणय असे म्हणतात. देशावरील प्रेमास देशप्रेम म्हणतात, तर ईश्वरावरील प्रेमास भक्ती असे म्हणतात. विश्वातील मानवजातीवरील प्रेमास विश्वबंधुत्व म्हणतात, तर प्राणिमात्रावरील प्रेमास भूतदया असे म्हटले जाते. या विविध प्रकारच्या प्रेमभावनेत एक समान धागा आढळतो तो म्हणजे इतरांशी सौम्यपणे, मृदुभावाने व हितबुद्धीने वागणे. इतर व्यक्तींच्या असाहाय्यपणातून किंवा गरजेतून प्रेमभावनेची निर्मिती होत असते हे अंशत: खरे असले, तरी सहकार्य किंवा सह-अनुभूती यातूनही प्रेमभावनेची वाढ होते हे लक्षात ठेवले पाहिजे.

प्रेमभावनेशिवाय जीवन वैराण वाळवंट आहे, या काव्यातील समजुतीला मानसशास्त्राचा आधार आहे, कारण प्रेमातूनच व्यक्तीस संरक्षण, पोषण, सामाजिकीकरण, प्रोत्साहन या गोष्टींना बळ मिळते. अनाथाश्रमातील मुले, घटस्फोटित घरे, उद्ध्वस्त कुटुंबे येथील प्रेमशून्य जीवनात व्यक्तिविकासाची परवड झालेली दिसते. प्रेममय जीवनातून समृद्ध झालेले गोकुळातील गोपालांचे जीवन प्रेमाचा सकारात्मक प्रभाव दर्शविते तर प्रेमाभावी उजाड झालेले आधुनिक काळातील देवदासाचे जीवन प्रेमाचा नकारात्मक (अभावात्मक) प्रभाव दर्शविते.

मात्र व्यक्तीच्या विकासासाठी बहुमोल ठरणारी ही प्राथमिक भावना केवळ स्वार्थमूलक आकर्षण किंवा केवळ लैंगिक आकर्षण यावर अवलंबून असेल, तर प्रेमभावना विकृत स्वरूप धारण करू शकते.

३) भय : भय किंवा भीती ही एक जन्मजात भावना असली तरी भीतीचे काही प्रकार अभिसंधित अध्ययनाने, सवयीने आत्मसात केले जातात. सामान्यपणे धोकादायक परिस्थितीचा बोध होताच भयाची भावना निर्माण होते. अस्वस्थता वाटणे, नाडीचे ठोके जलद पडणे, पोटात खड्डा पडल्यासारखे जाणवणे, घाम येणे, भयसूचक ओरडणे असा भयभावनेचा अनुभव सर्वांनाच येतो; परंतु बालकांचे आणि मोठ्या व्यक्तींचे भयाचे विषय भिन्न असतात. अचानक झालेल्या मोठ्या आवाजाने बालकास भय वाटेल; पण प्रौढास वाटणार नाही. त्याला अपयशाचे, प्राणघातक हल्ल्याचे भय वाटू शकेल. भयग्रस्त परिस्थितीने न गोंधळता तिचा नीट बोध करून घेऊन परिस्थितीला तोंड देणे अथवा पलायन करणे असे दोन मार्ग या भावनेतून निर्माण होतात. वाघाला पाहून झाडावर चढून बसणे, तसेच कुत्र्याला पाहून दंडुका उगारणे हे भयातून मुक्त होण्याचे रास्त मार्ग ठरतात.

भय-भावनेतून आत्मसंरक्षण जसे होते, तसेच भविष्यकालीन आपत्तीविरुद्ध उपाययोजनाही करणे शक्य होते. या अर्थाने ही नकारात्मक (नकोशी वाटणारी) भावना जीवनात उपयुक्त ठरते, मात्र प्रमाणाबाहेर भय बाळगणे ही विकृती असून तिला भयगंड असे म्हणतात. पालीची काहीशी घृणा व भीती वाटणे रास्त आहे; पण सुसरीएवढी भीती वाटणे हा भयगंड होय. अर्थात लहानपणच्या अनुभवाने लागलेल्या अशा सवयी योग्य त्या प्रशिक्षणाने दूर करता येतात. सापाविषयीचा भयगंड प्रथम चित्र दाखवून, नंतर साप जवळून दाखवून, सुरक्षितपणे त्यास हात लावून, शेवटी साप हातात घेऊन असा क्रमाक्रमाने नाहीसे करण्याचे मानसशास्त्रीय प्रयोग यशस्वी झाले आहेत.

दहशतवाद्यांनी अपहरण तंत्र वापरून हेतुत: निर्माण केलेली भीतीची भावना दूर करण्यासाठी अ) दहशतवाद्यांच्या मागणीचा तर्कशुद्ध विचार करून योजना आखणे तसेच ब) अवास्तव मागणी खंबीरपणे मोडून काढण्याची, त्यासाठी आवश्यक ती किंमत चुकविण्याची मानसिक तयारी ठेवणे असे उपाय योजले पाहिजेत.

४) चिंता : भय व चिंत्ता या दोन्ही नकारात्मक भावना असून धोकादायक परिस्थितीविषयी धास्ती हा दोन्हींकडे समान मुद्दा आहे. परंतु भयामध्ये भय निर्माण करणारा उद्दीपक सुस्पष्ट असतो, तर चिंतेमध्ये तो अनिश्चित व संदिग्ध असतो. त्सुनामी लाटांमुळे निर्माण झालेल्या परिस्थितीचा धोका व नुकसान उघड आहे. त्यामुळे समुद्रकिनाऱ्याचे भय निर्माण झाले असे म्हणणे योग्य होईल. पण न्यूयॉर्क, लंडनप्रमाणेच दिल्लीकडे कोणत्या मूलतत्त्ववादी - दहशतवादी संघटनेची वक्रदृष्टी कधी वळेल, याविषयी जनतेस सतत चिंता लागून राहिली आहे, असे म्हणावे लागेल, कारण येथे धोकादायक वस्तूच्या स्वरूपाचा व कृतीचा अंदाजच येत नाही.

त्यामुळेच भयाविरुद्ध जशी सामना किंवा पलायन (Fight or Flight) अशी उपाययोजना करता येते तशी चिंतेविरुद्ध करणे शक्य नसते. संभाव्य धोक्याचा विचार करून अतिरिक्त चिंता करू नये, एवढेच म्हणता येते. चिंता मानवी स्वास्थ्याला पोखरून टाकते, याच अर्थाने 'चिंता दहति निर्जीवं चिंता दहति जीवितम्।' असे एका संस्कृत वचनात म्हणून ठेवलेले आहे.

५) क्रोध : क्रोध हीही एक नकारात्मक भावना असून अन्यायाविरुद्ध चीड व्यक्त करण्यासाठी व आत्महितरक्षणासाठी तिचा उपयोग होतो, परंतु क्रोधाचे किंवा रागाचे विध्वंसक आविष्कारच अधिक पाहावयास मिळतात. रागाने लालबुंद झालेला चेहरा, वटारलेले डोळे, हल्ल्याचा पवित्रा, उसळलेले रक्त, उंच टिपेला गेलेला आवाज ही सर्व क्रोधभावनेची लक्षणे असून तिचे पर्यवसान अन्य व्यक्ती किंवा समूह यांच्यावर विरोधी प्रतिक्रिया करण्यात होते. व्यक्तीच्या स्वातंत्र्यास बाधा येणे, अपमान होणे, हितसंबंधाच्या कोणी आड येणे, आव्हान दिले जाणे, अशा गोष्टीतून क्रोधाची निर्मिती होते. मनाप्रमाणे लाड न झालेले मूल क्रोधाविष्ट होऊन हातपाय झाडते, तर मनाविरुद्ध परिस्थिती पाहून प्रौढ रागावून बंड करतात. मतभेद, वाद, भांडणे, कलह, युद्धे ही क्रोधभावनेच्या चढत्या प्रतिक्रियांची उदाहरणे होत.

क्रोधभावनेच्या मुक्त आविष्कारास समाजात मर्यादा असल्याने या भावनेच्या नियंत्रणासाठी स्वत: व्यक्तीने परिणामाचा विचार करून विवेक बाळगणे व समाजाने व्यक्तीवरील अन्यायाचे परिमार्जन करणे असे दुहेरी उपाय योजावे लागतील. गुद्द्यावरून प्रश्न सोडविण्याऐषवजी मुद्द्यावरून प्रश्न सोडविणे हे क्रोधाचे विनाशकारी दुष्परिणाम टाळण्यासाठी आवश्यक ठरते. परस्पर विश्वासवर्धक उपाय योजून (Confidence building Measures) क्रोधभावनेस आळा घालावा व संभाव्य अणुयुद्धे टाळावीत असा राज्यकर्त्यांचा अलीकडे प्रयत्न दिसून येतो. ही एक क्रोधभावना नियंत्रित करण्याची योग्य दिशा आहे.

६) शत्रुभाव (वैरभाव – Hostility) :

क्रोध आणि शत्रुभाव यामध्ये समानधर्म असा की, दोन्हीतून आक्रमक वर्तन निर्माण होऊ शकते, मात्र क्रोधभावना अवरोधक (अडथळा) वर्तनाविरुद्धची प्रतिक्रिया असते. तो अडथळा दूर झाल्यास ही भावना शांत होते. शत्रुभाव (Hostility) या भावनेत दुसऱ्या व्यक्तीस इजा केली जाते किंवा तसे करण्याचा प्रयत्न असतो. क्रोध क्षणिक राहू शकतो, शत्रुभाव दीर्घ काळपर्यंत कार्य करू शकतो.

शत्रुभाव व तज्जन्य आक्रमकता यांबाबत वेगवेगळ्या उपपत्ती सांगितल्या जातात. फ्रॉईडच्या मते ही उपजत प्रवृत्ती असून कमी–अधिक प्रमाणात सर्व प्राण्यांत व

मानवांत आढळते. यातून प्रत्यक्ष हिंसाचार उद्भवू नये म्हणून या भावनेचे विरेचन (Catharsis) झाले पाहिजे. त्यासाठी स्पर्धा, आक्रमक खेळ, शत्रूभावाची दृश्ये व वर्णन यांचा उपयोग केल्यास या भावनेस आळा बसेल. तथापि, कित्येकदा या उपायांनी शत्रुभाव वाढताना दिसतो.

डोलार्ड आणि मिलर यांना ही भावना नैराश्यातून स्वाभाविक प्रतिक्रिया म्हणून निर्माण होते असे वाटते. तथापि, नैराश्यामुळे आक्रमक होण्याऐवजी खचून गेलेल्या व्यक्तीच अधिक आढळतात. अल्बर्ट बांडुरा यांनी शत्रुभाव व आक्रमकता निरीक्षण व अध्ययनातून निर्माण होते व दृढ होते असे म्हटले आहे. शत्रुता व आक्रमकता लाभदायक ठरते असे आढळल्यास असे वर्तन आत्मसात करण्याकडे व्यक्तीचा कल असतो.

एकंदरीत या भावनेमागे एकच एक कारण नसून अनेक घटक शत्रुभावास खतपाणी घालतात. अन्यायकारक परिस्थितीतून निर्माण होणारे वैफल्य (Frustration) कुरापतखोर वर्तन आणि प्रसारमाध्यमातून दाखविला जाणारा हिंसाचार ही शत्रुभावाची सामाजिक कारणे होत. प्रसारमाध्यमातील हिंसाचारामुळे शत्रुभावना व्यक्त करण्याचे नवनवीन मार्ग अस्तित्वात येतात. आक्रमक वर्तनाचा विजय होताना दिसल्याने ही भावना व्यक्तीस अधिक आकर्षित करते, वैफल्याचा जबाब शत्रुभावनेने दिला पाहिजे असा तिचा घट्ट समज होतो आणि विशेष म्हणजे हिंसाचाराची दृश्ये वारंवार पाहिल्याने व्यक्तीच्या मनाची संवेदनशीलता नष्ट होते.

याचबरोबर वातावरणातील तापदायक तापमान, नकोशी वाटणारी गर्दी आणि अस्वस्थ करणारा गोंगाट या पर्यावरणात्मक घटकांमुळे आक्रमकता व शत्रुभाव वाढत जातो. टेस्टोस्टेरॉन सारखे ग्रंथीस्रावही या भावनेची तीव्रता वाढवताना दिसतात. आश्चर्य म्हणजे कोणत्याही प्राणिजातीहून मानवामध्ये या भावनेने सर्वाधिक विध्वंस घडवून आणलेला आहे व महायुद्धे, दंगली, छुपे हल्ले अशा समाजविघातक समस्या निर्माण केल्या आहेत. त्यांच्यावर नियंत्रण आणण्यासाठी आक्रमकता व शत्रुभावाच्या कारणघटकांचे अधिकाधिक संशोधन होऊन परिणामकारक उपाययोजनांची आवश्यकता भासत राहणार आहे.

येथपर्यंत प्राथमिक अशा काही मानवी भावनांचा मानसशास्त्रीय दृष्टिकोनातून आढावा घेतल्यानंतर आता भावनिक बुद्धिमत्ता या अभिनव संकल्पनेचा (Emotional Intelligence) परिचय करून घेऊ व भावनिक गुणांक म्हणजे काय ते पाहू.

५.४ भावनिक बुद्धिमत्ता : गोलमन या मानसशास्त्रज्ञाने विद्यालयीन बुद्धिमत्ता (Academic Intelligence) व भावनिक बुद्धिमत्ता (Emotional Intelligence) असा

भेद करून जीवनमार्गात यशस्वी होण्यासाठी (Career Success) भावनिक बुद्धिमत्ता आवश्यक असते असे प्रतिपादन केले, कारण विद्यालयीन बुद्धिमत्ता व परीक्षेतील यश यात धन सहसंबंध असला तरी विद्यालयीन बुद्धिमत्ता व जीवनामार्गातील यश यात असा सहसंबंध आढळत नाही. कितीतरी तथाकथित स्कॉलर विद्यार्थी पुढील आयुष्यात व्यावहारिक यशाच्या दृष्टीने वाया गेलेले दिसतात. उलट विद्यालयीन यश बेताचे असलेले कितीतरी संशोधक, उद्योगपती, व्यापारी, राजकारणी जीवनातील यशाची उत्तुंग शिखरे पादाक्रांत करताना दिसतात. विद्यालयीन रेकॉर्ड नसलेल्या व एका अर्थाने अल्पशिक्षित असलेल्या वसंतदादा पाटलांसारख्या व्यक्तीने महाराष्ट्राचे मुख्यमंत्रिपद एकेकाळी भूषविले आणि हरितक्रांतीला चालना दिली हे उदाहरण महाराष्ट्रात सर्वश्रुत आहे. असे होऊ शकते, कारण जीवनातील समस्या सोडविण्यासाठी विद्यालयीन बुद्धिमत्तेपलीकडील काही भावनिक क्षमतांची गरज असते.

गोलमन यांच्या मतानुसार भावनिक बुद्धिमत्तेत पुढील पाच गोष्टींचा समावेश होतो. १) स्वत:च्या भावना नीट जाणणे २) स्वत:च्या भावनांचे नियंत्रण करता येणे ३) स्वत:स योग्य प्रकारे प्रेरित करता येणे ४) इतरांच्या भावना ओळखणे व ५) सामाजिक संबंध योग्य प्रकारे हाताळता येणे.

जीवनाच्या विविध क्षेत्रांत यशस्वी होण्यासाठी स्वत:शी व इतरांशी समायोजित होता येणे महत्त्वाचे असते व त्यासाठी पुस्तकी बुद्धिमत्ता क्वचितच उपयोगी पडते.

स्टर्नबर्ग यांनी बुद्धीची मीमांसा करताना त्रिकूट सिद्धान्त सांगितला असून संदर्भीय बुद्धिमत्ते (Contexual Intelligence) चा उल्लेख केला आहे. त्यामध्येही परिस्थितीवर मात करता येण्याचे कौशल्य महत्त्वाचे मानले असून त्यात भावनिक बुद्धिमत्तेचा स्वीकार केलेला दिसतो. वेद, उपनिषदे, पुराणे यांचा अभ्यास न करणारा नावाडी पुस्तकी बुद्धिमत्तेच्या दृष्टीने शून्य होता, पण होडीतून जाताना वादळातून कसे सहीसलामत सुटायचे हे त्याला माहीत होते. त्यामुळे जीवनात तोच तरला आणि पुस्तकी पंडित (की ज्यांना पोहता येत नव्हते) मात्र बुडाले. भावनिक बुद्धिमत्ता कामास येते ती अशी.

मात्र भावनिक बुद्धिमत्तेचा विद्यालयीन बुद्धिमत्तेसारखा संख्यात्मक अभ्यास पुरेसा झाला नसून भावनिक बुद्धिगुणांकाची निश्चिती करता आलेली नाही. या संदर्भात मापन करण्यासाठी केलेल्या संशोधनातून 'इतरांच्या भावना ओळखता येणे' एवढाच समान घटक सर्व भावनिक बुद्धिमंतांच्या बाबतीत स्पष्टपणे अभ्यासता आला. गोलमनने वर सांगितलेल्या इतर घटकांचा उच्च धन सहसंबंध प्रस्थापित करता आलेला नाही. भविष्यकाळात याबाबतीत प्रगती होईल, एवढीच आशा आजमितीला करता येईल.

५.५ भावनांचे आरोग्यावरील परिणाम : उपयोजन

व्यक्तीस निरनिराळ्या प्रसंगी विविध प्रकारच्या भावना अनुभवास येतात. यापैकी प्रमुख भावना म्हणजे प्रेम, आनंद, दुःख, क्रोध, भय, चिंताग्रस्तता इत्यादि होत. यापैकी प्रेम व आनंद यांना सकारात्मक भावना म्हटले जाते. तर दुःख, क्रोध, भय, चिंताग्रस्तता या नकारात्मक भावना होत. असे म्हणण्याचे कारण त्यांचे मानवी आरोग्यावर अनुक्रमे सकारात्मक (हितकारक) व नकारात्मक (घात) परिणाम होतात.

प्रेम भावनेमुळे व्यक्तीस सुरक्षिततेचा लाभ होतो व अशा वातावरणात व्यक्तीस स्वास्थ्य लाभते. तीच गोष्ट आनंद भावनेबाबत. आनंदी व्यक्ती तणावमुक्त असते. तिच्या वर्तनात एकूणच उत्साह व उमेद जागृत होते. रुग्ण व्यक्तीच्या मनावर एखाद्याच आनंदवार्तेचा कसा सकारात्मक परिणाम होतो. व ती जीवनात कशी क्रियाशील होते, हे पाहून आनंदभावनेचा आरोग्यावरील सुपरिणाम स्पष्ट होईल, मात्र प्रेमाच्या अतिरेकातून एखाद्या गोष्टीविषयी किंवा व्यक्तीविषयी मालकीची भावना–निर्माण होणे, त्यातून अतिरेकी समाजबाह्य–वर्तन होणे, या गोष्टीमुळे व्यक्तीचे व समाजाचे स्वास्थ धोक्यात येऊ शकते. आनंदाचा अतिरेकही कित्येकदा उन्माद, श्रेष्ठत्ववगंड याकडे व्यक्तीस नेऊन त्याचे स्वास्थ्य बिघडवू शकते. त्यामुळे संयम ठेवून प्रेमाचा व आनंदाचा अनुभव घेणे एकंदरीत उपकारक ठरते.

दुःख, भय, चिंताग्रस्तता, क्रोध या भावना नकारात्मक अशासाठी म्हटल्या जातात की त्यांच्यामुळे श्वसन, रुधिराभिसरण इ. शारीरिक क्रियांची पातळी वाढून कमालीचा ताणतणाव निर्माण होतो. पण याहीपलीकडे होणारा परिणाम म्हणजे गोंधळाची अवस्था किंवा विचारशून्य कृतींची शक्यता. दुःखातिरेकाने दैनंदिन व्यवहार बंद पडणे, भयामुळे हातपाय गळून जाणे, क्रोधातिरेकाने रक्तदाब वाढून हृदयक्रियेवर विपरीत परिणाम होणे या सर्व गोष्टी आरोग्यास मारक ठरतात. या भावनांना आवर घालणे जितके कष्टप्रद, तितकेच आरोग्यरक्षणासाठी महत्त्वाचे ठरते.

मात्र या भावनांचीही एक सकारात्मक बाजू लक्षात घेतली पाहिजे. दुःखभावनेचा अनुभव घेतल्याने व्यक्ती एक प्रकारे तणावमुक्त व मोकळी होते. भयामुळे विनाशकारी धोक्यापासून दूर जाणे किंवा सामना करण्यासाठी तयार होणे, यासाठी योग्य ती प्रेरणा मिळू शकते, तर क्रोधामुळे जाचक परिस्थितीची बंधने तोडण्याची अथवा अन्याय्य परिस्थितीवर मात करण्याची शक्ती प्राप्त होते.

भावनांचे हे इष्टानिष्ट परिणाम पाहून त्यांचा अनुभव घेताना योग्य ते संतुलन राखणे आरोग्यदायक ठरते.

५.६ सारांश

■ प्रेरणा हा व्यक्तीमधील असा आंतरिक घटक आहे की जो वर्तनास शक्ती पुरवितो, दिशा देतो व उद्दिष्टप्राप्तीसाठी सातत्यपूर्ण कृती घडवून आणतो.

■ प्रेरित वर्तनाचे कार्य करणारे अनेक पर्यायी सिद्धान्त असून त्यांच्यामध्ये एखाद्या विशिष्ट प्रभावी घटकावर प्रकाश टाकण्यात आलेला आहे. सहजप्रवृत्तिवादी सिद्धान्त जन्मजात व साचेबंद वर्तनावर भर देतो तर गरजपूर्तीच्या सिद्धान्तात गरजेतून व्यक्तिवर्तनास आतून रेटा मिळतो याकडे लक्ष वेधले आहे. प्रलोभन सिद्धान्तात बाह्य प्रलोभने व्यक्तीस आपल्याकडे खेचून घेतात असे म्हटले आहे, तर बोधनात्मक सिद्धान्तात भविष्यकालीन विचार/अपेक्षा यानुसार प्रेरणेचे कार्य चालते, असा विचार मांडला आहे. उत्तेजना सिद्धान्तात (Arousal Theory) कार्यक्षमतेच्या इष्टतम-पातळीचे महत्त्व सांगितले आहे.

■ जैविक प्रेरणांच्या संदर्भात शारीरिक समतोल टिकविण्याच्या दृष्टीने प्रेरणा वर्तन घडून येते. प्रेरित वर्तनामध्ये व्यक्तीची स्वस्थ स्थिती, नंतर जैविक कमतरता, तिची जाणीव, गरजपूर्ती करणाऱ्या उद्दिष्टाची जाणीव, उद्दिष्टप्राप्तीची धडपड व पूर्ततेनंतर पुन्हा स्वस्थ स्थिती असा चक्राकार वर्तनक्रम दिसतो. यालाच प्रेरणाचक्र असे म्हणतात. अर्थात दुय्यम प्रेरणांबाबत प्रेरणाचक्राच्या साहाय्याने प्रेरित वर्तनाचे वर्णन करता येत नाही.

■ अॅब्राहम मॅस्लो यांनी कमतरता गरजा व वैकासिक गरजा असे गरजांचे दोन प्रकार केले असून त्यांची चढती श्रेणी सांगितली आहे. काही अपवाद वगळता मानवी प्रेरणा व्यवस्थापनाचे सामान्यपणे समाधानकारक स्पष्टीकरण त्यातून मिळते.

■ प्रेरणांचे जैविक व सामाजिक प्रेरणा असे दोन ठळक प्रकार सांगून वर्गीकरण केले जाते.

■ भूक, तहान, लैंगिक प्रेरक व निद्रा हे जैविक प्रेरक होत. तर सहवास प्रेरक, प्रभुत्व व संपादन प्रेरक हे सामाजिक प्रेरक होत.

■ जैविक प्रेरकांचे शारीरिक आधार व नियंत्रणकेंद्रे मानसशास्त्रज्ञांनी शोधून काढली आहेत, मात्र सामाजिक प्रेरकांना असा शारीरिक आधार नसून सामाजिक उद्दिष्टे, सामाजिक अध्ययन, सामाजिक अभिवृत्ती यांनुसार त्यांचे कार्य चालते.

भावनिक अनुभवात भावनिक उद्दीपक परिस्थिती, भावात्मक जाणिवेचा बोध, शरीरांतर्गत बदल व तत्संलग्न प्रकट वर्तन अशा पैलूंचा समावेश होतो.

■ भावनिक अनुभवाचे विश्लेषण करणारे तीन प्रमुख सिद्धान्त असून ते जेम्स लेंज सिद्धान्त, कॅनन - बार्ड सिद्धान्त व बोधनात्मक सिद्धान्त या नावाने ओळखले जातात.

जेम्स-लेंज सिद्धान्तात शरीरांतर्गत बदलांना प्राधान्य दिलेले असून कॅनन - बोर्ड सिद्धान्तात शरीरांतर्गत बदल व मेंदूस होणारा बोध या गोष्टी एकाच वेळी घडतात, पण त्या पूर्णपणे स्वतंत्र असतात, असे म्हटले आहे. बोधनात्मक सिद्धान्तात अंतर्गत अथवा बाह्य उद्दीपकाचा अर्थ लावण्यावर भावनेचे स्वरूप ठरते असे म्हटले आहे. प्रत्येक सिद्धान्तातून भावनिक अनुभवांचे स्पष्टीकरण देण्याचा प्रयत्न केलेला आहे.

■ भावनिक अनुभवामागील शारीरिक आधारांचा मानसशास्त्रज्ञांनी मागोवा घेतला असून स्वायत्त नससंस्थेचे विभाग, वृक्कस्थ ग्रंथी, मेंदूतील चेताक्षेपक अधिश्वेतक, अमिगडाला, मेंदूपृष्ठ यांचा भावनिक अनुभवातील सहभाग स्पष्ट केला आहे. स्वायत्त नससंस्थेच्या कार्यामुळे व्यक्तीमध्ये आपत्कालीन आवश्यक शरीरांतर्गत बदल घडून येतात.

■ शरीरांतर्गत बदलाच्या मापनावर आधारित असत्यशोधिका ही यंत्रणा अपराध-शोधनाच्या क्षेत्रात वापरली जाते, मात्र हा निर्णायक पुरावा नसून संशयिताच्या अपराधवर्तनाविषयी प्राथमिक अंदाज देऊ शकतो.

■ प्राथमिक भावनांचा अनुभव व प्रकटीकरण सामान्यपणे सार्वत्रिक दिसून येते. मात्र सांस्कृतिक घटकांचा व अध्ययनाचा प्रकटीकरणावरील प्रभाव दुर्लक्षित करता येत नाही. आनंद, प्रेम, भय, चिंता, क्रोध, शत्रुभाव या प्राथमिक भावना असून त्यांचे मानवाच्या आत्मसंरक्षणाच्या व विकासाच्या संदर्भात महत्त्वाचे कार्य दिसून येते.

■ भावनिक बुद्धिमत्ता विद्यालयीन बुद्धिमत्तेहून भिन्न असून जीवनमार्गात यशस्वी होण्यासाठी (Career Success) आवश्यक असते. स्वत:च्या व इतरांच्या भावनांचे योग्य नियंत्रण करणे हा तिचा गाभा आहे. तथापि भावनिक गुणांकाचे मापन करण्याचे प्रयत्न अद्याप तितकेसे यशस्वी झालेले नाहीत.

■ प्रेरणापूर्तीत येणाऱ्या अडथळ्यामुळे विफलता निर्माण होते. नैसर्गिक आपत्ती व सामाजिक बंधने या पर्यावरणीय घटकातून विफलता येते, त्याचप्रमाणे व्यक्तिगत मर्यादेमुळेही विफलता निर्माण होऊ शकते.

■ व्यक्तिअंतर्गत, आंतरवैयक्तिक, समूहअंतर्गत, आंतरसामूहिक असे संघर्षाचे चार प्रकार असून व्यक्तिअंतर्गत संघर्षाचे चार उपप्रकार सांगितले जातात. ते प्रगमन- प्रगमनसंघर्ष, वर्जन-वर्जन संघर्ष, प्रगमन-वर्जन संघर्ष व द्विधा प्रगमन-वर्जन संघर्ष या नावांनी ओळखले जातात.

सरावासाठी प्रश्न

प्रश्न १ : वस्तुनिष्ठ प्रश्न : (वीस शब्दांपर्यंत उत्तरे लिहा.)

१. प्रेरणा म्हणजे काय?

२. वर्तनसमतोलत्व म्हणजे काय?

३. कोणत्याही दोन प्रेरणासिद्धान्ताची नावे लिहा.

४. वर्तनाच्या अधिश्रेणीतील गरजांचा क्रम सांगा.

५. संपादन प्रेरणा व प्रभुत्व प्रेरणेतील ठळक फरक सांगा.

६. संपादन – प्रेरणेचे मापन करण्यासाठी कोणती चाचणी वापरतात?

७. स्वायत्त नससंस्थेचे दोन विभाग कोणते?

८. असत्यशोधिकेचा उपयोग कोणत्या क्षेत्रात केला जातो?

९. भावनिक अनुभवात होणारे कोणतेही दोन शरीरांतर्गत बदल सांगा.

१०. प्रगमन- प्रगमन संघर्ष केव्हा निर्माण होतो?

११. मानसिक प्रेरकांचे वैशिष्ट्य कोणते?

१२. नकारात्मक भावनेचे एक उदाहरण द्या.

प्रश्न २ : संक्षिप्त उत्तरांचे प्रश्न (४० ते ५० शब्दांपर्यंत उत्तरे द्या.)

१. प्रेरणाचक्राचे थोडक्यात वर्णन करा.

२. भुकेच्या प्रेरणेमागील सामाजिक घटक कोणते?

३. संपादन प्रेरणेने प्रेरित व्यक्तीची गुणवैशिष्ट्ये सागा.

४. भय व चिंता यांमधील भेद स्पष्ट करा.

५. भावनिक बुद्धिमत्तेत कोणत्या घटकांचा समावेश होतो?

६. कुतूहल या प्रेरकाचे उदाहरणाने स्पष्टीकरण करा.

प्रश्न ३ : मुद्देसूद उत्तरे द्या. (दीडशे शब्दांपर्यंत)

१. मॅस्लोची प्रेरणेची अधिश्रेणी स्पष्ट करा.

२. संपादन प्रेरणेचे स्वरूप, महत्त्व व मापन स्पष्ट करा.

३. भावनिक अनुभवात कोणत्या पैलूंचा समावेश होतो, त्याचे वर्णन करा.

४. विफलतेची विविध कारणे सांगा.

५. प्रेरणासंघर्षाच्या एका प्रकाराचे सोदाहरण स्पष्टीकरण करा.

प्रश्न ४ : सविस्तर उत्तरे द्या. (तीनशे शब्दांपर्यंत)

१. प्रेरणा म्हणजे काय?
प्रेरित वर्तनाचा प्रलोभन सिद्धान्त स्पष्ट करा.

२. जैविक व सामाजिक प्रेरणांमधील भेद सांगून सहवास प्रेरणा व प्रभुत्व-प्रेरणांचे विवेचन करा.

३. प्राथमिक भावनांची वैशिष्ट्ये सांगून आनंद व शत्रुभाव या भावनांची सविस्तर चर्चा करा.

४. भावनिक बुद्धिमत्तेच्या संकल्पनेचे महत्त्व सांगून तिचे स्वरूप सोदाहरण स्पष्ट करा.

५. व्यक्तिअंतर्गत प्रेरणा संघर्षाचे प्रकार सांगून त्यांची कारणे, स्वरूप, परिणाम या संदर्भात वर्णन करा.

६. विविध भावनांचे आरोग्यावर कोणते सकारात्मक व नकारात्मक परिणाम होतात?

प्रकरण ६

अध्ययन आणि स्मरण

(Learning and Memory)

अध्ययन

भूमिका

व्यक्तीला आपल्या सभोवतालच्या परिस्थितीचे ज्ञान कसे होते? लहान मूल अनेक स्त्रियांमधून आपल्या आईला कसे ओळखते? वारंवार अपयशाचा अनुभव येऊनही सट्टा खेळणारे लोक लॉटरी तिकीट का खरीदतात? दूरदर्शनवरील हिंसक कार्यक्रम वारंवार पाहिल्याने मुलांच्या ठिकाणी हिंसक वर्तन विकसित होते काय? विविध व्यक्ती, वस्तू वा प्रसंगाविषयीच्या आपल्या अभिवृत्ती, अभिरुची कशा निर्माण होतात? भावनिक अभिव्यक्ती व नियंत्रण व्यक्ती कसे आत्मसात करते? या व अशा अनेकविध प्रश्नांची उत्तरे शोधण्यासाठी मानसशास्त्रज्ञांना अध्ययनप्रक्रियेचा आधार घ्यावा लागतो, म्हणूनच मानसशास्त्रामध्ये वर्तन व मनोव्यापारांचा अभ्यास करण्याच्या दृष्टीने अध्ययनप्रक्रिया केंद्रवर्ती मानली जाते.

मानसशास्त्र हे वर्तनाचे शास्त्र आहे व त्यामुळे वर्तनात होणाऱ्या बदलांचा विचार करणे मानसशास्त्राच्या कक्षेत येते. सभोवतालच्या परिस्थितीशी सुयोग्य समायोजन साधण्यासाठी, जीवनाच्या संघर्षात यशस्वीपणे टिकून राहण्यासाठी मानवाला आपल्या सर्व शारीरिक व मानसिक क्षमतांचा विकास घडवून आणणे क्रमप्राप्त ठरते, कारण प्राप्त परिस्थिती आपल्याला हवी तशी करून घेण्यासाठी निसर्गदत्त प्रतिक्रियांपेक्षा संपादित प्रतिक्रियाच जास्त महत्त्वाच्या ठरतात असे आढळते.

अध्ययन ही जीवनाभिमुख प्रक्रिया आहे. ती अखंडितपणे चालणारी प्रगतिसूचक परिवर्तनांची मालिका आहे की, जिच्यामध्ये रचनात्मक, कार्यात्मक, वर्तनात्मक अशी विविध परिवर्तने घडतात. अर्थात ही परिवर्तने अनेक कारणघटकांच्या परिणामामुळे उद्भवत असली तरी त्यामध्ये अध्ययनाचा सिंहाचा वाटा असतो. आणि म्हणूनच प्रस्तुत प्रकरणात आपण अध्ययनप्रक्रियेचा सविस्तर विचार करणार आहोत.

६.१ अध्ययनाची व्याख्या व स्वरूप आणि प्रकार

मानसशास्त्राच्या क्षेत्रामध्ये अध्ययनाबाबत मोठ्या प्रमाणात संशोधन झालेले आहे. त्यामध्ये अनेकांचे महत्त्वपूर्ण योगदान आहे. आज मानसशास्त्रात अध्ययन ही संकल्पना वारंवार उपयोगात आणली जात असली, तरी तिच्या व्याख्येबाबत मानसशास्त्रज्ञांचे एकमत नाही. अध्ययनासंबंधी अनेक मानसशास्त्रज्ञांनी निरनिराळ्या व्याख्या सुचविल्या आहेत. त्यांतील काही महत्त्वाच्या व्याख्या खालीलप्रमाणे –

अंडरवूड यांच्या मते –'नवीन प्रतिक्रियांचे संपादन किंवा जुन्या प्रतिक्रियांचे विस्तारित प्रवर्तन (Enhanced Execution) म्हणजे अध्ययन होय.'

गिलफोर्ड यांच्या मते - वर्तनाद्वारे वर्तनप्रणालीत हळूहळू घडून येणारे बदल म्हणजेच अध्ययन होय.

वूडवर्थ यांच्या मते - मनुष्याचा कोणत्याही प्रकारे विकास घडवून आणणारी व त्याच्या अनुभव-परिवेशाचे स्वरूप पूर्वीपेक्षा निराळे करणारी कोणतीही क्रिया म्हणजे अध्ययन होय.

मन यांच्या मते - अनुभव व वर्तनातील सुधारणा म्हणजेच अध्ययन होय.

किंबल यांच्या मते - सरावाचा परिणाम म्हणून घडून येणारे वर्तनातील साधारणपणे टिकाऊ स्वरूपाचे बदल म्हणजे अध्ययन होय.

फेल्डमन यांच्या मते - अनुभवाद्वारे घडणारे वर्तनातील सापेक्षत: कायम स्वरूपाचे बदल म्हणजे अध्ययन होय.

वरील व्याख्यांचा विचार करता असे दिसून येते की, काही संशोधकांनी अध्ययनासाठी सराव महत्त्वाचा मानला तर काहींनी अनुभव. तथापि अध्ययनासाठी सराव व अनुभव हे दोन्ही घटक आवश्यक असतात. त्याचबरोबर अध्ययनामध्ये प्रबलनालाही महत्त्व प्राप्त होते, म्हणून अध्ययनाची अशी सर्वसमावेशक व्याख्या करता येते की,

प्रबलीकृत सराव किंवा पूर्वानुभव यांच्या परिणामामुळे घडून येणारे वर्तनातील सुधारणात्मक, सापेक्षत: टिकाऊ स्वरूपाचे बदल म्हणजे अध्ययन होय.

वरील व्याख्येच्या आधारे अध्ययनाची खालील वैशिष्ट्ये सांगता येतात, की ज्यामुळे अध्ययनाचे स्वरूप स्पष्ट होण्यास मदत होते.

१. अध्ययनामध्ये सराव आणि पूर्वानुभवाला अनन्यसाधारण महत्त्व प्राप्त होते. कारण त्यांच्या परिणामामुळे होणाऱ्या वर्तन-बदलांचाच अध्ययनात समावेश होतो. पक्वीभवनाच्या परिणामामुळे विकसित होणाऱ्या वर्तन-बदलांचा अध्ययनात समावेश होत नाही. उदा. स्नायवी संघटनक्षमतेचा विकास झाल्यानंतर कोणतीही व्यक्ती प्रशिक्षण वा सरावाशिवाय हाताने बॅट पकडू शकते. प्रसंगी बॅटने चेंडू टोलवूही शकते; पण म्हणून काही ती कुशल फलंदाज म्हणून ओळखली जात नाही, तर जे प्रशिक्षण घेतात, नियमित सराव करतात अशांनाच पुढे कुशल फलंदाज म्हणून ओळखले जाते.

२. अध्ययनामुळे वर्तनात सुधारणात्मक बदल घडतात. अर्थात ही सुधारणा धनात्मक वा ऋणात्मक अशा दोन्ही प्रकारची असू शकते. उदा. ज्याप्रमाणे आपण काही चांगल्या सवयी आत्मसात करतो, जसे की नियमित व्यायाम, वक्तशीरपणा वगैरे त्याचप्रमाणे काही वाईट सवयीदेखील आत्मसात करतो जसे की, धूम्रपान.

३. अध्ययनामुळे घडणारे वर्तनबदल हे टिकाऊ स्वरूपाचे असतात. म्हणजेच ते दीर्घ काळपर्यंत वा कायम टिकून राहणारे असतात. याचाच अर्थ असा की, थकवा, आजारपण,

अमली पदार्थ सेवनाचा प्रभाव वा तत्सम कारणामुळे होणाऱ्या तात्पुरत्या वर्तनबदलांचा अध्ययनात समावेश होत नाही. उदा. एखाद्या व्यक्तीच्या पायाला इजा झाली म्हणून ती जर चालताना लंगडत असेल तर याचा अर्थ असा नव्हे की ती लंगडत चालायला शिकली किंवा आंद्रे आगासी, सचिन तेंडुलकर वा तत्सम खेळाडू एखाद्या सामन्यामध्ये परिस्थितिजन्य तणाव, थकवा वा आजारपणामुळे खराब खेळला याचा अर्थ असा नाही की त्याने खेळण्याचे प्रशिक्षणच घेतलेले नाही अथवा त्याने आत्मसात केलेल्या कौशल्यांचे त्याला विस्मरण झालेले आहे. तर त्याचा निकृष्ट खेळ हा परिस्थितिजन्य कारणामुळे उद्भवलेला तात्पुरता बदल आहे की ज्याचा अध्ययनात समावेश होत नाही.

४. अध्ययनामुळे वर्तनात केवळ टिकाऊ स्वरूपाचे नव्हे, तर सापेक्षत: टिकाऊ स्वरूपाचे बदल घडतात, कारण केवळ टिकाऊ स्वरूपाचे असे म्हटल्यास एकदा एखादा वर्तनबदल झाल्यास तो कायमस्वरूपी स्थिर झाला असता व पुढे त्यात सुधारणा होण्यासाठी वाव राहिला नसता. तथापि, सापेक्षत: टिकाऊ स्वरूपाचे म्हटल्याने पूर्वीचे जे सुधारणात्मक बदल झालेले आहेत ते तसेच राहतात व त्यात पुढे आणखी सुधारणाही होऊ शकते. उदा. पोहायला शिकताना प्रत्येकाला हात व पायांच्या मूलभूत कौशल्यपूर्ण हालचाली आत्मसात कराव्या लागतात. मात्र, पोहण्यात निष्णातपणा आल्यानंतर व्यक्ती केवळ हातांच्या वा केवळ पायांच्या हालचाली करून पाण्यावर तरंगू शकते.

५. अध्ययनाचे शेवटचे आणि महत्त्वाचे वैशिष्ट्य म्हणजे अध्ययन ही एक अनुमानित प्रक्रिया आहे, कारण अध्ययनाचे प्रत्यक्ष निरीक्षण करता येत नाही, तर त्याबाबत फक्त अनुमाने करता येतात. व्यक्तीच्या निर्वर्तनावरून (Performance) त्याच्या अध्ययनाचे अनुमान केले जाते. उदा. महाविद्यालयाच्या प्रथम वर्षातील विद्यार्थ्यांना मानसशास्त्राचे ज्ञान किती प्रमाणात अवगत झाले याचे स्पष्टीकरण देण्यासाठी आपण त्यांच्या परीक्षेतील गुणांचा आधार घेतो व प्राप्त गुणांकावरून म्हणजेच निर्वर्तनावरून त्यांच्या ज्ञानाविषयी अनुमान काढतो.

अध्ययनप्रक्रियेच्या अभ्यासातून मानसशास्त्रज्ञांचे अनेक हेतू साध्य होतात.

१) नवीन प्रतिक्रिया कशा आत्मसात केल्या जातात, याचे स्पष्टीकरण देता येणे.

२) विशिष्ट प्रसंगातील वर्तनाचे भाकीत करता येणे.

३) विशिष्ट वर्तनप्रतिक्रिया आत्मसात करण्याच्या दृष्टीने योग्य वेळ कोणती हे निश्चित करता येणे, आणि

४) व्यक्ती वा प्राण्याच्या ठिकाणी योग्य प्रतिक्रिया प्रस्थापित करण्यासाठी तसेच अयोग्य प्रतिक्रियांवर नियंत्रण ठेवण्यासाठी अध्ययनाच्या तत्त्वांचा यशस्वीरीत्या उपयोग करता येणे.

अध्ययनाचे प्रकार – (Types of Learning)

अध्ययनामुळे विविध प्रकारच्या वर्तनांमध्ये बदल होत असतो. वर्तनाचे हे प्रकार परस्परावलंबी असल्यामुळे त्यांना संपूर्णपणे अलग करणेही अवघड आहे. तथापि, अध्ययनाच्या शास्त्रीय अभ्यासात सुलभता आणण्याच्या हेतूने मानसशास्त्रज्ञ वर्तनाचे प्रकार व त्यासाठी लागणारे अध्ययनसाहित्य यांच्या आधारे अध्ययनाचे तीन प्रकारांत वर्गीकरण करतात व ते म्हणजे –

१) शाद्बिक अध्ययन (Verbal Learning)

२) कारक अध्ययन (Motor Learning)

३) समस्या परिहार (Problem Solving)

शाब्दिक अध्ययन – शब्दांच्या वा भाषेच्या माध्यमातून केल्या जाणाऱ्या अध्ययनाला शाद्बिक किंवा भाषिक अध्ययन म्हणतात. लिहिणे, वाचणे, बोलणे, एखादा उतारा वा कविता पाठ करणे ही शाद्बिक अध्ययनाची उदाहरणे होत. मानवेतर प्राण्यांच्या ठिकाणी भाषिक विकासाचा अभाव आढळतो, म्हणून शाद्बिक अध्ययन ही मानवाला मिळालेली अमोल देणगीच होय. मानवाच्या बऱ्याचशा प्रतिक्रिया मुख्यत: शाद्बिक असतात. व्यक्तीजवळ असलेली शद्बसंपत्ती अतिशय आत्मनिष्ठ असते. सामाजिक व्यवहारामध्ये या शद्बसंपत्तीचाच व्यक्ती प्रभावी साधन म्हणून उपयोग करत असते. व्यक्तीच्या शालेय वा महाविद्यालयीन शिक्षणामध्ये शाद्बिक अध्ययनाचा सिंहाचा वाटा असतो.

कारक अध्ययन – कृती वा स्नायवी हालचालींच्या माध्यमातून केल्या जाणाऱ्या अध्ययनाला कारक अध्ययन असे म्हणतात. जरी बहुतेक वेळा व्यक्ती अध्ययनासाठी शब्दांचा वा भाषेचा उपयोग करत असली, तरी तिच्या ठिकाणी प्रस्थापित होणारे काही वर्तनप्रकार हे मुख्यत: कारक स्वरूपाचे असतात. उदा. क्रीडाकौशल्य, यंत्र हाताळणे, वाद्य वाजविणे, नृत्य करणे इत्यादी (भरतकाम, विणकाम) अशा विविध ठिकाणी व्यक्तीला कारक कौशल्यांचा उपयोग करावा लागतो.

मानवेतर प्राण्यांच्या ठिकाणी भाषिक विकास होत नसल्याने त्यांचे बहुतेक अध्ययन कारक स्वरूपाचे असते.

समस्या परिहार – शाद्बिक व कारक या दोन्ही प्रकारच्या अध्ययनांत योग्य प्रतिक्रिया कोणती हे माहीत असते आणि ती कशा प्रकारे संपादन केली जाते याचा अभ्यास केला जातो, परंतु काही वेळा अनेक संभाव्य प्रतिक्रियांमधून चुकीच्या प्रतिक्रिया बाजूला सारून अचूक प्रतिक्रिया शोधून काढावी लागते व ही प्रतिक्रिया केल्याने समस्येची उकल होते. त्यालाच समस्यापरिहार अध्ययन असे म्हणतात.

अध्ययनाच्या या प्रकारामध्ये उच्च पातळीवरील मानसिक प्रक्रियांचा समावेश होतो. समस्यापरिहार करताना प्रथम प्रयत्न प्रमादाचा वापर केला जातो, त्यातूनच योग्य प्रतिक्रियेचे मर्मज्ञान होते व समस्या सुटते - 'योग्य प्रतिक्रियेचे अचानक मर्मज्ञान होऊन समस्येची उकल होणे' हे समस्यापरिहाराचे मुख्य वैशिष्ट्य आहे. अंकगणितीय आकडेमोड, शब्दकोडे, ठोकळ्यांची रचना, चित्रांची जुळणी ही समस्यापरिहाराची उदाहरणे होत.

६.२ अध्ययनाच्या पद्धती (Methods of Learning)

आपण अध्ययनाची व्याख्या करताना पाहिले की, अध्ययनामुळे वर्तनात सुधारणात्मक बदल घडून येतात. सभोवतालच्या परिस्थितीशी परिणामकारक समायोजन साधण्यासाठी व्यक्तीला स्वतःच्या वर्तनात सतत अनुरूप बदल करण्यास शिकावे लागते. हे वर्तनबदल कसे शिकले जातात यांचे विश्लेषण करण्यासाठी मानसशास्त्रज्ञांनी जे प्रयोग केलेले आहेत, त्यातून अध्ययनाच्या पद्धतींचे दर्शन होते. हे सर्व प्रयोग प्रामुख्याने मानवेतर प्राण्यांवर केलेले आहेत, कारण मानव व प्राणी या दोहोंच्या ठिकाणी अध्ययनामुळे होणाऱ्या परिवर्तनाचे स्वरूप जवळपास सारखेच आढळते. तथापि, मानवी अध्ययनप्रक्रिया अधिक क्लिष्ट व गुंतागुंतीची असते. तुलनात्मक दृष्ट्या प्राण्यांची अध्ययनप्रक्रिया साधी व सुटसुटीत आढळते, प्रतिक्रियांमध्ये स्वाभाविकता आढळते, विचार, भावना, भाषा यांचा प्रभाव कमी आढळतो.

मानसशास्त्रज्ञांनी अध्ययनाच्या अनेक पद्धती सांगितल्या असल्या, तरी चार मूलभूत अध्ययनपद्धती मानसशास्त्रात विशेष महत्त्वाच्या मानल्या जातात व त्या म्हणजे -

१) प्रयत्न - प्रमाद अध्ययन - (Trial and Error Learning)

२) मर्मदृष्टी अध्ययन - (Insight Learning)

३) अभिजात अभिसंधान - (Classical Conditioning)

४) साधक अभिसंधान/व्यापारणात्मक प्रशिक्षण (Instrumental / Operant Conditioning)

१) प्रयत्न प्रमाद अध्ययन

एडवर्ड एल. थॉर्नडाइक यांनी या अध्ययनपद्धतीचा शोध लावला. त्यांनी या संदर्भात मांजरावर केलेला प्रयोग सर्वश्रुत आहे. प्रयोगामध्ये भुकेल्या मांजराला कूटमंजुषेमध्ये कोंडून ठेवले होते व त्या मांजराला दिसेल अशा ठिकाणी परंतु कूटमंजुषेबाहेर अन्न (मांसाचा तुकडा) ठेवले होते. कूटमंजुषेचे दार विशिष्ट कळ दाबल्यानंतर उघडण्याची योजना केली होती. कूटमंजुषेतून बाहेर येऊन अन्न प्राप्त

करणे हे मांजराकडून कोणत्या पद्धतीने शिकले जाते याचे निरीक्षण करण्यात आले तेव्हा असे आढळले की –

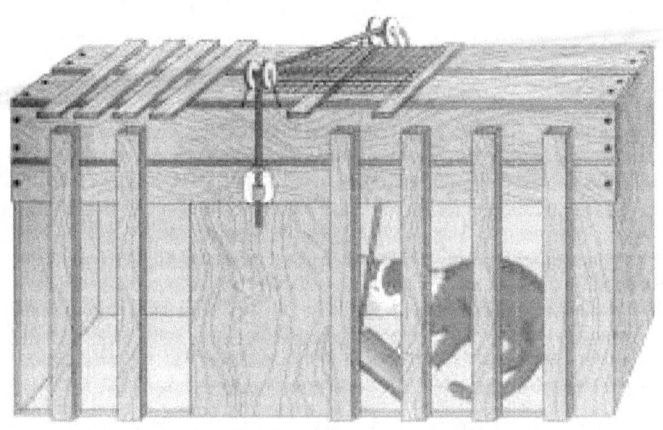

आकृती क्र. ६.१ : कूटमंजुषा

मांजर भुकेले असल्याने अन्नप्राप्तीसाठी प्रयत्न करू लागते तेव्हा इकडे-तिकडे सैरावैरा फिरणे, कूटमंजुषेच्या गजातून पाय बाहेर काढून अन्न मिळते का ते पाहणे, कूटमंजुषेच्या गजांशी झटापट करणे, ओरखडणे वगैरे कारक हालचाली केल्या जातात. थॉर्नडाइकने या सर्व हालचालींना 'स्वैर हालचाली' म्हणून संबोधले आहे व अशा स्वैर हालचाली चालू असताना अचानक मांजराचा कळेवर पाय पडल्याने ती दाबली जाते व तत्क्षणी कूटमंजुषेचे दार उघडले जाते. परिणामी मांजराला अन्नप्राप्ती होते. तथापि, ही अन्नप्राप्ती समस्या सुटली म्हणून नव्हे, तर योगायोगाने कळ दाबली गेल्याने झालेली होती.

वरीलप्रमाणे एक प्रयत्न पूर्ण झाल्यानंतर थॉर्नडाइकने पुन्हा मांजराला कूटमंजुषेत ठेवले व बाहेर अन्न ठेवले. परिणामी मंजुषेतून बाहेर पडण्यासाठी मांजराचे स्वैर प्रयत्न पुन्हा सुरू झाले. पहिल्या प्रयत्नाप्रमाणेच यावेळीही योगायोगाने ती कळ दाबली गेली व मांजराला अन्न प्राप्त झाले. व असे अनेकवेळा प्रयत्न घेतल्यानंतर असे आढळले की, उत्तरोत्तर प्रयत्नांमध्ये मांजराच्या स्वैर हालचाली कमी होत गेल्या तथापि, शोधनात्मक हालचाली सुरूच होत्या. हळूहळू केवळ दाराजवळ, कळेजवळ कारक हालचाली केंद्रित झाल्या व शेवटी कळ दाबून दार उघडून कूटमंजुषेच्या बाहेर पडण्याचे कौशल्य मांजराने आत्मसात केले. परिणामी आता कूटमंजुषेत सोडताच मांजर केवळ कळ दाबून दार उघडण्यास शिकले होते.

थोडक्यात, समस्या सोडविण्यासाठी स्वैर प्रयत्न वारंवारपणे करणे, केलेला प्रयत्न चुकीचा आहे हे लक्षात आल्यानंतर तो टाळणे व अन्य नवीन प्रयत्नांचा शोध घेणे असे या पद्धतीचे स्वरूप आढळते, म्हणूनच या पद्धतीला व्यवहारी भाषेमध्ये 'चुकत-माकत शिकणे' असे म्हणतात.

वरील प्रयोगातील मांजराच्या कारक हालचालींचे विश्लेषण केल्यास प्रयत्न-प्रमाद अध्ययनाची खालील वैशिष्ट्ये सांगता येतात –

१) प्रयत्न - प्रमाद अध्ययनासाठी विशिष्ट ध्येयाची व ते साध्य करण्याची प्रेरणा निर्माण होणे आवश्यक असते. प्रयोगामध्ये मांजर भुकेलेले होते व समोर अन्न दिसत होते.

२) उद्दिष्टाप्रत जाण्याचा अचूक मार्ग समस्या परिस्थितीतच दडलेला असतो, पण प्रयुक्ताला तो ज्ञात नसतो. म्हणजेच प्रयुक्ताच्या दृष्टीने उद्दिष्टाप्रत जाण्याचा अचूक मार्ग उपलब्ध नसतो.

३) समस्या सोडविण्यासाठी परिस्थितीचे विश्लेषण करून, सर्व संभाव्य मार्गांचा आधार घेऊन प्रयत्नांना सुरुवात केली जाते.

४) जे जे संभाव्य मार्ग असफलता देतात ते टाळले जातात व दुसरे नवीन मार्ग शोधले जातात. त्यासाठी हालचाली केल्या जातात.

५) शेवटी योग्य मार्ग सापडून ध्येयप्राप्ती होते. तथापि, एकदा ध्येयप्राप्ती झाल्याने समस्या सुटली असे होत नाही, तर हळूहळू चुकीचे प्रयत्न कमी करीत अनुभवाने नंतर योग्य प्रतिक्रिया शिकल्या जातात.

थॉर्नडाइकने प्रयत्न - प्रमाद अध्ययनाबाबत तीन नियम सांगितले आहेत व त्यांद्वारे चुकांचे प्रमाण कसे कमी होत जाते व अचूक प्रतिक्रिया कशा बळावतात याचे स्पष्टीकरण दिले आहे. ते तीन नियम पुढीलप्रमाणे –

सज्जतेचा नियम – (Law of Readiness)

हा नियम पूर्वतयारीशी निगडित आहे. विशिष्ट परिस्थितीत द्याव्या लागणाऱ्या वा आत्मसात कराव्या लागणाऱ्या प्रतिक्रियांच्या संदर्भात शारीरिक व मानसिक सज्जता होणे, पूर्वतयारी करणे आवश्यक असते, कारण त्यामुळे प्रतिक्रिया देणे वा आत्मसात करणे सुलभ होते. सज्जतेमध्ये विषयानुषंगिक प्राथमिक समायोजनांचा समावेश होतो. जसे की, शिकण्यासंबंधीच्या पूर्वानुभवांचे, पूर्वज्ञानाचे स्मरण करणे, नवीन गोष्टी शिकण्याची उत्सुकता दाखविणे, अवधानातील एकाग्रता वाढविणे, जिज्ञासा जागृत होणे इ.

थॉर्नडाइकच्या शब्दात असे म्हणता येते की, 'जेव्हा एखादी कृती-प्रवृत्ती क्रियाशील होण्यासाठी सज्ज असते तेव्हा ती कार्यान्वित करणे सुखावह ठरते व ती कार्यान्वित न करणे क्लेशदायक ठरते. या उलट जेव्हा एखादी कृती -प्रवृत्ती क्रियाशील होण्यास सज्ज नसते तेव्हा ती कार्यान्वित करणे क्लेशदायक ठरते.'

स्पर्धेला सुरुवात होण्यापूर्वी खेळाडूने व्यायाम करणे, परीक्षेला जाण्यापूर्वी विद्यार्थ्याने पुरेसा अभ्यास करणे ही सर्व सज्जतेच्या नियमांशी निगडित असलेली उदाहरणे होत.

अनुशीलनाचा नियम – (Law of Exercise or Law of Use and Disuse)

हा नियम एखाद्या प्रतिक्रियेच्या उपयोग-अनुपयोगाशी निगडित आहे. एखाद्या प्रतिक्रियेचा वारंवार उपयोग केल्यास ती दृढ होते. परिणामी तिचे सवयीत रूपांतर होते, तर वारंवार उपयोग न केल्यास ती दुर्बल होत जाते व हळूहळू विसरली जाते. उदा. क्रीडानैपुण्य मिळविण्यासाठी खेळाडूला वारंवार नियमित सराव करावा लागतो. परीक्षेत यश प्राप्त करण्यासाठी विद्यार्थ्यांना सातत्याने व नियमितपणे अभ्यास करणे क्रमप्राप्त ठरते. अर्थात या नियमित सरावाला समाधानाची जोड मिळणे आवश्यक असते.

थॉर्नडाइकच्या शब्दांत असे म्हणता येते की, 'जेव्हा एखादी परिस्थिती व एखादी प्रतिक्रिया यांमध्ये संबंध जोडला जातो, तेव्हा इतर परिस्थिती तीच असल्यास तीच प्रतिक्रिया वारंवारपणे दिली जाते. परिणामी परिस्थिती व प्रतिक्रिया यांमधील संबंध आणखी बळावतो. या उलट जेव्हा एखादी परिस्थिती व एखादी प्रतिक्रिया यांमधील संबंध जोडला जात नाही तेव्हा त्यांमधील संबंध दुर्बल होतो. उदा. सराव शिबिरात भाग घेतल्याने प्रत्यक्ष खेळात खेळाडू प्रावीण्य दाखविताना दिसतात.

परिणामाचा नियम – (Law of Effect)

विशिष्ट परिस्थितीला विशिष्ट प्रतिक्रिया दिल्यानंतर येणाऱ्या अनुभवांशी परिणामाचा नियम निगडित आहे. थॉर्नडाइकच्या मते 'जेव्हा एखादी परिस्थिती व एखादी प्रतिक्रिया यांमध्ये जोडलेला संबंध परिणामत: सुखकर असल्याचे दिसून येते, तेव्हा त्या दोहोंमधील संबंध बळावतो. या उलट जेव्हा एखादी परिस्थिती व प्रतिक्रि या यांमध्ये जोडलेला संबंध परिणामत: असुखकारक असल्याचे दिसून येते, तेव्हा त्या दोहोंमधील संबंध दुर्बल होतो. उदा. नियमित अभ्यास केल्यावर परीक्षेमध्ये प्रथम क्रमांकानेच यश मिळते असा एकदा अनुभव आल्यास विद्यार्थी नेहमीच नियमित अभ्यासाला महत्त्व देऊ लागतो. नियमित सरावामुळेच खेळाच्या अंतिम सामन्यात विजयश्री प्राप्त झाल्याचा अनुभव आलेला खेळाडू विजयसंपादनानंतरही सरावात सातत्य राखतो.

२) मर्म-दृष्टी अध्ययन – (Insight Learning)

कोहलर या समष्टिवादी मानसशास्त्रज्ञाला मर्मदृष्टी अध्ययनाचे जनक मानले जाते. त्यांच्या मते मानवी अनुभवविश्वामध्ये समग्रतेला विशेष महत्त्व असते. 'समग्र म्हणजे संपूर्ण किंवा अथपासून इतिपर्यंत होय.' कोहलरच्या मते जर समस्यापरिस्थिती प्राण्याच्या आकलनक्षमतेच्या मर्यादेत असेल, प्राण्याला समस्यापरिस्थितीचे समग्र आकलन झालेले असेल तर समस्या सोडविण्यासाठी प्रयत्न-प्रमादाची गरज पडत नाही. उच्च श्रेणीतील काही प्राणी व मानव अगदी सुरुवातीलाच समस्येचे समग्र स्वरूप समजून घेऊन ती मर्मदृष्टीने सोडवू शकतात. तथापि समस्या जर संकीर्ण, गुंतागुंतीची असेल, प्राणी व मानवाच्या आकलनक्षमतेच्या मर्यादेपलीकडील असेल तर मात्र प्रयत्न-प्रमादाचा आधार घ्यावा लागतो.

'सुरुवातीला समस्यापरिस्थितीतील ज्या घटकांचा असंबंधित, स्वतंत्र घटक म्हणून अनुभव आलेला असतो, त्याच घटकांमध्ये समस्या सोडविण्याच्या दृष्टीने परस्परसंबंध आहे, अशी अकस्मात वा अचानक जाणीव होणे म्हणजेच मर्मदृष्टी अध्ययन होय.'

कोहलरने मर्मदृष्टी अध्ययनाच्या संदर्भात चिंपांझीवर प्रयोग केले आहेत. त्यांचा सुलतान नावाच्या चिंपांझीवरील प्रयोग प्रसिद्ध आहे. भुकेलेल्या सुलतानाला एका पिंजऱ्यात ठेवले होते. त्याचबरोबर पिंजऱ्यात दोन बांबू काठ्या ठेवल्या होत्या. त्या काठ्या एकात-एक बसून लांब काठी तयार होऊ शकेल अशी योजना केलेली होती. पिंजऱ्याच्या बाहेर उंच व दूर अंतरावर केळी टांगलेली होती. भुकेला चिंपांझी केळी हस्तगत करणे ही समस्या कशी हाताळतो याचे निरीक्षण केले असता असे आढळले की, सुरुवातीला हात उंच करून, एक-दोन वेळा उड्या मारून केळी मिळतात का याचा प्रयत्न केला जातो, नंतर आलटून पालटून दोन्ही काठ्या स्वंतत्रपणे वापरून केळी मिळविण्याचा प्रयत्न केला जातो व असे अनेक प्रयत्न केले जातात, असे दिसून आले; परंतु केळी हस्तगत करणे हे ध्येय साध्य होत नाही. म्हणून थकलेला, निराश झालेला चिंपांझी एका कोपऱ्यात बसून दोन्ही काठ्यांशी सहजच खेळत असताना अचानक त्या दोन काठ्या एकमेकांत बसल्या व एक लांब काठी तयार झाली व तत्क्षणी समस्या सुटल्याचा आनंद चिंपांझीच्या चेहऱ्यावर प्रकट झाला. त्यानंतर चिंपांझीने उठून थेट लांब काठीचा उपयोग करून पिंजऱ्याबाहेरील केळी ओढून घेतली व केळी हस्तगत करण्याची समस्या सोडविली.

आकृती क्र. ६.२ : चिंपांझी व मर्मदृष्टी

एकदा समस्या सुटल्यानंतर चिंपांझीला पुन्हा पिंजऱ्यात ठेवून पिंजऱ्याबाहेरील केळी हस्तगत करण्याची समस्या दिली असता असे आढळले की त्याच्याकडून आता पूर्वीसारख्या अन्य कोणत्याही कारक हालचाली न होता केवळ दोन काठ्या एकमेकांत बसवून केळी हस्तगत करण्याची प्रतिक्रिया दिली गेली. म्हणजेच थॉर्नडाइकच्या प्रयत्न-प्रमादाप्रमाणे येथे नंतरच्या प्रयत्नांमध्ये स्वैर हालचाली उद्भवत नाहीत. पहिल्याच वेळी समस्या सुटते. तत्क्षणी समस्येचे मर्म प्रयुक्ताच्या लक्षात येते हे या पद्धतीचे मूलभूत वैशिष्ट्य होय.

कोहलरने दुसऱ्या एका प्रयोगात केळी हस्तगत करण्यासाठी दोन काठ्यांऐवजी दोन-तीन खोक्यांचा उपयोग केला होता, की ज्यामध्ये उंचावर टांगलेली केळी हस्तगत करण्यासाठी चिंपांझी खोकी एकावर एक रचण्यास शिकला.

मर्मदृष्टीच्या प्रयोगातील चिंपांझीच्या कारक हालचालींच्या निरीक्षणाधारे मर्मदृष्टी अध्ययनाची काही वैशिष्ट्ये सांगता येतात.

१. मर्मदृष्टीमुळे समस्या परिस्थितीतील घटकांच्या संवेदनेत बदल होतो. उदा. सुलतानाच्या दृष्टीने दोन काठ्या जोपर्यंत स्वतंत्र होत्या, तोपर्यंत समस्या सोडविता येणे शक्य नव्हते. तथापि त्या दोन काठ्या एकमेकांत बसून त्यापासून एक लांब काठी तयार होऊ शकते ही कल्पना येताच समस्या सुटते व आता प्रयत्न करूनही त्या दोन काठ्यांचे स्वतंत्र संवेदन न होता परस्परसंबंधित संवेदन होते. म्हणजे त्या दोन काठ्या स्वतंत्र न राहता एकमेकींशी जोडल्या जातात.

२. मर्मदृष्टीमध्ये परिस्थितीतील घटकांची नवीन प्रकारे जुळणी / संयोजन केले जाते.

३. मर्मदृष्टीमध्ये समस्येचे मर्म एकाएकी लक्षात येते. परिणामी प्राण्याच्या वा व्यक्तीच्या चेहऱ्यावर एकदम आनंदभाव प्रकटतात.

४. मर्मदृष्टी ही समस्येचे मर्म आकलन होण्यावर अवलंबून असते. परिस्थितीच्या घटकांचा पूर्वानुभव नसेल तर मर्मदृष्टी प्राप्त होण्यापूर्वी प्रयत्न प्रमादात्मक वर्तन घडते. तथापि, फक्त एकदाच समस्या सुटली की समस्येचे मर्मच प्राप्त झालेले असते. परिणामी आता प्रयत्न-प्रमादात्मक वर्तनाला महत्त्व उरत नाही.

५. मर्मदृष्टी ही बुद्धिमत्तेवर अवलंबून असते, म्हणूनच मानव व उच्चस्तरीय प्राण्यांच्या ठिकाणी मर्मदृष्टी जास्त प्रमाणात आढळते.

६. मर्मदृष्टी बौद्धिक विकासावर अवलंबून असते. परिणामी वाढत्या वयानुसार मर्मदृष्टीमध्येही वाढ होते.

७. मानव हा इतर प्राण्यांच्या तुलनेत बुद्धिमान प्राणी आहे, तरीही त्याला सर्वच परिस्थितीत मर्मदृष्टी असतेच असे नाही. उदा. संगणकक्षेत्रातील अभियांत्रिकीची पदवी धारण करणाऱ्याला दोन वा चारचाकी मोटार गाडीतील बिघाडाची उकल होईलच असे नाही.

८. पूर्वानुभवांची संपन्नता, सांवेदनिक अनुभव संघटित करण्याची क्षमता यांमुळे मर्मदृष्टीचा विकास होतो.

९. एका परिस्थितीत मर्मदृष्टीने प्राप्त झालेल्या ज्ञानाचा उपयोग अन्य परिस्थितीतील समस्या सोडविण्यासाठी होऊ शकतो. साहजिकच ही उपयुक्तता परिस्थितीतील समानतेवर अवलंबून राहील.

३) अभिजात अभिसंधान (Classical Conditioning)

नोबेल पारितोषिक विजेते, रशियन शरीरशास्त्रज्ञ डॉ. इव्हान पॅव्हलॉव्ह यांना अभिजात अभिसंधानाचे जनक मानले जाते. अन्नपदार्थांच्या प्रमाणाचा व प्रकाराचा कुत्र्याच्या पोटातील पाचकरस (Stomach-acid) आणि तोंडातील लाळेच्या (Saliva) निर्मितीवर काय परिणाम होतो याचा अभ्यास करत असताना त्यांना असे आढळून आले की, प्रत्यक्ष अन्न खातानाच नव्हे तर केवळ अन्नाची थाळी दिसताच वा अन्न आणून देणारी व्यक्ती दिसताच किंवा तिच्या पावलांचा आवाज येताच कुत्र्याच्या तोंडात लाळेची निर्मिती होत होती. या निरीक्षणात्मक अनुभवातूनच पॅव्हलॉव्हला अभिजात अभिसंधानाच्या प्रयोगाची कल्पना सुचली.

वस्तुतः पॅव्हलॉव्हच्याही आधी बेख्तेरेव्ह, सेचेनॉव्ह या रशियन संशोधकांनी

अभिसंधान प्रक्रियेच्या अभ्यासाला सुरुवात केली होती. बेख्तेरेव्ह यांनी 'साहचर्य प्रतिक्षेप' ही संकल्पना मांडली व त्यावर आधारित काही प्रयोगही केले तर सेचेनॉव्ह यांनी अध्ययनाचे स्पष्टीकरण देण्याच्या हेतूने उद्दीपक–प्रतिक्रिया साहचर्याचा आधार घेतला. असे असले तरी पॅव्हलॉव्हने ज्याप्रमाणे अभिसंधानाच्या प्रयोगाची पद्धतशीर मांडणी केली, प्रयोगांत विविध संकल्पना व संज्ञांचा वापर केला तसे बेख्तेरेव्ह वा अन्य संशोधकांना जमले नाही. आणि म्हणूनच अभिसंधान म्हटले की पॅव्हलॉव्ह हे समीकरण पक्के झालेले आढळते.

पॅव्हलॉव्हचा अभिजात अभिसंधानाचा मूळ प्रयोग कुत्र्याच्या लालोत्पादन प्रक्रियेशी संबंधित होता. त्याला लालोत्पादन प्रतिक्रियेचे अभिसंधान कसे प्रस्थापित होते याचा अभ्यास करावयाचा होता. प्रयोगात कुत्र्याच्या लाळेच्या प्रमाणाचे परीक्षण करावयाचे असल्याने छोट्याशा ऑपरेशनद्वारे कुत्र्याच्या लाळग्रंथीतून बाहेर येईल अशी नळी बसविली होती. नळीद्वारे बाहेर येणाऱ्या लाळेची मापनीय नोंद घेण्याची व्यवस्था करण्यात आली होती. कुत्र्याचा प्रयोगशाळेशी, तेथील उपकरणांशी, वातावरणाशी पुरेसा परिचय होऊ दिला होता, की जेणेकरून प्रयोगाला कुत्र्याकडून योग्य सहकार्य मिळेल व नंतरच प्रत्यक्ष प्रयोगाला सुरुवात केली होती.

प्रयोगात प्रारंभी घंटीचा आवाज करण्यात आला. तो ऐकताच कुत्र्याने कान टवकारले, मानेला अलगद हिसका दिला, आवाजाच्या दिशेने पाहिले. तथापि लाळेचा एक थेंबही निर्माण झाला नाही; परंतु लगेचच कुत्र्याला थाळीतून अन्न दिले. अन्न खाताना लालोत्पादन झाले व अशा रीतीने एक प्रयत्न पूर्ण झाल्यानंतर पुन्हा ठरावीक वेळेनंतर घंटीचा आवाज आणि ५ किंवा १० सेकंदांनंतर अन्नाची थाळी दिली. अनेक प्रयत्न घेतले असता असे आढळले की सुरुवातीला अन्नप्राप्तीनंतर सुरू होणारी लाळेची प्रतिक्रिया घंटीच्या आवाजाला मिळू लागली. म्हणजेच घंटीच्या आवाजाशी लालोत्पादन प्रतिक्रियेचे अभिसंधान प्रस्थापित झाले.

अभिजात अभिसंधानातील प्रमुख संज्ञा

पॅव्हलॉव्हने त्याच्या प्रयोगातील समाविष्ट उद्दीपक व प्रतिक्रियांना काही पारिभाषिक नावे दिली आहेत ती खालीलप्रमाणे :

अ) अनभिसंधित उद्दीपक – Unconditioned Stimulus (U.S.)

अनभिसंधित उद्दीपक म्हणजे असा नैसर्गिक उद्दीपक होय की ज्यामध्ये कोणत्याही प्रशिक्षणाशिवाय एक विशिष्ट प्रतिक्रिया निर्माण करण्याची क्षमता असते. उदा. अभिसंधानाच्या प्रयोगात अन्न हा नैसर्गिक उद्दीपक आहे व त्यामुळे आपोआप लालोत्पादन होते, म्हणून त्याला अनभिसंधित उद्दीपक म्हटले जाते.

ब) अनभिसंधित प्रतिक्रिया – Unconditioned Response (U.R.)
नैसर्गिक उद्दीपकाला मिळणाऱ्या नैसर्गिक प्रतिक्रियेस अनभिसंधित प्रतिक्रिया असे म्हटले जाते. उदा. अन्न या नैसर्गिक उद्दीपकाला मिळणाऱ्या लाळेच्या प्रतिक्रियेला अनभिसंधित प्रतिक्रिया असे म्हणतात.

क) अभिसंधित उद्दीपक – Conditioned Stimulus (C.S.) अभिसंधानाच्या प्रयोगात जो उद्दीपक तटस्थ किंवा उदासीन असतो, त्यास अभिसंधित उद्दीपक असे म्हणतात. उदा. अभिसंधानाच्या प्रयोगातील घंटीचा आवाज हा तटस्थ उद्दीपक होय. कारण त्याचा लाळेच्या निर्मितीशी काहीही संबंध नव्हता.

ड) अभिसंधित प्रतिक्रिया – Conditioned Response (C.R.)

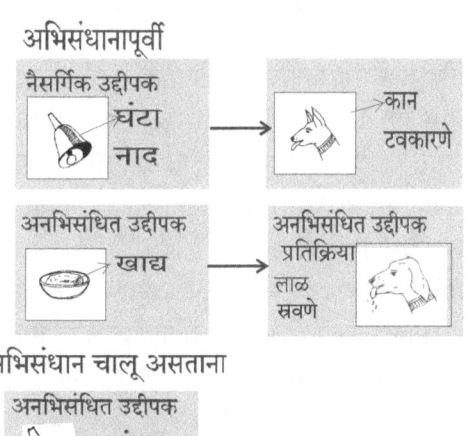

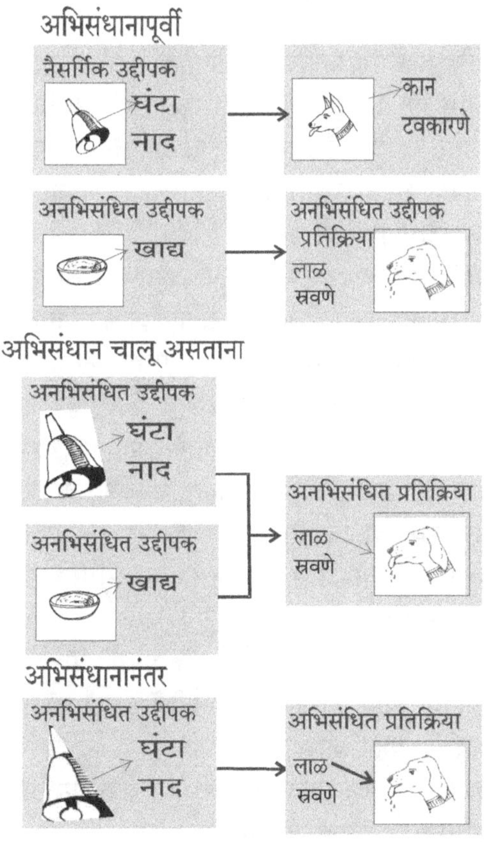

अभिसंधित उद्दीपकाला मिळणाऱ्या प्रतिक्रियेस अभिसंधित प्रतिक्रिया असे म्हणतात. उदा. अभिसंधान प्रस्थापित झाल्यानंतर घंटीच्या आवाजाला मिळणाऱ्या लाळेच्या प्रतिक्रियेला अभिसंधित प्रतिक्रिया असे म्हणतात.

वरील प्रायोगिक प्रक्रिया व संज्ञांच्या आधारे अभिजात अभिसंधानाची अशी व्याख्या करता येते की,

नैसर्गिक उद्दीपकाला (अन्न) मिळणारी नैसर्गिक प्रतिक्रिया (लालोत्पादन) जेव्हा तटस्थ उद्दीपकाला (घंटानाद) मिळू लागते तेव्हा त्या प्रक्रियेला अभिजात अभिसंधान असे म्हणतात.

किंवा

अभिसंधित उद्दीपक व अनभिसंधित उद्दीपक यांच्या दृढ साहचर्याच्या परिणामामुळे अनभिसंधित उद्दीपकाला (अन्न)

आकृती क्र. ६.३ : अभिजात अभिसंधान

मिळणारी प्रतिक्रिया (लालोत्पादन) अभिसंधित उद्दीपकाला मिळू लागते तेव्हा त्यास अभिसंधान असे म्हणतात.

लालोत्पादनाची प्रतिक्रिया घंटीच्या आवाजाशी कशी अभिसंधित होते ते पुढील आराखड्यावरून स्पष्ट होईल.

थोडक्यात, अभिजात अभिसंधान हे साहचर्याच्या तत्त्वावर आधारलेले आहे. तसेच अभिसंधानातील अनभिसंधित व अभिसंधित प्रतिक्रिया सकृत्‌दर्शनी समान वाटत असल्या तरी त्यात फरक आहे, कारण अनभिसंधित प्रतिक्रिया निसर्गत: निर्माण होते तर अभिसंधित प्रतिक्रिया अनभिसंधित उद्दीपक व अभिसंधित उद्दीपक यांच्या साहचर्यामुळे प्रस्थापित होते हे लक्षात ठेवले पाहिजे.

४) व्यापारणात्मक / साधक अभिसंधान (Operant or Instrumental Conditioning)

अभिसंधानाचा हा दुसरा प्रकार आहे व त्याचे जनकत्व वर्तनवादी मानसशास्त्रज्ञ बी. एफ. स्किनर यांच्याकडे जाते. अभिजात अभिसंधानापेक्षा वेगळ्या परिस्थितीत व वेगळ्या पद्धतीने येथे अध्ययन घडते. या प्रकारात परिस्थितीत अपेक्षित बदल करण्यासाठी वा परिस्थितीतून पारितोषिक मिळविण्यासाठी प्रयुक्ताला कोणतीतरी विशिष्ट प्रतिक्रिया देण्यास अथवा टाळण्यास शिकावे लागते.

थोडक्यात, या अध्ययनपद्धतीनुसार प्रयुक्ताच्या दृष्टीने पारितोषिकप्राप्तीसाठी वा पीडादायक परिस्थिती टाळण्यासाठी आत्मसात केलेली ती विशिष्ट प्रतिक्रिया साधनीभूत ठरते, म्हणून काहीजण या पद्धतीला साधक अभिसंधान म्हणणे पसंत करतात. तथापि, काहीजण या पद्धतीला व्यापारणात्मक अभिसंधान असेही नाव देतात, कारण या अध्ययनपद्धतीनुसार प्रयुक्त विशिष्ट परिणाम प्राप्त करण्याच्या हेतूने सभोवतालच्या वातावरणाला वा परिस्थितीला अनुरूप ऐच्छिक प्रतिक्रिया देतो. साहजिकच ती प्रबल होईल की दुर्बल हे तिच्या धनात्मक वा ऋणात्मक परिणामावर अवलंबून राहील. असे असले तरी आपण मात्र व्यापारणात्मक अभिसंधान व साधक अभिसंधान ही दोन्ही नावे एकाच अर्थाने वापरणार आहोत.

स्किनरच्या मते अभिजात अभिसंधानाद्वारे केवळ प्रतिक्षिप्त प्रतिक्रियांच्या अध्ययनाचा उलगडा होतो. तथापि, मानवी वर्तन जटिल व गुंतागुंतीचे असून त्यात प्रतिक्षिप्त प्रतिक्रियांपेक्षा ऐच्छिक क्रियांचा वाटा जास्त आढळतो व या ऐच्छिक क्रिया बहुतांशी साधक स्वरूपाच्या असतात, म्हणून वर्तनाचा अभ्यास करण्यासाठी अभिजात अभिसंधानापेक्षा साधक अभिसंधान जास्त उपयुक्त ठरते.

स्किनरने साधक अभिसंधानाचा मूळ प्रयोग उंदरावर केला. त्यासाठी एक कूटपेटी

तयार केली की जी 'स्किनर बॉक्स' म्हणून आजही ओळखली जाते. कूटपेटीमध्ये एक थाळी होती. तिच्या वरच्या बाजूला तरफ (कळ) आणि दिव्याची योजना केली होती. त्याचप्रमाणे तरफ दाबल्यानंतर अन्नाची एक गोळी थाळीत येऊन पडेल अशी व्यवस्था केली होती.

भुकेल्या उंदराला कूटपेटीत ठेवले जाते. परिणामी अन्नप्राप्तीच्या हेतूने उंदीर हालचाल करण्यास सुरुवात करतो. सुरुवातीला इकडे-तिकडे धावणे, फटीतून बाहेर पडण्याचा प्रयत्न करणे अशा अनेक हालचाली होतात. त्या हालचाली सुरू असतानाच अचानक उंदराकडून तरफ दाबली जाते. परिणामी अन्नाची एक गोळी थाळीत येऊन पडते. तथापि, तरफ दाबल्याने ती गोळी आली याची जाणीव उंदराला झालेली नसते. उंदीर ती अन्नाची गोळी खातो परंतु भुकेचे शमन होण्यासाठी ती पुरेशी नसल्याने अन्नप्राप्तीसाठी पुन्हा शोधनात्मक हालचाली सुरू होतात व असे बरेच प्रयत्न झाल्यानंतर उंदराच्या लक्षात येते की तरफ दाबल्याने अन्नप्राप्ती होते; परिणामी तो सरळ तरफ दाबून अन्न मिळविण्यास शिकतो.

थोडक्यात, येथे तरफ दाबणे या साधनभूत वर्तनाचा अन्नप्राप्तीशी संबंध प्रस्थापित होतो. अन्न मिळते म्हणून तरफ दाबण्याची प्रतिक्रिया शिकली जाते. म्हणजेच येथे तरफ दाबण्याची प्रतिक्रिया अभिसंधित करण्यासाठी 'अन्नाचा' प्रबलक म्हणून उपयोग केला जातो.

अभिजात अभिसंधानाप्रमाणेच साधक अभिसंधानामध्येही अभिसंधित व अनभिसंधित उद्दीपक आणि अभिसंधित व अनभिसंधित प्रतिक्रिया यांचा उपयोग करता येतो. ते खालील आराखड्यामध्ये स्पष्ट केलेले आहे.

अभिसंधित उद्दीपक $\longrightarrow$ अभिसंधित प्रतिक्रिया
(तरफ) (तरफ दाबणे)
अनभिसंधित उद्दीपक $\longrightarrow$ अनभिसंधित प्रतिक्रिया
(अन्न) (अन्न खाणे)

मानवी जीवनामध्ये प्रस्थापित होणारे अनेक वर्तनप्रकार हे अभिजात वा साधक अभिसंधानाच्या परिणामातून विकसित झालेले असतात. उदा. लहान मुलाची डॉक्टरला पाहताच होणारी रडण्याची प्रतिक्रिया, घरातील सदस्य व इतर लोकांमधील भेद ओळखण्याची प्रतिक्रिया, ही अभिजात अभिसंधानाची उदाहरणे होत. तर अपेक्षित ध्येय प्राप्त करण्यासाठी पैसा, प्रतिष्ठा यांचा साधन म्हणून उपयोग करण्यास शिकणे हे साधक अभिसंधानाचे उदाहरण होय. नोकरीच्या प्राप्तीसाठी पदवी प्राप्त करणे हेही साधक अभिसंधानाचेच उदाहरण होय.

६.३ अभिसंधानातील मूलभूत प्रक्रिया
(Basic Processes in Conditioning)

अभिजात व साधक अभिसंधानाची काही वैशिष्ट्ये सांगता येतात की, ज्यामुळे अभिसंधानाची मूलभूत प्रक्रिया स्पष्ट होण्यास मदत होते आणि त्यांचा व्यावहारिक उपयोग लक्षात येण्यासही मदत होते. काही मूलभूत वैशिष्ट्ये खालीलप्रमाणे –

१. अभिसंधित प्रतिक्रियेचे संपादन (Acquisition) :

अभिसंधित उद्दीपकाला अभिसंधित प्रतिक्रिया मिळणे म्हणजेच अभिसंधित प्रतिक्रियेचे संपादन होय. अभिजात अभिसंधानामध्ये अभिसंधित उद्दीपक (घंटानाद) आणि अनभिसंधित उद्दीपक (अन्न) यांची जोडी वारंवार सादर केल्याने हळूहळू लालोत्पादनाची प्रतिक्रिया घंटानादाशी प्रस्थापित होते. परिणामी अभिसंधानाच्या प्रयोगामध्ये सुरुवातीचे काही प्रयत्न झाल्यानंतर केवळ घंटानादाला लाळेची प्रतिक्रिया मिळू लागते आणि घंटानाद व अन्न या जोडीची आवर्तने जितकी जास्त तितकी अभिसंधित प्रतिक्रिया प्रबळ होते.

साधक अभिसंधानामध्येदेखील तरफ दाबणे या अचूक प्रतिक्रियेनंतर प्रत्येक वेळी अन्न हे प्रबलक दिले तरच अभिसंधित प्रतिक्रिया प्रबल होते. ती अभिसंधित होते. यालाच अभिसंधित प्रतिक्रियेचे संपादन असे म्हणतात.

२. विलोपन (Extinction) :

विशिष्ट प्रतिक्रियेचे अभिसंधिकरण झाल्यानंतर अनभिसंधित उद्दीपक देण्याचे थांबविल्यास हळूहळू प्रस्थापित अभिसंधित प्रतिक्रिया क्षीण होत जाते व अखेरीला लुप्त होते, त्यालाच विलोपन असे म्हणतात.

उदा. पॅव्हलॉव्हच्या अभिसंधानामध्ये लाळेचे घंटीच्या आवाजाशी अभिसंधान प्रस्थापित झाल्यानंतर अन्न देणे थांबविले व नंतर केवळ घंटानाद सादर केला तर उत्तरोत्तर प्रयत्नांमध्ये लालोत्पादनाचे प्रमाण कमी कमी होत जाते व शेवटी लालोत्पादन थांबते. त्यालाच विलोपन असे म्हणतात. आपल्या नित्याच्या व्यवहारातही विलोपनाची अनेक उदाहरणे सांगता येतात. जसे की, नेहमी टीका करणाऱ्या, खरपूस समाचार घेणाऱ्या अधिकाऱ्याकडून कर्मचाऱ्यांची प्रशंसा होऊ लागल्यास अधिकाऱ्याविषयी निर्माण झालेली अढी वा भीतीची भावना कमी होऊ लागते, हे विलोपनच होय.

अभिजात अभिसंधानाप्रमाणेच साधक अभिसंधानातही विलोपन घडते. उदा. उंदराच्या तरफ दाबणे या अभिसंधित प्रतिक्रियेनंतर अन्न हे अनभिसंधित उद्दीपक देण्याचे थांबविल्यास उत्तरोत्तर प्रयत्नांमध्ये उंदराची तरफ दाबण्याची प्रतिक्रिया क्षीण होत जाऊन थांबेल. हेच व्यावहारिकदृष्ट्या सांगावयाचे झाल्यास एखादा कर्मचारी आपल्या

अधिकाऱ्याप्रति चांगली स्व-प्रतिमा निर्माण करण्याच्या हेतूने अधिकाऱ्याची सर्व कामे इमाने इतबारे करतो, प्रसंगी अधिकाऱ्याची स्तुती - प्रशंसा करतो; परंतु हे सर्व करूनही अपेक्षित परिणाम साध्य होत नसेल तर कालांतराने तो कर्मचारी वरील सर्व बाबी करण्याचे हळूहळू बंद करतो.

३. उत्स्फूर्त पुनर्निर्माण/पुन:प्राप्ती (Spontaneous Recovery) :

उत्स्फूर्त पुनर्निर्माण ही विलोपनानंतर घडणारी प्रक्रिया आहे. जेव्हा अभिसंधित प्रतिक्रियेचे पूर्णत: विलोपन होते तेव्हा प्रयोग थांबविला आणि प्रयुक्ताला काही तासांच्या वा दिवसांच्या विश्रांतीनंतर पुन्हा प्रयोगशाळेत आणून केवळ अभिसंधित उद्दीपक दिला तर प्रयुक्ताकडून लगेच अभिसंधित प्रतिक्रिया मिळते, त्यालाच उत्स्फूर्त पुनर्निर्माण असे म्हणतात.' म्हणजेच या ठिकाणी विलोपित झालेली अभिसंधित प्रतिक्रिया पुन्हा अनभिसंधित उद्दीपकाशिवाय निर्माण होते.

उदा. अभिजात अभिसंधानामध्ये लालोत्पादन प्रतिक्रियेचे विलोपन झाल्यानंतर जर प्रयोग थांबविला व कुत्र्याला काही तासांच्या वा दिवसांच्या विश्रांतीनंतर प्रयोगशाळेत आणले व प्रयोगाला सुरूवात केली आणि सुरूवातीच्याच प्रयत्नाला केवळ घंटानाद सादर केला, तर कुत्र्याकडून लगेच लालोत्पादनाची प्रतिक्रिया मिळते. म्हणजेच विलोपित झालेली लालोत्पादनाची प्रतिक्रिया पुन्हा निर्माण होते. यालाच उत्स्फूर्त पुनर्निर्माण असे म्हणतात. हेच तत्त्व साधक अभिसंधानाबाबतही लागू करता येते. अभिसंधानाच्या उत्स्फूर्त पुनर्निर्माण या प्रक्रियेवरून असे स्पष्ट होते की, विशिष्ट प्रतिक्रियेचे विलोपन होणे याचा अर्थ त्या प्रतिक्रियेचे विस्मरण होणे वा ती प्रतिक्रिया पूर्णत: नष्ट होणे असा नाही. तर त्या विशिष्ट परिस्थितीमध्ये ती प्रतिक्रिया पारितोषिक मिळण्याच्या दृष्टीने अनुपयुक्त असल्याचा अनुभव आल्याने तिच्या प्रकटीकरणास विरोध केला जातो. तथापि, अन्य तत्सम परिस्थितीमध्ये पारितोषिकाच्या अपेक्षेने ती प्रकट होते याचाच अर्थ ती स्मरणात ठेवलेली असते. अर्थात उत्स्फूर्त पुनर्निर्माणाच्या वेळी मिळणारी अभिसंधित प्रतिक्रिया मूळ अभिसंधित प्रतिक्रियेपेक्षा थोडी दुर्बल असते.

४. सामान्यीकरण (Generalization) :

'समान गुणधर्माच्या परंतु भिन्न मूल्यं धारण करणाऱ्या दोन किंवा अधिक उद्दीपकांना समान प्रतिक्रिया मिळणे म्हणजेच सामान्यीकरण होय.' अभिजात अभिसंधानामध्ये कुत्रा घंटानादाला लाळेची प्रतिक्रिया देऊ लागल्यावर घंटीच्या आवाजाशी समान असणाऱ्या अन्य उद्दीपकांनाही उदा. मेट्रोनोमचा आवाज, बझरचा आवाज, टाळीचा आवाज, खुर्ची ओढण्याचा आवाज इत्यादींनाही लाळेची प्रतिक्रिया देऊ लागतो तेव्हा सामान्यीकरण झाले असे म्हणता येते.

जीवन विकासामध्ये सामान्यीकरणाला विशेष महत्त्व प्राप्त होते, कारण मानव आपल्या जीवनामध्ये सामान्यीकरणाद्वारे अनेक वर्तनप्रतिक्रियांचे अध्ययन करतो. या संदर्भात वॉटसन यांनी केलेला अल्बर्ट या लहान मुलावरील प्रयोग सर्वपरिचित आहे. प्रयोगामध्ये अभिसंधानाद्वारे अल्बर्टच्या ठिकाणी पांढऱ्या उंदराबद्दल भीतीची प्रतिक्रिया निर्माण झाल्यानंतर तो पांढरा ससा, पांढरी दाढी, पांढरा फरचा कोट इत्यादींनाही भीतीची प्रतिक्रिया देऊ लागतो.

मूळ अभिसंधित उद्दीपक आणि अन्य उद्दीपक यांच्यात जितके साम्य अधिक, तितके सामान्यीकरण सहजतेने प्रस्थापित होते.

५. भेदनीकरण (Discrimination) :

भेदनीकरण हीदेखील सामान्यीकरणानंतर उद्‌भवणारी प्रक्रिया आहे. 'समान गुणधर्माच्या परंतु भिन्न मूल्यं धारण करणाऱ्या दोन किंवा अधिक उद्दीपकांपैकी योग्य असलेल्या विशिष्ट उद्दीपकाला प्रतिक्रिया देणे तर अन्य उद्दीपकांना प्रतिक्रिया न देणे म्हणजेच भेदनीकरण होय.'

अभिजात अभिसंधानामध्ये घंटानाद व लालोत्पादन यांच्या अभिसंधिकरणानंतर सामान्यीकरणाच्या परिणामामुळे कुत्रा घंटानादाबरोबरच मेट्रोनम, बझर वा अन्य आवाजालाही लालोत्पादनाची प्रतिक्रिया देऊ लागतो. तथापि जर कुत्र्याला घंटानाद, मेट्रोनम आणि बझरचा आवाज हे तिन्ही उद्दीपक विस्कळीत क्रमाने वारंवार दिले आणि केवळ घंटानादानंतरच अन्न हे प्रबलक दिले तर कालांतराने त्याच्या लक्षात येते की केवळ घंटानादानंतरच अन्न मिळते आणि मेट्रोनम वा बझरच्या आवाजानंतर अन्न मिळत नाही. परिणामी कुत्रा केवळ घंटानादालाच लाळेची प्रतिक्रिया देऊ लागतो, तसेच मेट्रोनम आणि बझरच्या आवाजाला प्रतिक्रिया न देण्यास शिकतो. म्हणजेच त्याला घंटानाद, मेट्रोनम आणि बझरच्या आवाजातील भेद ओळखता येऊ लागतो.

सामान्यीकरणाप्रमाणेच भेदनीकरणाद्वारेही अनेक वर्तनप्रतिक्रिया आत्मसात केल्या जातात. जसे की, दोन व्यक्तींमधील भेद ओळखण्यास शिकणे, योग्य – अयोग्य, नैतिक – अनैतिक वगैरे भेदबोधनात्मक प्रतिक्रिया भेदनीकरणाद्वारेच विकसित होतात. साधक अभिसंधानामध्येही सामान्यीकरणाची आणि भेदनीकरणाची प्रक्रिया घडते. उदा. एका प्रयोगामध्ये कबुतराला बटणावर चोच मारून अन्नप्राप्ती करण्यास शिकविले जाते. ते बटण हिरव्या व लाल रंगाच्या प्रकाशाने प्रकाशमान होत असे. कोणताही प्रकाश सुरू झाल्यानंतर बटणावर चोच मारुन अन्न प्राप्त करणे हे सामान्यीकरण होय तर पुढे बटण केवळ हिरव्या रंगाने प्रकाशमान झाल्यानंतरच अन्न दिले व लाल

प्रकाशाच्या वेळी अन्न दिले नाही, असे अनेक वेळा केल्यास हिरव्या व लाल रंगांतील भेद कबुतराच्या लक्षात येतो व कबुतर केवळ हिरव्या रंगाच्या बटणावर चोच मारून अन्न मिळविण्यास शिकते, हे भेदनीकरणच होय.

६. उच्च श्रेणी अभिसंधान (Higher order Conditioning) :

एकदा अभिसंधान प्रस्थापित झाल्यानंतर अभिसंधित उद्दीपकाचा नैसर्गिक उद्दीपक म्हणून वापर केला जातो आणि अन्य नवीन उद्दीपकाचा अभिसंधित उद्दीपक म्हणून वापर करून त्याच्याशी अभिसंधान प्रस्थापित केले जाते. त्यालाच उच्चस्तरीय अभिसंधान असे म्हणतात.

उदा. पॅव्हलॉव्हच्या प्रयोगात घंटानादाशी लाळेची प्रतिक्रिया अभिसंधित झाल्यानंतर आता घंटीचा आवाज नैसर्गिक उद्दीपक म्हणून वापरला जातो, तर त्याच्या जोडीने अन्य नवीन उद्दीपक- उदा. प्रकाश-तटस्थ उद्दीपक म्हणून दिला जातो व घंटानादाला मिळणारी लाळेची प्रतिक्रिया प्रकाश या तटस्थ उद्दीपकाशी प्रस्थापित केली जाते. त्यालाच उच्चस्तरीय अभिसंधान असे म्हणतात. चोराला दिली जाणारी भीतीची प्रतिक्रिया अंधाराला, अंधाराच्या भीतीची प्रतिक्रिया अमावस्येला दिली जाऊन अमावस्येचे भय वाटणे हे उच्चस्तरीय अभिसंधान होय.

७. प्रबलीकरण (Reinforcement) :

अभिसंधानामध्ये प्रबलीकरणाला महत्त्वाचे स्थान प्राप्त होते, कारण विशिष्ट प्रतिक्रियेचे अभिसंधीकरण होईल की नाही ते प्रबलीकरणावर अवलंबून असते. विशिष्ट प्रतिक्रिया वारंवारपणे मिळण्याची संभाव्यता वाढविणाऱ्या उद्दीपकाला प्रबलक असे म्हणतात, तर प्रबलकाच्या परिणामाला प्रबलीकरण असे म्हणतात. दुसऱ्या शब्दात असेही म्हणता येते की, ज्या प्रक्रियेमुळे विशिष्ट प्रतिक्रिया वारंवार निर्माण होण्याची संभाव्यता वाढते त्या प्रक्रियेला प्रबलीकरण असे म्हणतात.

अध्ययनामध्ये विशिष्ट प्रतिक्रियेचे संपादन करावयाचे असते व ते अचूक आणि जलद व्हावे म्हणून प्रबलीकरणाचा यशस्वीपणे उपयोग केला जातो. जसे की, अभिजात अभिसंधानामध्ये लाळेची प्रतिक्रिया घंटानादाशी प्रस्थापित करावयाची असते व त्यासाठी अन्न हे प्रबलक घंटानादाच्या जोडीने पुन: पुन्हा दिले जाते म्हणजेच लाळेच्या प्रतिक्रियेचे घंटानादाशी प्रबलीकरण केले जाते. त्याचप्रमाणे साधक अभिसंधानातही तरफ दाबणे या प्रतिक्रियेचे प्रबलीकरण केले जाते.

थोडक्यात, अभिसंधानाच्या प्रयोगामध्ये 'अन्नपदार्थ' प्रबलकाची भूमिका बजावतो, कारण त्याच्यामुळेच लाळनिर्मिती वा तरफ दाबणे या प्रतिक्रिया वारंवार निर्माण होण्याची संभाव्यता वाढते. परिणामी अभिजात अभिसंधानामध्ये प्रत्येक घंटानादानंतर

अन्न दिले जाते, तर साधक अभिसंधानामध्ये तरफ दाबण्याच्या प्रत्येक प्रतिक्रियेनंतर अन्न दिले जाते. विशिष्ट प्रतिक्रियेनंतर अन्न देणे म्हणजेच त्या प्रतिक्रियेचे प्रबलीकरण करणे होय की, ज्याचा परिणाम ती विशिष्ट प्रतिक्रिया बळावण्यात होतो.

प्रबलकाच्या स्वरूपानुसार प्रबलकाचे प्राथमिक प्रबलक आणि दुय्यम प्रबलक असे दोन प्रकार पडतात. अभिसंधानाच्या प्रयोगात अभिसंधित प्रतिक्रिया प्रस्थापित होण्यासाठी दिल्या जाणाऱ्या प्रत्यक्ष पारितोषिकाला प्राथमिक प्रबलक असे म्हणतात. अभिजात आणि साधक अभिसंधानामध्ये प्रतिक्रियांचे अभिसंधीकरण करण्यासाठी अन्न या पारितोषिकाचा उपयोग केला जातो. म्हणून अन्नाला प्राथमिक प्रबलक असे म्हणतात, तर प्राथमिक प्रबलकाच्या जोडीने आणखी दुसरा उद्दीपक वारंवार दिला असता प्राथमिक प्रबलकाला जी प्रतिक्रिया मिळते तीच प्रतिक्रिया मिळविण्याची क्षमता दुसऱ्या उद्दीपकाच्या ठिकाणी निर्माण होते तेव्हा त्यास दुय्यम प्रबलक असे म्हटले जाते. हे दुय्यम प्रबलीकरण सहज साध्य नसते. दुय्यम प्रबलकास अर्जित प्रबलक असेही म्हणतात. मानवी जीवनात दुय्यम प्रबलकाला महत्त्वपूर्ण स्थान प्राप्त झाल्याचे आढळते. उदा. पालक आपल्या मुलांना योग्य वळण लावण्यसाठी चॉकलेट, खाऊ या प्राथमिक प्रबलकाच्या जोडीने प्रोत्साहन, स्तुती, कौतुक या दुय्यम प्रबलकांचा यशस्वीपणे उपयोग करतात.

प्रबलकाच्या परिणामावरून प्रबलकाचे धनात्मक प्रबलक आणि ऋणात्मक प्रबलक असे दोन प्रकार पडतात. एखादी प्रतिक्रिया करण्यासाठी प्रवृत्त करणाऱ्या, प्रोत्साहित करणाऱ्या उद्दीपकाला धनात्मक प्रबलक असे म्हणतात. तर एखादी प्रतिक्रिया करण्यापासून परावृत्त करणाऱ्या उद्दीपकाला ऋणात्मक प्रबलक असे म्हणतात. धनात्मक प्रबलक परिणामत: सुखकारक असतात, तर ऋणात्मक प्रबलक मात्र असुखकारक, क्लेशदायक असतात. अध्ययनाच्या प्रयोगामध्ये दिले जाणारे अन्न, केली जाणारी प्रशंसा, स्तुती, कौतुक इत्यादी धनात्मक प्रबलकाची उदाहरणे होत तर शॉक, वंचन ही ऋणात्मक प्रबलकाची उदाहरणे होत.

६.४ अभिजात अभिसंधान व साधक अभिसंधानाची तुलना

अभिजात व साधक अभिसंधानातील साम्य व भेदाच्या आधारे दोहोंची परस्पर तुलना करता येते. आपण प्रथम दोहोंमधील साम्य विचारात घेऊ –

१) अभिजात व साधक अभिसंधान या दोन्हीही अध्ययनपद्धती असून त्याद्वारे प्रतिक्रिया कशा अभिसंधित, विकसित होतात याचे स्पष्टीकरण मिळते.

२) वरील दोन्ही पद्धतींमध्ये प्रतिक्रिया अभिसंधित करण्यासाठी 'अन्न' या प्रबलकाचा उपयोग केलेला आहे.

३) अभिसंधानातील विलोपन, उत्स्फूर्त पुनर्निर्माण, सामान्यीकरण, भेदनीकरण आदी प्रक्रिया दोन्ही पद्धतींमध्ये आढळतात.

४) वरील दोन्ही अध्ययनपद्धतींवरील मूलभूत प्रयोग मानवेतर प्राण्यांवर केलेले आहेत. तथापि, दोन्ही पद्धतींची तत्त्वे मानवी वर्तनाच्या स्पष्टीकरणासाठी उपयुक्त ठरतात.

अभिजात व साधक अभिसंधानाच्या वरील काही समान बाबींबरोबरच काही भेदही सांगता येतात, ते खालीलप्रमाणे –

१) अभिजात अभिसंधानामध्ये प्रतिक्षिप्त प्रतिक्रियांचा उपयोग केलेला आहे. उदा – लालोत्पादन, पापणी मिटणे, हात-पाय उचलणे, भीतीची प्रतिक्रिया इ. तर साधक अभिसंधानात ऐच्छिक प्रतिक्रियांचा उपयोग केलेला आहे. उदा. तरफ दाबणे, चकतीवर चोच मारणे, मागील दोन पायांवर उभे राहणे इ.

२) अभिजात अभिसंधान 'साहचर्य तत्त्वावर' आधारलेले आहे. उदा. प्रयोगामध्ये घंटानाद आणि अन्न यांच्यात घनिष्ट साहचर्य निर्माण केले जाते, म्हणूनच अन्नाला मिळणारी लाळेची प्रतिक्रिया घंटीच्या आवाजाला मिळू लागते. तर साधक अभिसंधान 'परिणाम तत्त्वा'वर आधारलेले आहे. ज्या कृतीमुळे अपेक्षित परिणाम साध्य होतो, ती प्रतिक्रिया प्रयुक्ताकडून पुन: पुन्हा मिळते. उदा. उंदीर अनेक ऐच्छिक प्रतिक्रियांपैकी केवळ तरफ दाबण्याची प्रतिक्रिया पुन: पुन्हा करतो, कारण भुकेच्या परिस्थितीमध्ये अन्नप्राप्ती हा अपेक्षित परिणाम तरफ दाबल्यामुळे साध्य होतो.

३) अभिजात अभिसंधानामध्ये अभिसंधित उद्दीपकाचे स्वरूप नि:संदिग्ध असते, स्पष्ट असते. तर साधक अभिसंधानामध्ये प्रयोगाच्या सुरुवातीला अभिसंधित उद्दीपक संदिग्ध असतो. त्याची ओळख पटणे कठीण असते.

४) प्रयुक्ताकडून अभिसंधित प्रतिक्रिया मिळो अथवा न मिळो, अभिजात अभिसंधानामध्ये प्रत्येक प्रयत्नाला प्रबलीकरण केले जाते. अन्न दिले जाते. तर साधक अभिसंधानामध्ये अचूक प्रतिक्रियेचेच प्रबलीकरण केले जाते. योग्य प्रतिक्रिया घडण्याची वाट पाहिली जाते व ती घडून गेल्यानंतरच 'अन्न' हा प्रबलक दिला जातो.

५) अभिजात अभिसंधानामध्ये अभिसंधित व अनभिसंधित प्रतिक्रिया तीच राहते. उदा. कुत्रा अन्नालाही लालोत्पादनाची प्रतिक्रिया देतो आणि घंटानादालाही लालोत्पादनाची प्रतिक्रिया देतो, तर साधक अभिसंधानामध्ये अभिसंधित प्रतिक्रिया उदा. तरफ दाबणे व अनभिसंधित प्रतिक्रिया उदा. अन्न खाणे या भिन्न स्वरूपाच्या असतात.

६) अभिजात अभिसंधानामध्ये प्रयुक्त निष्क्रिय असतो तर प्रयोगकर्ता क्रियाशील असतो. अभिसंधित व अनभिसंधित उद्दीपक सादर करण्यासाठी त्याला सतत कृती करावी लागते. तुलनात्मकदृष्ट्या साधक अभिसंधानामध्ये प्रयुक्त क्रियाशील झालेला असतो तर प्रयोगकर्ता निष्क्रिय असतो.

६.५ अध्ययन संक्रमण (Transfer of Training)

संस्कृतच्या अध्ययनाने स्मरणशक्तीत सुधारणा होईल काय ? गणिताच्या अभ्यासाने तर्कशक्ती वाढेल काय? कार्यालयात वक्तशीरपणे व शिस्तबद्ध काम करणारा अधिकारी घरातील सदस्यांना पुरेसा वेळ देऊन घरात टापटिपीने वागत असेल काय? डाव्या हाताचे कार्य उजव्या हाताने सुलभपणे करता येऊ शकते काय? या सारख्या प्रश्नांना 'होय' किंवा 'नाही' असे निश्चित उत्तर देता येत नाही, तर त्यासाठी अध्ययन संक्रमण प्रक्रियेचा आधार घ्यावा लागतो.

पूर्वी शिकलेल्या गोष्टींचा वा पूर्वानुभवाचा नवीन परिस्थिती हाताळण्यावर होणाऱ्या परिणामाशी अध्ययन संक्रमण प्रक्रियेचा संबंध आहे. शाळा महाविद्यालयांमध्ये आत्मसात केलेले ज्ञान, विद्यार्थ्यांना त्यांच्या भावी जीवनामध्ये उपयोगी पडले पाहिजे असे म्हणत असताना आपण अध्ययनसंक्रमणाविषयीच बोलत असतो.

अध्ययनसंक्रमणाच्या विविध व्याख्या सांगता येतात. जसे की—

अंडरवूड याच्या मते, पूर्वानुभवाचा सद्य: परिस्थितीतील निर्वर्तनावर जो प्रभाव पडतो त्यास अध्ययनसंक्रमण असे म्हणतात.

हिलगार्ड यांच्या मते, एका विशिष्ट अध्ययनकार्याच्या त्यानंतर होणाऱ्या अध्ययन— कार्यावर अथवा निर्वर्तनावर पडणाऱ्या प्रभावाला अध्ययनसंक्रमण असे म्हणतात.

थोडक्यात, पूर्वानुभवामुळे नंतरच्या अध्ययनावर होणाऱ्या परिणामाला अध्ययन— संक्रमण असे म्हणता येते. एका विशिष्ट परिस्थितीमुळे मिळविलेली माहिती, संपादिलेले ज्ञान व कौशल्य, मनोवृत्ती यांचा उपयोग दुसऱ्या परिस्थितीमध्ये होतो, असा आपला नित्याचा अनुभव असतो. उदा. पाच विविध भाषा अवगत असणाऱ्याला तत्सम सहावी भाषा शिकणे सुलभ व सुकर जाते, तर एखादीच भाषा अवगत असणाऱ्याला दुसरी नवीन भाषा शिकताना अधिक प्रयत्न व कष्ट पडतात.

प्रकरणाच्या सुरुवातीला उल्लेखिल्याप्रमाणे अध्ययन ही एक जीवनाभिमुख प्रक्रिया आहे. अध्ययनाद्वारे व्यक्ती सतत नवीन प्रतिक्रिया संपादित करते व त्यासाठी जुन्या अनुभवांचा आधार घेत असते व म्हणून असेही म्हणता येते की, जुन्या अनुभवांच्या आधारे नवीन प्रतिक्रियांचे अध्ययन कसे करावे हे शिकणे, ही अध्ययनसंक्रमणाचीच प्रक्रिया आहे.

अध्ययन संक्रमणाचे प्रकार

पूर्वानुभवाचा नंतरच्या अध्ययनावर होणाऱ्या अनुकूल-प्रतिकूल परिणामाच्या आधारे अध्ययन संक्रमणाचे तीन प्रकार सांगता येतात व ते खालीलप्रमाणे -

१. धन संक्रमण (Positive Transfer)

२. ऋण संक्रमण (Negative Transfer)

३. शून्य संक्रमण (Zero Transfer)

१. धन संक्रमण – जेव्हा पूर्वाध्ययनाचा नंतरच्या अध्ययनावर अनुकूल परिणाम होतो, तेव्हा त्यास धन संक्रमण असे म्हणतात. या संक्रमणप्रकारानुसार पूर्वाध्ययनाच्या परिणामामुळे नंतरचे अध्ययनकार्य सुलभ होते. दुसऱ्या वेळेचे अध्ययन - निर्वर्तन अधिक कार्यक्षम झालेले आढळते. उदा. सायकल चालविता येत असेल तर मोटारसायकल चालविण्याचे कौशल्य पटकन अवगत होते. नेहमी शद्बकोशाचा उपयोग करण्याची सवय असणाऱ्यांना पुस्तकाच्या शेवटी दिलेल्या सूचीचा उपयोग सुलभपणे करता येतो.

२. ऋण संक्रमण – जेव्हा पूर्वाध्ययनाचा नंतरच्या अध्ययनावर प्रतिकूल परिणाम होतो, तेव्हा त्यास ऋण संक्रमण असे म्हणातात. म्हणजेच या प्रकारामध्ये पूर्वानुभव, वा पूर्वाध्ययनामुळे नंतरचे अध्ययन सुकर होण्याऐवजी अधिक कठीण होते. उदा. एकाच वेळी इंग्रजी व जर्मन एकदम दोन भाषा शिकताना एका भाषेतील शब्दांचा, वाक्यरचनेच्या नियमांचा दुसऱ्या भाषेच्या अध्ययनावर विपरीत परिणाम होतो.

३. शून्य संक्रमण – जेव्हा पूर्वाध्ययनाचा नंतरच्या अध्ययनावर अनुकूल वा प्रतिकूल असा कोणताच परिणाम होत नाही, तेव्हा त्यास शून्य संक्रमण असे म्हणतात. उदा. भाषेच्या अध्ययनाचा गणिताच्या अध्ययनावर अनुकूल वा प्रतिकूल परिणाम होत नाही.

शरीरावयवातील संक्रमण

आपले शरीर समप्रतिम असते व शरीराच्या एका बाजूकडून दुसऱ्या बाजूकडे किंवा एका अवयवाकडून दुसऱ्या अवयवाकडे अध्ययनसंक्रमण घडते. त्यालाच शरीरावयवातील संक्रमण असे म्हणतात. व त्याचेदेखील तीन प्रकार पडतात.

१. द्विभागीय संक्रमण (Bilateral Transfer)

२. पक्ष संक्रमण (Same Side Transfer)

३. विरुद्ध पक्ष संक्रमण (Diagonally Opposite Transfer)

१. द्विभागीय संक्रमण – या प्रकारात एका अवयवाने आत्मसात केलेली कृती

त्या समान असणाऱ्या दुसऱ्या अवयवाकडे संक्रमित होते. उदा. सरावाच्या हाताचे कौशल्य बिनसरावाच्या हाताकडे संक्रमित होणे किंवा उजव्या पायाकडून डाव्या पायाकडे, डाव्या डोळ्याकडून उजव्या डोळ्याकडे याप्रमाणे होणाऱ्या संक्रमणास द्विभागीय संक्रमण म्हणता.

२. पक्ष संक्रमण – एका अवयवाने आत्मसात केलेली कृती शरीराच्या त्याच बाजूच्या अन्य अवयवांकडे संक्रमित होते, त्यास पक्ष संक्रमण असे म्हणतात. उदा. उजव्या हाताकडून उजव्या पायाकडे, डाव्या हाताकडून डाव्या पायाकडे होणाऱ्या संक्रमणास पक्ष संक्रमण असे म्हणतात.

३. विरुद्ध पक्ष संक्रमण – शरीराच्या एका बाजूच्या विशिष्ट अवयवाने आत्मसात केलेली कृती शरीराच्या दुसऱ्या बाजूच्या वेगळ्या अवयवाकडे संक्रमित होणे म्हणजेच विरुद्ध पक्ष संक्रमण होय. उदा. उजव्या हाताचे कौशल्य डाव्या पायाकडे तर डाव्या हाताचे कौशल्य उजव्या पायाकडे संक्रमित होणे.

अध्ययन संक्रमणाची कारणे –

अध्ययनसंक्रमण का व कसे घडते याचे स्पष्टीकरण देणाऱ्या विविध उपपत्ती आहेत. तथापि, थॉर्नडाइकच्या समान घटक उपपत्तीनुसार अध्ययनसंक्रमणाची दोन कारणे सांगता येतात व ती म्हणजे –

१) जर दोन विषय वा परिस्थितींतील आशयात साधर्म्य (Similarity of Content) असेल तर एकाचा दुसऱ्यावर अनुकूल परिणाम होऊन अध्ययनसंक्रमण घडून येते. उदा. संस्कृतच्या अध्ययनाचा मराठीच्या अध्ययनाला, उर्दूच्या अध्ययनाचा हिन्दीच्या अध्ययनाला उपयोग होतो.

२) जर दोन परिस्थितींमध्ये प्रतिक्रिया आत्मसात करण्यासाठी उपयोगात आणले जाणारे तंत्र (Technique) सारखे असेल तर संक्रमण घडून येते. उदा. व्हायोलिन वाजविण्याचे तंत्र अवगत असल्यास ते सारंगी वाजविण्यासाठी उपयुक्त ठरते.

अध्ययनसंक्रमणाचे आणखी एक कारण सांगता येते व ते म्हणजे 'जड' यांच्या उपपत्तीनुसार अध्ययन संक्रमण सामान्यीकरणाच्या परिणामामुळे घडते. त्यांच्या मते शिकणाऱ्याने अध्ययन परिस्थितीचे विश्लेषण करून त्यामधील तत्त्व समजून घेतले तर त्याचा उपयोग तत्सदृश परिस्थितीचे विश्लेषण करण्यासाठी होऊ शकतो.

६.६ अध्ययनविषयक बोधनात्मक दृष्टिकोन
(Cognitive Approach to Learning)

प्रकरणाच्या या अगोदरच्या चर्चेत म्हटल्याप्रमाणे अध्ययनप्रक्रिया प्रामुख्याने प्रबलीकरणाशी केंद्रित झालेली दिसते. अध्ययनाच्या व्याख्येतही असे म्हटले आहे

की, अध्ययन हा प्रबलीकृत सरावाचा परिणाम होय. तथापि, अध्ययन केवळ प्रबलीकरण असतानाच घडते असे नाही, तर अनेकदा प्रबलीकरण नसतानाही व्यक्ती वा प्राण्यांकडून अनेक गोष्टी शिकल्या जातात. उदा. आपण आपल्या सभोवतालच्या वातावरणात घडणाऱ्या विविध घडामोडींची इत्थंभूत माहिती मिळविण्याचा प्रयत्न करतो व ती संकलित रूपाने जतन करून ठेवण्याचा प्रयत्न करतो आणि असे करण्यामागे कोणताही प्रबलक दडलेला दिसत नाही. म्हणजेच माहितीचे संपादन प्रबलक मिळविण्याच्या हेतूने केले जात नाही तर त्याऐवजी अशी अपेक्षा केली जाते की, या संकलित ज्ञानाचा पुढे केव्हातरी उपयोग होईल व अशा प्रकारच्या माहिती संपादनाला बोधात्मक अध्ययन म्हटले जाते.

कोणत्याही ज्ञात प्रबलीकरणाशिवाय केवळ अनुभवाच्या आधारे व्यक्ती सभोवतालच्या परिस्थितीतील विविध घटना, घडामोडी व त्यांच्यातील साहचर्यसंबंध यांचे अध्ययन करते, त्याला बोधात्मक अध्ययन असे म्हणतात. बोधात्मक अध्ययनात प्रबलीकरणाला स्थान नाही हे लक्षात ठेवले पाहिजे.

बोधनात्मक अध्ययनाचे दोन मुख्य प्रकार आहेत, ते खालीलप्रमाणे –

१. अप्रकट / सुप्त अध्ययन (Latent Learning)

२. निरीक्षणात्मक अध्ययन (Observational Learning)

१. अप्रकट / सुप्त अध्ययन –

ज्या अध्ययनप्रक्रियेमध्ये नवीन वर्तनप्रतिक्रिया संपादित केल्या जातात, परंतु प्रबलीकरण मिळेपर्यंत त्या तत्परतेने प्रकट केल्या जात नाहीत त्याला सुप्त अध्ययन असे म्हणतात.

सुप्त अध्ययनाच्या संदर्भात टोलमन आणि हॉन्झिक यांचे प्रायोगिक संशोधन उल्लेखनीय आहे. त्यांनी उंदराच्या व्यूहअध्ययन प्रक्रियेचा अभ्यास केला. प्रयोगासाठी उंदरांचे तीन समूह घेतले होते व त्यांना व्यूहअध्ययनाची समस्या दिली होती की ज्यामध्ये आरंभस्थानापासून अंतिमस्थानापर्यंत व्यूह मार्गक्रमण करणे हे उंदरांचे कार्य होते. सलग सतरा दिवस चाललेल्या प्रयोगांत प्रत्येक समूहातील उंदरांना दिवसातून एकदा व्यूहात सोडले जाई.

उंदराच्या तीन समूहांपैकी एका समूहातील उंदरांना व्यूहात मुक्त संचार करू दिला जाई व त्यांना कोणतेही प्रबलक दिले नव्हते, तर दुसऱ्या समूहातील उंदरांना व्यूहाच्या अंतिम स्थळी अन्न हे प्रबलक दिले जात होते आणि तिसऱ्या समूहातील उंदरांना सुरुवातीचे दहा दिवस प्रबलक न देता अकराव्या दिवसापासून अन्न हे प्रबलक देणे सुरू केले होते.

तिन्ही समूहांतील उंदरांच्या व्यूह अध्ययन प्रक्रियेचे निरीक्षण केले तेव्हा असे आढळले की, पहिल्या समूहातील उंदरांना व्यूह मार्गक्रमणासाठी जास्त वेळ लागत होता आणि त्यांच्या चुकाही जास्त प्रमाणात होत होत्या, तर दुसऱ्या समूहातील उंदीर अत्यंत तत्परतेने व अल्प वेळेत व्यूह मार्गक्रमण करत होते. त्यांच्या चुकांचे प्रमाणही अत्यल्प होते, मात्र तिसऱ्या समूहातील उंदरांच्या बाबतीत असे आढळले की, सुरुवातीच्या दहा दिवसांमध्ये त्यांचे निर्वर्तन पहिल्या समूहातील उंदरांसारखे होते. तथापि, अकराव्या दिवसापासून लगेचच त्यांच्या निर्वर्तनात लक्षणीय सुधारणात्मक बदल घडून आल्याचे दिसले, कारण त्यांना आता मार्गक्रमणासाठी कमी वेळ लागत होता व त्यांच्या चुकांचे प्रमाणही घटले होते. त्यांचे निर्वर्तन आता दुसऱ्या समूहासारखे झाले होते.

वरील प्रयोगाच्या विश्लेषणाधारे बोधनात्मक मानसशास्त्रज्ञांनी असे मत मांडले की, पारितोषिक न मिळणाऱ्या उंदरांना व्यूह मार्गक्रमण करण्यासाठी अधिक वेळ लागत होता, त्यांच्या चुकांचे प्रमाणही जास्त होते हे खरे असले तरी त्यांनी व्यूहाच्या आराखड्याचे अचूक अध्ययन केलेले होते; पण प्रबलीकरणाअभावी ते प्रकटत नव्हते आणि प्रबलीकरण मिळताच ते तत्परतेने प्रकटले. दिलेले प्रबलक उंदरांच्या वर्तन बदलाला कारणीभूत होतात; परंतु घडणारे वर्तनबदल मात्र अगोदरच (प्रबलक मिळण्यापूर्वीच) आत्मसात केलेले असतात व ते सुप्तावस्थेत जतन करून ठेवले जातात.

सुप्त अध्ययनावर आधारलेली, परंतु नित्य जीवनाशी निगडित असलेली अनेक उदाहरणे सांगता येतात. जसे की, आपले घर आणि कार्यालय परस्परांशी अनेक रस्त्यांनी जोडलेले असते. आपण मात्र एका विशिष्ट मार्गाचाच येण्याजाण्यासाठी उपयोग करतो. हे खरे असले तरी याचा अर्थ असा नव्हे की आपल्याला बाकीचे पर्यायी मार्ग ज्ञात नसतात. कारण एखाद्या दिवशी आपल्या नेहमीच्या येण्याजाण्याच्या मार्गात अडथळा निर्माण झाला तर आपण लगेच पर्यायी रस्त्यांचा उपयोग करून कार्यालयापर्यंत पोहोचण्यात यशस्वी होतो. म्हणजेच अन्य मार्गांचे सुप्त अध्ययन येथे उपयोगी पडते.

२. निरीक्षणात्मक अध्ययन –

अल्बर्ट बांडुरा आणि सहकाऱ्यांनी निरीक्षणात्मक अध्ययनावर संशोधन केले. त्यांच्या मते मानवाच्या बहुतांश अध्ययनामध्ये निरीक्षणात्मक अध्ययनाचा मोठा वाटा असतो. इतर व्यक्तींच्या वर्तनाचे निरीक्षण करून त्याआधारे स्व-वर्तनात सुधारणा घडवून आणणे म्हणजेच निरीक्षणात्मक अध्ययन होय.

काही गोष्टी अशा असतात की, ज्या व्यक्तीने वा प्राण्याने प्रत्यक्षपणे अनुभवलेल्या नसतात, शिकलेल्या नसतात. तथापि, अशा गोष्टी केवळ निरीक्षणाद्वारे आत्मसात केलेल्या असतात. म्हणजेच आपण इतर व्यक्तींच्या वर्तनाचे निरीक्षण करून त्याचे वर्तन आत्मसात करतो.

बांडुरा यांच्या मते निरीक्षणात्मक अध्ययनाचे चार टप्पे सांगता येतात–

१. इतरांच्या वर्तनातील अत्यंत संकीर्ण भागाकडे लक्ष दिले जाणे व त्याचे संवेदन होणे

२. वर्तन प्रतिक्रिया आठवणे

३. वर्तन कृतींची पुनर्निर्मिती होणे

४. अध्ययनाची व संपादित वर्तन जतन करण्याची प्रेरणा निर्माण होणे

निरीक्षणात्मक अध्ययनाची अनेक उदाहरणे सांगता येतात. जसे की, लहान मुलांचा भातुकलीचा खेळ, घरातील मोठ्या भावंडांच्या सतार वाजविण्याचे निरीक्षण करून धाकट्याने त्याप्रमाणे बोटे फिरविण्यास शिकणे, दूरदर्शनमधील तारकांकडे पाहून मुलींनी नटण्यास शिकणे, कलावंतांचे निरीक्षण करून नक्कल करणे इत्यादी.

६.७ सारांश

अध्ययन ही एक जीवनाभिमुख प्रक्रिया आहे. अध्ययनामुळे वर्तनात सुधारणात्मक, सापेक्षत: टिकाऊ स्वरूपाचे बदल घडतात. परिपक्वनामुळे होणाऱ्या वर्तनबदलांचा अध्ययनात समावेश होत नाही.

अध्ययनाचे तीन प्रकारांत वर्गीकरण केले जाते. एक म्हणजे शाब्दिक वा भाषिक प्रतिक्रियांच्या आधारे केले जाणारे शाब्दिक अध्ययन, दुसरे म्हणजे स्नायवी कौशल्य वा कृती कौशल्यांच्या माध्यमातून केले जाणारे कारक अध्ययन आणि तिसरे म्हणजे उच्च पातळीवरील मानसिक प्रक्रियांच्या आधारे केले जाणारे समस्या-परिहार अध्ययन होय.

मानसशास्त्रामध्ये अध्ययनाच्या चार पद्धती विशेष महत्त्वाच्या मानल्या जातात. १) थॉर्नडाइक यांची चुकत माकत शिकण्याची (प्रयत्न-प्रमाद) पद्धती, २) कोहलर यांची समस्यापरिस्थितीचे समग्र आकलन होण्यावर अवलंबून असणारी मर्मदृष्टीपद्धती, ३) पॅव्हलॉव्ह यांनी साहचर्याच्या तत्त्वावर मांडलेली अभिजात अभिसंधान पद्धती आणि ४) स्किनर यांनी सुचविलेली परिणामाच्या तत्त्वावर अवलंबून असणारी साधक अभिसंधान पद्धती.

प्रयत्न-प्रमाद पद्धतीमध्ये विशिष्ट वर्तनाचे अध्ययन कसे होते/घडते याचे स्पष्टीकरण देण्यासाठी थॉर्नडाइक यांनी अध्ययनाच्या तीन नियमांचे प्रतिपादन केले व ते म्हणजे १) सज्जतेचा नियम २) अनुशीलनाचा नियम आणि ३) परिणामाचा नियम.

योग्य वर्तनप्रतिक्रियांचा विकास घडवून आणण्यासाठी त्याचप्रमाणे विकसित

वर्तनावर नियंत्रण ठेवण्यासाठी अभिसंधानाच्या विलोपन, उत्स्फूर्त पुनर्निर्माण, सामान्यीकरण, भेदनीकरणादी तत्त्वांचा प्रभावी उपयोग होतो.

अध्ययनामध्ये प्रबलनाला विशेष महत्त्व प्राप्त होते, कारण प्रबलन मिळते, म्हणून प्रयुक्ताकडून विशिष्ट प्रतिक्रिया वारंवार केली जाते व प्रतिक्रियेची वारंवारिता वाढते त्या प्रमाणात ती दृढ होते व पुढे सवयीत रूपांतरित होते.

विशिष्ट प्रतिक्रिया पुन्हापुन्हा निर्माण करण्याची क्षमता असणाऱ्या उद्दीपकाला प्रबलक असे म्हणतात, तर त्याच्या परिणामाला प्रबलीकरण असे म्हणतात. प्रबलकाचे प्राथमिक आणि दुय्यम प्रबलक त्याचप्रमाणे धनात्मक आणि ऋणात्मक प्रबलक असे प्रकार पडतात.

पूर्वाध्ययनाच्या नंतरच्या अध्ययनावर होणाऱ्या अनुकूल वा प्रतिकूल परिणामाला अध्ययनसंक्रमण असे म्हणतात. संक्रमणाचे धन संक्रमण, ऋण संक्रमण आणि शून्य संक्रमण असे तीन प्रकार पडतात, त्याचप्रमाणे द्विभागीय संक्रमण, पक्ष संक्रमण आणि विरुद्ध पक्ष संक्रमण असेही तीन प्रकार सांगता येतात. अध्ययनाचे संक्रमण होण्याची १) आशय साधर्म्य, २) तंत्रातील समानता आणि ३) सामान्यीकरणाचे तत्त्व ही तीन कारणे सांगता येतात.

कोणत्याही प्रबलीकरणाशिवाय घडणाऱ्या वर्तनबदलांना बोधनात्मक अध्ययन असे म्हणतात. बोधनात्मक अध्ययनाचे सुप्ताध्ययन व निरीक्षणात्मक अध्ययन असे दोन प्रकार पडतात.

स्मरण आणि विस्मरण

भूमिका

अध्ययनप्रक्रियेनंतर आता आपण स्मरण आणि विस्मरण प्रक्रियेचा अभ्यास करणार आहोत. स्मरण आणि विस्मरण या दोन्ही प्रक्रिया अध्ययनानंतर सुरू होतात व त्या अनुक्रमे पूर्वाध्ययनाच्या पुन्हा आठवण्याशी वा न आठवण्याशी निगडित आहेत. प्रकरणाच्या सुरुवातीच्या भागात आपण स्मरणप्रक्रियेचा अभ्यास करू व शेवटी विस्मरणप्रक्रिया स्वतंत्रपणे विचारात घेऊ.

ज्याप्रमाणे रुपयाच्या नाण्याच्या दोन्ही बाजू समान महत्त्वाच्या असतात, त्याप्रमाणेच मानवी जीवनामध्ये अध्ययन आणि स्मरण या दोन्ही प्रक्रियांना महत्त्व प्राप्त होते. अध्ययनाचा अभ्यास करतानाच आपण पाहिले की, संघर्षपरिस्थितीत टिकून राहण्यासाठी, प्राप्त परिस्थिती आपल्या अनुरूप करून घेण्यासाठी किंवा विशिष्ट परिस्थितीत अपेक्षित परिणाम साध्य करण्यासाठी व्यक्ती वा प्राण्याला विविध प्रतिक्रिया आत्मसात कराव्या लागतात. अशा अनेकविध प्रतिक्रियांचे संपादन जसे महत्त्वाचे असते, तद्वतच त्यांची साठवण आणि परिस्थितीनुसार आठवणही महत्त्वाची असते.

स्मरणविरहित जीवनाची कल्पना न केलेलीच बरी! स्मरणामुळेच आपल्याला आपल्या कुटुंबसदस्यांची, आप्तेष्टांची, मित्र-मैत्रिणींची, सहाध्यायींची, सहकर्मचाऱ्यांची ओळख पटते. आपले नाव, गाव, पत्ता वा व्यवसायाची माहिती सांगता येते, कोणत्याही परिस्थितीचे स्पष्टीकरण देता येते. अनुभवाद्वारे प्राप्त झालेल्या प्रचंड माहितीचा पुन:पुन्हा अनुभव घेणे शक्य होते. म्हणजेच जीवनामध्ये स्मरणप्रक्रियेचा पदोपदी आधार घ्यावा लागतो. स्मरणप्रक्रियेचे हे महत्त्व संशोधकांनी फार पूर्वीपासून जाणले आहे. प्लेटो यांनी मनाची संकल्पना स्पष्ट करताना असे म्हटले की, 'वेदनिक अनुभवांचे ठसे उमटणारा मेणासारखा चिकटसर कप्पा (Block of Wax) म्हणजेच मन होय'. ॲरिस्टॉटल यांनी आठवण्याच्या प्रक्रियेविषयी आपले विचार प्रकट करताना असे म्हटले की, 'कोणत्याही गोष्टींच्या आठवणीसाठी समीपता (Contiguity), समानता (Similarity) आणि विरोध (Contrast) इत्यादी घटक कारणीभूत असतात'. त्यांचा असा विश्वास होता की, अनुभव रक्ताद्वारे संक्रमित होतात तर स्मृतिसंचय हृदयात केला जातो. आधुनिक मानसशास्त्र स्मरण-विस्मरणाकडे कसे पाहते याचा आढावा घेऊ.

६.८ स्मृतीची व्याख्या

वरील काही तत्त्ववेत्त्यांप्रमाणेच मानसशास्त्रज्ञांनीही स्मृतीचा शास्त्रीय अभ्यास करून त्याद्वारे स्मरणप्रक्रियेचे स्वरूप उलगडून दाखविण्याचे प्रयत्न केलेले आहेत व आजही चालू आहेत. परिणामी अनेकविध मानसशास्त्रज्ञांनी आपापल्या परीने स्मरण-प्रक्रियेची व्याख्या केलेली आढळते. जसे की –

सी. जी. मॉरिस यांच्या मते, केलेले अध्ययन जतन करून ठेवण्याची प्रक्रिया म्हणजे स्मरण होय.

वूडवर्थ आणि मार्क्विस (१९६४) यांच्या मते, पूर्वाध्ययनाची आठवण होणे म्हणजेच स्मरण होय.

गिलफोर्ड (१९६८) यांच्या मते, स्मरण म्हणजे धारणाशक्ती होय किंवा कोणत्याही प्रकारे माहितीची केली जाणारी साठवण होय.

एच. के. आयझेंक (१९७०) यांच्या मते, अध्ययनप्रक्रियेच्या आधारे माहिती साठवून ठेवण्याची व्यक्तीची क्षमता म्हणजे स्मरण होय, की ज्यामध्ये त्या विशिष्ट माहितीच्या संदर्भात अनुभव घेणे, धारणा करणे आणि विशिष्ट उद्दीपकाला प्रतिक्रिया देण्यासाठी तिची पुनर्निर्मिती होणे या तीन प्रक्रियांचा समावेश होतो.

वरील निरनिराळ्या व्याख्यांचा आधार घेऊन आधुनिक मानसशास्त्रज्ञ स्मरणप्रक्रियेची सर्वसमावेशक अशी व्याख्या करतात की, 'व्यक्तीची माहितीचे संकेतन, साठवण आणि प्रत्यानयन करण्याची बोधनात्मक प्रक्रिया म्हणजे स्मरण होय.'

वरील सर्वसमावेशक व्याख्येच्या आधारे स्मृतीची काही वैशिष्ट्ये सांगता येतात. ती खालीलप्रमाणे –

१. स्मरण ही एक बोधनात्मक प्रक्रिया आहे.

२. स्मरण-प्रक्रियेमध्ये संकेतन (Encoding), साठवण (Storage) आणि प्रत्यानयन (Retrieval) या तीन प्रमुख प्रक्रियांचा समावेश होतो.

३. माहितीची प्राथमिक नोंद घेण्याच्या प्रक्रियेला 'संकेतन' असे म्हणतात. स्मरणासाठी उपयुक्त ठरेल अशा स्वरूपातच माहितीची नोंद घेतली जाते.

४. संकेतनाद्वारे नोंद घेतलेल्या माहितीपैकी शिल्लक राहिलेली माहिती जतन करून ठेवण्याची प्रक्रिया म्हणजे साठवण होय. ही माहिती प्रतिमांच्या स्वरूपात जतन केली जाते.

५. जतन केलेल्या माहितीचा पुन:प्रत्यय येणे म्हणजेच प्रत्यानयन होय. हा पुन:प्रत्यय देखील प्रतिमांच्या स्वरूपात अनुभवाला येतो.

स्मृतीअंतर्गत समाविष्ट असणाऱ्या संकेतन, साठवण आणि प्रत्यानयन या तीनही

प्रक्रिया अधिक स्पष्टपणे समजून घेण्यासाठी संगणकप्रणालीचा आधार घेऊ. जसे की, संगणकाच्या की बोर्डच्या साहाय्याने माहितीची नोंद केली जाते. (संकेतन), नोंदविलेली माहिती फ्लॉपी, कॉंपॅक्ट डिस्क वा हार्डडिस्कवर साठवून ठेवली जाते. (साठवण) आणि डिस्कवरील माहिती विशिष्ट सूचना संकेत- देऊन संगणकाच्या स्क्रीनवर पुन: पुन्हा आणली जाते. (प्रत्यानयन)

६.९ स्मृतीचे प्रकार (स्तर)

(Types or Stages of Memory)

माहिती स्मृती कप्प्यात कशी प्रविष्ट होते याचे स्पष्टीकरण देण्याच्या हेतूने केलेल्या संशोधनाधारे अनेक मानसशास्त्रज्ञ असे सुचवितात की, स्मृतीचे तीन स्तर आहेत, ते म्हणजे –

१. वेदनिक स्मृती (Sensory Memory)

२. अल्पकालिक स्मृती (Short Term Memory - STM)

३. दीर्घकालिक स्मृती (Long Term Memory - LTM)

वरील तीनही स्तरांद्वारे अनुक्रमे जी माहिती मार्गस्थ झालेली असते, अशी माहिती आपण आठवू शकतो. संशोधकांनी 'स्मृतीचे स्तर' आणि 'स्मृतीचे प्रकार' या दोन्ही संज्ञा समान अर्थाने वापरलेल्या आहेत. प्रत्येक स्मृतिप्रकाराला माहिती साठविण्याच्या कोठाराची (Storehouse) उपमा दिली आहे. प्रत्येक स्मृतिकोठाराची साठवणक्षमता आणि धारणाकालावधी भिन्न आहे. त्याचप्रमाणे प्रत्येक स्तरावर स्मृतीशी निगडित चालणाऱ्या कार्यपद्धतीतही ही भिन्नता आढळते. स्मृतीच्या वरील तीनही प्रकारांची माहिती करून घेऊ.

वेदनिक स्मृती : बाह्य परिस्थितीतील उद्दीपकांविषयी, माहितीविषयी वेदनेंद्रियाद्वारे घेतली जाणारी प्राथमिक नोंद म्हणजे वेदनिक स्मृती होय. डोळा, कान, नाक, जीभ आणि त्वचा या पाच वेदनेंद्रियांद्वारे, वातावरणातील उद्दीपकांविषयी अनुक्रमे दृश्य, श्राव्य, गंध, रुची आणि स्पर्श स्वरूपांत नोंद घेतली जाते. या स्मृतीमध्ये वेदनेंद्रियांकडून आलेल्या माहितीचा प्रचंड साठा अचूकपणे गोळा करण्याची क्षमता असते. तथापि, माहितीची नोंद अतिशय ढोबळ, असंस्कारित आणि अर्थहीन स्वरूपात केली जाते आणि माहिती एक ते चार सेकंद एवढ्या अल्प कालावधीपर्यंतच जतन केली जाते आणि त्यानंतर ती माहिती नष्ट होते. त्यानंतर वातावरणातील दुसरे उद्दीपक या माहितीची जागा घेतात.

माहिती कोणत्या वेदनप्रकाराची आहे त्यानुसार वेदनिक स्मृतीचे भिन्न भिन्न प्रकार पडतात. जसे की निस्सेर या मानसशास्त्रज्ञाने दृश्य वेदनिक स्मृतीला प्रतिमा स्मृती

(Iconic Memory) आणि श्राव्य वेदनिक स्मृतीला प्रतिध्वनी स्मृती (Echoic Memory) असे नाव दिले आहे.

विजेचा लखलखाट, आकस्मिकपणे होणारा स्फोटक आवाज (फटाक्यांचा आवाज) पायाला बोचणारा खडा, विजेचा शॉक वगैरे क्षणिक अनुभवांद्वारे वेदनिक स्मृतीची प्रचिती घेता येते. 'उद्दीपकाच्या समाप्तीनंतर त्याचा ठसा अगदी अल्प काळ टिकून राहणे' हे वेदनिक स्मृतीचे वैशिष्ट्य दिसते.

जॉर्ज स्पर्लिंग (१९६०) यांनी त्यांच्या प्रायोगिक संशोधनाधारे निष्कर्ष काढला की, दृश्य वेदनिक स्मृती एक सेकंद किंवा त्यापेक्षाही कमी कालावधीपर्यंतच टिकते तर डार्विन, टुर्व्हे आणि क्राऊडर यांनी निष्कर्ष काढला की, श्राव्य वेदनिक स्मृती तीन ते चार सेकंदांपर्यंत टिकते.

थोडक्यात, वेदनिक स्मृतीकप्प्यात प्रचंड माहिती संक्षिप्त स्वरूपात, ढोबळ व अर्थहीन स्वरूपात साठविली जाते. वेदनिक स्मृतीची कालमर्यादा एक ते चार सेकंद इतकी असते व त्या अल्पशा कालावधीत व्यक्तीने वेदनिक नोंदीकडे अवधान दिले व परिणामी तिला त्या नोंदीचे संवेदन झाले तर ती माहिती अल्पकालिक स्मृतीच्या दिशेने मार्गस्थ होते. अन्यथा ती माहिती नष्ट होते.

अल्पकालिक स्मृती : विशिष्ट परिस्थितीचा अनुभव घेतल्यानंतर अथवा विशिष्ट अध्ययनसाहित्य एकदा वाचल्यानंतर ती परिस्थिती वा ते अध्ययनसाहित्य तात्काळ आठवून सांगण्याच्या प्रक्रियेला अल्पकालिक स्मृती असे म्हणतात.अवधान व संवेदनांच्या परिणामामुळे वेदनिक स्मृतीतील माहिती अल्पकालिक स्मृती कप्प्यात येते.

संशोधकांनी अल्पकालिक स्मृतीला छोट्या पेटीची (Small-box) उपमा दिलेली आहे, कारण अल्पकालिक स्मृतीची साठवणक्षमता मर्यादित असते. जी. ए. मिलर (१९५६) यांनी आपल्या संशोधनाद्वारे दाखवून दिले आहे की, अल्पकालिक स्मृतीची साठवणक्षमता ७ $\pm$ २ घटक इतकी असते. याचाच अर्थ असा होतो की सर्वसामान्य व्यक्तीची स्मृती कक्षा ७ घटकांची असते व त्यामध्ये व्यक्तीपरत्वे २ घटकांनी वाढ वा घट होऊ शकते. मग हे ७ घटक म्हणजे स्वतंत्र ७ उद्दीपक असतील अथवा १० उद्दीपकांचा एक गट याप्रमाणे ७ गट असतील. गटातील उद्दीपकांची संख्या कितीही असू शकते; परंतु गटाची संख्या सातच राहते. नावाप्रमाणेच अल्पकालिक स्मृतीचा धारणाकालावधी मर्यादित असतो हे ब्राऊन (१९५८) पीटरसन आणि पीटरसन (१९५९) यांनी सप्रयोग दाखवून दिले.

अल्पकालिक स्मृती कप्प्यात आलेली माहिती १५ ते २५ सेकंदांपर्यंतच टिकते व नंतर ती नष्ट होते. तथापि, उजळणीच्या साहाय्याने अल्प स्मृतीची कालमर्यादा काही प्रमाणात वाढविता येते.

स्मरणाच्या दृष्टीने उजळणीचे दोन परिणाम संभवतात. एक म्हणजे अल्पकालिक स्मृतीकप्प्यातील माहिती आवश्यक तेवढ्या कालावधीपर्यंत जाणिवेच्या कक्षेत ठेवता येते. उदा. विशिष्ट फोन नंबर फिरवेपर्यंत पुनः पुन्हा उच्चारणे आणि तपशीलवार उजळणीमुळे (Elaborative Rehearsal) अल्पकालिक स्मृतीकप्प्यातील माहिती दीर्घकालिक स्मृतीकप्प्याकडे संक्रमित होणे.

अल्पकालिक स्मृतीतील माहितीचे संकेतन ध्वनीच्या स्वरूपात (Acoustic Coding) केले जाते असे कोनरॅड यांनी (१९६३-६४) सर्वप्रथम प्रतिपादन केले. त्यांच्या मताला नंतरच्या संशोधनातूनही पुष्टी मिळालेली दिसते.

थोडक्यात, अल्पकालिक स्मृतीमध्ये मर्यादित माहिती (७ ± २) अल्पावधीपर्यंत (१५-२५ सेकंद), ध्वनीच्या स्वरूपात साठविली जाते. अल्पकालिक स्मृतिप्रक्रियेमध्ये केवळ पाठपुरावा करण्याच्या हेतूने केलेल्या उजळणीचा (Maintenance Rehearsal) समावेश होतो. तथापि, तपशीलवार उजळणीमुळे माहिती दीर्घकालिक स्मृतीत संक्रमित होते.

ॲलन बॅडली (१९९२-९३) या आधुनिक मानसशास्त्रज्ञाने अल्पकालिक स्मृतीला 'कार्यरत स्मृती' या नावाने संबोधले आहे आणि कार्यरत स्मृतीचे तीन घटक सांगितले आहेत. ते म्हणजे केंद्रीय नियंत्रक (Central Executive) दृश्य अवकाशात्मक रेखाटन स्थान (Visuo - Spatial Sketch Pad) आणि उच्चारणशास्त्रीय बंध (Phonological Loop) हे होत.

बॅडलीच्या मते विशिष्ट परिस्थितीत युक्तिवाद करताना आणि निर्णय घेताना योग्य वा अचूक माहिती अल्प स्मृतीच्या म्हणजेच कार्यरत स्मृतीच्या केंद्रस्थानी आणण्यास मदत करणारा समन्वयक म्हणजेच केंद्रीय नियंत्रक होय.

केंद्रीय समन्वयक युक्तिवाद करण्यासाठी वा निर्णय घेण्यासाठी 'दृश्य अवकाशात्मक रेखाटन स्थान' आणि 'उच्चारण शास्त्रीय बंध' या दोन घटकांचा उपयोग करतो. दृश्य अवकाशात्मक रेखाटन स्थान या घटकाद्वारे स्मृतीतील दृश्य आणि अवकाशात्मक माहितीच्या दिशेने एकाग्रता वाढविली जाते, तर उच्चारणात्मक बंध या घटकाद्वारे वाचिक, शाब्दिक आणि संख्यात्मक माहितीकडे रोख वळविण्याचे व ती माहिती कार्यान्वित करण्याचे काम पार पाडले जाते.

थोडक्यात, ॲलन बॅडलीच्या मतानुसार अल्पकालिक स्मृती ही सदैव कार्यरत असणारी स्मृती असून तिचे कार्य केंद्रीय नियंत्रक, दृश्य अवकाशात्मक रेखाटक आणि उच्चारणात्मक बंध या तीन घटकांच्या मार्फत चालते.

दीर्घकालिक स्मृती – पुनरुक्ती उजळणी (Repetition) अथवा तपशीलवार उजळणीमुळे अल्पकालिक स्मृती कप्प्यातील माहिती दीर्घकालिक स्मृती कप्प्यात संक्रमित होते व तेथे ती कायमस्वरूपी स्थिरावते. ही संस्कारित माहिती हवी तेव्हा आठविण्याच्या प्रक्रियेला दीर्घकालिक स्मृती असे म्हणतात. दीर्घकालिक स्मृतीमध्ये अमर्याद माहिती प्रदीर्घ काळापर्यंत अत्यंत व्यवस्थितरीत्या जतन केली जाते व त्यासाठी दृश्य श्राव्यादी वेदनिक प्रतिमांचा, आकृतिबंधांचा उपयोग केला जातो. दीर्घकालिक स्मृतीमध्ये माहिती अर्थपूर्ण, सुसंघटित आणि सुव्यवस्थितपणे साठवून ठेवली जाते, की जेणेकरून आठवण्याची प्रक्रिया सुलभ होते. तथापि, दीर्घकालिक स्मृतीतील सर्वच माहिती प्रत्येकवेळी आठवेलच असे नाही. उदा. अनुपयुक्त माहिती स्मरणे कठीण असते. त्याचप्रमाणे स्मृतीकप्प्यातील माहिती शोधण्यात अपयश आल्यानेही स्मृतीत व्यत्यत येतो.

आधुनिक मानसशास्त्रज्ञ टुलविंग (१९७२-७३) यांच्या मते दीर्घकालिक स्मृतीचे दोन प्रकार पडतात. एक म्हणजे वाचक स्मृती (Declarative Memory) आणि दोन म्हणजे अवाचक अथवा प्रक्रियाधारित स्मृती (Non Declarative or Procedural Memory) हे होत.

विशिष्ट वस्तुस्थिती, घटना वा परिस्थितीशी संबंधित असलेल्या माहितीच्या स्मृतीला (Memory of Factual Information) वाचक स्मृती असे म्हणतात. उदा. नाव, गाव, चेहरा, दिनांक इत्यादी प्रकारच्या स्मृती. अनेकविध गोष्टींसंबंधीच्या माहितीची साठवण वाचक स्मृतीमध्ये केली जाते. विशिष्ट कौशल्ये व सवयींशी निगडित असलेल्या माहितीच्या स्मृतीला (Memory of Skills and Habits) अवाचक किंवा प्रक्रियाधारित स्मृती असे म्हणतात. उदा. सायकल चालविणे, बॉल अचूकपणे मारणे, संगणक हाताळणे वगैरेंसाठी लागणाऱ्या कौशल्यांच्या स्मृती. विशिष्ट गोष्ट कशी करावी. उदा. स्वयंपाक कसा करावा, अभ्यास कसा करावा वगैरे प्रक्रियांसंबंधीच्या माहितीची साठवण अवाचक स्मृतीमध्ये केली जाते.

टुलविंगने वाचक स्मृतीचेही दोन उपप्रकार सांगितले आहेत. १) अर्थपरस्मृती (Semantic Memory) २) प्रासंगिक स्मृती (Episodic Memory).

स्मृतीमधील सामान्य ज्ञान, घटिते (Facts) जगासंबंधीचे संघटित ज्ञान, युक्तिवाद करण्याची, तर्क करण्याची क्षमता आणि तत्सम बाबींविषयक माहितीला अर्थपरस्मृती

असे म्हणतात. अर्थपर स्मृतीतील माहितीचा कोणत्याही तात्कालिक घटनेशी संबंध नसतो. त्याचप्रमाणे अर्थपर स्मृतीतील माहिती प्रयत्नपूर्वक मिळवावी लागते. पाणी या द्रवरूप पदार्थाचे रासायनिक सूत्र H_2O असे आहे. जानेवारी महिना ३१ दिवसांचा असतो. २५ चा वर्ग ६२५ होतो, अशा प्रकारच्या माहितीची आठवण अर्थपर स्मृतीमुळेच होते.

स्मृतीमधील व्यक्तिगत जीवनाशी, आयुष्यात घडलेल्या घटनांशी, घटनांमधील परस्परसंबंधांशी निगडित असलेल्या माहितीला प्रासंगिक स्मृती अथवा घटनाप्रसंगाच्या स्मृती असे म्हणतात. व्यक्तिगत जीवन अनुभवांना आपल्या अवती भोवती घडणाऱ्या घटनांची आपण नोंद घेतो. अशा नोंदींचा समावेश प्रासंगिक स्मृतीमध्ये होतो. अर्थात नोंद केलेल्या घटनेचा आपल्याशी प्रत्यक्ष वा अप्रत्यक्ष संबंध असतो. प्रासंगिक स्मृतीतील माहितीची साठवण अद्ययावतपणे केली जाते. उदा. नोकरीसाठी दिलेल्या पहिल्या मुलाखतीचा दिवस, मुलाखतीच्या वेळी विचारलेले प्रश्न व दिलेली उत्तरे, त्या दिवशी परिधान केलेला पोषाख वगैरे इत्थंभूत माहिती अचूकपणे आठवते.

टुलविंगने सांगितलेले दीर्घकालीन स्मृतीचे प्रकार खालील प्रकारे दर्शविता येतात.

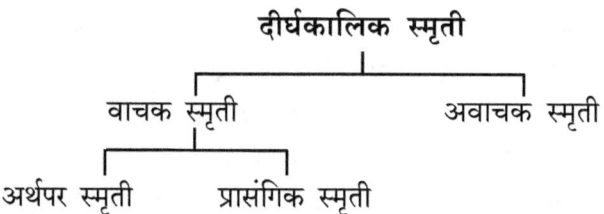

दीर्घकालिक स्मृती

- वाचक स्मृती
  - अर्थपर स्मृती
  - प्रासंगिक स्मृती
- अवाचक स्मृती

अनेक मानसशास्त्रज्ञांनी दीर्घकालिक स्मृतीचे प्रकट स्मृती (Explicit Memory) अप्रकट स्मृती (Implicit Memory) असेही दोन प्रकार सांगितले आहेत.

जेव्हा स्मृतीमधील माहितीचे हेतुपूर्वक किंवा जाणीवपूर्वक संस्मरण केले जाते, तेव्हा त्या स्मृतीला प्रकट स्मृती असे म्हणतात. प्रकट स्मृतींचे शाब्दिक स्वरूपात वर्णन करता येते आणि व्यक्तीला त्यांची नि:संदिग्ध किंवा स्पष्ट जाणीव असते. उदा. जेव्हा आपण वार, दिनांक, नाव, पत्ता, उत्तर आठवण्याचा प्रयत्न करतो तेव्हा त्यासाठी प्रकट स्मृतीचाच उपयोग करतो.

स्मृतीमधील अशी माहिती की जिची व्यक्तीला बोधात्मक जाणीव नसते तथापि, तिचा घडणाऱ्या वर्तनावर आणि कार्यनिर्वर्तनावर परिणाम होतो, त्या माहितीला अप्रकट स्मृती असे म्हणतात. अजाणतेपणाने घडणाऱ्या क्रिया किंवा विनाप्रयास

घडणाऱ्या क्रिया- जसे की, वाचनाची क्रिया चालू असताना पान उलटणे हे अप्रकट स्मृतीचे उदाहरण होय.

६.१० वेदनिक स्मृती, अल्पकालिक स्मृती आणि दीर्घकालिक स्मृती यांची परस्पर तुलना :

स्मरणप्रक्रियेचे स्वरूप स्पष्ट करण्याच्या हेतूने केलेल्या विविध संशोधनांच्या आधारे वेदनिक स्मृती, अल्पकालिक स्मृती आणि दीर्घकालिक स्मृती यांची परस्पर तुलना खालीलप्रमाणे करता येते.

१. माहितीची वेदनेंद्रियाद्वारे घेतली जाणारी प्राथमिक नोंद म्हणजे वेदनिक स्मृती होय. तर अनुभवलेली माहिती उजळणीशिवाय तात्काळ आठवणे म्हणजे अल्पकालिक स्मृती होय आणि अनुभवलेली माहिती तपशीलवार उजळणीमुळे प्रदीर्घ कालावधीनंतरही आठवणे म्हणजे दीर्घकालिक स्मृती होय.

२. वेदनिक स्मृतीची साठवणक्षमता (Storage Capacity) अमर्याद असते, तर अल्पकालिक स्मृतीची साठवणक्षमता ७ $+$ २ इतकी असते आणि दीर्घकालिक स्मृतीची साठवणक्षमतादेखील अमर्याद असते.

३. वेदनिक स्मृतीमध्ये माहितीची नोंद तिच्या मूळ प्रतीबरहुकूम (Copy) घेतली जाते, तर अल्पकालिक स्मृतीमध्ये मात्र अवधानकेंद्रित आणि संवेदित माहितीचीच नोंद घेतली जाते व त्यासाठी गाळणीप्रक्रियेचा उपयोग केला जातो आणि अल्पकालिक स्मृतीतील ज्या माहितीची तपशीलवार उजळणी केली जाते, माहितीतील घटकांमध्ये परस्पर संबंध प्रस्थापित होऊन जी माहिती अर्थपूर्णरीत्या संघटित होते, परिणामी ती माहिती दीर्घकालिक स्मृतीत प्रविष्ट होते. तिची कायम टिकाऊ स्वरूपात नोंद घेतली जाते.

४. वेदनिक स्मृतीतील माहिती १ ते ४ सेकंदांपर्यंत टिकते, तर अल्पकालिक स्मृतीतील माहिती १५ ते २५ सेकंदांपर्यंत टिकते आणि दीर्घकालिक स्मृतीतील माहिती चिरकाल टिकते.

५. वेदनिक स्मृतीत माहितीचा संग्रह अतिशय ढोबळ, असंस्कारित आणि अर्थहीन स्वरूपात केला जातो, तर अल्पकालिक स्मृतीत माहिती अर्थयुक्त स्वरूपात संग्रहित केली जाते आणि दीर्घकालिक स्मृतीत माहिती अत्यंत सुव्यवस्थित, सुसंघटित आणि अर्थपूर्णरीत्या साठविली जाते.

६. स्मरणप्रक्रियेअंतर्गत समाविष्ट असणाऱ्या संकेतन, साठवण आणि प्रत्यानयन या तीनही प्रक्रिया वेदनिक, अल्पकालिक आणि दीर्घकालिक या तिन्ही

स्मृतीकप्प्यात कार्यान्वित होतात. तथापि, स्मरणाच्या दृष्टीने वेदनिक स्मृतीचे माहिती ग्रहण करण्याचे (संकेतन) कार्य, दीर्घकालिक स्मृतीचे माहिती जतन करण्याचे (साठवण) कार्य आणि अल्पकालिक स्मृतीचे क्रियाशीलतेद्वारे पुन:प्रत्यय घेण्याचे (प्रत्यानयन) कार्य अधिक महत्त्वाचे ठरते.

७. वेदनिक स्मृतीचे नियंत्रण मेंदूतील निरनिराळ्या ठिकाणच्या पेशींद्वारे केले जाते व दृश्य श्राव्यादी वेदनिक माहितीनुसार मेंदूनियंत्रण केंद्र बदलते. तर अल्पकालिक स्मृतीचे नियंत्रण हिप्पोकॅम्पसद्वारे केले जाते. आणि दीर्घस्मृतीचे नियंत्रण मेंदूपृष्ठावरील विविध केंद्रांद्वारे त्याचप्रमाणे ॲमिगडालाद्वारे केले जाते.

६.११ स्मृतीविषयक प्रारूपे / सिद्धान्त (Models of Memory)

मानवी अध्ययन आणि स्मरणप्रक्रियेचा शास्त्रशुद्ध अभ्यास करण्याचे प्रथम श्रेय जर्मन मानसशास्त्रज्ञ हर्मन एबिंगहॉस (१८८५) यांच्याकडे जाते. त्यांनी स्वत:च प्रयोगकर्ता आणि स्वत:च प्रयुक्त बनून स्मृतिप्रक्रियेचा बारकाईने अभ्यास केला. स्मृतीच्या संशोधनात काटेकोरपणा यावा म्हणून अर्थहीन शब्दांची निर्मिती केली. त्याचप्रमाणे पुनर्अध्ययन/बचत पद्धतीचा शोध लावला. एबिंगहॉसने स्मृती ही एकसंध क्षमता आहे असे मत मांडले होते.

अमेरिकन मानसशास्त्रज्ञ विल्यम जेम्स (१८९०) यांनी प्रथमत:च स्मृती ही एकसंघ क्षमता नसून तिचे दोन प्रकार पडत असावेत असे मत मांडले. एक म्हणजे प्राथमिक स्मृती (Primary Memory) आणि दुसरी म्हणजे दुय्यम स्मृती (Secondary Memory). ज्या स्मृती अल्पकाळ स्मरणात राहतात, ज्यांचे ताबडतोब विस्मरण होते अशा स्मृतींना प्राथमिक स्मृती असे म्हटले तर ज्या स्मृती दीर्घ काळपर्यंत स्मरणात राहतात त्यांना दुय्यम स्मृती असे म्हटले.

एबिंगहॉस आणि विल्यम जेम्स यांच्या स्मृतीविषयक प्राथमिक विचारसरणीतूनच पुढे अनेक संशोधकांनी स्मृतीविषयक प्रारूप वा सिद्धान्त मांडले आहेत; त्यांपैकी काही महत्त्वाच्या प्रारूपांची आपण माहिती घेऊ.

हेब यांचा दृढीभवन सिद्धान्त (१९४९) (Consolidation Hypothesis)

विल्यम जेम्स प्रमाणेच हेब यांनीही स्मृती ही एकसंध क्षमता नसल्याचे प्रतिपादन केले. त्यांच्या मते स्मृतीचे दोन कप्पे असतात. एक म्हणजे अल्प स्मृती आणि दुसरी दीर्घ स्मृती होय. वेदनेंद्रियांद्वारे ग्रहण केलेली माहिती प्रथम अल्प स्मृतीच्या कप्प्यात साठविली जाते व तेथे तिची तात्पुरती धारणा केली जाते. तर त्याच माहितीची

अर्थपूर्ण उजळणी केल्याने ती दीर्घ स्मृतीच्या कप्प्यात संक्रमित होते. मेंदूतील पेशींच्या साहाय्याने ही माहिती ठशांच्या स्वरूपात जतन केली जाते. स्मृतीठशानुरूप मेंदूतील पेशी– समुच्चयात रचनात्मक बदल होऊन स्मृतीचे ठसे कायमस्वरूपी जतन केले जातात. या प्रक्रियेलाच 'दृढीभवन सिद्धान्त' असे म्हणतात.

हेबच्या मते अल्प व दीर्घ या दोन्ही स्मृती परस्पर अव्याप्त असून अनुभवलेली माहिती एकतर अल्प स्मृतीत वा दीर्घ स्मृतीत जतन केली जाते. माहिती एकाचवेळी दोन्ही स्मृतीकप्प्यांमध्ये जतन केली असे होत नाही. उजळणीच्या परिणामामुळे माहिती अल्प स्मृतीतून दीर्घ स्मृतीत जाते तेव्हा ती आपोआपच अल्पस्मृतीतून नाहीशी होते. मेंदूला आघात झाल्यास स्मृती ठशांची रचना विस्कळीत होऊन विस्मरण घडून येते.

वॉघ आणि नॉर्मन यांचा द्विस्मृती सिद्धान्त (१९६५)

वॉघ आणि नॉर्मन यांनी स्मृतीचे दोन प्रकार पडतात असे प्रतिपादन केले व त्यासाठी विल्यम जेम्स यांनी सांगितलेल्या प्राथमिक स्मृती आणि दुय्यम स्मृती या संकल्पनांचा उपयोग केला. मात्र आपल्या प्रारूपामध्ये त्यांनी प्राथमिक व दुय्यम या नावांऐवजी अल्पस्मृती व दीर्घस्मृती अशी नावे वापरली. त्यांनी दिलेला आराखडा खाली आकृतीत दर्शविला आहे.

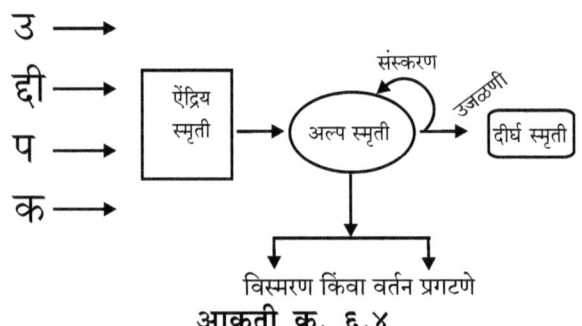

आकृती क्र. ६.४

आराखड्यावरून स्मृतीचे स्वरूप लक्षात येते. वातावरणातील उद्दीपकांची माहिती वेदनेंद्रियांद्वारे ग्रहण केली जाते. परिणामी, एंद्रिय स्मृती निर्माण होते व पुढे त्यापासूनच अल्पकालिक स्मृती तयार होते. अल्प स्मृतीतील माहितीची वारंवार उजळणी केली जाते. त्यावर संस्करण केले जाते, त्यामुळे माहिती दीर्घकालीन स्मृतीत रूपांतरित होते. तथापि, अल्पकालिक स्मृतीमधील माहितीची उजळणी झाली नाही, तर मात्र विस्मरण घडून येते. या सिद्धान्ताचे वेगळेपण असे की संस्कारित माहिती प्राथमिक स्मृतीतून दुय्यम स्मृतीत संक्रमित झाली तरी प्राथमिक स्मृतीतून नाहीशी होत नाही.

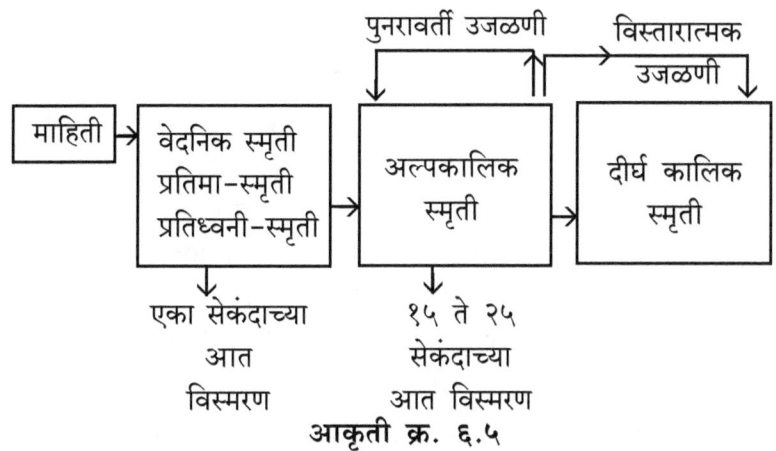

आकृती क्र. ६.५

ॲटकिन्सन आणि शिफ्रिन यांचे बहुलक प्रारूप (१९६८,१९७१)
(Atkinson and Shiffrin's Modal Model) : ॲटकिन्सन आणि शिफ्रिन यांनी स्मृतीचे तीन स्तर किंवा प्रकार सांगितले आहेत व ते म्हणजे वेदनिक स्मृती, अल्पकालिक स्मृती आणि दीर्घकालिक स्मृती. त्यांनी तिन्ही प्रकारच्या स्मृतींना 'साठवण भांडारा'ची उपमा दिली आहे. त्यांच्या मते प्रत्येक स्मृतिप्रकाराची संकेतन, साठवण आणि प्रत्यानयन करण्याची विशिष्ट प्रणाली असते. त्याचप्रमाणे प्रत्येक स्मृतिप्रकाराची साठवणक्षमता आणि धारणाकालावधी भिन्न भिन्न असतो. बहुलक प्रारूप खालील आकृतीत दाखविले आहे.

या प्रारूपानुसार बाह्य वातावरणातील उद्दीपकांची माहिती प्रथम वेदनिक स्मृतीत प्रवेश करते. वेदनेंद्रियाद्वारे बाह्य वातावरणातील प्रचंड माहिती अचूकपणे टिपली जाते. तिलाच वेदनिक नोंद किंवा वेदनिक स्मृती असे म्हणतात. वेदनिक स्मृतीतील माहिती अत्यंत ढोबळ, अर्थहीन व असंस्कारित स्वरूपाची असते. ती केवळ १ ते ४ सेकंदच टिकून राहते व त्यानंतर ऱ्हास पावते.

वेदनेंद्रियाद्वारा टिपलेल्या प्रचंड माहितीपैकी निवडक माहितीकडे अवधान केंद्रित होते व तेव्हा जितक्या माहितीचे संवेदन होते तेवढीच माहिती वेदनिक स्मृतीतून अल्पकालिक स्मृतीमध्ये जाते व उरलेली माहिती नाश पावते. अल्पकालिक स्मृतीतील माहिती अर्थपूर्ण असते. तथापि, या स्मृतीची साठवणक्षमता आणि धारणा कालावधी नावाप्रमाणेच अल्प असतो. या स्मृतीत माहिती १५ ते २५ सेकंदच टिकून राहते व नंतर नष्ट पावते.

अर्थात, अल्पकालिक स्मृतीतील माहितीची तपशीलवार उजळणी झाली तर ती माहिती दीर्घकालिक स्मृतीत जाते आणि कायमची तेथेच स्थिरावते. या स्मृतीची

साठवणक्षमता आणि धारणाकालावधी अमर्याद असतो. या स्मृतीत जुन्या आठवणींचा साठा असतो व नुकत्याच घडलेल्या घटनांचा त्यांच्याशी अर्थपूर्णरीत्या संबंध जोडला जातो. दीर्घकालिक स्मृती ही टिकाऊ आणि फारसे विस्मरण न होणारी असते.

ॲटकिन्सन आणि शिफ्रिन यांच्या प्रारूपानुसार वेदनिक स्मृतीतील माहिती अल्पकालिक स्मृतीला वगळून थेट दीर्घकालिक स्मृतीतही जाऊ शकते. अनेक संशोधकांनी बहुलक प्रारूपाला मान्यता दिलेली आहे. संशोधनात्मक पुष्टी जोडली आहे. (किण्टश आणि बुश्क) तथापि, काही संशोधकांच्या मतानुसार स्मरणप्रक्रिया ही एकसंध प्रक्रिया आहे आणि वेदनिक स्मृती, अल्प स्मृती व दीर्घ स्मृती केवळ गुणात्मकदृष्ट्या भिन्न आहेत.

क्रेक व लॉकहार्ट यांचा संस्करण पातळी सिद्धान्त (१९७२)
(Level of Processing Approach by Craick and Lockhart)

हा सिद्धान्त माहिती प्रक्रियेवर (Processing of Information) आधारित आहे. क्रेक व लॉकहार्ट यांच्या मते माहिती – प्रक्रियणाची प्रक्रिया म्हणजेच माहितीचे संस्करण होय. हे संस्करण किती उथळ (Shallow) वा सखोल (Deep) होईल त्या प्रमाणावर स्मृती तात्पुरती राहील की कायमस्वरूपी टिकाऊ राहील हे निश्चित होते. माहितीचे संस्करण उथळ आणि वरवरचे असेल तर स्मृती फार काळ टिकत नाही, म्हणजेच लवकर विस्मरण होते. या उलट माहितीचे संस्करण सखोल, अर्थपूर्ण असेल तर स्मृती पक्की होते. म्हणजे स्मृती दीर्घ काळपर्यंत टिकते.

क्रेक व लॉकहार्ट यांच्या सिद्धान्तानुसार माहितीसंस्करणाची प्रक्रिया उथळतेकडून सखोलतेकडे या दिशेने चालू असते व त्यामध्ये अनुक्रमे वेदनिक स्मृती, अल्पकालिक स्मृती आणि दीर्घकालिक स्मृती या तीन पातळ्यांचा समावेश होतो. प्रत्येक पातळीवर माहितीसंस्करणाची प्रक्रिया चालू असते. सगळ्यात वरच्या उथळ पातळीवर संस्करण–प्रक्रियेद्वारे उद्दीपकाचे भौतिक (Physical) आणि वेदनिक (Sensory) गुणधर्म लक्षात घेतले जातात. उदा. आपल्यासमोर 'कुत्रा' हा शब्द सादर केल्यावर तो शब्दरूपी कसा दिसतो याची नोंद घेणे. तर मधल्या पातळीवर उद्दीपकाच्या भौतिक आणि वेदनिक गुणधर्मांना विशिष्ट अर्थ दिला जातो. उदा. 'कुत्रा' या शब्दाच्या दृश्य आकाराला विशिष्ट अर्थ दिला जातो व त्यासाठी इतर शब्दसंदर्भ, ध्वनी संदर्भाचा आधार घेतला जातो आणि सखोल संस्करण पातळीवर माहितीचे अर्थपर विश्लेषण केले जाते. म्हणजेच शब्दाचा अर्थ, त्या शब्दाचे इतर शब्दांशी असलेले साहचर्य, प्रतिमा यांच्या आधारे माहितीचे विश्लेषण केले जाते. उदा. आता 'कुत्रा' हा शब्द केवळ ध्वन्यात्मक पातळीवर विचारात घेतला जात नाही तर त्याचे चार पाय, शेपटी आणि नाक, कान, डोळे यांच्या संघटनातून निर्माण होणारी प्रतिमा, स्वतःच्या घरात

पाळलेल्या कुत्र्याची प्रतिमा, इतर चतुष्पाद प्राण्यांच्या संदर्भातील त्यांचे स्थान इत्यादींच्या आधारे 'कुत्रा' या शब्दाचे विश्लेषण केले जाते.

थोडक्यात, या सिद्धान्तानुसार असे म्हणता येते की, माहिती संस्करण प्रक्रिया उथळ, वरवरची असेल तर स्मृती क्षणकाल टिकेल व विस्मरण फार जलद होईल. याउलट, संस्करणप्रक्रिया सखोल असेल, विश्लेषणासह असेल तर स्मृती दीर्घ काळ टिकेल.

क्रेक आणि लॉकहार्ट यांच्या प्रारूपात उजळणीचे महत्त्वही सांगितले आहे. त्यांच्या मते उजळणी दोन प्रकारची असते. एक म्हणजे पुनरावृत्ती उजळणी की ज्यामध्ये केवळ घोकंपट्टी किवा पुनरुक्ती (Repetition) चा समावेश होतो आणि दोन म्हणजे तपशीलवार उजळणी की ज्यामध्ये अर्थपूर्ण विश्लेषणाचा समावेश होतो. उदा. 'मोर' हा शब्द केवळ पुन: पुन्हा उच्चारणे ही झाली घोकंपट्टी तर 'मोर' या शब्दाचा इतर साहचर्यसंदर्भातील उच्चार करणे (उदा. पक्ष्यांचा राजा, पिसांचा फुलोरा, थुईथुई नाचणारा) ही झाली विस्तारउजळणी.

संस्करणप्रक्रियेला महत्त्व देणाऱ्या या सिद्धान्ताचे काही दोषही आहेत. काही वेळेस असा अनुभव येतो की, उथळ पातळीवरील स्मृती संस्कार सखोल पातळीवरील संस्कारांपेक्षा अधिक चांगल्या प्रकारे आठवतात. हे कसे काय? याचे स्पष्टीकरण देता येत नाही. तसेच स्मृती संस्करण पातळी उथळ आहे की सखोल आहे याचे वस्तुनिष्ठ मोजमाप करणे कठीण असते आणि म्हणून हा सिद्धान्त पूर्णपणे स्वीकारता येत नाही.

मॅक्लीलँड आणि रुमेलहार्ट यांचा समांतर वितरित संस्करण दृष्टिकोन (१९८९-९०) (Parallel Distributed Processing Approach by McCleland & Rumelhart) स्मरणप्रक्रियेचे बोधनात्मक दृष्टिकोनातून स्पष्टीकरण देण्यासाठी मॅक्लीलँड आणि रुमेलहार्ट यांनी (१९८९) 'समांतर वितरित संस्करण- सिद्धान्त' मांडलेला दिसतो. या सिद्धान्ताला अनुबंध वाद (Connectionism) या नावानेही ओळखले जाते.

समांतर वितरित संस्करण दृष्टिकोनानुसार थोडक्यात असे म्हणता येते की, ज्याप्रमाणे मज्जासंस्थेत नसपेशी (Neurons) एकमेकांशी जोडलेल्या असतात आणि त्यांचे एक गुंतागुंतीचे जाळे तयार होते, त्याचप्रमाणे आपल्या बोधनिक प्रक्रियेत विविध माहिती परस्परांशी जोडली जाते व त्यांचेही एक गुंतागुंतीचे जाळे (Network) तयार होते आणि नसपेशींचे कार्य ज्या पद्धतीने चालते त्याचप्रमाणे बोधनिक प्रक्रिया कार्यान्वित होत असते.

अत्याधुनिक वैज्ञानिक आणि तांत्रिक प्रगतीमुळे मज्जाशास्त्रज्ञांना मेंदूच्या रचनेचा तपशीलवार अभ्यास करणे शक्य झालेले आहे. आणि या संशोधनातून असेही सिद्ध झाले आहे की बोधनिक प्रक्रिया (संवेदन, विचार, स्मृती) मेंदूच्या कोणत्याही एका भागामध्ये स्थिर नसतात, तर त्या संपूर्ण मेंदूभर पसरलेल्या असतात आणि मेंदूतील नसपेशींच्या प्रचंड जाळ्यामार्फत परस्परांशी जोडलेल्या असतात. हेच स्मृतीच्या संदर्भात सांगावयाचे झाल्यास असे म्हणता येते की, बोधात्मक पातळीवर केली जाणारी माहितीची साठवण मेंदूतील कोणत्याही एका विशिष्ट भागात न होता सर्वत्र केली जाते.

मॅक्लीलँड असे प्रतिपादन करतात की, आपले बोधन म्हणजे एक प्रकारचे जाळे होय की जे अगदी साध्या, क्षुल्लक अशा संस्करण एककांचे मिळून (Simple Processing Units) बनलेले असते. आणि या एककांची रचना मेंदूतील नसपेशींच्या रचनेसारखी असते. ज्याप्रमाणे एका नसपेशीचा संबंध अनेक नसपेशींशी असू शकतो त्याप्रमाणे एका संस्करण एककाचा संबंध अनेक संस्करण एककांशी असू शकतो आणि ज्याप्रमाणे नसपेशीतील नसावेगांमुळे आपल्याला वेदन, आणि स्नायवी हालचाल करणे शक्य होते, त्याप्रमाणे संस्करण एककातील क्रियाप्रवर्तनामुळे, (Activation) विचार, संवेदन आणि स्मृती शक्य होते.

प्रत्येक संस्करण एकक इतर दुसऱ्या एककांशी जोडले जाऊन त्याचे मोठे जाळे (Network) तयार होते. प्रत्येक एककामध्ये ठरावीक वेळी क्रियाप्रवर्तनाची एक ठरावीक पातळी असते व तिचे प्रमाण १) वातावरण किंवा परिस्थितीतून मिळणारा क्षेप (Input) आणि २) संबंध जोडलेल्या इतर एककांकडून मिळणारा क्षेप या दोन गोष्टींवर अवलंबून असते.

दोन एककांतील संबंध भारमानाद्वारे (Weights) दर्शविला जातो व हे भारमान एकतर धनात्मक किंवा ऋणात्मक असते. धनात्मक भारमानामुळे विशिष्ट एककाला उत्तेजना (Excitation) प्राप्त होते किंवा त्याच्याशी संबंधित असलेल्या इतर एककांची क्रियाप्रवर्तन पातळी वाढण्यास मदत होते. याउलट ऋणात्मक भारमानामुळे विशिष्ट एककाला विरोध (Inhibition) होतो किंवा संबंधित असलेल्या इतर एककांची क्रियाप्रवर्तन पातळी खाली येते.

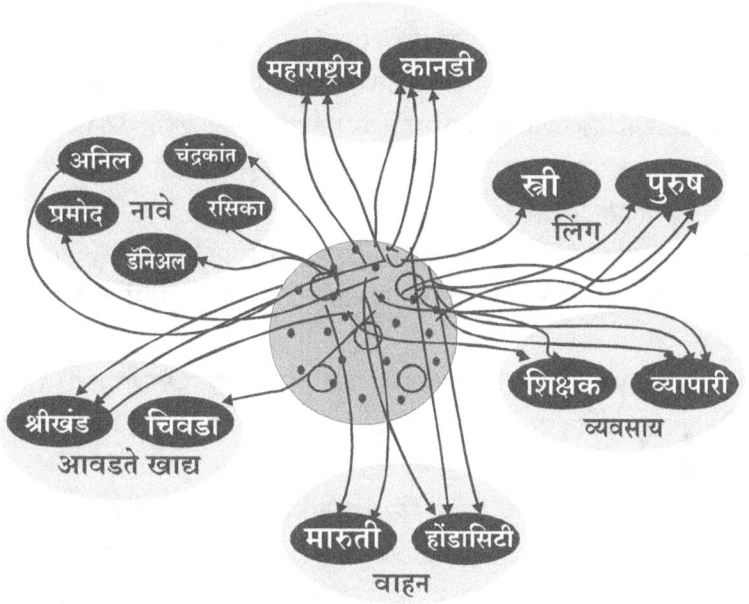

आकृती क्र. ६.६

वरील आकृतीमध्ये अनुबंधदर्शक जाळे दाखविले आहे. त्यामध्ये मध्यभागी दर्शविलेले वर्तुळ एककांनी भरलेले आहे. आकृतीतील बाण अनुबंध दर्शवितात. आकृतीतील एककांना शिखाबिंदू/अग्र (Node) असे म्हणतात आणि एकेका शिखाबिंदूत एक-एक व्यक्ती समाविष्ट आहे. यांतील प्रत्येक एकक दुसऱ्या एककाशी कोणत्या ना कोणत्या कारणाने जोडले गेले आहे. उदा. त्यांचे नाव, व्यवसाय, लिंग वगैरे. एककांमधील बाण उत्तेजन दर्शवितात किंवा धनात्मक भारमान दर्शवितात. जेव्हा कोणतेही एखादे एकक विशिष्ट ठरावीक क्रियाप्रवर्तन पातळीवर येऊन पोहीचते तेव्हा त्याच्याशी संबंधित असलेल्या धनभारमान एककांची क्रियाप्रवर्तनपातळी वाढते. याउलट, एककांमधील बाण ऋणात्मक भारमान दर्शविणारे असतील तर एककांची क्रिया प्रवर्तन पातळी खाली येईल.

जसे की आकृतीतील डॅनिअलच्या शिखाबिंदूत उत्तेजना किंवा क्रियाप्रवर्तन निर्माण झाले की, अनिल, चंद्रकांत, प्रमोद आणि रसिका यांच्या शिखाबिंदूत क्रियाप्रवर्तनाला विरोध केला जाईल. म्हणजेच एका ठिकाणी उत्तेजना निर्माण झाल्यावर दुसऱ्या ठिकाणी विरोध निर्माण होईल. आणि त्याचवेळी डॅनिअलचा शिखा बिंदू ज्या इतर एककांशी जोडलेला आहे, ती सर्व एककेदेखील शिखाबिंदू

अनुबंधामुळे उत्तेजित होतील. उदा. डॅनिअलचा व्यवसाय, आहार, धर्म, लिंग, निवास दर्शक शिखाबिंदूची कार्यपातळीही वाढते.

थोडक्यात, या सिद्धान्तानुसार संस्करणाची प्रक्रिया समांतर चालते. म्हणजेच एका वेळी अनेक ठिकाणी प्रक्रिया घडत असतात, कारण एका एककाचा अनेक एककांशी अनुबंध असतो. माहिती किंवा ज्ञान हे अनुबंधात साठविलेले असते व एककांची क्रियापातळी वाढते तेव्हा त्याचे स्मरण होते.

समांतर वितरित संस्करण दृष्टिकोनाची पुढील तत्त्वे आहेत –

१. बहुतेक बोधनिक प्रक्रिया या अनुक्रमिक नव्हे तर समांतर स्वरूपाच्या असतात.

२. एखादी अत्यंत छोटी बोधात्मक क्रियादेखील मेंदूतील कोणत्यातरी विशिष्ट मज्जाकेंद्रापुरती मर्यादित नसते, तर तिचे वितरण मेंदूपृष्ठाच्या बऱ्याच मोठ्या भागावर झालेले असते.

३. माहिती जरी अपूर्ण वा सदोष मिळाली तरी आपला मेंदू संबंधित बोधनात्मक क्रिया पार पाडू शकतो. उदा. ओळखीच्या एखाद्या व्यक्तीचे नाव आपल्याला आठवत नाही. अशा वेळी आपण चुकीचेच नाव घेतो, तरीदेखील ओळखणारा त्याला ओळखतो.

४. स्मृतीतील माहितीचे प्रत्यानयन करताना काही सूचके इतर सूचकांच्या तुलनेत अधिक प्रभावी असतात असे आढळते. स्मृतीसाठी ही सूचके अधिक उपयुक्त ठरू शकतात.

समांतर वितरित संस्करण दृष्टिकोन आधुनिक आणि बराच अलीकडचा आहे व त्यातून अनेक बोधात्मक प्रक्रियांचे रहस्य उलगडेल असा मानसशास्त्रज्ञांचा विश्वास आहे.

६.१२ विस्मरण (Foregetting)

पूर्वी शिकलेल्या किंवा अनुभवलेल्या गोष्टींची आठवण होणे हा जसा आपला अनुभव असतो त्याचप्रमाणे अनुभवलेल्या गोष्टी विसरणे असाही आपला अनुभव असतो. स्मरणाप्रमाणेच विस्मरणप्रक्रियाही अध्ययनानंतर सुरू होणारी प्रक्रिया आहे. स्मरण प्रक्रियेमुळे गत अनुभव आठवण्यास मदत होते तर विस्मरणामुळे गत अनुभव विसरले जातात. याचाच अर्थ असा की, विस्मरणप्रक्रिया ही स्मरणाच्या विरुद्ध प्रक्रिया आहे.

किल्ल्या, चष्मा, छत्री, पत्ता, फोन नंबर, प्रश्नांची उत्तरे यांसारख्या अनेक गोष्टींचे विस्मरण होणे हा आपला नेहमीचाच अनुभव आहे. निसर्गाने मानवाला

स्मृतीची जशी देणगी दिली आहे तशीच विस्मरणाचीही दिली आहे. जर सर्वच अनुभवांची स्मृती राहिली असती तर जीवन जगणे कठीण झाले असते. नको त्या अनावश्यक गोष्टी विसरल्या जाणे हे मानवाच्या दृष्टीने हिताचेच असते. असे असले तरी कित्येकदा आवश्यक किंवा महत्त्वाच्या गोष्टीदेखील विसरल्या जातात व त्यामुळे मोठी फसगत होते. उदा. भेटण्यासाठी दिलेली वेळ विसरल्याने लाखो रुपयांचे काम हातातून निसटते.

सर्वसामान्यपणे असे आढळते की, स्मृती-भांडारात साठवून ठेवलेली माहिती कालमानानुसार निष्प्रभ किंवा अस्पष्ट होते व त्यामुळे विस्मरण होते असे मानले जाते. विस्मरणाचे शास्त्रीय स्वरूप व कारणे पाहण्याअगोदर विस्मरणाच्या काही व्याख्यांचा विचार करू.

इंग्लिश आणि इंग्लिश (१९५८) यांच्या मते : पूर्व-अध्ययनाच्या प्रत्यावहनाची, प्रत्यभिज्ञानाची क्षमता तात्पुरती किंवा कायम नष्ट होणे म्हणजेच विस्मरण होय.

अंडरवूड (१९६५) : च्या मते धारणा आणि विस्मरण या स्मृतीच्या धनात्मक आणि ऋणात्मक अशा परस्परपूरक बाजू आहेत, की ज्यांमधून अनुक्रमे विशिष्ट परिस्थितीमध्ये माहिती आठवण्याचे प्रमाण आणि न आठवण्याचे प्रमाण निर्देशित केले जाते.

मन (१९६७) : यांच्या मते साठवण प्रक्रियेतील / धारणा करण्यातील अपयश म्हणजे विस्मरण होय.

स्टॅग्नर आणि सोल्ली (१९७०) : यांच्या मते विस्मरण ही स्मृतीची ऋणात्मक बाजू आहे. विस्मरण म्हणजे अध्ययन केलेल्या साहित्याच्या प्रत्यावहनातील, प्रत्यभिज्ञानातील अथवा धारणेतील अपयश होय.

थोडक्यात असे म्हणता येते की, **पूर्वानुभवांची किंवा पूर्वाध्ययन साहित्याची योग्य त्या वेळी आठवण न होणे म्हणजेच विस्मरण होय.**

वरील सर्व व्याख्यांच्या आधारे विस्मरणप्रक्रियेविषयी असे म्हणता येते की, विस्मरण हे अध्ययनाचे एक महत्त्वपूर्ण अंग आहे. अध्ययन साहित्याच्या धारणेची किंवा प्रत्याभिज्ञा वा प्रत्यावहनाची अकार्यक्षमता हे विस्मरणाचे प्रमुख वैशिष्ट्य मानता येईल.

विस्मरणप्रक्रियेच्या शास्त्रीय अभ्यासाची सुरुवात एबिंगहॉस (१८८५) या जर्मन मानसशास्त्रज्ञाने केली. त्यासाठी ते स्वत:च प्रयुक्त आणि प्रयोगकर्ता झाले. त्यांनी अर्थहीन शब्दांची निर्मिती केली. आणि अर्थहीन शब्दांची यादी करून ती एकदा बिनचूक म्हणता येईपर्यंत पाठ केली. यादी पाठ करण्यासाठी किती वेळ लागला

याची नोंद केली. ठरावीक काळानंतर म्हणजेच २० मिनिटे, एक तास, ९ तास, २४ तास, २ दिवस, ६ दिवस, ३० दिवस इत्यादी काळानंतर ती यादी आठवण्याचा प्रयत्न केल्यावर ती बिनचूक आठवत नाही असे त्यांना आढळले. याचाच अर्थ यादीतील काही भागाचे विस्मरण झाल्याचे आढळले. विस्मरणाचे प्रमाण निश्चित करण्यासाठी त्यांनी पुन्हा ती यादी एकदा बिनचूक म्हणता येईपर्यंत पाठ केली व आता ती यादी पाठ करण्यासाठी किती वेळ लागला याची नोंद घेतली. यादीच्या पाठांतरासाठी लागलेला सुरुवातीचा वेळ आणि नंतरचा वेळ यातील फरकाच्या आधारे यादीच्या धारणेच्या आणि विस्मरणाच्या प्रमाणाची निश्चिती केली. उदा. १३ निरर्थक शब्दांची यादी पाठ करण्यासाठी सुरुवातीला २० मिनिटे लागली आणि तीच यादी २० मिनिटांनंतर पाठांतरासाठी घेतली तेव्हा १० मिनिटे लागली. याचा अर्थ सुरुवातीच्या पाठांतरानंतर २० मिनिटांनी यादीची १०/२० इतकी धारणा राहिली होती तर १०/२० इतके विस्मरण झाले होते. म्हणजेच धारणेचे प्रमाण ५०% आणि विस्मरणाचे प्रमाणही ५०% होते व अशा रीतीने विविध कालावधीनंतर यादीचे पुनर्अध्ययन करून धारणेचे व विस्मरणाचे प्रमाण यांची नोंद घेऊन त्या आधारे विस्मरणवक्र काढला. तो खालील आलेखाद्वारे दर्शविला आहे.

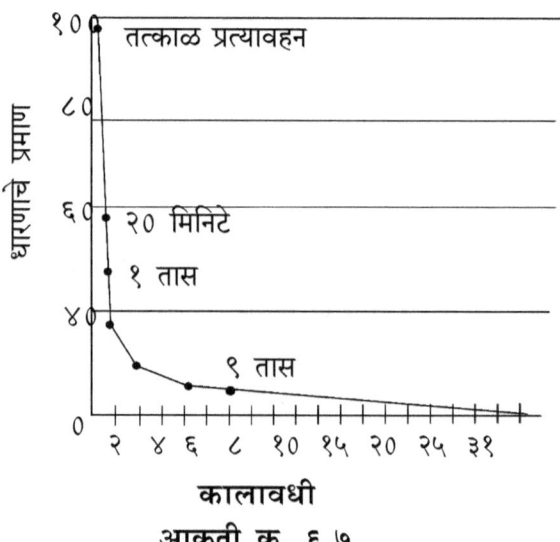

आकृती क्र. ६.७

विस्मरणवक्रावरून असे स्पष्ट होते की, सुरुवातीच्या काळात (२० मिनिटे ते १ तास) विस्मरण जास्त होते. नंतर मात्र विस्मरणाचा वेग मंदावतो आणि संपूर्ण विस्मरण क्वचितच होते.

विस्मरणाची कारणे (Causes of Forgetting) : विस्मरणाची कारणमीमांसा करताना सामान्यपणे असे गृहीत धरले जाते की, अध्ययन आणि स्मरण यांच्या मध्यंतरीच्या काळात ज्या काही घडामोडी उद्‌भवतात, त्याचा परिणाम म्हणून विस्मरण घडत असावे. त्यादृष्टीने जी संशोधने झालेली आहेत तीच पुढे विस्मरणाचे सिद्धान्त म्हणून ओळखली जातात, ती पुढीलप्रमाणे –

१) स्मृती ऱ्हास सिद्धान्त (Decay Theory) : विस्मरणाचे स्पष्टीकरण देणारा हा सर्वात जुना सिद्धान्त आहे व तो अनुशेष (Trace) सिद्धान्त आणि अनुपयोगितेचा (Nonuse) सिद्धान्त या नावांनीही ओळखला जातो. या सिद्धान्तानुसार असे प्रतिपादन केले जाते की, जेव्हा नवीन अनुभव घेतला जातो, नवीन साहित्याचे अध्ययन केले जाते तेव्हा त्याचा परिणाम म्हणून मेंदूत एक विशिष्ट ठसा (Trace) निर्माण होतो व तो मेंदूच्या पातळीवर जतन केला जातो. अध्ययन वा प्रसंगपरत्वे असे असंख्य ठसे मेंदू पातळीवर जतन केले जातात. काळाच्या ओघात ठशांच्या स्वरूपात जतन केलेल्या माहितीचा दीर्घ काळपर्यंत उपयोग न केल्याने (Nonuse) कालपरत्वे हे ठसे कमकुवत व अस्पष्ट होत जातात व शेवटी नष्ट होतात. परिणामी विस्मरण घडते.

अर्थातच या सिद्धान्ताद्वारे विस्मरणाचे पूर्ण स्पष्टीकरण दिले जाते असे म्हणता येत नाही. विशेष म्हणजे या सिद्धान्ताद्वारे जतन केलेल्या स्मृतीठशांची दीर्घकालीनता आणि त्यांच्या प्रत्यावहनातील अचूकता यांचा परस्परसंबंध स्पष्ट करता येत नाही, कारण या सिद्धान्तानुसार असे म्हणता येते की, अध्ययन साहित्याचे प्राथमिक अध्ययन आणि प्रत्यावहन यांचा मध्यंतर कालावधी जितका दीर्घ राहील, तितकी अचूक प्रत्यावहनाची शक्यता कमी होते. तथापि, प्रत्येक अध्ययनकार्यासाठी हा नियम लागू होत नाही असे दिसते. जसे की, एकदा पोहायला शिकल्यानंतर कितीही दीर्घ कालावधीपर्यंत एकदाही सराव केला नाही तरी पोहण्याचे कौशल्य विसरले जात नाही. हे खरे असले तरी हा सिद्धान्त सदोष म्हणून त्याकडे दुर्लक्ष करता येत नाही. कारण ज्याप्रमाणे स्मृती-ठसे मेंदूच्या पातळीवर जतन करताना मज्जापृष्ठावरील पेशींच्या रचनेमध्ये बदल होतो त्याचप्रमाणे जतन केलेले स्मृती-ठसे दीर्घकाळपर्यंत उपयोगात आणले नाहीत तर स्मृती-ठशांची धारणा करणाऱ्या मज्जापेशींच्या रचनेतही बदल होतो की जो स्मृती-ठशांची जीर्णता दर्शवितो.

२) व्यत्यय सिद्धान्त (Interference Theory) :

स्मृती ऱ्हास सिद्धान्ताद्वारे विस्मरण प्रक्रियेचे समाधानकारक स्पष्टीकरण मिळत नाही. म्हणून स्मृती संशोधकांनी विस्मरणाविषयी नवीन सिद्धान्त मांडला व तो म्हणजे व्यत्यय सिद्धान्त होय. 'स्मृतीमध्ये साठविलेल्या एका माहितीचा दुसऱ्या माहितीवर

प्रतिकूल परिणाम होणे, एका माहितीने दुसऱ्या माहितीची जागा घेणे (Displace) किंवा एका माहितीचा दुसरी माहिती आठविताना अडथळा येणे म्हणजेच व्यत्यय (Interference) होय.'

विस्मरणाच्या व्यत्यय सिद्धान्तालाच निरोधन सिद्धान्त (Inhibition) या नावानेही ओळखले जाते. या सिद्धान्तानुसार असे प्रतिपादन केले जाते की, अध्ययन आणि पुनर्अध्ययन किंवा प्रत्यावहन यांच्या मध्ये किती दीर्घ कालावधी जातो यावर विस्मरण अवलंबून नाही तर अध्ययन आणि पुनर्अध्ययन किंवा प्रत्यावहन यांच्या मध्यंतरीचा कालावधी कसा खर्च होतो यावर विस्मरण अवलंबून असते.

बहुतांशी संशोधनाद्वारे असे सिद्ध झाले आहे की, व्यत्यय / निरोधन हे विस्मरणाचे प्रमुख कारण आहे. संशोधकांच्या मते व्यत्ययाचे दोन प्रकार पडतात. त्यांना भूतलक्ष्यी निरोधन (Retroactive Inhibition) आणि भविष्यलक्ष्यी निरोधन (Proactive Inhibition) असे म्हणतात.

'जेव्हा नंतरच्या अध्ययनामुळे, मूळ अध्ययनाच्या किंवा अगोदरच्या अध्ययनाच्या धारणेत घट होते. म्हणजेच मूळ अध्ययन साहित्याच्या प्रत्यावहनाला नंतरचे अध्ययन साहित्य व्यत्यय निर्माण करते तेव्हा त्या प्रक्रियेला भूतलक्ष्यी निरोधन असे म्हणतात.' ही घटना प्रथम १९०० साली म्युलर आणि पिलझेकर यांनी दाखविली. आपल्या दैनंदिन जीवनातही भूतलक्ष्यी निरोधनाचे अनेक अनुभव सांगता येतात. प्राथमिक, माध्यमिक किंवा महाविद्यालयीन शिक्षण घेणाऱ्या बहुतांशी विद्यार्थ्यांना येणारा 'पुढचे पाठ मागचे सपाट' हा अनुभव म्हणजे भूतलक्ष्यी निरोधनच होय.

'जेव्हा प्रथम केलेल्या अध्ययनाचा नंतरच्या अध्ययनाच्या धारणेवर अयोग्य परिणाम होतो, म्हणजेच मूळ अध्ययन साहित्य नंतरच्या अध्ययनाच्या प्रत्यावहनाला व्यत्यय करते तेव्हा त्यास भविष्यलक्ष्यी निरोधन असे म्हणतात. व ही घटना प्रथम १९२७ साली व्हिटले यांनी दाखविली. भूतलक्ष्यी निरोधनाप्रमाणेच भविष्यलक्ष्यी निरोधनाचीही अनेक उदाहरणे सांगता येतात. उदा.- पाश्चिमात्य भाषेचा अभ्यास करणाऱ्या एका विद्यार्थ्याने प्रथम फ्रेंच भाषेचा अभ्यास केला व तो पूर्ण झाल्यानंतर स्पॅनिश भाषेचा अभ्यास केला असता स्पॅनिश भाषेची परीक्षा देताना फ्रेंच भाषेतील शब्द आठवू लागणे हे भविष्यलक्ष्यी निरोधनाचे उदाहरण होय.

विस्मरणाचा व्यत्यय सिद्धान्त हा नकारात्मक दिशेने जात असला तरी त्या संदर्भात एक गोष्ट लक्षात घेतली पाहिजे की, व्यत्यय प्रक्रियेमुळे आपली सभोवतालच्या जगताला समजावून घेण्याची व सभोवतालच्या वातावरणाशी आंतरक्रिया करण्याची क्षमता वाढते, कारण व्यत्ययामुळे स्मृती अनुभव सामान्य व सारांशरूपाने जतन

करण्याची क्षमता विकसित होण्यास मदत होते. व्यत्ययाचा अनुभव पाठीशी असतो. म्हणूनच आपण स्मृती अनुभवातील महत्त्वाच्या घटनांकडे अधिक लक्ष देतो, तर दुय्यम घटनांकडे कमी लक्ष देतो. परिणामी, ज्याकडे अधिक लक्ष दिले जाते, ते स्मृतीत राहते तर ज्याकडे दुर्लक्ष केले जाते त्याचे विस्मरण होते. (पोट्टर १९९०)

३) मनोविश्लेषणात्मक सिद्धान्त (Psychoanalytic Theory) : मनोविश्लेषणवादाचा जनक डॉ. सिग्मंड फ्रॉइड यांच्या मते जीवन अनुभवातील प्रतिष्ठेला बाधा आणणारे, शरमेने मान खाली घालावी लागेल असे, दुसऱ्यांपासून लपवून ठेवणे आवश्यक वाटते असे, दुःखदायक, अवांच्छनीय, लज्जास्पद प्रसंग आपल्या मनात खोलवर अबोध मनात दडपले जातात. परिणामी बोधमनाला त्यांची जाणीव होत नाही म्हणजेच त्या सर्व प्रसंगाचे विस्मरण होते. या सिद्धान्ताला 'दमन सिद्धान्त' (Repression Theory) म्हणूनही ओळखतात. 'अनुभव प्रसंग अबोध मनात दडपण्याच्या प्रक्रियेलाच 'दमन' असे म्हणतात.'

फ्रॉइडचा 'दमन सिद्धान्त' मनोरुग्णांच्या निरीक्षणावर आधारित आहे. त्यांच्या सिद्धान्ताला पुष्टी देणारे हे एक उदाहरण पाहू. 'झॅने' या मनोचिकित्सकाला आयरीन नावाच्या २० वर्षीय मुलीवर उपचार करताना आलेला हा अनुभव आहे. क्षयाच्या आजाराने ग्रस्त असलेल्या आईची शुश्रुषा करून आयरीन खूप त्रस्त झाली होती. घरातील दारिद्र्य आणि दारुड्या वडिलांबरोबरची भांडणे या कारणांमुळे ती पूर्णपणे खचून गेली होती. प्रयत्नांची पराकाष्ठा करूनही आईचा मृत्यू झाल्याने भावनाविवश झालेली आयरीन आईच्या मृत्यूनंतर थोड्या वेळातच पूर्वीचे सर्व अनुभव पूर्णपणे विसरली.

४) प्रेरित विस्मरण (Motivated Forgetting) : प्रेरणायुक्त विस्मरण प्रक्रियेचे मूळ फ्रॉइडप्रणित दमन सिद्धान्तात दडलेले आढळते. फ्रॉइड आणि त्याच्या सर्व अनुयायांचा असा विश्वास होता की, 'विस्मरण हा प्रेरणेचा परिणाम आहे व त्यासाठी विसरण्याची मूलभूत इच्छा हा घटक कारणीभूत असतो. जे प्रसंग अपराधभावनेशी वा लज्जाभावनेशी साहचर्यबद्ध झालेले असतात ते विसरण्याची व्यक्तीची मूलभूत इच्छा असते व म्हणून अशा प्रसंगाचे विस्मरण होते. तथापि प्रेरणायुक्त विस्मरण म्हणजे धारणाशक्ती नष्ट होणे किवा कमकुवत होणे नसून प्रत्यावहनातील व्यत्यय होय. हा व्यत्यय/अडथळा मनोविश्लेषणात्मक उपचाराद्वारे दूर करता येतो.

चार्लस् जी. मॉरिस (१९७६) यांच्या मते, 'ज्या गोष्टी आठवू नयेत अशी आपली इच्छा असते त्या गोष्टी आठवण्यातील असमर्थता म्हणजेच प्रेरणायुक्त विस्मरण होय.' थोडक्यात, प्रयत्नपूर्वक विसरण्याच्या प्रक्रियेला प्रेरणायुक्त विस्मरण

असे म्हणता येते. जीवन अनुभवातील अनेक प्रसंग आपण प्रयत्नपूर्वक विसरण्याचा प्रयत्न करतो. सामान्यपणे असुखकारक घटना, प्रसंग विसरण्याचा आपला कल असतो. जसे की, आपल्याला न आवडणारा पदार्थ वा भाजी आईने अथवा पत्नीने आणायला सांगितलेली असतानाही आपण ती विसरतो, असा बऱ्याचजणांचा अनुभव दिसतो.

५) समष्टीवादी सिद्धान्त (Gestalt Theory of Forgetting) : समग्रतेला महत्त्व देणाऱ्या या सिद्धान्तानुसार असे प्रतिपादन केले जाते की, अर्थयुक्त आणि सुसंघटित माहिती दीर्घकाळपर्यंत स्मृतीत राहते. याउलट अर्थहीन, विसंघटित माहितीचे विस्मरण घडून येते. त्याचप्रमाणे पूर्ण केलेल्या कार्यापेक्षा अपूर्ण राहिलेली कार्ये दीर्घ काळपर्यंत स्मरणात राहतात तर पूर्ण केलेल्या कार्यांचे लवकर विस्मरण होते या परिणामालाच झायगर्निक परिणाम असे म्हणतात.

६) स्मृतिभ्रंश (Amnesia) : 'गतकालीन अनुभव आठवून पाहण्याची अथवा ओळखण्याची क्षमता अंशत: अथवा पूर्णत: नाहीशी होणे म्हणजेच स्मृतिभ्रंश होय.' स्मृतिभ्रंश हा एक विकृतीचा प्रकार आहे.

संकेतन आणि तपशीलवार उजळणीअभावी माहितीची धारणा न होणे, मेंदूला आघात किवा अपघात होणे, मेंदूला इजा होणे अथवा मेंदूत कार्यात्मक बिघाड निर्माण होणे, परिणामी धारणा न होणे ही विस्मरणाची सर्वसामान्य कारणे आढळतात व सामान्य व्यक्तीचे विस्मरण त्यामुळे उद्‌भवते. तथापि, वरील कोणत्याही कारणाशिवाय जर गतकालीन अनुभवांचे विस्मरण होत असेल तर त्यास स्मृतिभ्रंश असे म्हटले जाते. स्मृतिभ्रंश झालेल्या व्यक्तीच्या ठिकाणी कोणत्याही गोष्टीची धारणा होते, पण प्रत्यावहन होत नाही. धारणा झालेल्या सर्व गोष्टी अबोधावस्थेत दडलेल्या असतात. संमोहन- तंत्राद्वारे ज्या सर्व गोष्टी बोधावस्थेत आणता येतात अथवा स्मृतिभ्रंश आपोआप दूर होतो तेव्हा त्या गोष्टींचे प्रत्यावहन होते.

प्रिय व्यक्तीचा मृत्यू, प्रेमभंग, आर्थिक नुकसान यासारख्या घटनांचा मानसिक आघात सहन न झाल्याने व्यक्ती स्वत:चे नाव, गाव, व्यवसाय, आप्त-इष्ट, गत अनुभव प्रसंगाच्या स्मृती व स्व-ओळख विसरते हे या विकृतीचे मूलभूत वैशिष्ट्य होय. विशेष म्हणजे या विस्मरणामध्ये निवडकता (Selectivity) असते, म्हणजेच विशिष्ट घटना- प्रसंगाचेच विस्मरण घडून येते आणि व्यक्तीच्या मूलभूत सवयी मात्र जशाच्या तशाच राहतात.

६.१३ स्मृतीतील सुधारणा (Improvement in Memory)

हव्या त्या गोष्टी योग्य वेळी न आठवणे अशी बहुतांशी व्यक्तींची समस्या

आढळते आणि प्रत्येकाला वाटते की, आपली स्मरणशक्ती चांगली असावी. परिणामी स्मरणशक्ती सुधारण्याच्या हेतूने अनेकजण नानाविध उपाययोजना करताना आढळतात व अशा सर्वांसाठी एक गोष्ट नमूद करावीशी वाटते की, कोणत्याही 'औषध वा टॉनिक'चा उपयोग करून स्मरणशक्तीत सुधारणा होत नाही, हे लक्षात घेतले पाहिजे.

स्मृती सुधारण्याचा विचार करताना स्मृतीत अंतर्भूत असणाऱ्या तीन प्रक्रियांचा विचार करावा लागेल. विशेषत: सखोल संस्करणयुक्त साठवणप्रक्रियेचा विचार करावा लागेल. अर्थात प्रत्येकाची साठवणक्षमता निसर्गदत्त असते. ती यांत्रिक उपायांनी किंवा औषधोपचारांनी वाढवणे अशक्य असते आणि म्हणून मूळ धारणाशक्तीत सुधारणा घडवून आणण्यापेक्षा स्मृती व्यापारांच्या कौशल्यांमध्ये सुधारणा घडवून आणणेच योग्य ठरते. थोडक्यात, प्रभावी कौशल्य वापरून स्मृतीत सुधारणा घडवून आणता येते व त्यासाठी खालील तंत्रांचा अवलंब केला जातो.

अ) शब्द गुरुकिल्ली तंत्र (Keyword Technique) : या तंत्रानुसार माहिती स्मृतीत ठेवण्यासाठी दृश्य मानसिक प्रतिमांचा उपयोग केला जातो. विशेषत: फारसे प्रचलित नसलेले शब्द वा अप्रचलित भाषा लक्षात ठेवण्यासाठी हे तंत्र फार प्रभावीपणे वापरता येते. उदा. आपल्याला उर्दू भाषेतील 'इत्तेफाक' (योगायोग) हा शब्द स्मरणात राहील अशा पद्धतीने शिकायचा आहे तर मूळ उर्दू शब्दातील काही अंश बाजूला काढून मराठी शब्दाशी जोडला जातो जसे की 'इत्तेफाक' मधील 'फाक' म्हणजेच मराठीतील 'फोड' आणि अशी प्रतिमा निर्माण केली जाते की, आंब्याच्या फाका (फोडी) कापताना एक आंबा असा आला की त्यात कोयच नव्हती (योगायोग) व अशा रीतीने इत्तेफाक हा शब्द परिचित शब्द (Keyword) आणि मानसिक प्रतिमा यांच्या साहाय्याने शिकला जातो व स्मृतीत साठविला जातो. परिणामी योगायोग या शब्दाला उर्दू प्रतिशब्द आठवताना 'आंब्याची फाक' ही प्रतिमा निर्माण केली की 'इत्तेफाक' हा शब्द आठवण्यास मदत मिळते.

ब) स्थानसंबंध पद्धती (Method of Loci) : समजा तुम्हाला एखाद्या सभाप्रसंगी तज्ज्ञ म्हणून व्याख्यान द्यावयाचे आहे व व्याख्यानाचे सर्व मुद्दे लक्षात ठेवणे कठीण होत असेल तर सर्व मुद्दे लक्षात न राहण्याची समस्या सोडविण्यासाठी स्थानसंबंध पद्धतीचा अत्यंत यशस्वीपणे उपयोग करता येतो.

Loci हा लॅटिन शब्द असून त्याचा मराठी अर्थ स्थान (Place) किंवा जागा असा होतो. या तंत्रानुसार अत्यंत परिचित असणाऱ्या जागेचा शब्द/माहिती साठविण्यासाठी आणि प्रतिमांच्या रूपात आठवण्यासाठी उपयोग केला जातो.

म्हणजेच परिचित स्थान आणि शब्द वा मुद्दे यांचा संबंध जोडून त्यांची प्रतिमा स्मृतीत साठविली जाते. उदा. घरातील खोल्यांच्या भिंतींचा (Place) मुद्दे साठविण्यासाठी उपयोग केला जातो. म्हणजे विशिष्ट भिंत आणि विशिष्ट मुद्दे यांची सांगड घातली जाते व ते मुद्दे आठवताना त्या भिंतीची प्रतिमा डोळ्यासमोर आणली जाते.

क) खुंटी पद्धती (Peg-Method) : हे तंत्र स्थान-संबंध पद्धतीसारखेच आहे. तथापि, दोन्हींमध्ये फरक असा की या पद्धतीमध्ये माहिती साठविण्यासाठी विशिष्ट जागेऐवजी खुंट्यांचा उपयोग केला जातो. घरामध्ये ज्याप्रमाणे कपडे, पिशवी वा अन्य वस्तू अडकविण्यासाठी भिंतीवरील खुंट्यांचा उपयोग केला जातो त्याचप्रमाणे शब्द, वाक्य किंवा मुद्दे अडकविण्यासाठी खुंटीचा उपयोग करण्यास सांगितले जाते. या ठिकाणी जी माहिती चांगल्या प्रकारे स्मरणात आहे ती खुंटी म्हणून उपयोगात आणली जाते व नवीन माहितीचा खुंटीशी अडकविण्याच्या रूपाने संबंध जोडला जातो आणि जुन्या, परिचित माहितीच्या आधारे नवीन माहिती स्मृतीत साठविण्याचा प्रयत्न केला जातो. उदा. एका कृषितज्ज्ञाने आपल्या अवजारास बैझेल असे दिलेले नाव बैल व डिझेल या माहितीच्या शब्दातून खुंटी वापरून सहज लक्षात राहील.

ड) साहित्याचे संघटन (Organization Of Text Material) : समष्टीवादी सिद्धान्ताचा विचार करतानाच आपण पाहिले आहे की, सुसंघटित व अर्थपूर्ण साहित्य दीर्घकाळ लक्षात राहते. आपण शिकलेल्या साहित्याचे सोईस्कररीत्या वर्गीकरण करणे आणि त्यांचा आकृतिबंध तयार करणे म्हणजेच साहित्याचे संघटन करणे होय. साहित्याचे संघटन करण्यासाठी खंडीकरण (Chunking), अधिश्रेणी मांडणी (Hierarchy), रूपरेखा (Outline) आणि संरचना (Structure) वगैरे पद्धतींचा उपयोग करता येतो.

खंडीकरण (Chunking) या संघटनपद्धतीमध्ये छोट्या छोट्या घटकांना एकत्र करून एक मोठा एकक (Unit) तयार केला जातो.

अधिश्रेणी (Hierarchy) मांडणीमध्ये घटकांची (Items) वर्गवार (Classwise) मांडणी केली जाते व ही मांडणी सामान्य वर्गीकरणापासून विशिष्ट वर्गीकरणाकडे या दिशेने टप्प्याटप्प्याने केली जाते. उदा.

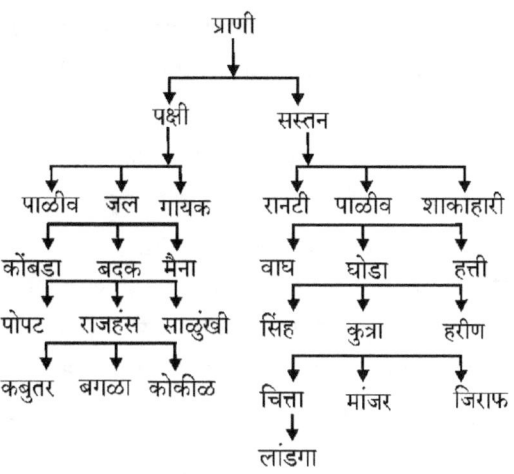

आकृती क्र. ६.८

साहित्याचे संघटन करण्यासाठी आणखी एक पद्धती फार उपयुक्त ठरते व ती म्हणजे 'स्वतःला प्रश्न विचारणे' होय. जे साहित्य आपण वाचलेले आहे त्या साहित्यातील प्रत्येक मुद्द्याला अनुसरून प्रश्न निर्माण करून त्याला उत्तर देण्याचा प्रयत्न केल्याने विविध मुद्द्यांमध्ये संबंध प्रस्थापित होण्यास मदत होते. त्याचप्रमाणे माहितीचे सखोल संस्करण होते. परिणामी, माहिती दीर्घ काळपर्यंत स्मृतीत राहते.

इ) व्याख्यानाच्या वेळी सुसंघटित टिपणे घेणे (Organization of Lecture notes) : व्याख्यानाच्या वेळी व्यवस्थित टिपणे वा नोंदी घेतल्या तर त्यांचा स्मरणासाठी नक्की फायदा होतो. व्याख्यानातील प्रत्येक शब्द टिपून घेणे म्हणजे उत्तम टिपणे काढणे नव्हे. आणि तसे करणे केवळ अशक्य असते. त्याचप्रमाणे जर प्रत्येक शब्द टिपून घेण्याचा प्रयत्न केलाच, तर व्याख्यानातील कितीतरी मोठ्या भागाकडे आपल्याला लक्षच देता येत नाही. परिणामी त्यांच्या नोंदीही घेतल्या जात नाहीत.

व्यवस्थित आणि सुसंघटित नोंदी घेण्यासाठी संक्षिप्तीकरण (Summarizing), रूपरेखा (Outline), संकल्पना आलेख (Concept Maps) इत्यादी तंत्रांचा अवलंब करता येतो आणि सर्वात महत्त्वाचे म्हणजे घेतलेल्या नोंदींची पुढे वारंवार उजळणी झाली पाहिजे. नोंदीतील मुद्द्यांच्या आधारे व्याख्यानाचा तपशील आठवण्याची सवय केली पाहिजे.

फ) सराव आणि उजळणी (Practice and Rehearsal) : तीच ती कृती पुनः पुन्हा करण्याच्या प्रक्रियेला सराव असे म्हणता येते. शिक्षण घेणाऱ्या प्रत्येक

विद्यार्थ्यांचा असा अनुभव असतो की, एखाद्या विषयाच्या बिनचूक अध्ययनानंतरही सराव चालू ठेवला (अति अध्ययन केले) असेल तर तो विषय दीर्घ काळानंतरही सहजतेने स्मृतिकक्षेत येतो. याउलट, एकवेळा बिनचूक अध्ययनानंतर सराव करणे थांबविले असेल तर अशा अध्ययनसाहित्याचे कालपरत्वे हळूहळू विस्मरण होते. म्हणजेच हे लक्षात घेतले पाहिजे की, सरावामुळे स्मृती-ठशांना उजाळा मिळतो. परिणामी, स्मरण अधिक पक्के होण्यास मदत होते.

अध्ययनसाहित्यातील मूलभूत संकल्पनांचा अर्थ समजून घेणे, त्यांचा परस्परसंबंध समजून घेणे व त्यांचे अमूर्त पातळीवर अर्थपूर्ण संघटन करणे ही प्रक्रिया म्हणजे उजळणी होय. आपण स्मृतीच्या सिद्धान्ताचा अभ्यास करतानाच पाहिले आहे की, तपशीलवार उजळणीमुळे सखोल व अर्थपूर्ण संस्करण होते. परिणामी स्मृतीतील अचूकता वाढते.

ग) SQ4R पद्धती : अभ्यासलेल्या साहित्याचे उत्तम स्मरण होण्यासाठी जी अनेकविध तंत्रे वापरली जातात त्यापैकीच हे एक तंत्र आहे व ते एफ्. पी. रॉबिन्सन यांनी सुचविले आहे. हे तंत्र सुरुवातीला SQ3R म्हणून ओळखले जात होते. वस्तुत: SQ3R' हे या तंत्राचे संक्षिप्त नाव असून त्यातील प्रत्येक अक्षर विशिष्ट प्रक्रिया-निदर्शक आहे, जसे की-

S म्हणजे Survey. यालाच आपण मराठीत 'सर्वेक्षण' असे म्हणतो.

Q म्हणजे Question. याचा मराठी अर्थ 'प्रश्ननिर्मिती' असा घेतला जातो.

3-R म्हणजेच R1 R2 आणि R3 होय. तर

R1 म्हणजेच Reading वा वाचन होय.

R2 म्हणजेच Recite वा प्रपाठ होय आणि

R3 म्हणजेच Review वा उजळणी होय.

SQ3R या स्मृती तंत्राचे सुधारित रूप म्हणजे SQ4R किंवा PQ4R होय, की ज्याचे विश्लेषण अनुक्रमे खालीलप्रमाणे केले जाते -

S/P म्हणजे Survey/Preview अध्ययन साहित्याचा / पाठाचा संपूर्ण आढावा घेणे म्हणजेच सर्वेक्षण होय.

Q म्हणजे Question. किंवा प्रश्ननिर्मिती – अध्ययन साहित्यातील प्रत्येक मुद्द्याला अनुसरून प्रश्न उपस्थित करणे व त्या प्रश्नाचे उत्तर शोधण्याच्या हेतूने वाचन करणे

R1 म्हणजे Reading किंवा वाचन – वरील हेतू समोर ठेवून अध्ययन साहित्याचे समग्र वाचन करणे

R2 म्हणजे Reflection प्रतिबिंबन – अध्ययन साहित्याचे समग्र वाचन झाल्यानंतर त्यासंदर्भात विचार करून, प्रश्न निर्माण करून साहित्याचे अर्थपूर्ण संघटन करणे

R3 म्हणजे Recite किंवा प्रपाठ – साहित्याचे पाठांतर करणे अथवा क्रमवार आठवण्याचा प्रयत्न करणे म्हणजेच प्रपाठ होय आणि

R4 म्हणजे Review किंवा उजळणी – प्रपाठानंतर पुन्हा अध्ययनसाहित्य समोर ठेवून कोणता भाग अचूकपणे स्मरणात राहिला, कोणता अंशत: वा अजिबात आठवला नाही याचा प्रत्यक्ष आढावा घेणे म्हणजेच उजळणी होय.

थोडक्यात, अध्ययनसाहित्याचा आढावा घेऊन प्रत्येक मुद्द्याला अनुसरून प्रश्ननिर्मिती करणे वा त्यांची उत्तरे मिळविण्याच्या हेतूने साहित्याचे समग्र वाचन करणे, वाचन पूर्ण झाल्यानंतर अध्ययनसाहित्यातील प्रत्येक मुद्द्यामधील परस्परसंबंध लक्षात घेऊन साहित्याचे अर्थपूर्ण संघटन करणे, संघटित साहित्य क्रमवार आणि तपशीलवार आठवण्याचा प्रयत्न करणे आणि जे आठवते ते आणखी पक्के करणे. तसेच जे आठवत नाही त्याबाबत वारंवार प्रपाठ करणे व पुन्हा उजळणीद्वारे स्मरण होते की नाही ते तपासून पाहणे असे या तंत्राचे स्वरूप आहे.

६.१४ सारांश

स्मरण आणि विस्मरण या दोन्ही प्रक्रिया अनुक्रमे अनुभवलेले आठवणे आणि न आठवण्याशी निगडित असून त्या अध्ययनप्रक्रियेचाच भाग आहेत.

व्यक्तीची गत अनुभवांची साठवण आणि आठवण म्हणजे स्मृती होय. स्मृतीमध्ये संकेतन, साठवण आणि प्रत्यानयन या तीन बोधनात्मक प्रक्रियांचा समावेश होतो.

सर्वसामान्यपणे स्मृतीचे वेदनिक स्मृती, अल्प स्मृती आणि दीर्घ स्मृती असे तीन प्रकार पडतात. वेदनेंद्रियांद्वारे बाह्य उद्दीपकांची घेतली जाणारी प्राथमिक नोंद म्हणजे वेदनिक स्मृती होय. तर वेदनिक माहिती उजळणीशिवाय तात्काळ आठवण्याच्या प्रक्रियेला अल्पकालिक स्मृती असे म्हणतात आणि दीर्घ कालावधीनंतरही गतअनुभवांची आठवण होण्याच्या प्रक्रियेला दीर्घ स्मृती असे म्हणतात.

टुलविंग या मानसशास्त्रज्ञाने दीर्घकालिक स्मृतीचे वाचक स्मृती आणि अवाचक/ प्रक्रियाधारित स्मृती असे दोन प्रकार सांगितले आहेत. वाचक स्मृती घटना व परिस्थितीशी संबंधित असतात, तर अवाचक स्मृती कौशल्ये व सवयी यांच्याशी निगडित असतात. वाचक स्मृतीचेही अर्थपरस्मृती व प्रासंगिक स्मृती असे दोन उपप्रकार पडतात. संघटित ज्ञानाच्या स्मृतीस अर्थपर स्मृती तर घटना – प्रसंगाच्या स्मृतीस प्रासंगिक स्मृती म्हटले जाते.

स्मृतीचे स्वरूप स्पष्ट करणारे महत्त्वाचे सिद्धान्त पुढीलप्रमाणे : हेब यांचा दृढीकरण सिद्धान्त, वॉघ आणि नॉर्मन यांचा द्विस्मृती सिद्धान्त, ॲटकिन्सन आणि शिफ्रिन यांचे प्रारूप, क्रेक व लॉकहार्ट यांचा संस्करण-पातळी-सिद्धान्त, मॅक्लीलँड आणि रूमेलहार्ट यांचा समांतर वितरित संस्करण सिद्धान्त.

विस्मरण ही स्मृतीची ऋणात्मक बाजू असून पूर्वानुभवांची किंवा पूर्वाध्ययन-साहित्याची योग्य त्या वेळी आठवण न होणे म्हणजे विस्मरण होय.

विस्मरणाची कारणमीमांसा १) स्मृती-ऱ्हास सिद्धान्त २) व्यत्यय सिद्धान्त ३) मनोविश्लेषणात्मक (दमन) सिद्धान्त ४) प्रेरित विस्मरण ५) समष्टीवादी सिद्धान्त ६) स्मृतिभ्रंश इत्यादींच्या साहाय्याने केली जाते.

स्मृती-सुधारणा 'औषधे व टॉनिक्स'चा वापर करून घडवून आणता येत नाही. मात्र, प्रभावी कौशल्ये व तंत्रे वापरून सुधारणा घडवून आणता येते.

शब्द-गुरुकिल्ली तंत्र, स्थान-संबंध-पद्धती, खुंटी पद्धती, साहित्य संघटनतंत्र, खंडीकरण, सुयोग्य टिपणे घेण्याची पद्धती, सराव व उजळणी तंत्र, SQ4R अध्ययन पद्धती अशी बहुविध तंत्रे स्मृतीसुधारणेत फलदायक ठरतात.

सरावासाठी प्रश्न

प्रश्न १ : सुमारे वीस शब्दांत उत्तरे लिहा.

१. अध्ययनाची व्याख्या सांगा.
२. प्रयत्न - प्रमाद अध्ययन पद्धतीचा जनक कोण?
३. कोहलरने कोणत्या अध्ययनपद्धतीवरील प्रयोग केले?
४. साहचर्य प्रतिक्षेप ही संकल्पना कोणी मांडली?
५. अध्ययनाबाबतचा उद्दीपक प्रतिक्रिया दृष्टिकोन प्रथम कोणी स्वीकारला?
६. अभिजात अभिसंधानातील मूलभूत तत्त्व कोणते?
७. प्रबलीकरण म्हणजे काय?
८. साधक अभिसंधानावरील प्रयोग कोणी केला?
९. अध्ययन संक्रमण म्हणजे काय?
१०. अध्ययनसंक्रमणाबाबत सामान्यीकरणाचे तत्त्व सांगा.
११. बोधनात्मक अध्ययन म्हणजे काय?

प्रश्न २ : सुमारे चाळीस शब्दांत उत्तरे द्या.

१. 'प्रयत्न-प्रमाद' अध्ययनाची वैशिष्ट्ये लिहा.

२. मर्मदृष्टी कोणत्या वैशिष्ट्यांवर अवलंबून असते?

३. सामान्यीकरण आणि भेदनीकरण या संकल्पना स्पष्ट करा.

४. अभिसंधित प्रतिक्रिया कशी प्रस्थापित होते?

५. विलोपन आणि उत्स्फूर्त पुनर्निर्माण म्हणजे काय?

६. अध्ययन संक्रमणाची कारणे सांगा.

प्रश्न ३ : सुमारे दीडशे शब्दांत उत्तरे लिहा.

१. अध्ययनाची व्याख्या सांगून अध्ययनप्रक्रियेचे स्वरूप स्पष्ट करा.

२. अध्ययनाच्या प्रकारांची चर्चा करा.

३. प्रबलकाची व्याख्या सांगून त्यांच्या प्रकारांविषयी माहिती सांगा.

४. अध्ययन संक्रमणाची व्याख्या व प्रकार सांगा.

५. मर्मदृष्टी अध्ययनावरील प्रयोगाचे वर्णन करा.

६. सुप्ताध्ययन व निरीक्षणात्मक अध्ययन सोदाहरण स्पष्ट करा.

प्रश्न ४ : सुमारे तीनशे शब्दांत सविस्तर उत्तरे द्या.

१. अभिजात अभिसंधानावरील प्रयोगाची माहिती सांगून अभिसंधानावरील मूलभूत प्रक्रिया सोदाहरण स्पष्ट करा.

२. स्किनर यांच्या साधक अभिसंधानाची चर्चा करून प्रबलीकरणाचे साधक अभिसंधानातील महत्त्व सांगा.

३. अभिजात व साधक अभिसंधानातील साम्य-भेदांची चर्चा करा.

४. प्रयत्न-प्रमाद पद्धतीची सविस्तर माहिती देऊन थॉर्नडाइकने सांगितलेले अध्ययनाचे नियम लिहा.

५. अध्ययनविषयक बोधनात्मक दृष्टिकोनाचा आढावा घ्या.

प्रश्न ५ : वस्तुनिष्ठ प्रश्न (वीस शब्दांपर्यंत उत्तरे द्या.)

१) स्मृतीतील तीन प्रमुख प्रक्रिया कोणत्या?

२) वेदनिक स्मृती म्हणजे काय?

३) अल्पकालिक व दीर्घकालिक स्मृतींमधील एक फरक सांगा.

४) वाचक स्मृतीचे दोन उपप्रकार कोणते?

५) अवाचक स्मृतीची दोन उदाहरणे सांगा.

६) प्रेरित विस्मरण म्हणजे काय?

७) विस्मरणाच्या दोन सिद्धान्तांची नावे द्या.

८) स्मृती-सुधारणेच्या दोन तंत्रांची नावे सांगा.

९) भूतलक्ष्यी निरोधन म्हणजे काय?

१०) प्रासंगिक स्मृती कशास म्हणतात?

प्रश्न ६ : थोडक्यात उत्तरे द्या. (चाळीस ते पन्नास शब्दांपर्यंत)

१) वेदनिक स्मृतीचे स्वरूप सांगा.

२) दीर्घकालिक स्मृतीचे प्रकार कोणते?

३) 'स्मृतीचा ऱ्हास' सिद्धान्त थोडक्यात सांगा.

४) SQ4R तंत्रातील संज्ञांचे अर्थ सांगा.

५) स्मृतीसुधारणेची 'खुंटीपद्धत' कोणती?

प्रश्न ७ : मुद्देसूद उत्तरे द्या. (दीडशे शब्दांपर्यंत)

१) दीर्घकालिक स्मृतीचे स्वरूप व प्रकार स्पष्ट करा.

२) वॉघ आणि नॉर्मन यांच्या स्मृतिविषयक प्रारूपाचे वर्णन करा.

३) फ्रॉइडची विस्मरणविषयक कारणमीमांसा स्पष्ट करा.

४) SQ4R तंत्राचे विवरण करा.

प्रश्न ८ : सविस्तर उत्तरे द्या. (तीनशे शब्दांपर्यंत)

१) ॲटकिन्सन व शिफ्रिन यांचा स्मृतिविषयक आराखडा आकृतीच्या साहाय्याने स्पष्ट करा.

२) विस्मरणाची विविध कारणे कोणती, याचे सविस्तर विवेचन करा.

३) स्मृतीसुधारणा म्हणजे काय? त्यासाठी कोणती तंत्रे मानसशास्त्रीयदृष्ट्या उपयुक्त ठरतात?

प्रकरण ७

व्यक्तिमत्त्व

(Personality)

भूमिका

आधुनिक काळाचा विचार करता व्यक्तिमत्त्व ही संकल्पना दैनंदिन जीवनात वारंवार वापरली जाते असे आढळते. औद्योगिक, अभियांत्रिकी, संघटनांतर्गत, वैद्यकीय अथवा सामाजिक अशा विविध क्षेत्रांमध्ये 'व्यक्तिमत्त्व' आणि 'व्यक्तिमत्त्वविकास' या शब्दांचा वापर सर्रासपणे केलेला आढळतो, पण या शब्दांचा वापर करताना आपल्याला काय अभिप्रेत असते, याचा विचार केल्यास असे आढळते की, परिस्थितीपरत्वे कधी बाह्यरूप, कधी वागण्याबोलण्याची शैली तर कधी अभिवृत्ती, बुद्धिमत्ता यांसारख्या विशिष्ट क्षमता इत्यादींना अनुसरून 'व्यक्तिमत्त्व' या शब्दाचा वापर केला जातो. जसे की 'राहुलचे व्यक्तिमत्त्व आकर्षक आहे. पण श्रीकांतला व्यक्तिमत्त्वच नाही आणि बंडोपंत फारच हजरजबाबी आहेत.' म्हणजेच व्यक्तिमत्त्व हा शब्द व्यक्तीचे वर्णन करण्यासाठी वापरला जातो आणि एखादी व्यक्ती पाहिल्यानंतर त्या व्यक्तीचा जो ठसा आपल्यावर उमटतो त्यालाच आपण व्यक्तिमत्त्व म्हणतो. तथापि, व्यक्तिमत्त्व या संकल्पनेचा हा अगदी संकुचित अर्थ झाला. मानसशास्त्रीय दृष्टिकोनातून व्यक्तिमत्त्वाचा अर्थ समजावून घेण्यासाठी व्यक्तिमत्त्वाच्या काही व्याख्या विचारात घ्याव्या लागतील, पण तत्पूर्वी व्यक्तिमत्त्वाबाबत जनसामान्यात आढळणाऱ्या काही गैरसमजुती पाहू.

७.१ व्यक्तिमत्त्वविषयक गैरसमजुती
(Misconceptions about Personality)

'व्यक्तिमत्त्व' हा शब्द जनसामान्यात आता इतका रुळला आहे की, आपल्या दैनंदिन संभाषणात तो वारंवार वापरला जातो. पण व्यक्तिमत्त्व म्हणजे नक्की काय आहे त्याची सर्वसामान्य व्यक्तींना निश्चित कल्पना येत नसल्याने त्याविषयी अनेक गैरसमज पसरलेले आढळतात. प्राधान्याने आढळणारे गैरसमज खालीलप्रमाणे –

१) केवळ आकर्षक रूप किंवा आकर्षक शरीरयष्टीला व्यक्तिमत्त्व समजणे – आपल्या सभोवतालच्या काही व्यक्तींबाबत अनेकदा अशी विधाने केली जातात की, 'महेशचे व्यक्तिमत्त्व किती सुंदर, आकर्षक आहे. ती मोनिका किती सुंदर दिसते' वगैरे. म्हणजेच सर्वसामान्य लोक व्यक्तिमत्त्वाचा विचार करताना केवळ बाह्यदर्शनी असणारे आकर्षक रूप, सुडौल बांधा यांचा आधार घेतात. तथापि, केवळ आकर्षक रूप किंवा सुडौल बांध्यावरून व्यक्तिमत्त्व ठरवणे योग्य नाही. आणि तसेच असते तर मग अनाकर्षक वा बेडौल बांधा असणाऱ्या व्यक्तींना व्यक्तिमत्त्वच नाही, असे म्हणावे लागले असते, परंतु जॉर्ज वॉशिंग्टन (कार्व्हर),

नेल्सन मंडेला, महात्मा गांधी, लालबहादूर शास्त्री यांचे रूप फारसे आकर्षक नसतानाही एक आदर्श म्हणून त्यांच्याकडे पाहिले जाते. म्हणजेच केवळ आकर्षकतेला व्यक्तिमत्त्व मानणे चुकीचे ठरते.

मात्र याचा अर्थ असा नव्हे की, आकर्षकतेला व्यक्तिमत्त्वात काहीही स्थान नाही. कारण स्वागतकक्षात, उपाहारगृहात काम करणारे रिसेप्शनिस्ट, अभिनयक्षेत्रात काम करणारे कलावंत यांना प्रसन्न वा आकर्षक व्यक्तिमत्त्वाचा फायदाच होतो असे आढळते.

२) व्यक्तिमत्त्व घडवावे लागत नाही तर त्याचा आपोआप विकास होतो असे समजणे – नवजाताला व्यक्तिमत्त्व नसते; परंतु वाढत्या वयानुरूप ते आपोआप विकसित होते. या गैरसमजुतीमुळे अनेक पालक आपल्या लहान मुलांच्या अनिष्ट सवयी, हट्टीपणा वगैरे अयोग्य गुणांकडे दुर्लक्ष करतात. आता तो लहान आहे, त्याला अजून समजत नाही म्हणून तो हट्ट करतोय. पण मोठा झाल्यावर, समजायला लागल्यावर सुधारेल आपोआप, असे म्हणून अनिष्ट सवयींकडे, हट्टीपणाकडे दुर्लक्ष केले जाते. विकासाचा परिणाम म्हणून वाढत्या वयाबरोबर पूर्वीचे वर्तनप्रकार, अनिष्ट सवयी लुप्त होताना आढळतात, हे खरे असले तरी त्यांच्यात सुधारणा होते असे म्हणता येत नाही, कारण नंतरच्या विकासावस्थेत लुप्त पावलेल्या अनिष्ट वर्तनप्रकारांच्या जागी तितकेच क्लिष्ट, अयोग्य व अनाकलनीय वर्तनप्रकार विकसित होतात, हे संशोधकांनी सिद्ध केले आहे आणि म्हणून आपोआप सुधारणा होईल किंवा आपोआप विकास होतो असे म्हणणे चुकीचे ठरते. या उलट सुयोग्य व संघटित व्यक्तिमत्त्वाचा विकास प्रयत्नपूर्वक साधावा लागतो व त्यासाठी परिपक्वन, अध्ययन व मार्गदर्शन यांचा आधार घ्यावा लागतो.

३) केवळ आनुवंशिक गुणांना व्यक्तिमत्त्व समजणे – 'खाण तशी माती' या म्हणीनुसार जसे आई-वडील असतील तशीच त्यांची मुले निपजतील असाही एक गैरसमज जनसमाजात आढळतो. व्यक्तीची केवळ शरीररचनाच नव्हे तर तिचा स्वभाव, भावनात्मकता, सवयी वगैरे गुणवैशिष्ट्यांची निश्चितीही जन्मतःच असते. व त्यामुळे यात जन्मोत्तर परिवर्तन शक्य नसते, असे समजले जाते व त्यामुळे प्रयत्न करूनही व्यक्तिमत्त्वात सुधारणा वा बदल होऊ शकत नाही, असे मानले गेल्याने मोठा तोटा उद्भवू शकतो, कारण अशा समजुतीमुळे व्यक्ती स्वतःमध्ये परिवर्तन करायला प्रवृत्त होत नाही.

४) इतरांवर छाप पाडण्याच्या प्रक्रियेला व्यक्तिमत्त्व समजणे – काही लोक आपल्या वागण्या – बोलण्याच्या शैलीने इतरांवर भुरळ पाडण्यात कमालीचे

यशस्वी होतात व त्यामुळे त्यांचे व्यक्तिमत्त्व चांगले आहे, असा गैरसमज निर्माण होतो, कारण वक्ता, नेता, अधिकारी यासारख्या इतरांवर प्रभाव पाडू शकणाऱ्या व्यक्तींप्रमाणेच श्रोता किंवा अनुयायांची भूमिका बजावणाऱ्या सर्वसामान्य व्यक्तींनाही व्यक्तिमत्त्व असते.

५) **विशिष्ट व्यक्तीला व्यक्तिमत्त्व आहे अन विशिष्ट व्यक्तीला नाही असे समजणे** – दिसायला आकर्षक असणाऱ्या राजेशला व्यक्तिमत्त्व आहे असे मानणे तर किरकोळ व कृश शरीरयष्टीच्या योगेशला व्यक्तिमत्त्व नाही, असे मानणे म्हणजे व्यक्तिमत्त्वाच्या एकाच अंगाचा विचार करणे होय. अनेकदा व्यक्तिमत्त्वाचा विचार करताना व्यक्तीच्या सवयींनाही महत्त्व दिले जाते. जसे की आळशी व्यक्तिमत्त्व, गुन्हेगारी व्यक्तिमत्त्व, उद्योगी वा प्रामाणिक व्यक्तिमत्त्व तर काही वेळा विशिष्ट गुणवैशिष्ट्यांच्या आधारे व्यक्तिमत्त्वाविषयी वर्णन केले जाते व त्या सदोष माहितीलाच व्यक्तिमत्त्व समजले जाते. तथापि व्यक्तीचे केवळ आकर्षक दिसणे किंवा तिची विशिष्ट सवय अथवा गुणवैशिष्ट्य म्हणजे त्या व्यक्तीचे संपूर्ण व्यक्तिमत्त्व होऊ शकत नाही, कारण व्यक्तिमत्त्वात अनेक गुणवैशिष्ट्यांचा समावेश होतो.

६) **काही लोक शारीरिक वैशिष्ट्ये आणि स्वभाव, बुद्धिमत्ता यांचे समीकरण मांडून त्याद्वारे व्यक्तिमत्त्वाचा सदोष अर्थ लावतात** – जसे की, विशाल कपाळ बुद्धिमत्तेचे निर्देशक असते, लालसर केस असलेले लोक तापट स्वभावाचे असतात, घाऱ्या डोळ्यांचे लोक कपटी स्वभावाचे असतात, चंचल नजर अविश्वसनीयता दर्शविते तर तिरक्या डोळ्यांचे लोक लबाड असतात. थोडक्यात, मस्तकाचा आकार, चेहरेपट्टी वगैरेंवरून व्यक्तिमत्त्वाविषयी अशास्त्रीय स्वरूपाचे वर्णन देण्याचा प्रयत्न अनेकांकडून केला जातो. तथापि ते सर्वस्वी सदोष असते.

७) **व्यक्तिमत्त्वाविषयी अशीही एक पारंपरिक समजूत आढळते की, निसर्ग बरोबर समतोल साधतो** – एका ठिकाणची उणीव दूर करण्यासाठी दुसऱ्या ठिकाणी जास्तीची भर घालतो. जसे की, किरकोळ व अशक्त शरीरयष्टी लाभलेल्या व्यक्ती तल्लख बुद्धीच्या असतात असे मानले जाते. याउलट असाही एक विचार प्रवाह आढळतो की, एखादा गुण सामान्यापेक्षा जास्त असेल तर दुसरीकडे कुठेतरी उणीव आढळते'. जसे की, गणितात हुशार असणाऱ्या विद्यार्थ्यांना भाषेत कमीच गुण मिळणार. खेळात प्रवीण असणाऱ्यांचा अभ्यास यथातथाच असणार. असे मानणे धोक्याचे ठरते, कारण आपल्या ठिकाणी असलेल्या उणिवेवर आपोआप निसर्गत:च मात केली जाते, त्यासाठी आपण स्वत:कडून काहीही करण्याची आवश्यकता नसते असा गैरसमज बळावतो. परिणामी विकासाला प्रेरणा मिळत नाही.

८) **व्यक्तिमत्त्व आणि चारित्र्य हे शब्द समान अर्थाने वापरणे** – वास्तविक पाहता व्यक्तिमत्त्व ही संकल्पना चारित्र्य या संकल्पनेपेक्षा अधिक व्यापक स्वरूपाची आहे. व्यक्तिवर्तनाच्या नैतिक अंगाचा विचार चारित्र्यात केला जातो. नैतिकदृष्ट्या चांगले किंवा वाईट, इष्ट वा अनिष्ट व्यक्तिवर्तनाचा चारित्र्यात समावेश होतो. तथापि प्रत्येक वर्तन चारित्र्याशी निगडित असतेच असे नाही, कारण वर्तनप्रकार असे असतात की, त्याबाबत नैतिक व सामाजिक इष्ट – अनिष्टतेचा प्रश्नच निर्माण होत नाही.

७.२ व्याख्या व स्वरूप
(Personality : Definition and Nature)

वर उल्लेखिलेल्या सर्व गैरसमजुतींमधून व्यक्तिमत्त्वासंबंधी एकांगी, संकुचित विचार केलेला आढळतो. व्यक्तिमत्त्वाची संकल्पना खूपच व्यापक स्वरूपाची असून त्यात सवयी, स्वभाववैशिष्ट्ये, आकर्षक शरीरयष्टी, चारित्र्य यांशिवायही इतर अनेक घटकांचा समावेश होतो.

या शब्दाला इंग्रजीत 'Personality' हा प्रतिशब्द वापरला जातो व तो लॅटिन भाषेतील 'Persona' या शब्दापासून तयार झाला आहे. Persona या शब्दाचा इंग्रजी अर्थ Mask असा आहे, तर मराठी अर्थ 'मुखवटा' असा होतो. पूर्वीच्या काळी रोमन नाटकातील पात्रे आपली भूमिका वठविताना भूमिकेला अनुरूप असा मुखवटा धारण करीत. परिणामी ते वठवत असलेल्या पात्राच्या वर्तनाचे स्वरूप स्पष्ट होई व त्यामुळे प्रेक्षकांना दृश्य स्वरूप व वर्तन यांची सांगड घालता येत असे.

नायकाचा मुखवटा नायकाच्या व्यक्तिमत्त्वाचे प्रतीक असतो, त्यामुळे प्रेक्षक नायकाकडून मुखवट्यानुरूप गुणवैशिष्ट्यांची अपेक्षा करत व त्यावरूनच म्हणजे दर्शनी चेहरा किंवा रूप असा अर्थ घेतला गेला. तथापि, व्यक्तिमत्त्वाचा हा अत्यंत संकुचित अर्थ आहे. गोरागोमटा व कपाळकरंटा असा व्यवहारात अनुभव येऊ शकतो.

व्यक्तिमत्त्वाचा शास्त्रीय अर्थ समजून घेण्यासाठी व्यक्तिमत्त्वाच्या काही व्याख्या विचारात घेऊ.

वूडवर्थ यांच्या मते - व्यक्तीच्या संपूर्ण वर्तनाची गुणात्मकता म्हणजे व्यक्तिमत्त्व होय.

जी. ए. किंबल यांच्या मते - व्यक्तीचे इतरांकडून वेगळेपण दाखविणारे आणि त्याचवेळी इतर लोक तिच्याशी कसे वागतात हे निश्चित करणारे, साधारणपणे स्थायी स्वरूपाच्या वैशिष्ट्यांचे अनन्यसाधारण संघटन म्हणजे व्यक्तिमत्त्व होय.

बॅरेन यांच्या मते – व्यक्तिमत्त्व म्हणजे इतरांपासून असलेल्या वेगळेपणातून स्पष्ट होणारे व्यक्तीच्या ज्ञानात्मक, क्रियात्मक, भावात्मक व शारीरिक वैशिष्ट्यांचे संघटन होय.

नॉर्मन एल मन यांच्या मते – व्यक्तीचा बांधा, वर्तनप्रकार, गरजा, अभिरुची, अभिवृत्ती, क्षमता आणि अभिक्षमता यांचे वैशिष्ट्यपूर्ण संघटन म्हणजे व्यक्तिमत्त्व होय.

आयझेंक यांच्या मते – व्यक्तिमत्त्व म्हणजे व्यक्तीचे चारित्र्य, स्वभाव, बुद्धी व शरीरयष्टी यांचे कमी – अधिक परंतु टिकाऊ स्वरूपाचे संघटन होय, की जे व्यक्तीचे त्याच्या परिवेशाशी झालेले वैशिष्ट्यपूर्ण समायोजन निर्धारित करते.

व्यक्तिमत्त्वाच्या व्याख्यांची यादी करावी तेवढी थोडीच होईल. बहुतेक व्याख्यांमधून व्यक्तीच्या संघटित स्वरूपाला, सामाजिक प्रभावाला, भिन्नत्वदर्शक गुणवैशिष्ट्यांना व वर्तनप्रकारांना महत्त्व दिलेले आहे. कोणत्याही व्याख्येला संपूर्णपणे चुकीची व्याख्या म्हणता येत नाही हे खरे असले, तरी प्रत्येक व्याख्या अपूर्ण आहे असेही म्हणावे लागेल.

व्यक्तिमत्त्वाच्या अनेकविध व्याख्यांपैकी जी. डब्ल्यू. आलपोर्ट यांनी दिलेली व्याख्या सर्वत्र मान्यता पावली आहे. त्यांच्या मते 'व्यक्तीचे परिस्थितीशी वैशिष्ट्यपूर्ण समायोजन निर्धारित करणाऱ्या तिच्या मनोशारीरिक यंत्रणेच्या गतिशील संघटनाला व्यक्तिमत्त्व असे म्हणतात. आलपोर्टच्या (१९३७) वरील व्याख्येतील संज्ञांचा अर्थ समजावून घेऊ.

१) परिस्थितीशी वैशिष्ट्यपूर्ण समायोजन – या व्याख्येनुसार परिस्थिती म्हणजे व्यक्तीच्या सभोवतालचा सामाजिक व भौतिक परिवेश होय आणि वैशिष्ट्यपूर्ण समायोजन म्हणजे सामाजिक व भौतिक परिवेशानुरूप केले जाणारे सुसंगत व सर्जनशील वर्तन होय.

२) निर्धारण – व्यक्तीच्या वर्तनाला प्रेरणांमुळे चालना मिळते. म्हणून वर्तन निर्धारित करण्यामध्ये प्रेरणांना महत्त्व असते. व्यक्तीच्या मनो–शारीरिक यंत्रणा निर्धारणाचे कार्य करतात व त्यामुळे प्रेरित प्रतिक्रियांमधून आणि समायोजनातून व्यक्तिमत्त्व प्रकट होत असते.

३) मनोशारीरिक यंत्रणा – या संज्ञेतून असे स्पष्ट होते की, व्यक्तिमत्त्व केवळ शारीरिक किंवा केवळ मानसिक स्वरूपाचे नसते, तर त्यात दोहोंच्या संघटनाचा अंतर्भाव होतो. व्यक्तीच्या सवयी, अभिवृत्ती, प्रेरणा, भावनात्मक श्रद्धा वगैरे मानसिक स्वरूपाच्या असल्या तरी त्यांना जैविक अधिष्ठान असते. त्यांचे मूळ मज्जासंस्था, ग्रंथीसंस्थांमध्ये असते.

४) गतिशील – गतिशीलतेतून असे सूचित होते की, व्यक्तिमत्त्व स्थिर नसते तर ते सतत परिवर्तनशील असते. वाढत्या वयाबरोबर त्याचा सतत विकास होतो. जन्मानंतरच्या सुरुवातीच्या कालखंडात प्रस्थापित झालेल्या गुणवैशिष्ट्यांचा उत्तरोत्तर सकारात्मक विकास होतो. त्यांच्या परिणामात बदल होतो.

५) संघटन – व्यक्तिमत्त्व म्हणजे केवळ गुणविशेषांची गोळाबेरीज नव्हे, तर त्या गुणविशेषांची सूत्रबद्ध रचना होय, की जिला एक संघटित रूप प्राप्त होते व त्या संघटित स्वरूपामुळे व्यक्तिमत्त्वाला संपूर्णत्व प्राप्त होते.

आलपोर्ट यांची वरील व्याख्या केवळ समायोजनाधिष्ठित आहे. व्यक्ती क्रियाशील असल्याने ती सभोवतालच्या वातावरणाशी केवळ जुळवून घेत नाही, तर त्यावर मात करण्याचाही प्रयत्न करते, परिस्थितीत आपल्याला हवा तसा बदल घडवून आणते. याची जाणीव झाल्यामुळे आलपोर्ट यांनी त्यांच्या व्याख्येमध्ये सुधारणा केली.

आलपोर्ट यांनी व्यक्तिमत्त्वाची सुधारित व्याख्या अशी केली की, व्यक्तीचे वैशिष्ट्यपूर्ण वर्तन व विचार निर्धारित करणाऱ्या व्यक्तीच्या मनोशारीरिक यंत्रणेच्या गतिशील संघटनाला व्यक्तिमत्त्व असे म्हणतात. (१९६१)

वरील व्याख्येत वैशिष्ट्यपूर्ण वर्तन व विचार या संज्ञांचा नव्याने समावेश केला आहे असे आढळते. म्हणून त्यांचाही अर्थ समजावून घेऊ.

१) वैशिष्ट्यपूर्ण – ही संज्ञा वैयक्तिकता दर्शविते. व्यक्तिगत भिन्नतेमुळे प्रत्येक व्यक्ती आपल्या मनो–शारीरिक यंत्रणा, प्रेरणा व अनुभवाच्या आधारे परिस्थितीला प्रतिक्रिया देते व ती तिची वैशिष्ट्यपूर्ण आणि व्यक्तिनिष्ठ प्रतिक्रिया असते.

२) वर्तन व विचार – विशिष्ट परिस्थितीशी सुयोग्य समायोजन करण्यासाठी व्यक्तीच्या ठिकाणी सुयोग्य विचारांची निर्मिती होऊन व्यक्ती ज्या प्रतिक्रिया देते त्या सर्वांचा यात समावेश होतो. आलपोर्ट यांच्या मते व्यक्तीच्या मनो–शारीरिक यंत्रणेने निर्धारित केलेले वर्तन दिशाहीन नसते, तर ते भौतिक व सामाजिक परिस्थितीनुरूप सुसमायोजक असते. समायोजन म्हणजे परिस्थितीशी केवळ मिळते – जुळते घेणे नव्हे तर त्याबरोबरच परिस्थितीत अपेक्षेनुरूप बदल घडवून आणणे वा परिस्थितीवर प्रभुत्व प्राप्त करणे होय.

थोडक्यात, व्यक्तिमत्त्वात शारीरिक व मानसिक गुणवैशिष्ट्यांचा समावेश होतो, की जी व्यक्तीचे वर्तन व विचारांचे निर्धारण करतात, व्यक्तीच्या विकासाला चालना देतात. ते संघटित स्वरूपात असतात व त्यामुळेच व्यक्तीच्या व्यक्तिमत्त्वाला संपूर्णत्व प्राप्त होते व त्यांच्या आधारे प्राप्त परिस्थितीशी समायोजन साधले जाते व प्रसंगी परिस्थितीत अपेक्षेनुरूप बदलही घडवून आणला जातो.

फ्रॉईडची व्यक्तिमत्त्वविषयक मनोविश्लेषणात्मक उपपत्ती

सिंगमंड फ्रॉईड यांचे मानसशास्त्रातील संशोधन क्रांतिकारक स्वरूपाचे मानले जाते. मानवी मनाचे स्वरूप सांगताना त्यांनी बोध मन व अबोध मन अशा संकल्पनांचा वापर केला. दैनंदिन जीवनातील प्रेरणांचे व विशेषतः मानसिक रुग्णांच्या प्रेरणांचे मूळ अबोध मनात असल्याचे त्यांनी दाखवून दिले. त्यांच्या मानसोपचार पद्धतीस मनोविश्लेषणाची पद्धती या नावाने ओळखले जाते.

निरनिराळ्या मानसिक रुग्णांवर उपचार करत असताना एकंदर मानवी व्यक्तिमत्त्वा-बद्दल आपले विचार प्रस्तुत केले. त्यातूनच फ्रॉईडची व्यक्तिमत्त्वविषयक मनोविश्लेषणात्मक उपपत्ती साकार झाली.

फ्रॉईड यांच्या मते मानवी व्यक्तिमत्त्व तीन तत्त्वांचे बनलेले आहे. १) अबोधात्मा-Id : निसर्गदत्त सहज प्रवृत्ती, उपजत प्रेरणा यांच्या समुदायाला अबोधात्मा असे म्हणतात. नैतिक-अनैतिक असा विचार न करता येन केन प्रकारेण सुखप्राप्तीसाठी धडपडणे हे त्याचे कार्य होय. २) अहमात्मा - rd : व्यक्तीची स्वतःविषयीची कल्पना यात येते. अहमात्मा वास्तव परिस्थितीकडे दुर्लक्ष करत नाही आणि अबोधात्म्यावर एक प्रकारे नियंत्रण करतो. ३) श्रेष्ठात्मा - Super Ego : हा व्यक्तिमत्त्वातील अंतर्गत संयम राखणारा घटक होय. आई-वडील, परंपरा यापासून प्राप्त होणाऱ्या संयमाची सवय श्रेष्ठात्म्यात पुढे रूपांतरित होते. सामाजिक व सांस्कृतिक आदर्शांचे श्रेष्ठात्मा प्रतिनिधित्व करतो. अहमात्म्याच्या वर्तनास नैतिकतेची दिशा देण्याचे कार्य श्रेष्ठात्मा करतो.

व्यक्तिमध्ये ही तिन्ही तत्त्वे कार्यान्वित होत असली तरी त्यांच्यातील विकासाच्या कमी-अधिक पणावर व्यक्तिमत्त्वाची घडण ठरत असते. मनोविश्लेषण पद्धतीचा अवलंब करून व्यक्तीच्या अंतरंगापर्यंत पोहोचता येते. असा फ्रॉईड यांचा अनुभव व दावा होता. यातूनच व्यक्तिवर्तनावर पडणारा पूर्वानुभवांचा प्रभाव व दडपलेल्या भाव-भावनांचा प्रभाव यांचा त्यांनी ऊहापोह केला आहे.

व्यक्तिमत्त्व वरील तिन्ही घटकांच्या संघटनातून घडत असते. तसेच क्रमाक्रमाने मौखिकावस्था, गुदावस्था, सुप्तावस्था, लैंगिकावस्था आणि परिपक्वावस्था अशा अवस्थांतून जात असताना व्यक्तिमत्त्व वैशिष्ट्यपूर्ण होत असते.

फ्रॉईडची ही उपपत्ती व्यक्तीच्या अबोध मनावर आणि लैंगिक प्रेरकावर काहीसा अतिरिक्त भर देणारी असली तरी व्यक्तिमत्त्वाचे एक सुसंगत चित्र निर्माण करते, असे म्हणता येईल.

७.३ स्व–संकल्पना
(Self Concept)

प्रत्येक व्यक्तीची आपल्या स्वत:विषयी एक कल्पना असते व त्यात व्यक्तीच्या सवयी, आवडी निवडी, भावना, अभिवृत्ती, क्षमता, स्वभाववैशिष्ट्ये, विविध छंद वगैरेंचा समावेश होतो व त्यांच्या आधारे व्यक्ती स्वत:ची ओळख करून देण्याचा, स्वत:चे मूल्यमापन करण्याचा प्रयत्न करते. त्यालाच सामान्यपणे 'स्व-संकल्पना' असे म्हणता येते. व्यक्तीची ही स्व- संकल्पना म्हणजे तिच्या व्यक्तिमत्त्वाचा केंद्रबिंदूच होय. आणि म्हणूनच प्रस्तुत प्रकरणात स्व – संकल्पनेचा शास्त्रीय दृष्टिकोनातून अभ्यास करणे क्रमप्राप्त ठरते.

व्यक्ती स्वत:च स्वत:ला जाणून घेण्याचा प्रयत्न करू लागते तेव्हा 'मी कोण आहे, माझी वैशिष्ट्ये काय आहेत, माझ्या आवडी-निवडी वा मर्यादा कोणत्या आहेत वगैरे सर्व जाणून घेण्याचा व वैयक्तिक पातळीवर स्वत:ला ओळखण्याचा प्रयत्न करते. तर कधी इतर लोक मला चांगले म्हणतात की नावे ठेवतात, मित्र म्हणून स्वीकारतात की टाळतात, वगैरेंच्या आधारे इतरांचा आपल्या 'स्व' विषयक दृष्टिकोन काय आहे, त्याद्वारे स्वत:ला ओळखण्याचा प्रयत्न करते आणि काही वेळा मी पुढे कोण होणार आहे, काय करणार आहे, अशा भविष्यकालीन अपेक्षांच्या आधारेही स्वत:ला ओळखण्याचा प्रयत्न करते.

स्वत:ला जाणून घेण्याच्या वरील तिन्ही दृष्टिकोनांचा स्व- संकल्पनेत समावेश होतो. 'स्व-संकल्पने'चे शास्त्रीय स्वरूप समजावून घेण्यापूर्वी प्रथम 'स्व' म्हणजे काय, ते पाहू.

विल्यम जेम्स यांच्या मते, व्यक्तीचे म्हणून जे जे काही आहे त्या सर्वांचा समावेश तिच्या 'स्व' मध्ये करता येईल. पुढे ते असेही म्हणतात की, व्यक्तीच्या 'स्व' मध्ये केवळ शारीरिक व मानसिक क्षमताच नव्हे तर तिचा कपडालत्ता, घरदार, गाडी-घोडे, जमीन-जुमला, बायको-मुले, मित्र-मैत्रिणी, तिचे पूर्वज, तिचे कार्य, तिची प्रसिद्धी व प्रतिष्ठा इतकेच नव्हे तर तिची बँकेतील शिल्लक या सर्वांचा समावेश होतो.

रॉबर्ट बॅरन यांनी 'स्व' ची अशी व्याख्या केली आहे की, स्वत:ची शरीरसंपदा, वर्तन, क्षमता, समजुती, मूल्ये आणि व्यक्ती म्हणून केलेले स्वत:चे मूल्यमापन या सर्वांचे संकलन म्हणजेच स्व होय.

शेरीफ यांच्या मते, स्वत:चे शरीरसौष्ठव, क्षमता, जवळील वस्तू, व्यक्ती, स्वत:चे कुटुंब, समूह, सामाजिक मूल्ये, ध्येय-धोरणे, सामाजिक संस्था या सर्वांसंबंधी धारण केलेल्या अभिवृत्ती म्हणजे 'स्व' होय.

थोडक्यात, स्वत:विषयी आणि इतर व्यक्ती, समूह व संस्थांविषयीच्या समजुती, मूल्ये आणि अभिवृत्ती यांचे संकलन 'स्व' मध्ये असते. आणि 'स्व'मध्ये संकलित झालेल्या सर्व गोष्टींची जाणीव व त्यावर आधारित अशी व्यक्तीची स्वत:विषयीची कल्पना म्हणजे स्व-संकल्पना असे म्हणता येईल.

व्यक्तीचे स्वत:विषयीच्या विचार म्हणजेच स्व-संकल्पना होय.

स्वत:चे स्वत:विषयीचे कल्पना, भावना, अभिवृत्ती, आवडी-निवडी, सवयी, क्षमता, राहणीमान, प्रेरणा इत्यादींच्या संदर्भात केलेले मूल्यांकन म्हणजे स्व संकल्पना होय.

व्यक्तीच्या गुणवैशिष्ट्यांचा (Characteristics) आणि समजुतींचा (Beliefs) माहितीपूर्ण आविष्कार म्हणजे स्व-संकल्पना होय. स्वत:ची स्वत:विषयीची प्रतिमा (Self image) म्हणजे स्व संकल्पना होय.

व्यक्ती जगाकडे कशी पाहते आणि जग व्यक्तीला कसे ओळखते हे निश्चित करणारी व्यक्तीची स्वत:ची प्रतिमा म्हणजे त्या व्यक्तीची स्व-संकल्पना होय.

विल्यम जेम्स यांनी सर्वप्रथम 'स्व' बद्दल लिखाण केलेले आढळते, तर कार्ल रॉजर्स यांच्या व्यक्तिमत्त्वउपपत्तीत स्व-संकल्पनेची बीजे आढळतात. व्यक्तिमत्त्वाचा विकास स्व-संकल्पनेतून होत असतो. स्व-संकल्पना ही अर्जित किंवा संपादित असते. प्रभावी व्यक्तिमत्त्वविकासासाठी ती निकोपपणे रुजविणे गरजेचे असते.

स्वविषयक दृष्टिकोन :

स्व विषयक दोन दृष्टिकोन मांडले जातात. पहिल्या दृष्टिकोनानुसार 'स्व' ही एक निरीक्षण करण्याजोगी वस्तू असून स्वत:विषयीचे ज्ञान, कल्पना, समजुती, अभिवृत्ती या सर्वांचा त्यात समावेश होतो, असे मानले जाते. यातूनच व्यक्तीची स्व प्रतिमा तयार होते.

दुसऱ्या दृष्टिकोनानुसार असे मानले जाते की 'स्व' हा निरीक्षक आहे. तो क्रिया घडवून आणतो आणि त्यात सक्रियपणे भाग घेतो. 'स्व' च्या या भूमिकेतूनच स्वतःच्या प्रतिमेला 'अहम्' असे नाव दिले जाते.

'स्व'चे प्रकार

विल्यम जेम्स यांनी 'स्व' चे एकूण चार प्रकार सांगितले आहेत. ते खालीलप्रमाणे :

१) भौतिक 'स्व'- यात व्यक्तीजवळ उपलब्ध असणाऱ्या भौतिक संपत्तीचा समावेश होतो - उदा. - घर-दार, जमीन-गाडी वगैरे.

२) सामाजिक 'स्व' - समाजातील इतर व्यक्तींचे आपल्या स्वत:विषयी काय मत असावे, याबाबतच्या व्यक्तीच्या समजुतींचा यात समावेश होतो.

३) **मानसिक 'स्व'** – म्हणजे स्वतःमधील क्षमता, अभिवृत्ती, कौशल्ये, समजुती, मूल्ये यांबाबतची व्यक्तीची जाणीव होय.

४) **शुद्ध अहम्** – म्हणजे स्व-तादात्म्यता होय. मी स्वतः आहे तरी कोण, याबाबत प्राप्त झालेले अत्युच्च ज्ञान की जे केवळ महापुरुषांनाच प्राप्त होते.

'स्व'चा विकास :

व्यक्तीला तिच्या 'स्व'ची जाणीव स्वतःच्या शरीरविषयक जाणिवेतून निर्माण होते व या जाणिवेचा पुढे स्व-तादात्म्य, स्व-आदर, स्व-विस्तारीकरण अशा विविध टप्प्यांमधून विकास होतो. 'स्व'-विकासाच्या संदर्भात ऑलपोर्ट व रॉजर्स यांनी मांडलेले दृष्टिकोन उल्लेखनीय आहेत. त्यांचा संक्षिप्त विचार करू.

'स्व' विकासाबाबत ऑलपोर्टचा दृष्टिकोन – व्यक्तिमत्त्वामध्ये मूलभूत गुणवैशिष्ट्ये, अभिरुची, अभिवृत्ती, प्रेरणा, गतअनुभव यांसारख्या विविध घटकांचा समावेश होतो; पण तरीसुद्धा व्यक्तीच्या व्यक्तिमत्त्वात एक प्रकारचे ऐक्य, सातत्य आणि सुसंघटितपणा आढळून येतो, कारण हे सर्व घटक 'स्व' च्या माध्यमातून परस्परांना जोडलेले असतात, असे ऑलपोर्ट यांचे मत होते. पुढे ते असेही म्हणतात की, स्व हा प्रगमनशील असतो व ही प्रगमनशीलता प्रगतीच्या दिशेने केलेल्या वाटचालीतून व्यक्त होते.

ऑलपोर्ट यांच्या मते 'स्व' चा विकास सात टप्प्यांमधून होतो. ते सात टप्पे खालीलप्रमाणे –

१) **शारीरिक 'स्व'ची जाण** – स्वतःच्या शारीरिक अस्तित्वाची जाणीव होणे म्हणजेच शारीरिक स्व-जाण येणे होय. मला स्वतःला एक शरीर आहे, मी जिवंत आहे, मला अस्तित्व आहे याची जाणीव शारीरिक 'स्व' मुळेच येते. साधारणपणे ही जाणीव वयाच्या १४-१५ व्या महिन्यापर्यंत येते.

२) **'स्व' तादात्म्याची जाणीव** – स्व तादात्म्याची जाणीव म्हणजे स्वतःच्या स्वतंत्र अशा अस्तित्वाची ओळख पटणे होय. आपण इतरांपेक्षा वेगळे आहोत याची जाणीव होणे होय. साधारणपणे वयाच्या २ ते ४ वर्षांपर्यंत ही जाणीव निर्माण होते.

३) **'स्व' आदर** – 'स्व' आदर म्हणजे स्वतःचे गुणधर्म, स्वतःच्या वस्तू, क्षमता आणि अनुभव यांचे व्यक्तीने केलेले मूल्यमापन होय. आपण स्वतः स्वतःला किती प्रमाणात आवडतो यावर 'स्व' आदर अवलंबून असतो. वयाच्या ४ ते ५ वर्षांपर्यंत ही जाणीव निर्माण होते.

४) **'स्व' विस्तारण** – माझे घर, माझी शाळा, माझे गाव, माझा देश याप्रमाणे 'हे माझे आहे' या भावनेचा विकास होण्याच्या प्रक्रियेला 'स्व' विस्तारण असे

म्हणतात. ४ ते ६ वर्षे वयाच्या दरम्यान बालकाच्या लक्षात येते की, इतर व्यक्ती व वस्तू या आपल्या स्व-शरीराचा एक भाग नसला तरी त्या माझ्या आहेत व यातूनच पुढे 'स्व'- विस्तारण होते.

५) 'स्व' प्रतिमा – इतरांना माझ्याविषयी काय वाटत असावे, मी कसा/कशी आहे, मी कसे असायला हवे यासंबंधीच्या व्यक्तीच्या कल्पना म्हणजेच 'स्व' प्रतिमा होय. वयाच्या ५-६ व्या वर्षांपासून स्व-प्रतिमा अनुषंगाने अगदी प्राथमिक विचारांना प्रारंभ होतो.

६) विवेकनिष्ठ 'स्व' – स्वतःच्या अंगी असणाऱ्या विचारक्षमतांबाबतच्या जाणिवा जागृत होणे म्हणजेच विवेकनिष्ठ 'स्व'चा विकास होणे होय. साधारणपणे वयाच्या ६ ते १२ व्या वर्षांपर्यंत बालकाच्या लक्षात येते की, जीवनात निर्माण होणाऱ्या समस्यांना तोंड देण्यासाठी आवश्यक असणारी विचार-क्षमता माझ्यामध्ये आहे.

७) उद्दिष्टपूर्तीसाठी 'स्व'ची धडपड – समृद्ध जीवन जगण्यासाठी योग्य व्यवसायाची निवड करणे, निश्चित ध्येय-धोरण ठरवणे, दीर्घकालीन उद्दिष्टांचा मागोवा घेणे, प्रयत्नांना निश्चित दिशा देणे या सर्वांचा यात समावेश होतो. या अवस्थेचा विकास १२ ते २१ वर्षांपर्यंत होतो.

ऑलपोर्टच्या मते विविध टप्प्यांत होणारा हा 'स्व'चा विकास सुसूत्रपणे व अखंडितपणे चालू असतो.

'स्व' विकासाबाबत रॉजर्सचा दृष्टिकोन –

रॉजर्स यांच्या मते – 'स्व' म्हणजे 'मी कोण आहे' आणि 'मी काय करू शकतो' याविषयी व्यक्तीला होणाऱ्या जाणिवा होत. व्यक्तीला सभोवतालच्या जगाचे संवेदन विशिष्ट पद्धतीने होत असते व अशा अनेकविध संवेदनांचे मिळून व्यक्तीचे अनुभवविश्व तयार होत असते.

व्यक्तीचा 'स्व' हा तिच्या अनुभवविश्वाचाच एक भाग होय. 'स्व' शी संबंधित असणाऱ्या सर्व प्रकारच्या संवेदनांचा मिळून एक संघटित आकृतिबंध निर्माण होतो. व्यक्तीला जसजसे अनुभव येत जातात तसतसे तिच्या 'स्व' मध्ये बदल होतो; पण तरीसुद्धा 'स्व विषयक अनुभवांमधील संघटितपणामुळे व्यक्तिमत्त्वाचा मूळ गाभा तोच राहतो. आणि म्हणूनच खूप वर्षांनंतर भेटलेल्या मित्राबद्दल विचार प्रकट करताना आपण असे म्हणतो की, इतक्या वर्षांनंतरही तू आहे तसाच आहेस तुझ्यात काहीच बदल झाला नाही. तीच बडबड, तीच ती घाई सर्व काही पूर्वीचेच आहे. इत्यादी.

रॉजर्स यांच्या मते 'स्व' हा व्यक्तीच्या वर्तनावर नियंत्रण ठेवण्याचे काम करीत नाही, तर व्यक्तीच्या स्वत:विषयीच्या अनुभवांच्या जाणिवांचे प्रतिनिधित्व करीत असतो.

रॉजर्स यांच्या मते 'स्व'चा विकास हा टप्प्या-टप्प्याने होत नसून तो इतर व्यक्ती लहान मुलांविषयी जी काही बरी वाईट मते व्यक्त करतात, त्यावर त्याच्या सकारात्मक किंवा नकारात्मक 'स्व' प्रतिमेचा विकास अवलंबून असतो.

रॉजर्स यांनी 'स्व'विकासाची खालील वैशिष्ट्ये सांगितली.

१) स्वतंत्र अस्तित्वाची जाणीव – नवजात अर्भकाला त्याच्या स्वत:च्या अस्तित्वाची जाणीव नसते. त्याच्या सभोवतालचे जग एक गोंगाटमय परिस्थिती असते असे मानले जाते. वैकासिक प्रगतीनुरूप त्याला हळूहळू सभोवतालच्या परिस्थितीची व स्वत:च्या अस्तित्वाची जाणीव होऊ लागते. त्याचप्रमाणे परिस्थितीपेक्षा आपण वेगळे आहोत, आपल्याला स्वतंत्र अस्तित्व आहे याची जाणीव होऊ लागते व या जाणिवेतूनच व्यक्तीच्या 'स्व' भावनेचे मूळ जोपासले जाते.

२) स्वानुभव–मूल्यांकन प्रक्रिया – व्यक्तीला आलेल्या अनुभवांना अनुसरून तिने व्यक्त केलेल्या उत्स्फूर्त प्रतिक्रियांना 'स्वानुभव मूल्यांकन' असे म्हणतात. ज्या अनुभवांचा 'स्व'च्या विकासासाठी, स्वत:मधील सुप्त गुणांचा विकास घडवून आणण्यासाठी उपयोग होतो, त्यांचे धनात्मक मूल्यमापन केले जाते, तर याउलट ज्या अनुभवांमुळे 'स्व'च्या विकासामध्ये बाधा निर्माण होते त्यांचे ऋणात्मक मूल्यमापन केले जाते.

३) सकारात्मक दृष्टिकोनाची गरज – 'मी एक चांगली व्यक्ती आहे' अशी स्वत: विषयी होणारी जाणीव म्हणजे 'सकारात्मक स्व' होय. तर 'मी चांगली व्यक्ती नाही' अशा जाणिवेला नकारात्मक 'स्व' असे म्हणतात. सकारात्मक दृष्टिकोनामुळेच व्यक्ती स्वत:ला गुण दोषांसकट स्वीकारते.

एखादे बालक 'स्व' विषयक सकारात्मक दृष्टिकोन स्वीकारेल की नाही, हे त्याचे पालक त्याचा किती स्वीकार करतात यावर अवलंबून असते. आई-वडिलांना माझ्याविषयी प्रेम, आपुलकी, सहानुभूती आणि आदर वाटतो, ते प्रेमाने माझा स्वीकार करतात असे वाटत राहिल्यास मूल स्वत:वरही प्रेम करायला शिकते व यातूनच त्याचा 'स्व' विषयक सकारात्मक दृष्टिकोन विकसित होतो.

४) बिनशर्त धनात्मक दृष्टिकोन – माझ्या हातून काही चुका झाल्या, काही वावगे घडले तरी मी मुळातच आई-वडिलांचा आवडता असल्यामुळे ते माझ्यावर नाखूष होतील, पण माझा रागराग करणार नाहीत, असा विश्वास मुलाच्या मनात

निर्माण होणे म्हणजेच त्याला आई-वडिलांकडून बिनशर्त धनात्मक दृष्टिकोन लाभणे होय. बिनशर्त धनात्मक दृष्टिकोनामुळे 'मी चांगला आहे, मी इतरांना आवडतो' अशी स्वत:विषयी अनुकूल प्रतिमा तयार होते.

रॉजर्स यांच्या मते आई-वडिलांनी मुलाविषयी बिनशर्त धनात्मक दृष्टिकोन स्वीकारणे म्हणजे मुलांवर जागरूकतेने प्रेम करणे होय. अयोग्य वर्तनाबद्दल नाखूष आहोत, तथापि तुझ्यावर आमचे प्रेम आहेच याची जाणीव करून देणे होय व येथे पालकत्वाची खरी कसोटी लागते.

५) चांगुलपणाचे निकष – 'कसे वागल्यास त्याला चांगले म्हणता येईल' या- संबंधीचे निकष म्हणजे चांगुलपणाचे निकष होत. आई-वडील लहान मुलांच्या वागण्यावर चांगुलपणाचे निकष लादत असतात. जसे की, तू खोटे बोलणे बरोबर नाही, लहान बहिणीला चिडवता कामा नये, तुझा परीक्षेत पहिला क्रमांक आला पाहिजे, वगैरे. तू विशिष्ट पद्धतीने वागलास तरच आम्ही तुझ्यावर प्रेम करू व तू आम्हाला आवडशील असा सशर्त धनात्मक दृष्टिकोन अनेक पालकांकडून स्वीकारला जातो. परिणामी मुलाला स्वत:च्या अपेक्षांचा विसर पडतो व प्रत्येक ठिकाणी इतरांना काय वाटेल याचा विचार करण्यात तो गुंतत जातो. त्यामुळे व्यक्तीच्या स्वत:विषयीच्या अपेक्षा आणि इतरांच्या अपेक्षांवर आधारित 'स्व' यांचा ताळमेळ लागत नाही व असे झाल्याने मानसिक आरोग्यावर विघातक परिणाम होतो आणि म्हणूनच पालकांनी आपल्या मुलांबाबत त्यांच्या सर्व गुणदोषांसहित प्रेम करण्याचा बिनशर्त धनात्मक दृष्टिकोन स्वीकारणे अधिक उचित ठरते, कारण त्यामुळे मुलाचा 'स्व' प्रगल्भ होतो.

स्व-संकल्पनेचे घटक (Components of Self Concepts)

स्व-संकल्पनेचे तीन घटक मानले जातात. ते म्हणजे स्व-एकरूपता (Identity) स्व-मूल्यांकन (Evaluation) आणि स्व-आदर्श (Ideal Self) हे होत. या तिन्ही घटकांची थोडक्यात माहिती खालीलप्रमाणे –

स्व-एकरूपता (Self Identity)

जन्मत: आपला 'स्व' विकसित झालेला नसतो. नवजाताला त्याचे शरीर कोठे संपते व त्याचा परिवेश कोठे सुरू होतो हे कळत नसते. तथापि विकासपरत्वे त्याला शरीर आणि परिवेश यातील भेद कळू लागतो. स्वत:चे शरीर इतर व्यक्तींपासून आणि सभोवतालच्या वातावरणापासून वेगळे आहे, याची जाणीव होऊ लागते. स्व-शरीराविषयी होणाऱ्या या संवेदनालाच 'देह प्रतिमा' (Body Image) असे म्हणतात. व व्यक्तीच्या स्व-संकल्पनेचा तो आदिम गाभा (Primitive Core) असतो.

मूल थोडे मोठे झाल्यावर घरातील माणसे त्याच्यावर जबाबदारी टाकतात. त्यातून ते स्व-क्षमतांचा उपयोग करण्यास आणि स्वत:च्या भावनांना आवर घालण्यास शिकते. या वयात स्वत:विषयी विशेष जाणीव निर्माण होते. स्वत:च्या क्षमतांची ओळख पटू लागते. इतरांशी तुलना करून स्वत्व जपण्याची वृत्ती वाढीस लागते.

वाढत्या वयाबरोबर बालकाचा अनुभवही वाढत जातो. सामाजिकीकरण सुरू होते व व्यक्तीच्या स्व-संकल्पनेत परिवेशातील अनेकविध वस्तू, व्यक्तींचा अंतर्भाव होतो व आता मी ऐवजी माझे-आमचे अशा प्रकारच्या प्रतिक्रिया दिल्या जाऊ लागतात. यातूनच पुढे कुटुंब, शेजारी, मित्र, शाळा, गाव, देश यांच्याविषयी प्रेम निर्माण होते व सामाजिक आणि सांस्कृतिक आंतरक्रियांच्याद्वारे स्व-संकल्पना अधिक दृढ होत जाते.

स्व-मूल्यांकन (Self Evaluation)

स्व-एकरूपता विकसित होत असतानाच व्यक्ती स्वत:विषयी गुणात्मक निर्णय घेऊ लागते व त्यात चांगले-वाईट, श्रेष्ठ-कनिष्ठ, पूर्ण-अपूर्ण, योग्य-अयोग्य इत्यादींचा समावेश होतो व त्यालाच स्व-मूल्यांकन असे म्हटले जाते.

स्व-मूल्यांकन हे इतर लोक व्यक्तीकडे कोणत्या दृष्टिकोनातून पाहतात त्यावर अवलंबून असते. यात प्रामुख्याने आई-वडिलांचा वाटा महत्त्वाचा असतो, त्याचबरोबर शेजारी-पाजारी, मित्रपरिवार, शिक्षक व सभोवताली वावरणाऱ्या व्यक्तींच्या प्रतिक्रियाही महत्त्वाच्या ठरतात. रॉजर्स यांच्या मते या प्रतिक्रियांमधूनच व्यक्तीचा 'स्व' विषयीचा सकारात्मक वा नकारात्मक दृष्टिकोन विकसित होतो. इतर व्यक्तींनी त्याचे कौतुक केले, त्याच्याविषयी प्रेमाच्या, आपुलकीच्या, स्वीकारार्हतेच्या प्रतिक्रिया व्यक्त केल्या की व्यक्ती 'स्व' विषयी सकारात्मक मूल्यांकन करण्यास प्रवृत्त होते. याउलट इतरांनी सतत नावे ठेवल्यास, अस्वीकार केल्यास नकारात्मक मूल्यांकनास प्रवृत्त होते. सकारात्मक स्व मूल्यांकनालाच स्व-आदर (Self Esteem) असे म्हणतात.

व्यक्ती तिच्या 'स्व' चे जे मूल्यांकन करते त्याचा तिच्या व्यक्तिमत्त्वावर जवळ-जवळ कायमस्वरूपी प्रभाव पडतो.

आदर्श 'स्व' (Ideal Self)

व्यक्तीच्या आदर्श 'स्व'मध्ये स्व-विषयक भविष्यकालीन कल्पना, व्यक्तीच्या आशा-आकांक्षा, महत्त्वाकांक्षा इत्यादींचा समावेश होतो व या सर्व घटकांमुळे व्यक्तीला प्रगतीच्या दिशेने वाटचाल करण्यासाठी ऊर्जा व दिशा मिळते. त्यामुळे व्यक्तीची स्व-प्रतिमा सुधारते, 'स्व' च्या प्रगल्भ विकासाला हातभार लागतो.

व्यक्तीने स्वीकारलेले ध्येय/आकांक्षा सहजसाध्य आहे की अवघड आहे हे व्यक्तीची क्षमता, उपलब्ध संधी आणि दुर्दम्य इच्छाशक्ती यावरून ठरविता येते. सामान्यपणे आकांक्षा ही वास्तव स्वरूपाची असावी. त्याचप्रमाणे थोडी अवघड स्वरूपाची असावी. ती अति-उच्च स्वरूपाची नसावी. त्याचप्रमाणे ती व्यक्तीवर लादलेलीही नसावी.

७.४ व्यक्तिमत्त्वविषयक वर्गतत्त्व दृष्टिकोन

(Type Approach to Personality)

मानवी व्यक्तिमत्त्व हा विषय अत्यंत गुंतागुंतीचा असला, तरी तो तितकाच आकर्षक आणि मोह पाडणारा असल्यामुळे अनेक मानसशास्त्रज्ञांनी आपापल्या परीने व्यक्तिमत्त्वाचे स्वरूप जाणून घेण्याचा प्रयत्न केलेला आहे व त्यातूनच व्यक्तिमत्त्व विषयक विविध उपपत्तींची निर्मिती झालेली आहे.

व्यक्तिमत्त्वाचा अभ्यास करण्यासाठी आणि स्वरूप समजून घेण्यासाठी ज्या उपपत्ती मांडलेल्या आहेत त्यांमध्ये 'वर्गतत्त्व दृष्टिकोन' सर्वात जुना आहे. या दृष्टिकोनाचे जनकत्व ग्रीक शरीरशास्त्रज्ञ व वैद्यकशास्त्राचा प्रणेता **हिप्पोक्रेटस** यांच्याकडे जाते.

वर्गतत्त्व दृष्टिकोनानुसार व्यक्तीच्या ठिकाणी आढळणाऱ्या वैयक्तिक वैशिष्ट्यांच्या आधारे व्यक्तिमत्त्वाचे वर्णन व वर्गीकरण केले जाते. काही व्यक्तिवैशिष्ट्ये सार्वत्रिक स्वरूपाची असतात, कारण ती सर्व व्यक्तींच्या ठिकाणी आढळतात. तथापि, व्यक्तिपरत्वे ती कमी-अधिक प्रमाणात आढळतात आणि म्हणून सर्वांच्या ठिकाणी आढळणारी ही वैशिष्ट्ये इतरांशी तुलना करता विशिष्ट व्यक्तीच्या ठिकाणी किती प्रमाणात आढळतात, याचे वर्णन करून त्याद्वारे व्यक्तिमत्त्वाचा अभ्यास केला जातो.

वर्गतत्त्वावर आधारित व्यक्तिमत्त्वाचे वर्णन व वर्गीकरण करणारे काही प्रमुख सिद्धान्त खालीलप्रमाणे -

१. हिप्पोक्रेटस यांचा वर्गतत्त्व सिद्धान्त

हिप्पोक्रेटस यांच्या मते शरीरांतर्गत विशिष्ट रासायनिक द्रव्यांच्या प्रमाणावर व्यक्तीची स्वभाववैशिष्ट्ये अवलंबून असतात व त्या आधारावर व्यक्तींचे वर्गीकरण करता येते. त्यांनी रासायनिक द्रव्य व स्वभावगुणधर्मानुसार व्यक्तींचे चार प्रकारांत वर्गीकरण केले आहे. ते खालीलप्रमाणे :

१) रक्तप्रधान (Blood) - रक्त या रासायनिक द्रव्याचे प्रमाण अधिक असणाऱ्या व्यक्ती आनंदी स्वभावाच्या (Sanguine), आशावादी, प्रसन्न, क्रियाशील आणि निश्चयी प्रवृत्तीच्या असतात.

२) पीत पित्तप्रधान (Yellow Bile) - पीत-पित्त या रासायनिक द्रव्याचे प्रमाण अधिक असणाऱ्या व्यक्ती तामसी स्वभावाच्या (Choleric) असतात. त्याचबरोबर त्या भावनाशील, शीघ्रकोपी, चिडखोर, अस्वस्थ इत्यादी स्वभाववैशिष्ट्ये असणाऱ्या आढळतात.

३) कृष्ण पित्तप्रधान (Black Bile) – हे रासायनिक द्रव्य अधिक प्रमाणात असणाऱ्या व्यक्ती दुःखी स्वभावाच्या (Melancholic) असतात. त्याचप्रमाणे त्यांच्या ठिकाणी विषण्णता, निराशा, ताठरता, चिंताक्रांतता, आतल्या गाठीचे असणे व असमाजशीलता इत्यादी स्वभाववैशिष्ट्येही आढळतात.

४) कफप्रधान (Phlegmatic) - अशा व्यक्ती सुस्त, शांत किंवा जड स्वभावाच्या (Phlegmatic) असतात. त्याचप्रमाणे त्यांच्या ठिकाणी संथपणा, मंदत्व, आळस, थंडपणा इत्यादी वैशिष्ट्ये आढळतात.

हिप्पोक्रेटसचे वरील वर्गीकरण पुढे काळाच्या ओघात मागे पडले, कारण त्यांनी सुचविलेले रासायनिक द्रव्यांचे प्रकार आणि स्वभावगुणधर्म व त्यानुसार व्यक्तिमत्त्वाचे प्रकार यांच्यात निःसंदिग्ध संबंध प्रस्थापित होऊ शकला नाही.

२) क्रेश्मर व शेल्डन यांचा वर्गतत्त्व सिद्धान्त –

क्रेश्मर व शेल्डन यांनी शरीराच्या आकारमानानुसार (बांधा) व्यक्तिमत्त्वाचे वर्णन व वर्गीकरण केलेले आहे.

अजय शरीराने स्थूल, गोल गरगरीत आणि ठेंगणा आहे, मात्र स्वभावाने खेळकर, बोलघेवडा आहे. तर विजय उंच, किडकिडीत शरीराचा परंतु दुर्मुखलेला, अबोल आणि एकलकोंडा आहे. आपल्यासभोवतालच्या व्यक्तींचे निरीक्षण केल्यास वरीलप्रमाणे अनेक उदाहरणे देता येतील व अशा प्रकारच्या निरीक्षणातूनच क्रेश्मर यांना एक कल्पना सुचली की, व्यक्तीची शरीरयष्टी आणि व्यक्तिमत्त्व यांच्यामध्ये संबंध असावा व त्या दृष्टीने त्यांनी संशोधन करून शरीररचनेच्या आकारमानानुसार (बांधा) व्यक्तीचे चार प्रमुख वर्ग सांगितले ते खालीलप्रमाणे –

१) मेदप्रधान (Pyknic) - मेदप्रधान व्यक्ती स्थूल, ठेंगण्या, लठ्ठ, पोटाचा घेर वाढलेल्या आणि गोलाकार शरीराच्या असतात. त्यांच्या स्वभावात आनंद व खेळकरपणा, समाजशीलता, बिनधास्तपणा, व्यवहारीपणा, वास्तववाद, खाण्या-पिण्याची आवड, बोलघेवडेपणा, विनोदीपणा आणि कधी आनंदी तर कधी दुःखी वृत्ती, अभिरुची इत्यादी वैशिष्ट्यांचा अंतर्भाव होतो.

२) स्नायूप्रधान (Athletic) - स्नायुप्रधान व्यक्ती सुडौल शरीरबांध्याच्या, रुंद खांद्याच्या आणि बळकट स्नायूंच्या असतात. आदर्श शरीरबांध्याचा उत्तम नमुना

म्हणून त्यांच्या शरीरयष्टीचा स्वीकार केला जातो. अशा व्यक्तींच्या स्वभावात क्रियाशीलता, उत्साहीपणा, आक्रमकता या वैशिष्ट्यांचा समावेश होतो.

३) अस्थिप्रधान (Asthenic) - अस्थिप्रधान व्यक्ती शरीराने सडपातळ, उंच आणि कृश बांध्याच्या असतात. यांचा स्वभाव अबोल, आत्मकेंद्री, हळवा, स्वप्नाळू, लाजाळू, संकोची, भावनाशील, तात्त्विक, आदर्शवादी, विनम्र आणि एकांतप्रिय इत्यादी वैशिष्ट्यांनी युक्त असतो.

४) बेडौल (Dysplastic) - बेडौल शरीरयष्टी असलेल्या व्यक्तीत वरील सर्व प्रकारच्या शारीरिक वैशिष्ट्यांचे मिश्रण असते. त्यांचा शरीरबांधा बटाट्याच्या आकारासारखा बेढब असतो. या प्रकारच्या व्यक्तींच्या ठिकाणी सदोष शारीरिक व मानसिक वैशिष्ट्ये, मंदबुद्धी इत्यादी स्वभाववैशिष्ट्ये आढळतात.

क्रेश्मरप्रमाणेच शेल्डन यांनीदेखील शरीरयष्टीवरून व्यक्तींचे वर्गीकरण करण्याचा काटेकोर प्रयत्न केला आहे. क्रेश्मर यांना याची पूर्ण जाणीव होती की, सर्व व्यक्तींचे मेदप्रधान, स्नायुप्रधान आणि अस्थिप्रधान अशा तीन प्रकारांमध्ये काटेकोर वर्गीकरण करणे अशक्य आहे. म्हणजे कोणतीही व्यक्ती वरील तीन प्रकारांपैकी एका विशिष्टच प्रकारची असते असे खात्रीपूर्वक सांगता येत नाही, कारण प्रत्येक व्यक्तीच्या शरीरात मेद, अस्थी आणि स्नायूंचा अंतर्भाव असतो.

क्रेश्मरच्या वर्गीकरणातील वरील उणीव कमी करण्यासाठी व वर्गीकरणात अधिक काटेकोरपणा आणण्यासाठी शेल्डन यांनी प्रयत्न केले. त्यांनी शेकडो व्यक्तींची छायाचित्रे पुढून, मागून आणि एका बाजूने याप्रमाणे घेतली व त्यांचा अभ्यास करून समान शारीरिक वैशिष्ट्यांना अनुसरून व्यक्तींचे वर्गीकरण केले. क्रेश्मर यांच्याप्रमाणेच शेल्डन यांनीदेखील व्यक्तीचे तीन प्रकारांत वर्गीकरण केले आहे. ते खालीलप्रमाणे –

१) मेदप्रधान (Endomorphic) : शेल्डनच्या मते मेदप्रधान व्यक्तींची शरीरयष्टी गोलाकृती असते. उदराचा मोठा परंतु गोलाकार घेर वाढलेला असतो आणि मध्यम उंची व गोलाकार, गुटगुटीत शरीरयष्टी असते. अशा व्यक्ती स्वभावाने स्वस्थ, शांत, खाण्या-पिण्याची आवड असणाऱ्या व समाजशील प्रवृत्तीच्या असतात.

२) स्नायूप्रधान (Mesomorphic) : या व्यक्तींची शरीरयष्टी आयताकृती असते. या व्यक्ती शरीराने धिप्पाड, बळकट स्नायूंच्या व प्रमाणबद्ध शरीरबांधा असलेल्या असतात. यांचा स्वभाव क्रियाशील, जोखीम स्वीकारणारा, आक्रमक, उत्साही, धैर्यवान आणि मनमोकळेपणा इत्यादी वैशिष्ट्यांनी युक्त असतो.

३) अस्थिप्रधान (Ectomorphic) - या व्यक्तींची शरीरयष्टी लंबाकृती असते. या व्यक्ती शरीराने उंच, सडपातळ, किडकिडीत बांध्यांच्या, हात, पाय व

बोटे अधिक लांबसर असणाऱ्या असतात. या व्यक्तींच्या ठिकाणी एकान्तप्रियता, आत्मकेंद्रितता, लिहिण्या-वाचण्याची आवड, संयम, हळवेपणा इत्यादी स्वभाववैशिष्ट्ये आढळतात. शेल्डन यांचे वर्गीकरण क्रेश्मर यांच्या वर्गीकरणासारखेच असले तरी शेल्डन यांनी त्यांच्या वर्गीकरणामध्ये एका नवीन मुद्द्याची भर घातली आहे. त्यांच्या मते मेदप्रधानता, स्नायुप्रधानता आणि अस्थिप्रधानता ही तिन्ही वैशिष्ट्ये प्रत्येक व्यक्तीमध्ये कमी-अधिक प्रमाणात असतात व त्यांचे प्रमाण अंकांच्याद्वारे दर्शविता येते. त्यांनी मेद, स्नायू आणि अस्थींचे प्रमाण दर्शविण्यासाठी सात बिंदूंची श्रेणी सुचविली आहे. त्यातील १ हा अंक विशिष्ट वैशिष्ट्याचे अल्पतम प्रमाण दर्शवितो. ७ हा अंक अधिकतम प्रमाण दर्शवितो, तर १ ते ७ मधील अंक त्यांच्या स्थानानुसार विशिष्ट प्रमाण दर्शवितात. या पद्धतीनुसार कोणत्याही व्यक्तीच्या शरीराचे वर्णन तीनअंकी संख्येने करता येते. या तीनअंकी संख्येतील पहिला अंक मेदप्रधानता, दुसरा अंक स्नायुप्रधानता आणि तिसरा अंक अस्थिप्रधानता दर्शवितो. उदा. एखाद्या व्यक्तीच्या शरीरबांध्याचे वर्णन १६३ या संख्येद्वारे केले असेल तर त्याचा अर्थ असा होतो की, या व्यक्तीच्या शरीरयष्टीत मेदाचे प्रमाण अल्पतम असून स्नायूंचे प्राबल्य तर अस्थी माफक प्रमाणात आहे.

शेल्डन यांनी शरीररचनेच्या प्रकाराप्रमाणेच स्वभाववैशिष्ट्याचेही तीन प्रकार सांगितले आहेत. जसे की, मेदप्रधान व्यक्तीचा स्वभाव अंतरंगप्रधान, स्नायुप्रधान व्यक्तीचा स्वभाव कार्यप्रधान आणि अस्थिप्रधान व्यक्तीचा स्वभाव प्रमस्तिष्कप्रधान असतो व या तीन स्वभाववैशिष्ट्यांचे प्रमाणदेखील १ ते ७ बिंदूंच्या श्रेणीद्वारे दर्शविता येते असे त्यांनी प्रतिपादन केले.

शेल्डन यांच्या या वर्गीकरणपद्धतीचा विचार करता असे स्पष्ट होते की, त्यांनी देहयष्टी आणि स्वभावगुणधर्म व व्यक्तिमत्त्व यांच्या संबंधाबाबत अत्यंत काटेकोर व शास्त्रीय अभ्यास केलेला दिसतो.

३. कार्ल युंग यांचा वर्गतत्त्व सिद्धान्त

'मोहन फारच हुशार आहे. विषय मिळण्याची खोटी की त्याला लगेच नवनवीन कल्पना सुचतात. मोनिका मात्र अतिशय हळवी आहे. तिला टीका अजिबात सहन होत नाही. संजय फारच संशयखोर आहे.' याप्रमाणे अनेक व्यक्तींच्या बाबतीत आपण बोलत असतो.

वरील मोहन, मोनिका, संजय यांची स्वभाववैशिष्ट्ये भिन्न भिन्न आहेत व त्या वैशिष्ट्यांमुळेच त्यांची वेगळी ओळख पटते, स्मरणात राहते. या ठिकाणी त्यांच्या शारीरिक वैशिष्ट्यांच्या आधारे त्यांचे वर्णन केलेले नाही, तर ते इतरांशी कसे

वागतात, बोलतात, त्यांच्या आवडी निवडी कोणत्या यांचे वर्णन केलेले आहे. त्यालाच 'मानसिक कार्ये' असे म्हणतात.

व्यक्तीच्या मानसिक कार्यांच्या आधारे व्यक्तिमत्त्वाचा अभ्यास करण्याचा प्रयत्न अनेकांनी केलेला आहे. तथापि कार्ल युंग यांनी या संदर्भात केलेला अभ्यास अधिक लोकप्रिय आहे.

मानसिक कार्याच्या आधारे कार्ल युंग (१८७५-१९६१) यांनी व्यक्तिमत्त्वाचे तीन प्रकार सांगितले आहेत व ते म्हणजे अंतर्मुखी (Introvert), उभयमुखी (Ambivert), आणि बहिर्मुखी (Extrovert), या तीनही प्रकारच्या व्यक्तिमत्त्वांची वैशिष्ट्ये खालीलप्रमाणे -

१) अंतर्मुखी व्यक्ती - अंतर्मुखी व्यक्ती अंत:क्षेपित असतात. त्या स्वत:लाच अधिक महत्व देणाऱ्या, स्व-अभिरुची, अभिवृत्ती, प्रेरणांशी केंद्रित झालेल्या दिसतात. या व्यक्ती आत्मकेंद्री, एकान्तप्रिय, कठोर, ताठर, नियम व आदर्शांना महत्त्व देणाऱ्या, आतल्या गाठीच्या असतात. त्याचप्रमाणे त्या हळव्या, भावनाशील व संशयीवृत्तीच्या असतात. त्या स्व-मूल्यांकन आणि दिवास्वप्नात रमणाऱ्या असतात. त्या भावनिकदृष्ट्या थंड, सहानुभूतिशून्य व सत्ता-प्रतिष्ठेला महत्त्व देणाऱ्या असतात.

२) बहिर्मुखी व्यक्ती - बहिर्मुखी व्यक्ती बहि:क्षेपित प्रवृत्तीच्या असतात. त्या स्वत:ऐवजी बाह्य गोष्टींना अधिक महत्त्व देणाऱ्या असतात. त्या बोलघेवड्या, इतरांमध्ये, सभा-समारंभांमध्ये मिसळणाऱ्या असतात. त्यांना थट्टा-मस्करी आवडते. त्यांना परिस्थितीनुरूप समायोजन साधणे सहज जमते. स्व-परीक्षणात व दिवास्वप्नात न रमता वास्तव परिस्थिती स्वीकारणाऱ्या असतात. त्या भावनिकदृष्ट्या आवेगी, सभ्य व साहसी असतात.

३) उभयमुखी व्यक्ती - जनसामान्यातील बहुसंख्य व्यक्तींचे निरीक्षण केल्यास असे आढळते की, फारच थोड्या व्यक्तींच्या ठिकाणी अगदी टोकाची अंतर्मुखता वा बहिर्मुखतेची लक्षणे आढळतात आणि बहुसंख्य व्यक्तींच्या ठिकाणी अंतर्मुखता व बहिर्मुखतेच्या लक्षणांचे मिश्रण आढळते व त्यामुळे अशा व्यक्तींचे अंतर्मुखी वा बहिर्मुखी असे वर्गीकरण करता येत नाही, तर त्या सर्वांना उभयमुखी व्यक्ती संबोधले जाते. म्हणजेच या व्यक्ती अंतर्मुखी नसतात त्याचप्रमाणे बहिर्मुखीही नसतात तर उभयमुखी असतात.

वरीलप्रमाणे अनेक मानसशास्त्रज्ञांनी ठळक वैशिष्ट्यांच्या आधारे व्यक्तिमत्त्वाचे वर्गीकरण करून व्यक्तिमत्त्वाचा अभ्यास केलेला आहे. जसे की, फ्रिडमन व रोझेनमन यांनी हृदयरोगप्रवणता या वैशिष्ट्याच्या आधारे व्यक्तिमत्त्वाचे 'अ-प्रकार'

(जोखीम घेणाऱ्या, स्पर्धाशील, उतावीळ, सदैव घाई करणाऱ्या) आणि 'ब-प्रकार' (संयमी, शांत, जबाबदारीचे विकेंद्रीकरण करणाऱ्या, सहकार्यशील) असे दोन प्रकार सांगितले आहेत. कॅन्सरप्रवणता या वैशिष्ट्याचा अभ्यास करून मॉरिस यांनी वरील वर्गीकरणात 'क-प्रकार' या व्यक्तिमत्त्वाची भर घातली आहे.

७.५ व्यक्तिमत्त्वविषयक गुणतत्त्व दृष्टिकोन (Trait Approaches to Personality)

'व्यक्ती तितक्या प्रकृती' या उक्तीप्रमाणे कोणत्याही दोन व्यक्ती समान नसतात. प्रत्येक व्यक्ती एकमेवाद्वितीय किंवा वैशिष्ट्यपूर्ण असते. तथापि, काही बाबतींत सर्व व्यक्ती समान असतात. उदा. शरीररचना, प्रेरणा इत्यादी बाबतींत, तर काही बाबतींत काही व्यक्तीच एकमेकांशी समान असतात. उदा. सामाजिक, सांस्कृतिक समानता, तर काही बाबतींत कोणतीही व्यक्ती दुसरीसारखी नसते. उदा - बुद्धिमत्ता, अभिक्षमता वगैरे बाबतीत.

व्यक्तीच्या जन्मजात क्षमता, गतअनुभव आणि अध्ययनातून व्यक्तिमत्त्व-वैशिष्ट्यांची निर्मिती होत असते. अनुभवांबाबत व्यक्ति-भिन्नता आढळते व त्यामुळेच प्रत्येकाचे व्यक्तिमत्त्व भिन्न परंतु वैशिष्ट्यपूर्ण असते. व्यक्तिमत्त्वाची वैशिष्ट्यपूर्णता अभ्यासण्याच्या हेतूने संशोधकांनी जेव्हा असा प्रश्न उपस्थित केला की, व्यक्तिमत्त्वाच्या कोणकोणत्या वैशिष्ट्यांच्या बाबतीत व्यक्तिभिन्नता आढळते? तेव्हा त्यातूनच व्यक्तिमत्त्वविषयक गुणतत्त्व सिद्धांताची निर्मिती झाली.

ऑलपोर्ट, गिलफोर्ड, कॅटेल, आयझेंक, गोल्डबर्ग, डिगमन, कॉस्टा, मॅक्रे यांसारख्या अनेक मानसशास्त्रज्ञांनी व्यक्तिमत्त्वाचा शास्त्रीय अभ्यास करण्यासाठी गुणतत्त्व हा दृष्टिकोन स्वीकारला आहे. 'गुणतत्त्व दृष्टिकोना'नुसार व्यक्तिमत्त्वाचा अभ्यास करणे म्हणजे 'व्यक्तीच्या ठिकाणी सर्वसामान्यपणे आढळून येणाऱ्या गुणविशेषांच्या आधारे व्यक्तीच्या व्यक्तिमत्त्वाचे वर्णन करणे होय.'

'व्यक्तिमत्त्वाची अशी वैशिष्ट्ये की जी कमी-अधिक प्रमाणात स्थायी स्वरूपाची असतात व ज्यांच्यामुळे व्यक्तीच्या वर्तनात सुसंगती निर्माण होते त्यांना गुणविशेष (Traits) असे म्हणतात.'

व्यक्तिमत्त्वविषयक प्रमुख 'गुणतत्त्व दृष्टिकोन' खालीलप्रमाणे -

१. ऑलपोर्ट यांचा गुणतत्त्व सिद्धान्त - सभोवतालच्या परिवेशाला सुसंगतपणे प्रतिक्रिया देताना प्रकटणाऱ्या गुणविशेषांच्या (वैशिष्ट्यांच्या) आधारे व्यक्तिमत्त्वाचा शास्त्रीय दृष्टिकोनातून अभ्यास करण्याचे प्रथम श्रेय गार्डन ऑलपोर्ट यांच्याकडे जाते. त्यांनी व्यक्तिमत्त्वाचे वर्णन करणाऱ्या १८००० गुणविशेषांची यादी तयार केली की

जीमध्ये इंग्रजी शब्दकोशातील विशेषणांचा समावेश होता. पुढे घटक विश्लेषण-तंत्राच्या आधारे त्यांनी गुणविशेषांची यादी अधिक मर्यादित स्वरूपात तयार केली. तरीदेखील त्या यादीत ४५०० गुणविशेषांचा समावेश होताच.

ऑलपोर्टच्या मतानुसार व्यक्तिमत्त्वगुणविशेषांमुळे परिस्थितीनुषंगिक वर्तन घडत असते. भिन्न व्यक्ती एकाच उद्दीपक परिस्थितीत भिन्न प्रकाराने प्रतिक्रिया देताना आढळतात, मात्र प्रत्येकाचे वर्तन वैशिष्ट्यपूर्ण असते व या वैशिष्ट्यपूर्ण वर्तनाचे गुणविशेषांद्वारे वर्णन करावयाचे झाल्यास ऑलपोर्ट यांच्या मतानुसार व्यक्तीच्या व्यक्तिमत्त्वघडणीत प्रामुख्याने तीन प्रकारच्या गुणविशेषांचा समावेश होतो व ते खालीलप्रमाणे -

१) प्रधान गुणविशेष (Cardinal Trait) - प्रधान गुणविशेष म्हणजे असा गुणविशेष की जो व्यक्तीचे संपूर्ण जीवन व्यापून टाकतो. व्यक्तीच्या वर्तनातून तो सातत्याने प्रकटतो. असा एखादाच गुणविशेष असतो व व्यक्तीचे संपूर्ण व्यक्तिमत्त्व त्या विशिष्ट गुणविशेषाशी केंद्रित झालेले असते. जनसामान्यातील फारच थोड्या व्यक्तींच्या ठिकाणी प्रधान गुणविशेष विकसित झालेला आढळतो. उदा. - कर्णाचा दानशूरपणा, बाबा आमट्यांची कुष्ठरोग्यांबद्दलची सेवावृत्ती, महात्मा गांधींची सत्यनिष्ठता व अहिंसा, अलेक्झांडर दि ग्रेट यांचा महत्त्वाकांक्षीपणा इत्यादी.

वरील उदाहरणांतील व्यक्तींचा विचार केल्यास असे लक्षात येईल, की प्रत्येकाचे जीवन एका विशिष्ट गुणविशेषाने भारलेले आहे. अशा व्यक्ती सामर्थ्यवान, दुसऱ्यावर प्रभाव पाडणाऱ्या असतात.

२) केंद्रीय गुणविशेष (Central Trait) : कोणत्याही सर्वसामान्य व्यक्तीच्या ठिकाणी ५ ते १० गुणविशेष असे असतात, की जे व्यक्तीच्या वर्तनातून सातत्याने प्रकट होतात व ते त्या व्यक्तीच्या व्यक्तिमत्त्वाच्या केंद्रस्थानी असतात, म्हणूनच त्यांना केंद्रीय गुणविशेष असे म्हटले जाते. उदा. व्यक्तीच्या ठिकाणी आढळणारी संवेदनशीलता, जबाबदारपणा, औदार्य, प्रामाणिकपणा, वक्तशीरपणा इत्यादी गुणविशेषांचा यात समावेश होतो.

केंद्रीय गुणविशेषांची व्याप्ती प्रधान गुणविशेषांपेक्षा कमी असते. तथापि, संख्या जास्त असते. हे गुणविशेष सर्वसामान्य व टिकाऊ स्वरूपाचे असतात. त्याचप्रमाणे ते व्यक्तिमत्त्वाचे पायाभूत आधार असतात.

३) दुय्यम गुणविशेष (Secondary Trait) : व्यक्तीच्या वर्तनातून सर्वसामान्यपणे प्रकट होणारे असेही काही गुणविशेष असतात की, ज्यांचा प्रत्येक परिस्थितीतील व्यक्ति-वर्तनावर प्रभाव पडत नाही तर काही ठरावीक परिस्थितीमधील

वर्तनावरच त्यांचा प्रभाव पडतो. आणि म्हणूनच त्यांना दुय्यम गुणविशेष असे म्हटले जाते. उदा. व्यक्तिगत आवड-निवड, पसंती, सवयी वगैरेंचा यात समावेश होतो.

दुय्यम गुणविशेष केंद्रीय गुणविशेषांपेक्षा साधारण स्वरूपाचे, अल्प प्रभाव टाकणारे आणि कमी प्रमाणात टिकून राहणारे असतात.

आयझेंक गुणविशेष सिद्धान्त

हॅन्स जे आयझेंक यांनी १९४७ साली आपला व्यक्तिमत्त्वविषयक गुणविशेष सिद्धान्त मांडला. हा सिद्धान्त शरीरशास्त्र आणि अनुवंश या दोन घटकांवर आधारित आहे. आयझेंकच्या मते, व्यक्तिमत्व म्हणजे विशिष्ट व्यक्तीच्या, अनुवंश आणि परिवेशाने निर्धारित केलेल्या, वास्तविक अथवा प्रभावीपणे प्रकटण्याची ताकद असलेल्या वर्तन संघातांची गोळाबेरीज होय. आयझेंकने पुढे असेही प्रतिपादन केले आहे की, प्रमुख चार कार्यात्मक आंतरक्रियांच्या विभागातून या वर्तनसंघातांची निर्मिती आणि विकास होतो व ते चार विभाग म्हणजे बोधात्मक (बुद्धी), आवेगात्मक (चारित्र्य), भावात्मक (स्वभाव) आणि कायिक (शरीर प्रकृती) होत. वर्तनसंघाताचा शोध घेण्यासाठी आयझेंक यांनी घटक-विश्लेषणाचा उपयोग केला. आणि अशा निष्कर्षाप्रत आले की, एखाद्याच्या व्यक्तिमत्त्वाचे वा व्यक्तिमत्त्वांतर्गत वर्तन संघातांचे मनोविक्षिप्ती (Psychoticism), बहिर्मुखता (Extraversion) आणि चेतापदशिता (Neuroticism) या तीन द्वीध्रुवीय परिमितीच्या आधारे वर्णन वा स्पष्टीकरण देता येते. उपरोक्त तिन्ही परिमितींच्या आद्याक्षरावरून या सिद्धान्ताला PEN प्रारूप असेही संबोधले जाते.

आयझेंकने प्रतिपादन केलेल्या वरील तीनही परिमितींची संक्षिप्त माहिती खालीलप्रमाणे देता येते.

१) मनोविक्षिप्ती (Psychoticism) - या परिमितीच्या साहाय्याने व्यक्तीच्या मानसिक वास्तवतेच्या विपर्यस्तेच्या (विकृत रूप) प्रमाणाचे कथन करता येते. तीव्र मनोविक्षिप्ती असलेल्या व्यक्तींच्या ठिकाणी केंद्रित अवधान दुर्बलता, स्मृती दुर्बलता, अवेदनक्षमता, इतरांची काळजी घेण्याच्या क्षमतेचा अभाव, क्रूरता वा निष्ठुरता, धोकादायक घटनांविषयी व त्याचप्रमाणे समाजमान्य रूढी, परंपरांविषयी अनादर, भावनाशून्यता इत्यादी वैशिष्ट्ये आढळतात. या उलट मनोविक्षिप्तीचे अल्प प्रमाण असलेल्या व्यक्तींच्या ठिकाणी दयाळूपणा, समजूतदारपणा, सामाजिक रूढी-परंपरांप्रति आदर व नीति-नियमांचे पालन करणे इत्यादी वैशिष्ट्ये आढळतात.

२) बहिर्मुखता (Extraversion) - या परिमितीच्या साहाय्याने व्यक्तीमधील सामाजिकतेच्या प्रमाणाचे कथन करता येते. या परिमितीच्या एका टोकाला अंतर्मुखी

गुण वैशिष्ट्यांचा समावेश होतो तर दुसऱ्या टोकाला बहिर्मुखी गुणवैशिष्ट्ये आढळतात. अंतर्मुखी व्यक्ती या एकांतप्रिय, प्रेमळ मनाच्या (Tender Mindness), ताठर (Rigid), आत्मपरीक्षण करणाऱ्या (Introspectiveness), स्वतःच्या मनोविश्वात रमणाऱ्या, चिंतनशील आणि कलात्मक असतात, तर बहिर्मुखी व्यक्ती या आवेगशील, समाजप्रिय, सभा-समारंभात आनंदाने सहभागी होणाऱ्या, आव्हान स्वीकारणाऱ्या, नावीन्याची ओढ असणाऱ्या, सहनशील, विनोदप्रिय, थट्टामस्करी करणाऱ्या असतात. एका वाक्यात सांगावयाचे झाल्यास अंतर्मुखी व्यक्ती अंतःक्षेपी प्रवृत्तीच्या तर बहिर्मुखी व्यक्ती बहिःक्षेपी प्रवृत्तीच्या असतात.

३) चेतापदशिता (Neuroticism) – या परिमितीच्या साहाय्याने व्यक्तीमधील भावनिक स्थैर्याच्या प्रमाणाचे कथन करता येते. या परिमितीच्या एका टोकाला चेतापदशिता तर दुसऱ्या टोकाला भावनिकदृष्ट्या स्थिर या गुणवैशिष्ट्यांचा समावेश होतो. चेतापदशिता प्रवृत्ती असलेल्या व्यक्ती मंद गतीने विचार आणि कृती करणाऱ्या, सरासरीपेक्षा कमी भावनिक नियंत्रण असलेल्या, अल्प इच्छाशक्ती असलेल्या असतात. त्याचप्रमाणे या व्यक्ती अधिक सूचनक्षम असतात. त्यांच्या ठिकाणी चिकाटीचा अभाव असतो. त्यांची असुखद घटनांना दमन करण्याची प्रवृत्ती असते. त्यांच्या ठिकाणी सामाजिकतेचा अभाव असतो. त्यांची वेदनिक तीक्ष्णता सरासरीपेक्षा कमी असते, तर कृतीपातळी मात्र उच्च असते. याउलट भावनिकदृष्ट्या स्थिर असलेल्या व्यक्ती शांत, लवचीक, समतोल राखणाऱ्या, पुढाकार घेणाऱ्या व भावनिक नियंत्रण राखणाऱ्या असतात.

२) कॅटेल यांचा गुणतत्त्व सिद्धान्त (Cattell's Trait Approach)

ऑलपोर्टप्रमाणेच कॅटेल (१९०५-१९९८) यांनीही मानवी वर्तनाचे वर्णन करणाऱ्या व दैनंदिन जीवनात सातत्याने उच्चारल्या जाणाऱ्या गुणविशेषांची यादी तयार केली व त्या गुणविशेषांबाबत माहिती मिळविली. माहिती मिळविण्यासाठी तीन भिन्न पद्धतींचा उपयोग केला.

१) यादीतील गुणविशेषांबाबत पदनिश्चयन श्रेणी तयार करून त्याआधारे विविध व्यक्तींच्या जीवनासंबंधीची माहिती मिळविली. (L' Data)

२) काही प्रश्नावल्या तयार करून त्या आधारेही व्यक्तिमत्त्वविषयक माहिती मिळविली. (Q Data)

३) वर्तनाविषयीच्या काही वस्तुनिष्ठ चाचण्या अनेक लोकांना देऊन त्या आधारे त्यांच्या वर्तनाचे वस्तुनिष्ठ मापन करून माहिती मिळविली. (T Data)

वरील तिन्ही मार्गांनी व्यक्तिमत्त्वाबाबत मिळालेल्या माहितीचे त्यांनी घटक-

विश्लेषण तंत्राद्वारे विश्लेषण केले व त्या आधारे असे प्रतिपादन केले की व्यक्तिमत्त्वात दोन प्रमुख गुणविशेषांचा समावेश होतो व ते म्हणजे – दर्शनी गुणविशेष (Surface Trait) आणि मूलाधार गुणविशेष (Source Trait)

व्यक्तीच्या वर्तनाद्वारे वारंवारपणे व्यक्त होणाऱ्या दृश्य-वर्तन लक्षणांना 'दर्शनी गुणविशेष' असे म्हणतात, तर वरकरणी दिसणाऱ्या या दृश्य-वर्तन गुणविशेषांच्या मुळाशी जे गुण असतात त्यांना 'मूलाधार गुणविशेष' असे म्हणतात.

व्यक्तिमत्त्वघडणीसाठी मूलाधार गुणविशेषच जबाबदार असतात, म्हणून त्यांना व्यक्तिमत्त्वाचे पायाभूत घटक असेही संबोधले जाते. हे गुणविशेष व्यक्तीच्या बाह्य वर्तनाद्वारे सहजासहजी दृग्गोचर होत नाहीत. तथापि दर्शनी गुणविशेषांवर त्यांचाच प्रभाव असतो. कॅटेल यांनी व्यक्तिमत्त्वाचे १६ मूलाधार गुणविशेष असतात असे प्रतिपादन केले आहे. त्यांनी व्यक्तिमत्त्वाच्या मूलाधार गुणविशेषांचे वर्णन विरुद्ध शब्दांच्या जोडीने केले आहे व ते खालीलप्रमाणे –

१) भिडस्त किंवा कुढा (Reserved) – मनमोकळा (Outgoing)

२) कमी बुद्धीचा (Less Intelligent) – जास्त बुद्धीचा (More Intelligent)

३) भावुक (Affected by feeling) – भावनिकदृष्ट्या स्थिर (Emotionally stable)

४) नमते घेणारा (Submissive) – अधिकार गाजवणारा (Dominating)

५) गंभीर (Serious) – मनमौजी (Happy Go Lucky)

६) लाभदक्ष, हितदक्ष (Expedient) – कर्तव्यदक्ष (Conscientious)

७) भित्रा (Timid) – धाडसी (Adventurous)

८) कणखर (Toughminded) – संवेदनशील (Sensitive)

९) विश्वासू (Trusting) – संशयी (Suspicious)

१०) वास्तववादी, व्यवहारी (Practical) – कल्पक (Imaginative)

११) सरळमार्गी (Forthright) – चतुर (Shrewd)

१२) स्व-आश्वस्त (Self-assured) – भयभीत, चिंतित (Apprehensive)

१३) पुराणमतवादी (Conservative) – प्रयोगशील (Experimenting)

१४) समूहावलंबी (Group Dependent) – स्वयंपूर्ण (Self Sufficient)

१५) अनियंत्रित (Uncontrolled) – नियंत्रित (Controlled)

१६) शिथिल (Relaxed) – तणावग्रस्त (Tense)

अशा रीतीने कॅटेल यांनी व्यक्तिमत्त्वाचे १६ मूलघटक सांगितले असल्याने

त्यांचा सिद्धान्त '१६ व्यक्तिमत्त्व घटक सिद्धान्त' (16 Personality Factor Theory) म्हणूनही ओळखला जातो.

३) व्यक्तिमत्त्वविषयक प्रमुख पंचघटक प्रारूप – (Big Five Model of Personality)

व्यक्तिमत्त्वाचे स्वरूप जाणून घेण्यासाठी व्यक्तिमत्त्वाचे मुख्य गुणविशेष किती व कोणते या संबंधी संशोधकांमध्ये मतभेद आहेत; परंतु त्यासंदर्भात १९७० पासून केलेल्या उच्च प्रतीच्या संशोधनामुळे हे मतभेद कमी होण्यास मदत झाली आहे व त्यासाठी अनेकांचे योगदान लाभलेले आहे.

वरील संशोधनानुसार व्यक्तिमत्त्वाचे पाच मुख्य गुणविशेष किंवा गुणघटक आहेत व त्यांनाच प्रमुख पंचघटक (Big Five) असे म्हणतात व या पाच घटकांचे संशोधन करण्यात कॉस्टा आणि मॅक्रे (१९९४) फंडर आणि स्नीड (१९९३), फंडर आणि कोल्विन (१९९१), डिगमन (१९९०) आणि गोल्डबर्ग (१९८१) यांचे योगदान आहे.

व्यक्तिमत्त्वाच्या पंचघटक सिद्धान्ताला ओशन प्रारूप (Ocean Model) असेही म्हणतात. व्यक्तिमत्त्वातील पाच घटकांच्या नावांच्या आद्याक्षरांवरून त्या नावाची निर्मिती होते.

व्यक्तिमत्त्वाचे पाच मुख्य गुणघटक खालीलप्रमाणे

१) बहिर्मुखता (Extraversion) : या गुणविशेषाचा विस्तार एका बाजूस बडबडेपणा, उत्साहीपणा, समाजप्रियता, मनमोकळेपणा, प्रेम व कनवाळूपणा या गुणविशेषांपासून दुसऱ्या टोकाकडे शांतता, संयम, नेमस्तपणा, एकांतप्रियता, अबोलपणा इत्यादी गुणविशेषांपर्यंत आहे.

२) सहमतिदर्शक (Agreeableness) : या गुणविशेषाचा विस्तार एका टोकाकडे दयाळूपणा, सुस्वभाव, सहकार्यशीलता, संमतिदर्शकता, कोमलता, सचोटी, उपयोगी पडण्याची वृत्ती इत्यादी घटकांपासून दुसऱ्या टोकाला सहकार्य न करणे, संशयीपणा, चिडखोरपणा, असंमतिदर्शकता, निष्ठुरता, हेकेखोरपणा इत्यादी गुणविशेषांपर्यंत आहे.

३) जाणीवयुक्त तत्परता (Conscientiousness) : या गुणविशेषाच्या एका बाजूला सुसंघटित विचार, नीटनेटकेपणा, जबाबदारीची जाणीव असणे, स्वयम् अनुशासन, विवेकनिष्ठता व उत्पादनशीलता इत्यादी गुणघटक आहेत तर दुसऱ्या बाजूला असंघटित विचार, निष्काळजीपणा, अविवेकीपणा, अनुत्पादनशीलता, जबाबदारीची जाणीव नसणे इत्यादी गुणघटक आहेत.

४) चेतापदशिता (Neuroticism) : या गुणविशेषाचा विस्तार ताणयुक्तपणा, चिंताक्रांतता, उदासपणा, भावनाशीलता, अस्वस्थता, बेचैनीपासून समतोलपणा, शांतपणा, संयमीपणा, भावनिक दृष्ट्या स्थिरता, चिंतामुक्ततेपर्यंत आहे.

५) अनुभवांचा मुक्त स्वीकार करणारा (Openness to Experience): या गुणविशेषाच्या विस्तारात एका बाजूला प्रतिभा, कल्पकता, बुद्धिमत्ता, मनमोकळेपणा, जिज्ञासूवृत्ती, सुशीलता आणि सभ्यपणा, सौंदर्यदृष्टी इत्यादी घटकांचा समावेश आहे, तर दुसऱ्या बाजूला प्रतिभाशून्यता, निर्बुद्धता, रोखठोकपणा, असंवेदनशीलता, अपरिपक्वता सौंदर्यदृष्टीचा अभाव इत्यादी घटक आहेत.

मॅक्रे आणि कॉस्टा (१९९९), जॉन आणि श्रीवास्तव (१९९९) आणि सॅग्गिनो (२000) वगैरे मानसशास्त्रज्ञांनी केलेल्या संशोधनाद्वारे असे आढळून आले आहे की भिन्न सामाजिक-सांस्कृतिक, भिन्न वयोगटांतील आणि भिन्नलिंगी व्यक्तींच्या ठिकाणी वरील पाच गुणविशेष दिसून येतात.

७.६ व्यक्तिमत्त्वाचे मापन (Assessing Persoanlity)

व्यक्तिमत्त्वाच्या आत्तापर्यंतच्या अभ्यासावरून सहजपणे आपल्या लक्षात येईल की व्यक्तिमत्त्वात अनेकविध गुणवैशिष्ट्यांचा समावेश होतो. तथापि, विशिष्ट व्यक्तीच्या व्यक्तिमत्त्वात कोणत्या गुणवैशिष्ट्यांचे संघटन झालेले आहे, त्याची उकल करणे ही वाटते तितकी साधी सरळसोट प्रक्रिया नाही; परंतु मानसशास्त्रज्ञांच्या अथक परिश्रमातून व्यक्तिमत्त्वमापनाच्या विविध पद्धतींचा शोध लागला आहे व त्यामुळे व्यक्तिमत्त्वाचे काटेकोर मापन करणे शक्य झाले आहे.

व्यक्तिमत्त्वाचे समग्र आकलन होण्याच्या दृष्टीने मानसशास्त्रज्ञ विविध परिस्थितींतील परंतु व्यक्तिमत्त्वाशी निगडित माहिती मिळवितात व मिळालेल्या माहितीचे विश्लेषण करून व्यक्तिमत्त्वाचा अन्वयार्थ स्पष्ट करण्याचे काम करतात व त्यासाठी खालील पद्धतींचा अवलंब करतात.

१. स्व-वृत्त चाचणी/शोधिका (Self Report Test/Inventory)
२. प्रक्षेपण तंत्र (Projective Techniques)
३. व्यक्तिवृत्तांत पद्धती (Case Study Method)
४. वर्तनात्मक आणि बोधनात्मक मापन (Behavioral and Cognitive Assessment)

वरील प्रत्येक पद्धतीबाबत संक्षिप्त माहिती करून घेऊ.

१. स्व–वृत्त चाचणी/शोधिका (Self Report Inventory)

व्यक्तिमत्त्वाचे मापन करणाऱ्या सर्व मानसशास्त्रीय चाचण्यांना/शोधिकांना 'स्व-वृत्त चाचणी' म्हणून ओळखले जाते. व्यक्तिमत्त्वाच्या ज्या गुणवैशिष्ट्यांचे मापन करावयाचे असते त्या वैशिष्ट्यांमुळे प्रभावित होणारे वर्तन, विचार व भावनांशी निगडित प्रश्नावली अथवा विधानांची यादी तयार केली जाते. प्रत्येक प्रश्न वा विधानासमोर 'होय', 'नाही' अथवा 'सांगता येत नाही' असे तीन पर्याय दिलेले असतात व अशी मानसशास्त्रज्ञांनी तयार केलेली प्रमाणित प्रश्नावली (चाचणी) व्यक्तीला वैयक्तिक वा समूहपातळीवर दिली जाते. प्रत्येक प्रश्नाबाबत तिच्या प्रतिक्रिया मिळविल्या जातात व त्या आधारे व्यक्तिमत्त्वातील विशिष्ट गुणवैशिष्ट्यांचे प्रमाण चाचणी प्राप्तांकाद्वारे निश्चित केले जाते.

काही महत्त्वाच्या व्यक्तिमत्त्व – स्व-वृत्त चाचण्या खालीलप्रमाणे

मिनेसोटा बहुविध व्यक्तिमत्त्व शोधिका
(Minnesota Multiphasic Persoanlity Inventory 2 - M.M.P.I. 2)

मिनेसोटा विद्यापीठातील हॅथवे आणि मॅक्किनले यांनी १९४३ साली 'मिनेसोटा बहुविध व्यक्तिमत्त्व शोधिका' प्रकाशित केली. मानसोपचारात्मक वर्गीकरणाला अनुसरून व्यक्तीच्या 'मानसिक विकृतीं'चे निदान अधिक अचूकपणे करता यावे व मनोविकृतीबाबतच्या व्यक्तिमत्त्व कलाचे मूल्यमापन करता यावे म्हणून ही चाचणी तयार करण्यात आली. या चाचणीत एकूण ५५० विधाने आहेत व प्रत्येक विधानाला 'सत्य,' 'असत्य' आणि 'सांगता येत नाही' असे तीन पर्याय आहेत. १४ वर्षांपासून पुढील कोणत्याही वयोगटाच्या व्यक्तीला ही चाचणी देता येते. चाचणीतील विधाने व्यक्तीच्या शारीरिक तक्रारी, उदासीनपणा, मानसिक विकृती, अवास्तव भीती, उन्मादावस्था इत्यादींशी संबंधित आहेत. ही चाचणी वैयक्तिक पातळीवर त्याचप्रमाणे समूहपातळीवरही देता येते.

चाचणीत समाविष्ट असणारे प्रत्येक विधान स्वतंत्र कार्डावर लिहिलेले असते व अशी ५५० कार्डे व्यक्तीला दिली जातात. व्यक्तीने प्रत्येक कार्डावरील विधान वाचून आपल्या बाबतीत ते लागू पडते की नाही ते ठरवायचे असते व त्यानुसार 'सत्य' 'असत्य' यांपैकी एका खणात ते कार्ड ठेवायचे असते. एखाद्या विधानाबाबत तिला निर्णय घेणे कठीण जात असेल तर अशा विधानांची कार्डे 'सांगता येत नाही' या खणात ठेवावयाची असतात.

या चाचणीमध्ये १० चिकित्सात्मक मापिकांचा (Clinical Scales) समावेश आहे आणि म्हणून चाचणी घेणाऱ्या प्रत्येक व्यक्तीचे वेगवेगळ्या प्रकारचे १०

चिकित्सात्मक प्राप्तांक मिळतात. चाचणीतील १० चिकित्सा–मापिका खालीलप्रमाणे

१. प्रकृतिग्रस्तता (Hypochondriasis - Hs) : शारीरिक लक्षणांमध्ये अभिरुची

२. अवसाद (Depression - B) : निराशावादी अभिवृत्ती

३. उन्माद (Hysteria -Hy) : समस्यांपासून दूर जाण्यासाठी शारीरिक विकृतीचा उपयोग

४. मनोविकृत विचलक (Psychopathic Deviate - PD) : समाजविरोधी वर्तन. इतरांना तुच्छ लेखणे

५. पौरुष स्त्रीत्व (Masclinity Feminity - MF) : लिंगसंबंधी अभिरुची

६. प्रमाणित विभ्रम विकृती (Paranoia - PA) : संरक्षणात्मक, संशयास्पद, तिरस्करणीय वर्तन

७. मनोदुर्बलतता (Psychasthenia - PT) : कल्पना अनिवर्यांता, क्रिया अनिवार्यता, संशयास्पद वर्तन

८. छिन्नमनस्कता (Schizophrenia -Sc) : वास्तवाचे भान हरवलेला, विक्षिप्त विभ्रम वृत्तीचा

९. अल्पोन्माद (Hypomania -Ma) : आवेगशील, अतिक्रियाशील वर्तन

१०. सामाजिक अंतर्मुखता (Social Introversion - SI) : असुरक्षित सामाजिक संबंध

M.M.P.I. चाचणीमध्ये वरील १० चिकित्सात्मक मापिकांबरोबरच यथार्थता मापिकांचाही (Validity Scales) समावेश केलेला आहे, की ज्यांच्यामुळे चाचणी घेणाऱ्या व्यक्तीच्या प्रतिक्रियांमधील खोटेपणा, निष्काळजीपणा, संरक्षकपणा आणि उडवाउडवीपणा शोधता येतो.

उदा. एका कार्डावर असे विधान असते की, जे काम आजच करायचे असते, ते क्वचित् प्रसंगी मी उद्यावर ढकलतो. व्यक्ती आपली छाप इतरांवर पाडण्याच्या इच्छेने हे कार्ड 'असत्य' या रकान्यात ठेवते. वस्तुत: प्रत्येक व्यक्ती कधी ना कधी कामाची चालढकल करत असते आणि म्हणून वरील प्रकारच्या विधानांना जर 'असत्य खणात' ठेवले गेले, तर त्यावरून असे सूचित होते की, केवळ इतरांवर छाप पाडण्याच्या हेतूने व्यक्ती खोट्या प्रतिक्रिया देत आहे.

हॅथवे आणि मॅक्किनले यांनी तयार केलेल्या MMPI चाचणीत १९८९ मध्ये सुधारणा करून सुधारित चाचणी प्रकाशित केली आहे. या चाचणीमध्ये काही नवीन विधानांचा समावेश केलेला आहे व त्यामुळे आता चाचणीत ५६७ विधाने आहेत. म्हणजे १७ नवीन विधाने सुधारित चाचणीमध्ये समाविष्ट केली आहेत. चिकित्सात्मक

मापिका मात्र आहेत तशाच १० ठेवलेल्या आहेत. समाविष्ट केलेली नवीन विधाने खाण्याची विकृती, क्रोध, स्व-प्रतिष्ठा, कौटुंबिक समस्या, कार्य-अक्षमता, इत्यादी विषयांशी निगडित आहेत.

व्यक्तिमत्त्वाचे मापन करण्यासाठी आणि भविष्यकथन करण्यासाठी आज M.M.P.I.-2 ही चाचणी संपूर्ण जगभर मोठ्या प्रमाणावर वापरली जात आहे. तिचे आतापर्यंत २० पेक्षा अधिक भाषांमध्ये भाषांतर करण्यात आलेले आहे.

कॅलिफोर्निया मानसशास्त्रीय शोधिका
(California Psychological Inventory CPI)

हॅरिसन गाऊफ या संशोधकाने १९५७ मध्ये या चाचणीचे प्रमाणीकरण केलेले आहे. सामान्य व्यक्तीच्या व्यक्तिमत्त्वाचे मापन करण्याच्या हेतूने या चाचणीची निर्मिती केलेली आहे. ही चाचणी (PI-434) पेपर-पेन्सिल स्वरूपात आणि (PI-260) ऑनलाइन (Online) स्वरूपात अशा दोन्ही प्रकारांमध्ये उपलब्ध आहे. वरीलपैकी पेपर-पेन्सिल स्वरूपातील चाचणीत ४३४ विधाने आहेत, तर ऑनलाईन स्वरूपातील चाचणीत २६० विधाने आहेत. प्रत्येक विधानासमोर बरोबर अथवा चूक असे दोन पर्याय दिलेले आहेत. प्रत्येक विधान वाचून व्यक्तीला जो पर्याय योग्य वाटेल त्याची निवड करणे असे या चाचणीचे स्वरूप आहे. या चाचणीच्या साहाय्याने व्यक्तिमत्त्वाशी निगडित २० घटकांचे, कार्य संबंधित ०७ घटकांचे आणि इतर ०३ अशा एकूण ३० घटकांचे मूल्यमापन केले जाते. ही चाचणी वैयक्तिक अथवा सामूहिक अशा कोणत्याही पद्धतीने वापरता येते. एखादी व्यक्ती विशिष्ट परिस्थितीत कसे आणि कोणत्या पद्धतीने वर्तन करू शकते व इतरांचे त्या व्यक्तीविषयी काय मत असू शकेल याचे विश्लेषण करण्याच्या हेतूने ही चाचणी दिली जाते. आत्मस्वीकृती, वर्चस्व, जबाबदारी, आत्मनिर्णय, उपलब्धी इत्यादी गुणवैशिष्ट्यांचे मापन या चाचणीद्वारे करता येते.

निओ – पीआय व्यक्तिमत्त्व शोधिका :
(Neuroticism Extraversion Openness - Personality Inventory - NEO - PI)

व्यक्तिमत्त्वाच्या प्रमुख पंचघटक सिद्धान्ताद्वारे व्यक्तिमत्त्वाचे जे पाच प्रमुख गुणविशेष सांगितले जातात त्या पाच घटकांचे (मोकळेपणा – <u>0</u>, विचारपूर्वकता – <u>C</u>, बहिर्मुखता – <u>E</u>, सहमतिदर्शकता – <u>A</u> आणि चेतापदशिता – <u>N</u>, – <u>OCEAN</u>) मापन करण्यासाठी कॉस्टा आणि मॅक्रे यांनी तयार केलेली चाचणी 'निओ-पीआय' म्हणून ओळखली जाते. ही चाचणी त्यांनी १९८५ मध्ये तयार केली होती व पुढे

१९९२ मध्ये तिची सुधारित आवृत्ती काढण्यात आली आहे, की जी 'Neo-Pi-R' या नावाने ओळखली जाते.

व्यक्तिमत्त्वातील प्रमुख पाच घटकांचे मापन करण्यासाठी चाचणीमध्ये सहा – उपपरिमितींचा (Six-Subdimensions) उपयोग करण्यात आला आहे. कॉस्टा आणि मॅक्रे यांच्या मते या चाचणीद्वारे व्यक्तिमत्त्वमापनाबरोबरच व्यक्तिमत्त्वविकृतींचे निदान अधिक अचूकपणे होते. त्याचप्रमाणे विशिष्ट रुग्णाला कोणत्या प्रकारची उपचारपद्धती अवलंबावी याचा निर्णय घेण्यासाठी मानसोपचारकाला ही चाचणी मदत करते. उदा. या चाचणीनुसार मानसोपचार करण्यासाठी समूहोपचार अधिक योग्य व परिणामकारक ठरेल असा निर्णय मानसोपचारकाला घेता येतो.

वरीलप्रमाणे विविध मानसशास्त्रज्ञांनी स्व-वृत्त व्यक्तिमत्त्व मापन चाचण्या तयार केलेल्या आहेत. सर्वांचा येथे आढावा घेणे शक्य नसल्याने त्यांचा केवळ नामोल्लेख केलेला आहे. उदा. –

■ हॅरिसन गाऊफ यांची कॅलिफोर्निया व्यक्तिमत्त्व शोधिका,
■ आर. बी. कॅटेल यांची १६ व्यक्तिमत्त्व घटक शोधिका,
■ एडवर्ड यांची व्यक्तिमत्त्व शोधिका वगैरे

२. प्रक्षेपण तंत्र (Projective Technique)

प्रक्षेपणतंत्र हे व्यक्तिमत्त्वमापनाचे अप्रत्यक्ष तंत्र आहे. या तंत्रानुसार व्यक्तीला संदिग्ध उद्दीपक (चित्र) दिले जाते व त्या उद्दीपकाचे वर्णन करण्यास वा उद्दीपकावरून गोष्ट लिहिण्यास सांगितले जाते. प्रक्षेपण तंत्रानुसार असे गृहीत धरले जाते की, व्यक्तीसमोर सादर केलेले चित्र संदिग्ध अर्थाचे असल्यामुळे व्यक्ती चित्राच्या संदर्भात स्वतःच्या भावना, विचार, इच्छा–आकांक्षा, गरजा आणि अभिवृत्ती चित्रात प्रक्षेपित करते व त्यांचे वर्णन करते. व्यक्तीच्या अबोध मनातील विचारांचा आणि संघर्षाचा सुगावा लावण्यासाठी ही चाचणी तयार करण्यात आली. या चाचणीच्या साहाय्याने व्यक्तीच्या दर्शनी व्यक्तिमत्त्वाच्या पलीकडे असणाऱ्या अंतर्गत पातळीवरील खोलवर दडलेल्या व्यक्तिमत्त्वाचे मापन करता येते. या चाचणीद्वारे व्यक्तीच्या अंतर्मनात जाता येते. अंतर्मनातील विचारांचा चिकित्सात्मक अभ्यास करता येतो.

व्यक्तिमत्त्वाचे मापन करण्यासाठी खालील प्रक्षेपण चाचण्यांचा मोठ्या प्रमाणावर वापर केला जातो.

रोशार्क शाईच्या डागांची चाचणी
(Rorschach - Inkblot Test) :

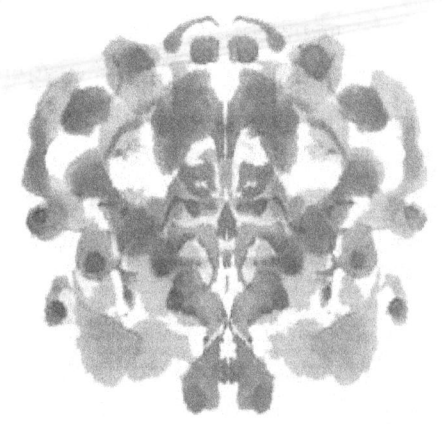

हरमन रोशार्क या स्विस मनोचिकित्सकाने १९२१ मध्ये शाईच्या डागांची चाचणी तयार केली. ही चाचणी एक प्रक्षेपण तंत्र म्हणून आज मोठ्या प्रमाणावर उपयोगात आणली जाते. संदिग्ध शाईच्या डागांच्या व्यक्तीला होणाऱ्या संवेदनांच्या आधारे तिच्या व्यक्तिमत्त्वाचे निर्धारण करण्यासाठी या चाचणीचा उपयोग केला जातो.

आकृती क्र. ७.१

या चाचणीत शाईचे डाग असलेल्या दहा कार्डांचा समावेश आहे. पैकी पाच कार्डांवरील शाईचे डाग काळ्या – पांढऱ्या रंगाचे असून दोन कार्डांवरील शाईचे डाग लाल–काळ्या रंगाचे आणि तीन कार्डांवरील शाईचे डाग विविधरंगी आहेत. प्रत्येक कार्डावरील शाईचा डाग द्विभागीय सममितियुक्त (Bilaterally Symmetrical) आहे.

व्यक्तिमत्त्वमापनाच्या हेतूने व्यक्तीला एका वेळी एक याप्रमाणे कार्ड सादर केले जाते व प्रत्येक कार्डावरील शाईच्या डागात काय दिसते त्यासंबंधी वर्णन करण्यास सांगितले जाते. कार्डपरत्वे व्यक्तीच्या प्रतिक्रियांची त्या – त्या वेळी नोंद घेतली जाते. उदा. विशिष्ट कार्डाबाबत व्यक्ती असे सांगते की, शाईच्या डागात 'दोन व्यक्ती परस्परांशी भांडण करतात. तिची ही प्रतिक्रिया लगेच नोंदवून घेतली जाते. सर्व कार्डे एकदा दाखवून झाली की पुन्हा तीच कार्डे प्रयुक्तासमोर सादर केली जातात व त्याच्या अगोदरच्या प्रतिक्रियांनुसार त्याला ज्या – ज्या गोष्टी कार्डात दिसल्या होत्या त्या शाईच्या डागात कोठे आहेत ते विचारण्यात येते. म्हणजेच वरील उदाहरणादाखल घेतलेल्या प्रतिक्रियेतील परस्परांशी भांडणाऱ्या दोन व्यक्ती त्या विशिष्ट कार्डावरील शाईच्या डागात कोठे आढळतात ते विचारण्यात येते व अशा रीतीने प्रत्येक कार्डाबाबतच्या व्यक्तीच्या सर्व प्रतिक्रियांची नोंद घेतली जाते. मिळालेल्या प्रतिक्रिया डागाच्या कोणत्या भागातून कोणत्या गुणांमुळे सुचल्या, त्यांचे स्वरूप कसे आहे वगैरे अनेक गोष्टींचा विचार करून प्रतिक्रियांचे विश्लेषण केले जाते व त्यासाठी खालील गोष्टींचा आधार घेतला जातो.

१. व्यक्तीला शाईच्या डागांमध्ये मानवाच्या, पशूंच्या, झाडांच्या किंवा निसर्गदृश्यांच्या आकृती किती प्रमाणात दिसल्या आहेत?

२. किती प्रतिक्रिया समग्र डागांवरून सुचल्या आणि किती प्रतिक्रिया डागांच्या निरनिराळ्या अंशात्मक भागांवरून सुचल्या आहेत?

३. डागांच्या आकाराने व रंगांनी प्रभावित झालेल्या प्रतिक्रियांचे शेकडा प्रमाण किती?

४. क्रियात्मक किंवा हालचाली उद्युक्त आकृत्या किती प्रमाणात दिसल्या?

५. व्यक्तीला दिसलेल्या आकृती किती सुंदर वा सरस आहेत?

६. व्यक्तीच्या कल्पना कितपत मौलिक आहेत?

वरील गोष्टी विचारात घेऊन व्यक्तीच्या प्रतिक्रियांचे विश्लेषण केले जाते. समग्ररूपाच्या प्रतिक्रियांमधून व्यक्तीची सूक्ष्म व संश्लेषणात्मक योग्यता दर्शविली जाते. रंग भावात्मक व छांदिष्टपणाचे सूचक असतात वगैरे.

व्यक्तिमत्त्वाचा अभ्यास करण्यासाठी रोशार्क यांच्या शाई-डागाच्या चाचणीचा आजही मोठ्या प्रमाणावर उपयोग केला जातो. संशोधकांचे असे मत आहे की, या चाचणीचा उपयोग करणाऱ्याजवळ चाचणी सादर करण्याचे, प्रतिक्रियांची अचूक नोंद घेण्याचे व प्राप्त फलितांचे योग्य विश्लेषण करण्याचे कौशल्य असेल तरच या चाचणीद्वारे व्यक्तीच्या अबोध मनाची, व्यक्तिमत्त्वाची 'क्ष-किरण' प्रत प्राप्त होते.

कथावस्तू आंतर-संवेदन चाचणी
(Thematic Appereception Test - TAT)

हेन्री मरे आणि ख्रिस्तिना मॉर्गन यांनी १९३० मध्ये ही चाचणी प्रसिद्ध केली आहे. या चाचणीच्या इंग्रजी नावातील आद्याक्षर TAT या नावाने ती जास्त ओळखली जाते व व्यक्तिमत्त्वमापनासाठी मोठ्या प्रमाणात उपयोगात आणली जाते.

रोशार्क यांच्या शाईच्या डागाच्या चाचणीप्रमाणेच या चाचणीतही संदिग्ध चित्रांच्या कार्डांचा समावेश आहे. प्रत्येकजण पूर्वानुभवाच्या संदर्भात सद्यःपरिस्थितीला अर्थ देत असतो, त्यालाच आंतर-संवेदन असे म्हणतात. प्रत्येकाचे पूर्वानुभव भिन्न- भिन्न असतात व त्यामुळे संदिग्ध चित्राच्या रूपाने जरी एकच प्रसंग दर्शविण्यात आलेला असला, तरी त्याचा निरनिराळ्या व्यक्तींना भिन्न-भिन्न अर्थबोध होतो व कोणत्याही प्रसंगाचा व्यक्ती जो अर्थ लावते त्यावरून तिच्या प्रेरणांची, स्वभाववैशिष्ट्यांची थोडीफार माहिती मिळविता येऊ शकते आणि म्हणून अशाच प्रकारचे काही प्रसंग निवडून मरे यांनी संदिग्ध चित्रे तयार केली आहेत.

या चाचणीत ३० कार्डांचा समावेश आहे. ही कार्डे ठरावीक क्रमाने व्यक्तीला

दाखविण्यात येतात व प्रत्येक कार्डावरील चित्राला अनुसरून गोष्ट लिहिण्यास सांगितली जाते. चित्रातील प्रसंग कसा निर्माण झाला असेल, चित्रातील व्यक्तीला/व्यक्तींना काय वाटत असेल किंवा त्या काय करतात, कोणता विचार करत असाव्यात आणि पुढे काय घडेल इत्यादी मुद्द्यांना अनुसरून गोष्ट लिहिण्यास सांगितली जाते.

कार्डावरील चित्र संदिग्ध असल्याने व्यक्ती स्वत:चेच विचार चित्राद्वारे प्रक्षेपित करते. म्हणजेच प्रक्षेपणाद्वारे चित्रातील पात्राशी, प्रसंगाशी तादात्म्य पावते व त्यामुळे तिने तयार केलेल्या गोष्टीत तिच्या भाव-भावनांचे, प्रेरणांचे प्रतिबिंब उमटते. प्रत्येक कार्डाबाबतची गोष्ट पाच मिनिटांत तयार करण्याचे बंधन असल्याने तिला विचार करण्यासाठी फारसा वेळही मिळत नाही, त्यामुळेच तिच्या स्वाभाविक इच्छा, भावना, प्रेरणा, स्थायि स्वभाव अशा गोष्टींतून व्यक्त होतात व अशा गोष्टींच्या आधारे मानसशास्त्रज्ञ व्यक्तीच्या व्यक्तिमत्त्वाचे विश्लेषण करतात.

आधुनिक मानसशास्त्रज्ञ T.A.T. या तंत्राचा उपयोग संपादनप्रेरणांचे मापन करण्यासाठीही करतात. या संदर्भात मॅक्लीलँड आणि अॅटकिन्सन यांनी केलेले संशोधन सर्वश्रुत आहे.

व्यक्ती-वृत्तान्त पद्धती (Case Study Method)

एका विशिष्ट व्यक्तीच्या जीवनातील महत्त्वपूर्ण घटना, वैद्यकीय अहवाल, शैक्षणिक प्रगती, सामाजिक व आर्थिक माहिती, वैवाहिक स्थिती वगैरे संबंधीची माहिती गोळा करून त्या आधारे व्यक्तींचे व्यक्तिमत्त्व जाणून घेण्याच्या प्रक्रियेला 'व्यक्तीवृत्तान्त पद्धती' असे म्हणतात. या पद्धतीचा उपयोग प्रामुख्याने चिकित्सा-मानसशास्त्रज्ञांकडून वारंवारपणे केला जातो. या पद्धतीच्या साहाय्याने व्यक्तीच्या समस्येचे स्वरूप व कारणे यांचा शोध घेता येतो. व्यक्तीच्या सद्य:स्थितीचे आकलन होण्यास त्यामुळे मदत होते व व्यक्तीच्या सुधारणेसाठी काही प्रयत्न करता येतात.

वर्तनात्मक व बोधनात्मक मापन

(Behavioural and Cognitive Assessment)

व्यक्तीच्या वैयक्तिक वर्तनाचे प्रत्यक्ष निरीक्षण करून त्याद्वारे व्यक्तीविषयी वस्तुनिष्ठ माहिती गोळा करणे व त्या आधारे व्यक्तिमत्त्वाचे मापन करणे या प्रक्रियेला व्यक्तिमत्त्वाचे वर्तनात्मक मापन असे म्हणता येते. व्यक्तिमत्त्वाचे मापन करताना केवळ स्व-वृत्त शोधिका वा प्रक्षेपण तंत्राचा उपयोग करणे हे व्यक्तिमत्त्वाचे एकांगी मापन असून त्याला परिपूर्णत्व यायचे असेल, तर व्यक्तीच्या सभोवतालच्या वातावरणाचा, वातावरणातील घटकांचा व्यक्तीवर कसा प्रभाव पडतो याचाही

विचार करणे आवश्यक आहे, असे मत वर्तनात्मक मापनाचा आग्रह धरणाऱ्यांनी मांडले आहे.

आधुनिक मानसशास्त्राच्या क्षेत्रामध्ये व्यक्तिमत्त्वाचे मापन करण्यासाठी बोधनात्मक प्रक्रियेचाही आधार घेतला जातो. बोधनात्मक दृष्टिकोनातून व्यक्तिमत्त्वाचे मापन करताना व्यक्तीच्या वर्तनामागे दडलेल्या विचारांचा शोध घेण्याचा प्रयत्न केला जातो. हा दृष्टिकोन असेही गृहीत धरतो की, व्यक्तीला जाणवणाऱ्या वर्तमान समस्यांचे मूळ तिच्या सदोष विचारांमध्ये दडलेले सापडते आणि म्हणून विचारातील सदोषता शोधण्यासाठी बोधनात्मक मानसशास्त्रज्ञ व्यक्तीच्या स्वत:विषयीच्या व इतरांविषयीच्या वा परिस्थितीविषयीच्या अपेक्षा जाणून घेण्याचा प्रयत्न करतात. त्याचप्रमाणे भविष्यकालीन योजना काय आहेत याचा शोध घेतात. तसेच स्मरणप्रक्रियेचा अभ्यास करतात व त्या आधारे व्यक्तिमत्त्वाचे मूल्य-निर्धारण करतात.

७.७ स्वोट-विश्लेषण (Swot Analysis)

आधुनिक विज्ञान आणि तंत्रज्ञानाच्या युगात टिकून राहण्यासाठी व्यक्तिगत पातळीवर आवश्यक ती प्रतियोजन कौशल्ये व क्षमतांचा सुयोग्य विकास साधणे ही काळाची गरज होऊन बसलेली आहे. साहजिकच हा विकास भिन्न व्यक्तींच्या ठिकाणी किती आणि कसा झालेला आहे याचे शास्त्रीय परीक्षण करण्यासाठी संशोधक बहुतांश वेळा स्वॅाट (Swot) विश्लेषण प्रक्रियेचा अवलंब करतात. केवळ एवढ्यापुरतेच नव्हे तर आवडीचे व्यवसायक्षेत्र निवडून त्यात यश संपादनासाठी, व परिणामकारक व प्रभावी व्यक्तिमत्त्व विकास साधण्यासाठी योग्य उपाययोजना करण्याच्या हेतूनेही स्वॅाट विश्लेषण प्रक्रिया अवलंबिली जाते.

बलस्थाने (Strengths), कमकुवतता (Weaknesses), संधी (Opportunities) आणि धोके (Threats) या चार घटकांच्या नावांच्या आद्याक्षरांवरून या प्रक्रियेला स्वॅाट (Swot) विश्लेषण असे संबोधले जाते. यातील बलस्थाने आणि कमकुवतता हे दोन घटक व्यक्तीच्या आंतरिक परिस्थितीशी तर संधी आणि धोके हे दोन घटक बाह्य परिस्थितीशी निगडित आहेत. व्यक्तिमत्त्वातील प्रभावी गुणविशेष ओळखणे व त्यांचा परिणामकारक विकास साधण्यासाठी त्याचप्रमाणे व्यावसायिक स्पर्धाप्रवृत्ती विकसित करण्यासाठी स्वॅाट विश्लेषणाचा उपयोग केला जातो. यात समाविष्ट होणाऱ्या चार घटकांची संक्षिप्त माहिती खालीलप्रमाणे-

१) बलस्थाने (Strengths) - प्रत्येक व्यक्तीच्या ठिकाणी काही गुणविशेष, उपजत बुद्धीचातुर्य, काही विशेष कौशल्ये आणि क्षमता असतात, की ज्यांच्या बळावर व्यक्ती प्राप्त परिस्थितीशी समायोजन साधते व समाधान व आनंदाची प्राप्ती

करून घेते, त्या सर्वांना बलस्थाने म्हणून ओळखले जाते. अर्थात अशा कौशल्यांचा वैयक्तिक पातळीवर डोळसपणे शोध घेणे अधिक महत्वाचे असते. व्यक्तिपरत्वे वेगवेगळ्या लोकांच्या ठिकाणी आढळणारी ही विविध कौशल्ये व क्षमता म्हणजे त्या व्यक्तींची एक मौल्यवान ठेवच होय. या बलस्थानांमुळेच व्यक्तिभेद समजण्यास मदत होते व प्रत्येकाला आपल्या वेगळेपणाची ओळखही पटते. उत्तम व्यवस्थापनकौशल्य, उत्तम भाषणकौशल्य, संगीत-नृत्य-नाट्यादी कला अथवा यशसंपादनासाठी उपयुक्त ठरणाऱ्या कोणत्याही कौशल्यांना बलस्थानाच्या यादीत समाविष्ट करता येऊ शकते.

२) कमकुवतता (Weaknesses) - प्रत्येक व्यक्तीच्या ठिकाणी काही गुणविशेष असेही असतात की, ज्यांचा परिपूर्ण विकास झालेला नसतो. परिणामी त्यांच्याशी निगडित समायोजने साधताना समाधान वा आनंदाऐवजी अडचणी वा अपयशाला सामोरे जाण्याची वेळ येते व अशा सर्व गुणविशेषांना कमकुवतता म्हणून ओळखले जाते. अर्थात कमकुवतता हे एक असे क्षेत्र असते की ज्यात सुधारणेला भरपूर वाव असतो, मात्र त्यासाठी जबाबदारीने, चिकाटीने व योग्य दिशादर्शक प्रयत्न करण्याची गरज असते. मोठ्या जनसमुदायासमोर उत्तम संभाषण करता न येणे, सदोष श्रवण, दिरंगाई, विसंघटन इत्यादी व यासमान इतर सर्व गुणविशेषांना कमकुवततेच्या यादीत समाविष्ट केले जाते.

३) संधी (Opportunities) - स्वतःमधील बलस्थानी असलेल्या गुणविशेषांचा प्रभावीपणे उपयोग करून यश वा आनंद प्राप्त करता येईल असे प्रसंग वा कमकुवत गुणविशेषांमध्ये परिणामकारक आणि सुधारणात्मक विकास साधता येईल, अशा सर्व अनुभव प्रसंगांना संधी म्हणून संबोधता येऊ शकते. अर्थात अशा संधीचा शोध घेणे व त्यात स्वतःला झोकून देणे अत्यंत महत्त्वाचे असते, कारण तसे केल्यानेच प्रभावी आणि परिणामकारक व्यक्तिमत्त्वविकास होऊ शकतो हे लक्षात घेतले पाहिजे.

४) धोके (Threats) - उपलब्ध संधीच्या माध्यमातून व्यक्तिमत्त्वामधील गुणविशेषांच्या विकासाला चालना देतेवेळी उद्‌भवणाऱ्या सर्व प्रकारच्या समस्यांना व अडचणींना धोके असे संबोधता येते. समस्यानिराकरण प्रक्रियेच्या माध्यमातून धोक्याचा यशस्वीपणे सामना करता येऊ शकतो. उदा. विशिष्ट व्यवसायासाठी पदवी प्रमाणपत्र ही अर्हता असेल, परिस्थितीजन्य अडचणींमुळे आपल्याकडे ते नसेल तर सर्व जबाबदाऱ्या सांभाळून रात्रीच्या वर्गाला प्रवेश घेऊन पदवी प्राप्त करणे इत्यादी.

अशा प्रकारे वरील चारही घटकांच्या आधारे प्रत्येक व्यक्तीच्या व्यक्तिमत्त्वाचे एक रचनात्मक चित्र तयार करता येते व त्या आधारे सुधारणात्मक उपाययोजनाही सुचविता येतात.

७.८ सारांश

केवळ आकर्षक रूपाला, आकर्षक शरीरयष्टीला व्यक्तिमत्त्व समजणे, व्यक्तिमत्त्वाचा आपोआप विकास होतो असे मानणे, केवळ आनुवंशिक गुणांनाच व्यक्तिमत्त्व समजणे, इतरांवर छाप पाडण्याची शैली, स्वभाव, बुद्धिमत्ता वगैरे वैशिष्ट्यांना व्यक्तिमत्त्व समजणे इत्यादी व्यक्तिमत्त्वाबाबत चुकीच्या समजुती असून त्याद्वारे व्यक्तिमत्त्वाच्या केवळ एका विशिष्ट अंगावरच प्रकाश टाकलेला आढळतो.

व्यक्तिमत्त्वाचा समग्र अर्थ समजून घेण्यासाठी शास्त्रीय दृष्टिकोनाचा अवलंब करणे उचित. नॉर्मन मन यांच्या मते 'व्यक्तीचा बांधा, वर्तनप्रकार, गरजा, अभिरुची, अभिवृत्ती, क्षमता आणि अभिक्षमता यांचे वैशिष्ट्यपूर्ण संघटन म्हणजे व्यक्तिमत्त्व होय.' तर ऑलपोर्ट यांच्या मते 'व्यक्तीचे वैशिष्ट्यपूर्ण वर्तन व विचार निर्धारित करणाऱ्या व्यक्तीच्या मनोशारीरिक यंत्रणेच्या गतिशील संघटनाला व्यक्तिमत्त्व असे म्हणतात'.

प्रत्येक व्यक्तीची स्वतःविषयीची एक कल्पना असते. त्यात तिच्या सवयी, आवडी-निवडी, भावना, अभिवृत्ती, क्षमता, स्वभाववैशिष्ट्ये, विविध छंद वगैरेचा समावेश होतो व त्या सर्वांची मिळून व्यक्तीला जी स्व-जाणीव होते तिलाच 'स्व-संकल्पना' असे म्हणतात.

विल्यम जेम्सच्या मते 'स्व' चे भौतिक स्व, सामाजिक स्व, मानसिक स्व आणि शुद्ध अहम् असे चार प्रकार पडतात.

ऑलपोर्ट यांच्या मते 'स्व' चा विकास सात टप्प्यांमधून होतो व ते टप्पे म्हणजे शारीरिक 'स्व' ची जाण, स्व-तादात्म्याची जाणीव, स्व-आदर, स्व-विस्तारण, स्व – प्रतिमा, विवेकनिष्ठ 'स्व' आणि उद्दिष्टपूर्तीसाठी 'स्व' ची धडपड इत्यादी होत.

कार्ल रॉजर्स यांच्या मते 'स्व' म्हणजे 'मी कोण आहे?' आणि 'मी काय करू शकतो' या विषयी व्यक्तीला होणारी जाणीव होय. रॉजर्स यांनी 'स्व-विकासा'ची पाच वैशिष्ट्ये सांगितली व ती म्हणजे स्वतंत्र अस्तित्वाची जाणीव, स्वानुभव मूल्यांकन- प्रक्रिया, सकारात्मक दृष्टिकोनाची गरज, बिनशर्त धनात्मक दृष्टिकोन आणि चांगुलपणाचे निकष हे होत.

मानसशास्त्रज्ञांच्या मते स्व-संकल्पनेचे तीन घटक प्रमुख म्हणून मानले जातात व ते म्हणजे –

१. स्व-एकरूपता : इतर व्यक्तींपासून व सभोवतालच्या वातावरणापासून अलग अशा स्वतंत्र अस्तित्वाची जाणीव होणे, स्व शरीराची जाणीव होणे.

२. स्व-मूल्यांकन : व्यक्ती स्वतःकडे व इतर लोक त्या व्यक्तीकडे कोणत्या

दृष्टिकोनातून पाहतात त्यास स्व-मूल्यांकन असे म्हणतात. स्व-मूल्यांकनानुसार व्यक्तीचा स्वत:विषयक सकारात्मक अथवा नकारात्मक दृष्टिकोन विकसित होतो.

सकारात्मक स्व-मूल्यांकनालाच स्व-आदर असे म्हणतात.

३. आदर्श 'स्व': 'मी भविष्यात कसा असेन' या विषयीच्या आशा-आकांक्षांना आदर्श-स्व असे म्हणता येते.

व्यक्तिमत्त्वाचे स्वरूप समजून घेण्यासाठी, वर्णन करण्यासाठी, विविध संशोधने झालेली आहेत व त्यातूनच व्यक्तिमत्त्वविषयक सिद्धान्तांची निर्मिती झालेली आहे. प्रत्येक सिद्धान्ताद्वारे व्यक्तिमत्त्वाच्या वैशिष्ट्यांचे वर्णन केलेले आढळते.

व्यक्तिमत्त्वाचा अभ्यास करण्यासाठी मांडलेल्या दृष्टिकोनांपैकी 'वर्गतत्त्व दृष्टिकोन' हा सर्वांत जुना आहे. या उपपत्तीनुसार व्यक्तीच्या ठिकाणी आढळणाऱ्या वैयक्तिक वैशिष्ट्यांच्या आधारे व्यक्तिमत्त्वाचे वर्णन व वर्गीकरण केले जाते व त्या संदर्भात हिप्पोक्रेटस्, क्रेश्मर, शेल्डन, कार्ल युंग यांचे महत्त्वपूर्ण योगदान आहे.

हिप्पोक्रेटस् यांनी शरीरांतर्गत जैवरसायनांच्या आधारे व्यक्तिमत्त्वाचे चार प्रकारांत वर्गीकरण केले व ते म्हणजे -

रक्तप्रधान - आनंदी स्वभावाच्या

पीत पित्तप्रधान - तामसी स्वभावाच्या

कृष्ण पित्तप्रधान - दु:खी स्वभावाच्या

कफप्रधान - सुस्त, जड स्वभावाच्या

▪ क्रेश्मर व शेल्डन यांनी शरीराच्या आकारमानानुसार व्यक्तिमत्त्वाचे तीन प्रकारांत वर्गीकरण व वर्णन केलेले आहे व ते म्हणजे मेदप्रधान, अस्थिप्रधान आणि स्नायुप्रधान व या तिन्ही प्रकारांत जे बसत नाहीत, त्यांना बेडौल असे म्हटले आहे.

▪ कार्ल युंग यांनी मानसिक कार्याच्या आधारे व्यक्तिमत्त्वाचे अंतर्मुखी, उभयमुखी आणि बहिर्मुखी असे तीन प्रकार वर्णिले आहेत.

'वर्गतत्त्व दृष्टिकोना'प्रमाणेच व्यक्तिमत्त्वाचा अभ्यास करण्यासाठी 'गुणतत्त्व' दृष्टिकोनही मांडला आहे. व्यक्तीची अशी वैशिष्ट्ये की, जी कमी-अधिक प्रमाणात स्थायी स्वरूपाची असतात व ज्यांच्यामुळे व्यक्तीच्या वर्तनात सुसंगती निर्माण होते त्यांना गुणविशेष असे म्हणतात.'

▪ गुणतत्त्वाच्या आधारे व्यक्तिमत्त्वाचे वर्णन व वर्गीकरण करण्याच्या संदर्भात ऑलपोर्ट, कॅटेल, मॅक्रे आणि कॉस्टा यांचे संशोधन महत्त्वपूर्ण आहे.

ऑलपोर्ट यांच्या मते व्यक्तिमत्त्वघडणीत तीन गुणविशेषांचा समावेश होतो व ते म्हणजे प्रधान गुणविशेष, केंद्रीय गुणविशेष, दुय्यम गुणविशेष. प्रधान गुणविशेष

एकमेव असतो व तो अपवादात्मक व्यक्तींच्या ठिकाणी विकसित झालेला दिसतो. मात्र सर्वसामान्य व्यक्तीच्या व्यक्तिमत्त्वात ५ ते १० केंद्रीय गुणविशेषांचा विकास झालेला आढळतो.

कॅटेल यांच्या मते व्यक्तिमत्त्वात दोन गुणविशेषांचा समावेश होतो. एक म्हणजे वरकरणी दिसणारे, वर्तनातून सातत्याने प्रकटणारे दर्शनी गुणविशेष (Surface Traits) आणि दर्शनी गुणविशेषांच्या मुळाशी असणारे मूलाधार गुणविशेष (Source Traits). त्यांच्या मते व्यक्तिमत्त्वघडणीमध्ये मूलाधार गुणविशेषांची भूमिका महत्त्वाची असते. त्यांनी व्यक्तिमत्त्वाचे १६ मूलाधार गुणविशेष विरुद्ध शब्दांच्या जोडीने सांगितले आहेत.

आधुनिक मानसशास्त्रज्ञ व्यक्तिमत्त्वाचे वर्गीकरण आणि वर्णन करण्यासाठी प्रमुख पंचघटक सिद्धान्ताचा आधार घेतात. या सिद्धान्तानुसार व्यक्तिमत्त्वाच्या जडण-घडणीमध्ये खालील पाच गुणविशेषांचा सहभाग असतो.

१. बहिर्मुखता

२. सहमतीदर्शकता

३. जाणीवयुक्त तत्परता

४. चेतापदशिता

५. अनुभवांचा मुक्त स्वीकार करण्याची क्षमता

कोणत्याही व्यक्तीच्या व्यक्तिमत्त्वामध्ये कोणकोणत्या गुणविशेषांचा किती प्रमाणात विकास झालेला आहे, त्याचे निर्धारण करण्याच्या प्रक्रियेला 'व्यक्तिमत्त्वाचे मापन' असे म्हणतात व त्यासाठी स्व-वृत्त चाचणी, प्रक्षेपण तंत्र, व्यक्ती वृत्तान्त, वर्तनात्मक व बोधनात्मक मापन आदी पद्धतींचा उपयोग करतात.

सरावासाठी प्रश्न

प्रश्न १ : वस्तुनिष्ठ प्रश्न (वीस शब्दांपर्यंत उत्तरे द्या.)

१) 'बाह्यरूप म्हणजेच व्यक्तिमत्त्व' असे म्हणता येईल काय?

२) भौतिक 'स्व' म्हणजे काय?

३) स्व-संकल्पनेचे तीन घटक कोणते?

४) कार्ल युंगप्रणित व्यक्तिमत्त्वाचे वर्ग कोणते?

५) गुणविशेष (Trait) कशास म्हणतात?

६) कॅटेलने सांगितलेल्या गुणतत्त्वसिद्धांतात किती गुणघटकांचा समावेश होतो?

७) प्रक्षेपण तंत्राची दोन नावे सांगा.

८) व्यक्तिमत्त्व मापनाच्या दोन पद्धतींची नावे लिहा.

९) 'स्व-विस्तारण' याचा अर्थ काय?

१०) नॉर्मन एल् मनच्या व्याख्येनुसार व्यक्तिमत्त्वात कोणकोणत्या गोष्टींचा समावेश होतो?

प्रश्न २ : लघुत्तरी प्रश्न (चाळीस ते पन्नास शब्दांपर्यंत उत्तरे द्या.)

१) व्यक्तिमत्त्वविषयक कोणतीही एक गैरसमजूत स्पष्ट करा.

२) ऑलपोर्टने व्यक्तिमत्त्वातील कोणती गुणतत्त्वे सांगितली?

३) सकारात्मक व नकारात्मक 'स्व' यांतील भेद स्पष्ट करा.

४) स्व-वृत्त चाचणीचे स्वरूप थोडक्यात सांगा.

५) प्रक्षेपण-तंत्रामागील गृहीततत्त्व कोणते?

६) विल्यम जेम्सने सांगितलेले 'स्व'चे प्रकार कोणते?

७) आयझेंक यांच्या व्यक्तिमत्त्वविषयक प्रारूपात कोणते गुणघटक समाविष्ट केले आहेत?

प्रश्न ३ : मुद्देसूद उत्तरे द्या. (दीडशे शब्दांपर्यंत)

१) ऑलपोर्टने 'स्व'च्या विकासाचे कोणते टप्पे सांगितले? वर्णन करा.

२) स्व-संकल्पनेचे तीन घटक स्पष्ट करा.

३) शेल्डनचा व्यक्तिमत्त्वविषयक वर्गसिद्धान्त स्पष्ट करा.

४) व्यक्तिमत्त्वविषयक पंचघटक सिद्धांतातील पाच घटकांचे विवरण करा.

५) एक व्यक्तिमत्त्वमापन पद्धती म्हणून व्यक्ति-वृत्तान्त पद्धतीची माहिती द्या.

६) कॅलिफोर्निया व्यक्तिमत्त्व चाचणीचे (CPI) स्वरूप व उपयोग स्पष्ट करा.

प्रश्न ४ : सविस्तर उत्तरे द्या. (तीनशे शब्दांपर्यंत)

१) ऑलपोर्टची व्यक्तिमत्त्वविषयक व्याख्या सांगून तिचे सविस्तर स्पष्टीकरण करा.

२) व्यक्तिमत्त्वविषयक विविध गैरसमजुतींचे वर्णन करा.

३) व्यक्तिमत्त्वमापनाच्या विविध पद्धतींचा थोडक्यात परिचय करून द्या.

४) रॉजर्सने 'स्व-संकल्पने'विषयी कोणते विचार मांडले?

५) स्वोट-विश्लेषण ही संकल्पना सविस्तर स्पष्ट करा.

प्रकरण ८

बौद्धिक क्षमता आणि विचारप्रक्रिया

(Intelligence and Thinking)

भूमिका

भूमिका

आपण नेहमी असे म्हणतो की, प्राणी आणि मानव यांमध्ये एक महत्त्वाचा फरक आहे आणि तो म्हणजे माणसाकडे प्राण्यापेक्षा कितीतरी पटींनी जास्त बौद्धिक कुवत आहे. माणूस विचार करू शकतो, चिंतन करू शकतो. त्याला नवीन शोध लावता येतात, समस्या सोडविता येतात, तो कल्पनांच्या भराऱ्या मारू शकतो. भूतकाळ, वर्तमानकाळ आणि भविष्यकाळ यामध्ये सांगड घालून वर्तन करू शकतो. स्मरणरूपी एक महत्त्वाची शक्ती निसर्गाने त्याला दिलेली आहे. खरे तर हे सर्व बुद्धीचेच पैलू आहेत. याच संकल्पनेचा मानसशास्त्रीय विचार पुढे केलेला आहे.

८.१ बुद्धीची व्याख्या (Definition of Intelligence)

पूर्वी बुद्धी ही विजेप्रमाणे चालणारी एकसंध शक्ती आहे, असे मानले जात होते. वीज ही एक शक्ती मानली तर या शक्तीच्या आधाराने आपण विविध प्रकारची कामे करतो. उदा. इस्त्री चालविणे, इंजिन चालविणे, दूरदर्शन, टेपरेकॉर्डर, फ्रीज, मिक्सर चालू करणे. सर्वांत मुख्य म्हणजे प्रकाश मिळविणे. बुद्धीचेही असेच असावे, असे वाटत होते; परंतु आता मात्र हे सर्वमान्य आहे की बुद्धी ही एकच एक शक्ती नसून तिचे विविध पैलू असतात. म्हणूनच व्यवहारामध्ये बुद्धीसाठी अनेक पर्यायी शब्द वापरले जातात. हुशारी, चाणाक्षपणा, हजरजबाबीपणा, तल्लख स्मरणशक्ती, चांगली कार्यक्षमता, परीक्षेतील उत्तम गुण, याचप्रमाणे मंदपणा, 'ढ' गोळा, ठोंब्या अशाही शद्बातून बुद्धीचे वर्णन केले जाताना आढळते.

मानसशास्त्रीय दृष्टिकोनातून स्मरण, अध्ययनक्षमता, समस्या सोडविण्याची कुवत, गणिते सोडविणे, आकलनाची क्षमता, भाषेवरील प्रभुत्व, संवेदनशीलता, अवकाश-क्षमता, तर्क करणे, वेदक कौशल्य, कारक कौशल्य अशा विविध घटकांचा समावेश बुद्धीमध्ये होतो; परंतु प्रत्येक समाजाची स्वतंत्र अशी सामाजिक, सांस्कृतिक पार्श्वभूमी असते. त्यानुसार निरनिराळ्या समाजांतून निरनिराळ्या कौशल्यांना महत्त्व दिले जाते. आपोआपच जी व्यक्ती त्या कौशल्यामध्ये पारंगत असते ती व्यक्ती त्या समाजात बुद्धिमान मानली जाते; पण तीच व्यक्ती दुसऱ्या समाजात तेवढ्याच प्रमाणात बुद्धिमान ठरवता येत नाही. उदा. नवनवीन प्रयोगांतून आपली शेती फुलवणारा प्रगतिशील शेतकरी शहरी वातावरणाला तोंड देण्यामध्ये कदाचित मागे पडू शकेल.

परिणामी, सामाजिक पातळीवर बुद्धीच्या अर्थाबाबत एकवाक्यता आणणे कठीण होऊन बसते. त्याचे प्रतिबिंब मानसशास्त्रावरही पडले आहे. निरनिराळ्या मानसशास्त्रज्ञांनी आपआपल्या अनुभवांनुसार, निरीक्षणाप्रमाणे बुद्धीच्या निरनिराळ्या व्याख्या केलेल्या

आढळतात, म्हणूनच मानसशास्त्रामध्ये बुद्धीची एकमेव अशी व्याख्या केलेली दिसून येत नाही. यामध्ये प्रत्येक मानसशास्त्रज्ञाची बुद्धीही वेगवेगळी चालते असे म्हणावे लागेल!

बौद्धिक क्षमतेचे विविध पैलू लक्षात घेऊन मानसशास्त्रज्ञांनी बुद्धीच्या व्याख्या केल्या आहेत. त्यांपैकी काही महत्त्वाच्या व्याख्या पुढीलप्रमाणे सांगता येतील –

१) बिने (१९०५) – तारतम्य (Judgement), आकलनक्षमता (Comprehension), तर्कक्षमता (Reasoning) असे बुद्धीचे तीन पैलू असतात.

२) टर्मन (१९१६) – अमूर्त विचार करण्याची (Abstract Thinking) आणि अनुभवातून काही शिकण्याची क्षमता म्हणजे बुद्धी.

३) बर्ट (१९५५) – स्थिर स्वरूपाची निसर्गदत्त बोधात्मक क्षमता म्हणजे बुद्धिमत्ता.

४) वेश्लर (१९७५) – प्रयोजनपूर्वक कार्ये, तर्कनिष्ठ विचार आणि परिस्थितीनुसार परिणामकारक वर्तन करण्याची समुच्चयात्मक क्षमता म्हणजे बुद्धिमत्ता होय.

५) फरेज (१९८४) – यांच्या मते पुढील तीन कौशल्यांची मिळून बुद्धिमत्ता बनलेली आहे –

- नवीन परिस्थितीशी जुळवून घेणे व परिस्थितीनुसार बदल करणे,
- अनुभव किंवा प्रशिक्षण यांमधून जास्तीतजास्त शिकणे,
- प्रतीके व संकल्पनांचा उपयोग करून अमूर्त विचार करू शकणे.

एकूण या सर्व व्याख्यांचा एकत्रितपणे विचार करता बुद्धी ही परिस्थितीचे आकलन करण्यातील महत्त्वाचा घटक आहे, असे काहींना वाटते, तर काहींच्या दृष्टीने त्या परिस्थितीशी समायोजन करणे जास्त महत्त्वाचे असल्याने तीच क्षमता ही बौद्धिक कुवत ठरते. काहींना असे वाटते की परिस्थिती समजावून घेण्याची प्रक्रिया असो किंवा तिच्याशी जमवून घेण्याची प्रतिक्रिया असो, ती क्षमता मिळते निसर्गाकडून! याउलट काहींना तिचा विकास होणे, न होणे हे परिस्थितीवर अवलंबून आहे असा विश्वास वाटतो.

बुद्धीच्या निरनिराळ्या व्याख्यांमधून ही संकल्पना नक्की काय आहे, हे सांगण्याचा प्रत्येकाचा प्रयत्न लक्षात येतो; पण विस्ताराने बुद्धीचे स्वरूप समजावून घ्यायचे असेल तर त्यासंबंधीचे निरनिराळे सिद्धान्त कोणते आहेत, हे बघणे आवश्यक ठरते.

८.२ बुद्धिमत्ताविषयक सिद्धान्त/उपपत्ती (Theories of Intelligence)

व्याख्येप्रमाणेच बुद्धीचे सिद्धान्तही विविध प्रकारे मांडलेले दिसतात. त्यांचा साकल्याने विचार केला तर आपण या सिद्धान्तांचे वेगवेगळ्या गटांमध्ये वर्गीकरण करू शकतो. त्यातूनच सिद्धान्त मांडणाऱ्यांचाही एक गट बनलेला दिसतो.

अ) घटक सिद्धान्तवादी

काही सिद्धान्तांमध्ये विश्लेषणतंत्राचा उपयोग करून बुद्धीच्या मुळाशी असलेल्या विविध पैलूंचा विचार केलेला दिसतो. अशा दृष्टिकोनातून बुद्धीबाबत उपपत्ती मांडणाऱ्यांना घटक सिद्धान्तवादी असे म्हणतात.

स्पिअरमन, थर्स्टन, गिलफोर्ड हे अशा प्रकारचे मानसशास्त्रज्ञ आहेत.

ब) प्रक्रियाभिमुखी शास्त्रज्ञ

काही विचारवंतांनी बुद्धीचे विविध पैलू शोधण्याऐवजी बौद्धिक कार्यामध्ये अंतर्भूत असणाऱ्या मानसिक प्रक्रियांना महत्त्व दिले. या प्रकारच्या विचारवंतांना बोधात्मक किंवा प्रक्रियाभिमुखी सिद्धान्तवादी असे म्हणता येईल.

पियाजे, ब्रूनर, हण्ट, स्टर्नबर्ग हे या प्रकारच्या गटामध्ये मोडतात.

क) चेताविज्ञानवादी शास्त्रज्ञ

तांत्रिक प्रगतीमुळे मेंदूचा अभ्यास करणे दिवसेंदिवस सोपे होऊ लागले आहे. म्हणूनच चेताविज्ञानाच्या आधारे मेंदू व बुद्धिमत्ता यांचा अभ्यास होत आहे. असा प्रयत्न करणाऱ्या मानसशास्त्रज्ञांचा या गटात समावेश होतो.

गार्डनर, मटाझ्र्रो यांच्या उपपत्ती अशा प्रकारच्या आहेत.

यांपैकी काही उपपत्तींचा विस्ताराने अभ्यास करणे उद्‌बोधक ठरेल.

अ) घटक सिद्धान्तावर आधारित असणाऱ्या बुद्धिमत्ताविषयक उपपत्ती

या अगोदरच पाहिल्याप्रमाणे स्पिअरमन, थर्स्टन, गिलफोर्ड यांनी मांडलेले बुद्धिमत्तेबाबतचे विचार घटक सिद्धान्ताच्या वर्गीकरणामध्ये समाविष्ट होतात. हे मानसशास्त्रज्ञ बुद्धीला एकसंध अशी क्षमता मानतात.

१) चार्ल्स स्पिअरमन यांचा द्विघटक सिद्धान्त (१९२७)
(Two Factor Theory of Intelligence)

स्पिअरमन यांनी घटक विश्लेषण तंत्राचा उपयोग करून विविध बुद्धिमापन-कसोट्यांवरील व्यक्तीच्या गुणांचा सहसंबंधात्मक अभ्यास केला. त्यावरून त्यांना असे दिसून आले की विविध पैलूंबाबत व्यक्ती कमी-अधिक प्रमाणात गुण दर्शवते, पण तरीही काही पैलूंबाबत मध्यम ते उच्च प्रमाणात (.३० ते .७०) सहसंबंध आढळून येतो. या निरीक्षणांच्या आधारे स्पिअरमन यांनी बुद्धिमत्तेचे दोन घटक सांगितले -

१) विशेष घटक - Specific Factor (S घटक)

२) सर्वसामान्य घटक - General Factor (G घटक)

म्हणूनच या सिद्धान्तास द्वि-घटक सिद्धान्त असे म्हटले आहे.

S घटक ही विशिष्ट बौद्धिक कार्यात दिसून येणारी निपुणता असते. तर G घटक ही कुठल्याही बौद्धिक कार्यात आढळणारी सर्वसामान्य प्रकारची बुद्धिमत्ता असते.

स्पिअरमन यांनी स्पष्ट करून सांगितल्याप्रमाणे आपण जेव्हा कोणत्याही प्रकारचे बौद्धिक कार्य करतो, तेव्हा त्यामध्ये सर्वसामान्य बुद्धिमत्ता (G घटक) वापरली जाते. अशा प्रकारची बुद्धिमत्ता व्यक्तीला जन्माने मिळालेली असते. व्यक्तीची ही सर्वसामान्य बुद्धिमत्ता म्हणजेच व्यक्तीची बुद्धिमत्ता, असे त्यांचे म्हणणे आहे. उदा. व्यावहारिक कामे करणे, शालेय विषयांचा अभ्यास करणे.

याउलट विशेष क्षमतांचा (S घटक) अध्ययन किंवा प्रशिक्षण यातून विकास केला जातो. या विशेष क्षमतांच्या मुळाशी सर्वसामान्य बुद्धिमत्ता असते, असे स्पिअरमन स्पष्ट करतात.

सर्वसामान्य बुद्धिमत्ता माणसाच्या सर्व प्रकारच्या कार्यांना कमी अधिक प्रमाणात प्रभावित करत असते, पण कोणत्याही प्रकारचे बौद्धिक कार्य करत असताना सर्वसामान्य बुद्धीखेरीज त्या त्या कार्याला अनुलक्षून विशिष्ट क्षमतांचा संबंध येत असतो. विशेष घटक तेच बनतात. म्हणजेच प्रत्येक बौद्धिक कार्यात सर्वसामान्य आणि विशेष या दोन घटकांचा संदर्भ येतोच येतो.

बुद्धिगुणांकांच्या सहसंबंधांच्या विश्लेषणावरून केवळ दोनच घटक मिळतात, असे आग्रही प्रतिपादन स्पिअरमन यांनी प्रथमतः केले, पण संशोधनातून असे लक्षात आले की काही सहसंबंधांचे स्पष्टीकरण द्वि-घटक सिद्धांताने देता येत नाही, म्हणून या दोन घटकांव्यतिरिक्त बुद्धीचे आणखीही घटक असावेत, असे अनेक मानसशास्त्रज्ञांना वाटू लागले. त्यांना असे दिसून आले की, विशेष व सर्वसामान्य याबरोबरच तिसरा घटक आहे. तो सर्वसामान्यपेक्षा कमी पण विशेष बुद्धिमत्तेच्या तुलनेत जास्त प्रमाणात आढळतो. त्यास समूह घटक (Group Factors) असे संबोधण्यात आले. या तिसऱ्या घटकाचे अस्तित्व मानण्यास स्पिअरमन यांनी सुरुवातीला विरोध केला; पण नंतर मात्र ह्या समूहघटकाला त्यांना मान्यता द्यावीच लागली.

२) थर्स्टन यांचा प्राथमिक मानसिक क्षमता सिद्धान्त (१९३८)
(Thurstone's Model of Primary Mental Abilities)

स्पिअरमन यांनी बुद्धीला एकसंध क्षमता मानली. उलट थर्स्टन यांच्या मते बुद्धी ही अनेक स्वतंत्र घटकांची बनलेली आहे. त्यांनी असे मूलभूत सात घटक सांगितले. म्हणून त्यांच्या सिद्धान्तास बुद्धिमत्तेचा 'सप्त घटक' (Seven Factors) किंवा 'प्राथमिक मानसिक क्षमता' (Primary Mental Abilities) सिद्धान्त असे म्हणतात.

थर्स्टन यांनी सांगितलेले बुद्धीचे मूलभूत सात पैलू पुढीलप्रमाणे :

१) शाब्दिक आकलनक्षमता (Verbal Comprehension)

संकल्पना, कल्पना आणि शब्दांचा अर्थ समजण्याची क्षमता म्हणजे शाद्बिक आकलनक्षमता. वाचनक्षमता, शब्द सादृश्य, विस्कळीत शब्द योग्य क्रमाने लिहिणे, म्हणींच्या जोड्या लावणे यांसारख्या भाषाविषयक समस्या निर्माण करून शाद्बिक आकलनक्षमता मोजता येते.

२) शब्द ओघ (Word Fluency)

शब्दसंग्रह, शब्दांवर प्रभुत्व गाजविण्याची क्षमता म्हणजे शब्द ओघ क्षमता. या क्षमतेचे मापन करण्यासाठी पुढील पद्धतीने समस्या निर्माण केलेल्या असतात- शब्द ज्या मुळाक्षरांपासून बनलेला आहे त्यांचा क्रम विस्कळीत करून मांडलेला असतो, तो योग्य प्रकारे लिहिण्यास सांगणे. उदा. Gdo (God) किंवा दिलेल्या वर्गीकरणाच्या तत्त्वानुसार शब्द शोधणे. उदा. महाराष्ट्रातील गावांची नावे सांगा. शब्दकोडी, अक्षरांची पुनर्रचना ही उदाहरणे शब्द ओघांची आहेत.

३) संख्याक्षमता (Number Ability)

संख्यांचे गणन, संख्यांचे उपयोग, आकडेमोड करण्याची क्षमता यांतून संख्याक्षमता ठरते. बेरीज, वजाबाकी, गुणाकार, भागाकार यांसारख्या प्रक्रियांमधून संख्येबाबतच्या क्षमतेचे मापन करता येते. अशावेळी अचूकता आणि तत्परता या दोन गोष्टी लक्षात घेतल्या जातात.

४) अवकाशक्षमता (Space Ability)

अवकाशक्षमता म्हणजे आकार, दिशा, भौमितीय ज्ञान याबाबतची क्षमता. या क्षमतेचेही समस्यांमधून मापन करता येते.

उदा. संकीर्ण पार्श्वभूमीतून दिलेला आकार ओळखणे

५) साहचर्य स्मृती (Associative Memory)

तात्कालिक स्मृती, साहचर्य संबंध लक्षात घेणे म्हणजे स्मृती साहचर्य. ही क्षमता व्यक्तीमध्ये किती आहे हे पाहण्यासाठी व्यक्तीला सुरुवातीला जोड शब्दांची यादी दाखविली जाते. नंतर जोडशब्दातील एकच शब्द दाखविला जातो व दुसरा शब्द व्यक्तीने आठवून सांगायचा असतो.

६) सांवेदनिक वेग (Perceptual Speed)

सांवेदनिक वेग याचाच अर्थ व्यक्तीची संवेदनक्षमता. ती मोजण्याकरिता व्यक्तीला प्रथम एक चित्र दाखविले जाते. नंतर व्यक्तीने त्या चित्रातील साम्य व भेद सांगायचे असतात.

७) तर्कक्षमता (Reasoning Ability)

आलेल्या अनुभवांमधून सर्वसामान्य तर्क मांडणे म्हणजे तर्कक्षमता. याचे मापन करण्यासाठी दिलेल्या समस्यांमधून सर्वसामान्य तर्क शोधण्यास सांगितले जाते.

स्वतःच मांडलेल्या या सप्तपैलूंच्या मापनासाठी थर्स्टन यांनी 'प्राथमिक मानसिक क्षमता' असा कसोटी संच तयार केला.

स्पिअरमन आणि थर्स्टन या दोघांच्या सिद्धान्तांना सार्वत्रिक मान्यता मिळू शकली नाही; पण त्यांच्या कार्यावरून असे स्वीकारले गेले की कोणत्याही बुद्धिमापन चाचणीमधून बोधनात्मक घटकाच्या विविध वैशिष्ट्यपूर्ण अंगांचे परीक्षण करणे अपरिहार्य आहे.

स्टॅनगर (Stanger) आणि कारवॉस्की (Karwoski) यांनी स्पिअरमन आणि थर्स्टन यांच्या सिद्धांतांचे परीक्षण करून असे सुचविले की, लहान मुलांच्या मानसिक व्यवस्थापनाचे अर्थपूर्ण असे वर्णन स्पिअरमन यांच्या सर्वसामान्य घटकाने करता येते, तर प्रौढांच्या मानसिक व्यवस्थापनाचे बिनचूक वर्णन थर्स्टन यांच्या प्राथमिक घटक सिद्धान्तामधून होते.

३) गिलफोर्ड यांचा बुद्धिमत्ताविषयक बहुघटक सिद्धान्त (१९६१)
(Guilford's Structure of Intellect)

थर्स्टन यांच्याप्रमाणेच गिलफोर्डसुद्धा, 'बुद्धी ही अनेक पैलूंची बनलेली आहे,' अशाच विचारांचे होते. त्यांच्या अभ्यासानुसार बुद्धीचे एकूण १५० पैलू आहेत. हे पैलू कोणकोणते ते जाणून घेण्याकरिता त्यांचे बुद्धिमत्ता रचना प्रारूप (Structure of Intellect - S-O-I) समजावून घेणे आवश्यक ठरते.

गिलफोर्ड यांनी तीन परिमितींच्या आधारे बुद्धीचे पैलू स्पष्ट करण्याचा प्रयत्न केला.

१) माध्यम (Contents)
२) प्रक्रिया (Operations)
३) निष्पत्ती (Products)

या परिमिती आणखी स्पष्ट करताना ते सांगतात–

१) माध्यम (Contents) : बुद्धीच्या कार्याची सुरुवात विशिष्ट उद्दीपकाला अनुलक्षून होत असते. हा उद्दीपक किंवा माहिती कोणत्या प्रकारची आहे, त्या घटकास माध्यम म्हणतात. हे माध्यम – १) दृश्य (Visual) २) श्राव्य (Auditory) ३) प्रतीकात्मक (Symbolic) ४) आशयात्मक (Semantic) ५) वर्तनात्मक (Behavioural) अशा पाच प्रकारांपैकी एखाद्या स्वरूपात असू शकते.

२) प्रक्रिया (Operations) : प्राप्त झालेल्या उद्दीपकाच्या माहितीला अनुसरून

मानसिक प्रक्रिया घडून येत असते. त्या प्रक्रियेलाच येथे प्रक्रिया म्हटले आहे. ही प्रक्रिया पाच प्रकारची असू शकते – १) मूल्यांकन (Evaluation) २) एककेंद्री विचार (Convergent Thinking) ३) बहुकेंद्री विचार (Divergent Thinking) ४) स्मृती (Memory) ५) आकलन (Cognition).

३) निष्पत्ती (Product) : मानसिक कार्याची कशामध्ये तरी परिणती होत असते. ही परिणती म्हणजे निष्पत्ती. यामध्ये १) एकक (Unit) २) वर्ग (Classes) ३) संबंध (Relations) ४) संरचना (System) ५) रूपांतर (Transformation) ६) गर्भितार्थ (Implication) या सहा घटकांचा समावेश होतो.

अशा प्रकारे पाच माध्यमे, पाच प्रकारच्या प्रक्रिया आणि सहा प्रकारच्या निष्पत्ती यांच्या समन्वयातून १५० प्रकारचे पैलू तयार होतात.

बुद्धिमत्ता रचना प्रारूप आकृतीच्या साहाय्याने असे दाखविता येते –

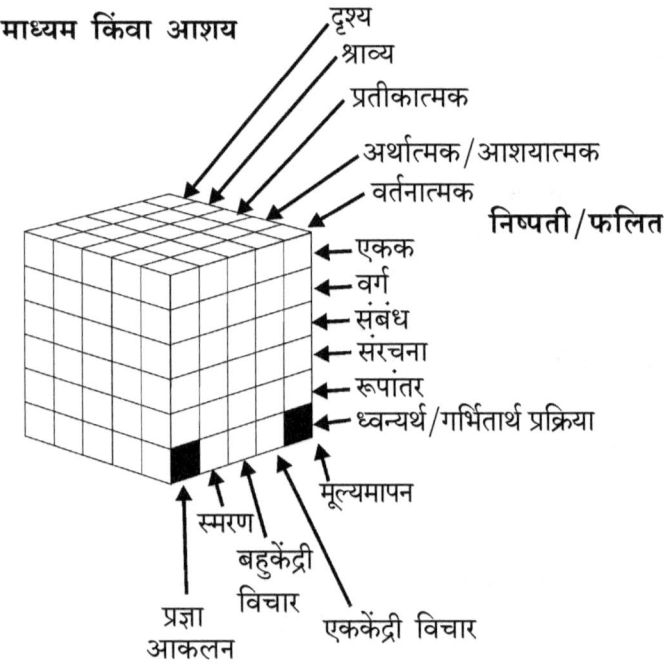

आकृती क्र. ८.१

या बुद्धीच्या विविध पैलूंचे मापन करण्यासाठी पुणे येथील 'ज्ञान प्रबोधिनी' संस्थेने मराठी माध्यमातून कसोटी तयार केली आहे.

४) कॅटेल यांचा बुद्धिमत्ता सिद्धान्त (१९६७, १९८७)
(Raymond Cattell's Theory of Intelligence)

कॅटेल यांनी एक घटक किंवा अनेक घटक यापैकी कोणत्याच विचारसरणीचा स्वीकार न करता, ती एकसंध क्षमता आहे, या विचारावर जोर दिला. त्यांनी Second Order Factor Analysis
या अधिक प्रगत अशा घटक विश्लेषण तंत्राचा उपयोग करून सर्वसामान्य बुद्धिमत्तेचे दोन प्रकार सांगितले.

१) प्रवाही बुद्धिमत्ता (Fluid Intelligence) : स्मरण, तर्कक्षमता, माहिती-विश्लेषण, साम्यबोध करणे, समस्या सोडविणे याबाबतच्या क्षमता म्हणजे प्रवाही बुद्धिमत्ता.

प्रवाही बुद्धिमत्ता ही नावीन्यपूर्ण परिस्थितीला तोंड देण्यासाठी आणि अमूर्त प्रकारच्या समस्या सोडविण्यासाठी उपयोगी ठरते. या प्रकारची बुद्धी अंतर्ज्ञानात्मक (Intuitive) स्वरूपाची असते. मिळविलेल्या ज्ञानाचा किंवा आलेल्या अनुभवांचा उपयोग करण्यापेक्षा नवीन मानसिक रचनानिर्मितीकडे तिचा कल असतो. उदाहरणार्थ, एखाद्या नियमावरून शब्दांची गटवारी करणे किंवा संख्यांचे गट लक्षात ठेवणे.

२) स्फटिकरूप बुद्धिमत्ता (Crystalized Intelligence) : अनुभवातून ही क्षमता निर्माण होते. संपादन केलेल्या ज्ञानाची किंवा कौशल्यांची क्षमता म्हणजे स्फटिकरूप बुद्धिमत्ता होय.

समस्या सोडविण्याकरिता, जीवनामध्ये येणाऱ्या आव्हानांना सामोरे जाण्यासाठी स्फटिकरूप बुद्धिमत्तेचा उपयोग होतो. वयाच्या वाढीबरोबर व्यक्तीचे अनुभवही वाढत जातात. त्यातून आयुष्यामध्ये उभ्या ठाकणाऱ्या समस्यांना कसे तोंड द्यावे, याचे तंत्र जमू लागते. त्यातून या प्रकारची बुद्धिमत्ता विकसित होत जाते. उदाहरणार्थ, गरिबी हटविण्यासाठी उपाय सुचवताना त्या विषयासंबंधीची सर्व माहिती असणे जरुरीचे असते.

वरील सर्व सिद्धान्तांमध्ये बुद्धीचे विविध पैलू असतात, यावर जोर दिला गेला. पण काहींनी वेगळाच दृष्टिकोन अनुसरला. असे काही सिद्धान्त पुढीलप्रमाणे :

ब) बुद्धिमत्तेच्या बोधात्मक किंवा प्रक्रियाभिमुख उपपत्ती
(Cognitive Theories of Intelligence)

या विचारसरणीचे मानसशास्त्रज्ञ बुद्धिमत्तेचे विविध पैलू अभ्यासण्यापेक्षा बौद्धिक प्रक्रियेमध्ये सहभागी असणाऱ्या मानसिक प्रक्रिया लक्षात घेतात. या मानसिक

प्रक्रियांबरोबरच विकासाच्या अवस्थांनुसार बौद्धिक विकास कसकसा होत जातो, वातावरणातील कोणकोणते घटक बौद्धिक विकासावर आपला प्रभाव पाडतात हे घटकही विचारामध्ये घेतात. अशा काही उपपत्ती पुढीलप्रमाणे :-

१) जिन पियाजे यांची उपपत्ती (१९७०)

(Piaget's Theory of Cognitive Development)

जिन पियाजे हे मुख्यत्वेकरून वैकासिक विचारसरणीचे पुरस्कर्ते होते. स्वतःच्याच मुलांच्या विकासाच्या निरीक्षणातून त्यांनी ही उपपत्ती मांडली. निरनिराळ्या विकासाच्या अवस्थांमधून जात असताना बालक कशाप्रकारे संकेतन करण्यास व अर्थबोध करण्यास शिकते, वस्तू हाताळण्यास आणि विचार करण्यास शिकते याचा त्यांनी अभ्यास केला. त्यांच्या निरीक्षणातून ते अशा निष्कर्षांपर्यंत आले की, बुद्धिमत्ता हा जैविक परिपक्वन आणि परिवेशातून येणारे अनुभव यांच्या समन्वयातून घडणाऱ्या परिणामांचा परिपाक आहे.

२) ब्रूनरची उपपत्ती (१९७३)

त्यांनी आंतरिक प्रतिरूपनाला महत्त्व दिले. त्यांच्या मते आंतरिक प्रतिरूपनाचा जसजसा विकास होत जातो तसतसा बौद्धिक विकास घडत जातो. समोर दिसत असलेल्या ज्या वस्तू हाताळल्या जातात त्याचेच ज्ञान शिशू अवस्थेपर्यंत होत जाते. कुमार अवस्थेनंतर मात्र वस्तूचे प्रतीकात्मक ज्ञानही होऊ लागते. मिळालेल्या अनुभवांना प्रतीकात्मक स्वरूपात साठवून ठेवून त्यांना त्याचा उपयोग करून घेता येतो.

त्यांच्या मते प्रामुख्याने वातावरणाच्या प्रभावाने बुद्धीचा विकास होत जातो.

३) स्टर्नबर्ग याचा बुद्धिमत्तेबाबतचा त्रिकूट सिद्धान्त (१९८५)

(Sternberg's Triarchic Theory of Intelligence)

नावीन्यपूर्ण विचार मांडणारी ही त्या मानाने अलीकडच्या काळातील उपपत्ती आहे. स्टर्नबर्ग यांनी बुद्धिमत्तेचे रचनात्मक घटक किंवा विविध पैलू शोधण्याच्या विचार- परंपरेला आपला विरोध दर्शविला. त्यांनी बोधात्मक विचारसरणीचा दृष्टिकोन अवलंबून आपला सिद्धान्त मांडला. त्यानुसार बुद्धिमत्तेच्या तीन बाजू सांगितल्या. या तीन बाजूंमुळे या सिद्धान्तास 'बुद्धिमत्तेचा त्रिकूट सिद्धान्त' असे म्हटले जाते.

स्टर्नबर्ग यांनी सांगितलेल्या त्या तीन बाजू पुढीलप्रमाणे -

१) घटक संदर्भी बुद्धिमत्ता (Componential Intelligence)

२) अनुभवाश्रित बुद्धिमत्ता (Experiential Intelligence)

३) संदर्भीय बुद्धिमत्ता (Contextual Intelligence)

या तीन बाजूंचे स्पष्टीकरण पुढीलप्रमाणे सांगण्यात आले -

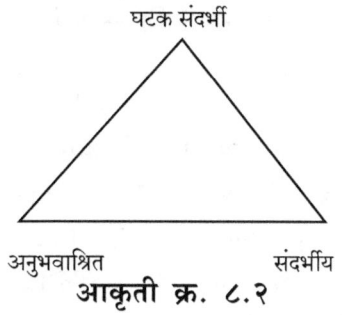

घटक संदर्भी

अनुभवाश्रित   संदर्भीय

आकृती क्र. ८.२

घटक संदर्भी बुद्धिमत्ता

कार्य पूर्णत्वास नेण्याकरिता, तसेच समस्या सोडविण्याकरिता व्यक्ती जे विचार करते, त्यासाठी योजना आखते, त्याला अनुसरून प्रत्यक्षात जी कृती करते किंवा कार्यवाही करते त्याच्या मुळाशी आढळून येणारी मानसिक स्वरूपाची क्षमता म्हणजे घटकसंदर्भी बुद्धिमत्ता.

या प्रकारच्या बुद्धिमत्तेमध्ये पुढील तीन उपघटकांचा अंतर्भाव असतो –

अ) मेटा घटक (Meta Component)

ब) कार्य घटक (Performance Component)

क) ज्ञानसंपादन घटक (Knowledge Acquisition Component)

अ) मेटा घटक

यामध्ये समस्येचे स्वरूप समजावून घेणे, समस्या सोडविण्यासाठी योजना आखणे, आवश्यक त्या साधनांची उपलब्धता करणे वगैरे गोष्टींसाठी ज्या मानसिक प्रक्रियांची जरुरी असते त्यांचा समावेश होतो.

ब) कार्य घटक

कार्य प्रत्यक्षात आणण्यासाठी केल्या जाणाऱ्या कृतींचा या घटकामध्ये समावेश होत असतो.

क) ज्ञानसंपादन घटक

माहिती प्रत्यक्षपणे मिळविण्यासाठी लागणारी प्रक्रिया यामध्ये समाविष्ट होते. व्यक्तीची ज्ञान संपादनक्षमता ओळखण्यासाठी अनेक मार्गांचा उपयोग करता येतो. कृती योजना पद्धत की ज्यामध्ये मिळविलेली माहिती साठवून ठेवली जाते, ॲनॉलॉजी (Anologies) म्हणजे दोन घटकांमधील साम्य लक्षात घेण्याची क्षमता अंतर्भूत असते, सिलॉजिझम – संवाक्य अनुमान – यात दोन विधानांच्या आधारे अनुमान काढण्याची ताकद, अंतर्दृष्टी वगैरे घटकांचा समावेश होतो.

ज्या व्यक्ती बुद्धिमापनकसोट्यांमध्ये आणि शैक्षणिक गुणवत्तेत प्रावीण्य दाखवितात त्या या पैलूंमध्ये श्रेष्ठ असतात.

अनुभवाश्रित बुद्धिमत्ता

पूर्वानुभव, मिळविलेले ज्ञान आणि अंगी असलेल्या कौशल्यांच्या बळावर समस्या सोडविण्याची किंवा नवीन परिस्थितीला, त्यातील आव्हानांना कार्यक्षमतेने सामोरे जाण्याची क्षमता म्हणजे अनुभवाश्रित बुद्धिमत्ता.

अशा प्रकारे समस्या सोडविण्याकरिता जे अनुभव वापरले जातात, त्यांचा व्यक्तीला दोन प्रकारे उपयोग होतो.

१) एखादी गोष्ट वारंवार केल्यामुळे त्या प्रयत्नांचे सवयीमध्ये किंवा कौशल्यामध्ये रूपांतर होते. परिणामी ते कार्य यांत्रिकपणे सहजगत्या पार पाडणे शक्य होऊ लागते. उदाहरणार्थ, शस्त्रक्रियाविशारदाला सुरुवातीला शस्त्रक्रिया करण्याचे शिकत असताना अवघड जाते. पण सरावामुळे नंतर तेच काम सहजपणे जमू लागते.

२) निरनिराळ्या प्रकारची परिस्थिती हाताळण्याचे अनुभव जितके जास्त तितकी समस्या सोडविण्याची, परिस्थितीतील आव्हाने स्वीकारण्याची व्यक्तिची ताकद वाढते. नवशिक्या गिर्यारोहकापेक्षा अनुभवी गिर्यारोहक त्यामुळेच जास्त यश संपादन करू शकतो.

यावरून असे म्हणता येते की स्टर्नबर्ग हे अनुभवाला बुद्धीचाच एक पैलू मानतात.

संदर्भीय बुद्धिमत्ता

प्रत्येक व्यक्तीला सामाजिक, सांस्कृतिक परिवेश लाभतो. त्या परिवेशामध्ये राहात असताना तिला वेगवेगळ्या प्रकारची बौद्धिक कौशल्ये आत्मसात करून समायोजन करावे लागत असते. आपल्या सामाजिक, सांस्कृतिक परिवेशाच्या आपल्याकडून असलेल्या अपेक्षा आणि आवश्यकतेनुसार योग्य त्या प्रकारच्या प्रतिक्रिया करून व्यक्ती जेव्हा जीवनामध्ये यशस्वी होते तेव्हा ते यश संदर्भीय बुद्धीच्या आधारे मिळविलेले असते. व्यवहारात चतुर ठरणाऱ्या व्यक्ती अशा प्रकारची बुद्धिमत्ता उच्च प्रमाणात दाखवितात.

पण अशा प्रकारे व्यवहारात चातुर्य मिळविण्यासाठी पुढील क्षमता अंगी असणे आवश्यक ठरते -

१) प्रतियोजन (Adaptation)

समाजाचा एक घटक बनून राहण्यासाठी व्यक्तीला वेगवेगळ्या प्रकारची कौशल्ये व वर्तनप्रकार आत्मसात करावे लागतात. हीच प्रतियोजनाची प्रक्रिया होय. या प्रक्रियेत पारंगत होणे हे त्या व्यक्तीच्या बुद्धिमत्तेचे द्योतक असते. उदाहरणार्थ,

जंगलामध्ये राहणाऱ्या व्यक्तींना वन्य श्वापदांपासून स्वतःचे संरक्षण करणे शिकावे लागते.

२) निवड (Selection)

जीवनाला सामोरे जात असताना वेगवेगळ्या प्रकारच्या परिस्थितीला तोंड द्यावे लागत असते. उपलब्ध असणाऱ्या पर्यायांमधून योग्य असा मार्ग निवडून अनुरूप अशा क्षमता विकसित कराव्या लागतात. उदाहरणार्थ, विद्यार्थ्यांसमोर शिक्षणासाठी अनेक प्रकारची क्षेत्रे असतात. त्यातून स्वतःला अनुरूप असे क्षेत्र निवडून उत्तीर्ण (पास) होऊन दाखवावे लागते.

३) परिस्थितीला आकार देणे (Shaping)

जेव्हा प्रतियोजन करणे किंवा योग्य अशा पर्यायाची निवड करणे शक्य नसते, तेव्हा परिस्थिती आपल्याला हवी तशी करण्याचा प्रयत्न करणे हाच मार्ग उरतो. जितकी चांगल्या पद्धतीने ही परिस्थिती हाताळली जाईल तितकी बुद्धिमत्ता चांगली. उदाहरणार्थ – गरिबीची परिस्थिती संपवण्याकरिता शिक्षण व नोकरी दोन्ही करणे.

स्टर्नबर्ग यांनी बुद्धिमत्ता संकल्पनेचे जे स्पष्टीकरण दिलेले आहे त्यावरून असे म्हणता येईल की बुद्धिमापनकसोटीतून चांगला बुद्धिगुणांक दाखविणाऱ्या किंवा अभ्यासक्रमातून प्रावीण्य मिळविणाऱ्या व्यक्ती काम्पोनन्शियल बुद्धिमत्ता व्यक्त करतात, पूर्वानुभवांच्या आधारे योग्य निर्णय घेऊन यशस्वी होणाऱ्या व्यक्ती अनुभवाश्रित बुद्धी दाखवितात आणि अभ्यासक्रमातून सर्वसामान्य प्रगती दाखविणाऱ्या, पण तरीही जीवनात यशस्वी होणाऱ्या व्यक्ती संदर्भीय बुद्धिमत्ता दर्शवितात.

एकूणच हा सिद्धान्त नावीन्यपूर्ण वाटतो. त्यातून अतिशय महत्त्वाचा असा निष्कर्ष निघतो की केवळ परीक्षांमधून मिळविलेले गुण हे बुद्धिमत्तेचे द्योतक नाहीत, तर त्याचबरोबर आलेल्या अनुभवांतून धडे घेणे, व्यवहारचतुर बनणे हेही तितकेच महत्त्वाचे आहे.

अलीकडच्या काळात तर स्टर्नबर्ग यांच्या व्यावहारिक बुद्धिमत्ता (Practical Intelligence) किंवा बौद्धिक शैली (Intellectual Style) यांसारख्या संकल्पना अतिशय लोकप्रिय होऊ लागल्या आहेत.

क) चेताविज्ञानावर आधारित बुद्धिमत्ता उपपत्ती
(Neuro Science Based Theory)

काही मानसशास्त्रज्ञांनी आणखीनच वेगळ्या प्रकारचा दृष्टिकोन घेऊन बुद्धीचा विचार केला. ज्या मेंदूच्या आधारे बुद्धीचे प्रक्षेपण होत असते त्याचा समावेश त्यांनी आपल्या सिद्धान्तामध्ये केला. हे सर्व सिद्धान्त 'चेताविज्ञानावर आधारित उपपत्ती'

म्हणून ओळखले जातात. त्यांमध्ये सर्वात प्रथम नाव घ्यावे लागेल ते गार्डनर यांच्या उपपत्तीचे.

हॉवर्ड गार्डनर यांची चेताविज्ञानावर आधारित उपपत्ती (१९८३, १९९३)

गार्डनर यांनी बुद्धीचे पैलू किती आहेत हे शोधण्यापेक्षा मेंदूच्या कार्यप्रणालीवर आपले लक्ष केंद्रित केले. म्हणजेच, 'तू किती हुशार आहेस?' असे एखाद्याला विचारण्यापेक्षा, 'तू कशामुळे हुशार आहेस?' असे विचारणे सयुक्तिक होईल असे त्यांचे मत आहे. म्हणूनच पुढील घटक लक्षात घेऊन त्यांनी उपपत्तीची मांडणी केली-

१) मेंदूच्या विविध भागांतून विविध प्रकारची कार्ये नियंत्रित होतात, हे संशोधनातून स्पष्ट झाले आहे. तसेच मेंदूच्या एखाद्या विशिष्ट भागात दोष निर्माण झाला तर त्या भागातून नियंत्रित होणारी क्षमता विपरीतपणे प्रभावित होते, हेही आता लक्षात आलेले आहे. हा मुद्दा गार्डनर यांनी लक्षात घेतला.

२) त्याचप्रमाणे उत्क्रांतिवादानुसार काही क्षमता नष्ट झाल्या आणि आवश्यकतेनुसार नवीन तयार झाल्या आहेत,

३) विकासाच्या अवस्थांप्रमाणे विविध प्रकारच्या अभिक्षमता व कौशल्ये विकसित होत असतात,

४) असाधारण बुद्धिमत्ता असणाऱ्या व्यक्ती काही क्षमतांबाबत मात्र फारच मागे पडलेल्या आढळतात, हे मुद्दे गार्डनर यांनी अभ्यासले.

५) तसेच सामाजिक व सांस्कृतिक गरजेनुसार विशिष्ट समाजात विशिष्ट प्रकारच्या बुद्धिमत्तेला महत्त्व दिले जात असते याचेही भान त्यांनी ठेवले.

या सर्व पार्श्वभूमीवर गार्डनर यांनी पुढील आठ प्रकारच्या बुद्धिमत्ता सांगितल्या-

१) भाषिक बुद्धिमत्ता (Linguistic Intelligence)

भाषेची निर्मिती करणे, तसेच भाषेमध्ये वापरल्या जाणाऱ्या शब्दांचे अर्थ लावणे, भाषेचा उपयोग करणे, आवाजातील चढ-उतारावरून अर्थ लावणे, व्याकरण आणि त्याचबरोबर भाषेची कार्ये जाणून घेणे याविषयीची क्षमता म्हणजे भाषिक क्षमता होय. अशा प्रकारची बुद्धिमत्ता कवी, लेखक, पत्रकार यांच्यामध्ये उच्च प्रमाणात दिसते. उदाहरणार्थ, प्राचार्य शिवाजीराव भोसले यांचे भाषिक प्रभुत्व.

२) संगीतविषयक बुद्धिमत्ता (Musical Intelligence)

नाद, ताल, स्वर निर्माण करण्याची आणि त्याचबरोबर ती समजण्याची क्षमता म्हणजे संगीतविषयक क्षमता. गायन, वादन, नवीन रागाची निर्मिती करणे, संगीत-दिग्दर्शन यामधून ही क्षमता सिद्ध होते. उदा. यहुदी मेनुहिन या जगप्रसिद्ध संगीतकाराची क्षमता.

३) तर्क–गणितीय बुद्धिमत्ता
(Logical-Mathematical Intelligence)

तर्क व संख्यांबाबतच्या क्षमतांचा यामध्ये समावेश होतो. समस्यानिवारण व शास्त्रशुद्ध विचार करणे यामुळेच शक्य होते.

४) अवकाशविषयक बुद्धिमत्ता
(Spacial Intelligence)

दिशा ज्ञान, त्रिमिती संवेदन यातून ही बुद्धिमत्ता व्यक्त होते. मूर्तिकार, शिल्पकार, नौकानयन करणारे यांच्यामध्ये ती उच्च प्रमाणात आढळते.

५) शरीर–गती कुशलतेबाबतची बुद्धिमत्ता
(Bodily Kinesthetic Intelligence)

स्वतःकडून होणाऱ्या विविध प्रकारच्या हालचालींवर कुशलपणे नियंत्रण ठेवण्याच्या आणि वस्तू कौशल्यपूर्ण रीतीने हाताळण्याच्या क्षमतांचा यामध्ये समावेश होतो. त्याकरिता सफाईदार, चपळ, लयबद्ध हालचाली व कारक कृतींमध्ये समन्वय साधण्यासाठी जी कारक कौशल्यांची गती असते, त्याबाबतच्या क्षमता आवश्यक असतात. खेळाडू, नृत्यकार, टंकलेखक, शल्यविशारद यांच्यामधून ही बौद्धिक क्षमता दिसून येते.

६) आंतरव्यक्तिक संबंधविषयक बुद्धिमत्ता
(Interpersonal Intelligence)

व्यक्तीच्या इतरांशी सतत आंतरक्रिया घडून येत असतात. त्या चांगल्या प्रकारे घडून याव्यात यासाठी व्यक्तीची धडपड चालू असते. या प्रक्रियांकरिता जी क्षमता आवश्यक असते तीच आंतरव्यक्तिक बुद्धिमत्ता. जिच्याशी संप्रेषण चालू आहे तिची मनःस्थिती, भावस्थिती, तिचे हेतू, स्वभाव, प्रेरणा, इच्छा इत्यादींची जाणीव करून घेणे व त्याला अनुसरूनच प्रतिक्रिया करणे यांचा यामध्ये समावेश होतो. व्यवसाय क्षेत्रातील व्यक्तींना यशस्वी होण्यासाठी या क्षमतेची आवश्यकता असते. उदाहरणार्थ – विक्रेते, शिक्षक, डॉक्टर, मानसशास्त्रज्ञ वगैरे.

७) स्व–ज्ञानात्मक बुद्धिमत्ता
(Intrapersonal Intelligence)

स्वतःच्या भावभावनांची तसेच गुणदोषांची वास्तवतेतून जाणीव म्हणजे स्व–ज्ञानात्मक बुद्धी. म्हणूनच स्वतःचा स्वभाव, भावना, कुवत, इच्छा, प्रेरणा, वर्तन प्रकार तसेच स्वतःची बलस्थाने कोणती याची माहिती जितकी जास्त व वास्तव तितकी ही बुद्धी जास्त.

८) निसर्गविषयक जाणिवेची क्षमता

(Naturalistic Intelligence)

निसर्गातील घटकांची ओळख व वर्गीकरण करण्याच्या क्षमतेचा यामध्ये समावेश होतो. आदिवासी व्यक्ती याबाबत जास्त वरचढ ठरतात.

या सिद्धान्ताचा सखोल विचार करता असे म्हणावे लागेल की समाज व संस्कृतीप्रमाणे विशिष्ट प्रकारची बुद्धिमत्ता ही अधिक गरजेची व महत्त्वाची असते. तर्क, भाषा, गणित, अवकाशविषयक बुद्धिमत्तेचे महत्त्व पाश्चात्त्य देशांमध्ये जास्त आहे व त्यांचे मापन मानसशास्त्रीय बुद्धिमापन कसोट्यांमधून करता येते, तर इतर प्रकारच्या समाजांत दुसऱ्या प्रकारची बुद्धिमत्ता महत्त्वाची दिसते. उदाहरणार्थ, बारली बेटामध्ये नृत्य, संगीत व इतर कला आविष्कार हा रोजच्या जीवनाचा भाग आहे. त्यांच्यासाठी शरीरकुशलता व संगीतविषयक बौद्धिक कुवत जितकी जास्त तितके इतरांपेक्षा स्थान वरचे. समुद्राशी निगडित व्यवसाय करणाऱ्यांसाठी अवकाशाचे ज्ञान जास्त गरजेचे असते, तर अनेक व्यवसाय अशा स्वरूपांचे आहेत की, जिथे स्वज्ञानाबरोबरच आंतरवैयक्तिक संबंधांचे ज्ञान असणे आवश्यक ठरते. उदा. मानसशास्त्रज्ञ.

गार्डनर यांनी मांडलेल्या या क्षमता परस्परांहून वेगळ्या असल्या तरी त्या एकमेकींशी निगडित आहेत. त्या प्रत्येकीसाठी मेंदूमध्ये स्वतंत्र प्रकारचे विभाग किंवा यंत्रणा आहे. जरी गार्डनर यांनी विविध क्षेत्रांत पारंगत असणाऱ्या लोकांच्या अभ्यासावरून या क्षमतांची मांडणी केलेली असली, तरी आपल्या प्रत्येकामध्ये त्या क्षमता कमी-जास्त प्रमाणात असतातच असतात.

मटाझोंची चेताविज्ञानावर आधारित बुद्धिमत्ता उपपत्ती (१९९२)

(Matarzzo's Neuro-science Based Theory of Intelligence)

समोर आलेल्या उद्दीपकाला किंवा उपस्थित झालेल्या परिस्थितीला अनुसरून व्यक्ती किती जलदपणाने आणि अचूकतेने प्रतिक्रिया देते, त्यावर आधारित ही उपपत्ती आहे.

जर व्यक्ती इतरांपेक्षा ताबडतोब व अचूक प्रतिसाद देऊ शकत असेल, तर तिला 'जलद विचार करणारी व्यक्ती' असे या उपपत्तीनुसार म्हणावे लागेल. यामागची कारणमीमांसा स्पष्ट करताना असे गृहीत धरले आहे की अशा व्यक्तींमधील मेंदूच्या चेतापेशी अधिक तत्पर आणि कार्यक्षम असतात, म्हणूनच त्या इतरांपेक्षा जास्त बुद्धिमान दिसून येतात.

या सिद्धान्ताबाबत मान्य असलेल्या संशोधनानुसार अशा 'जलद विचार करणाऱ्या

व्यक्तींच्या' मेंदूचेतापेशी त्वरित क्रियाशील होतात. त्यांच्यामधील नसावेगांचे वहन अधिक जलदपणाने होते आणि विशिष्ट प्रकारचे कार्य करताना त्या इतर मंद किंवा सर्वसामान्य बुद्धीच्या व्यक्तींपेक्षा कमी प्रमाणात ऊर्जेचा वापर करतात.

अशा प्रकारच्या संशोधनाला रीड व जेनसन तसेच हिअर व त्यांचे सहयोगी यांनी केलेल्या अभ्यासातून पुष्टी मिळते. रीड व जेनसन यांनी त्यांच्या प्रयोगामध्ये १४७ प्रयुक्त व्यक्ती घेतल्या. त्यांना काही उद्दीपके दाखविली. त्या उद्दीपकांना अनुलक्षून त्यांच्यामधील मेंदूचेतापेशी क्रियाशील होण्यासाठी किती वेळ घेतात, याचा अभ्यास केला. रॅव्हन यांच्या 'प्रागतिक संघात बुद्धिमापन चाचणी' च्या मदतीने बुद्धीच्या पातळीचे मापन करून चेतापेशीतील विद्युत् प्रतिक्रियांचा संबंध मोजला. निरीक्षणातून असे दिसून आले की, बौद्धिक पातळी जितकी जास्त तितकी नसपेशींची गती व तत्परता अधिक असते.

हिअर व त्यांच्या सहकाऱ्यांनी मेंदूचेतापेशीचा प्रतिमा तंत्र (PET) या आधारे अभ्यास केला. त्यांनी असे गृहीत धरले की एकाच प्रकारचे बौद्धिक कार्य करत असताना बुद्धिमान व्यक्ती कमी ऊर्जा वापरतील व कमी बुद्धिमान व्यक्तींना जास्त प्रमाणात ऊर्जा वापरावी लागेल. संशोधनातून असेच निष्कर्ष मिळाले.

अशा या विविध अंगे, रूपे असणाऱ्या बुद्धीचे आकर्षण अनेकांना वाटत आले. याबाबत चिकित्सात्मक अभ्यास करत करत काहींनी बुद्धीची व्याख्या सांगितली, तर काही विचारवंत आणखी खोलात शिरले. त्यांनी बुद्धीच्या उपपत्तीचा ऊहापोह केला. काही अभ्यासक असे निघाले की, अमूर्त स्वरूपाच्या या बुद्धीचे वस्तुनिष्ठपणे मापन करण्याची जिद्द त्यांनी बाळगली. त्यातून मानसशास्त्रामध्ये बुद्धिमापनाचे एक मोठेच दालन खुले झाले.

८.३ बुद्धिमापन (Measurement of Intelligence)

संशोधनामधून जसजशी व्यक्तिभिन्नतेविषयी माहिती मिळू लागली तसतशी वैयक्तिक भिन्नता दर्शविणाऱ्या गुणधर्मांच्या मापनाची आवश्यकता वाढू लागली. त्यातूनच निरनिराळ्या प्रकारच्या क्षमतामापन चाचण्या तयार होऊ लागल्या.

गाल्टन यांनी वेगवेगळ्या इंद्रियांच्या कार्यक्षमतेच्या मापनाचा, एबिंगहॉस यांनी व्यक्ती-व्यक्तींमधील बुद्धीबाबतच्या फरकांच्या मापनाचा, तर कॅटेल यांनी सामान्य मानसिक क्रियांच्या मापनाचा प्रयत्न केला.

परंतु बुद्धिमापनाच्या प्रयत्नाला खऱ्या अर्थाने प्रारंभ फ्रेंच शिक्षणशास्त्रज्ञ आल्फ्रेड बिने यांनी केला. शालेय शिक्षण घेणाऱ्या विद्यार्थ्यांच्या मानसिक क्रियांसंबंधी ते संशोधन करत होते. त्यातून मंदबुद्धीच्या मुलांसाठी उपयुक्त अशा प्रकारचे शिक्षण

देणाऱ्या खास शाळांची आवश्यकता आहे, याची त्यांना गरज वाटू लागली. अल्पबुद्धी मुले ओळखून काढण्यासाठी मुलांची बुद्धिमत्ता मोजली जाऊ शकेल अशा चाचणीची गरज त्यातूनच निर्माण झाली. त्यातूनच बुद्धीच्या पातळीचा अंदाज घेण्यासाठी उपयुक्त ठरू शकेल अशी पहिली बुद्धिमापनाची चाचणी बिने यांनी सायमन यांच्या मदतीने १९०५ मध्ये केली. चाचणीतील प्रश्नांची योजना निरनिराळ्या वयोमानाच्या गटांना अनुसरून करण्यात आली.

या कल्पनेतूनच त्यांना मानसिक वयांची (Mental Age) संकल्पना सुचली. उदाहरणार्थ, एखाद्या मुलास १० वर्षे वयोमानासाठी असणाऱ्या चाचण्या सोडविता आल्या, पण ११ वर्षांच्या मुलांसाठी असणाऱ्या चाचण्या सोडविता आल्या नाहीत तर त्याचे मानसिक वय १० वर्षे इतके धरले जाते. त्याचे जन्मापासूनचे वयही जर दहाच असेल तर त्याचा मानसिक विकास समान प्रमाणातच होत आहे आणि त्याची बुद्धिमत्ता सर्वसामान्य आहे असे म्हणता येते, पण त्याच मुलाचे जन्मवय १२ असेल तर मात्र तो बौद्धिक विकासाच्या दृष्टीने २ वर्षे मागे आहे, असे म्हणावे लागेल. याउलट त्याचे जन्मवय ८ असेल तर त्याची बौद्धिक पातळी बऱ्याच वरच्या दर्जाची आहे असे गृहीत धरता येते.

परंतु मानसिक वयाच्या कल्पनेने मुलाच्या मंद बुद्धीचा किंवा तीव्र बुद्धीचा व्यवस्थितपणे अंदाज करता येत नाही. आपल्या उदाहरणातील १० वर्षांच्या मुलाची बौद्धिक पातळी सर्वसामान्य, तर १२ वर्षांचा मुलगा बौद्धिक विकासात मागासलेला व ८ वर्षांचा मुलगा प्रगतिशील ठरतो. म्हणजेच तिघांचे मानसिक वय सारखेच असले तरी त्यांची बुद्धिमत्ता सारखी नाही. म्हणून बुद्धीच्या पातळीचा स्पष्ट अंदाज येण्यासाठी मानसिक वय व जन्म वय यांच्यातील संबंध काढणारे सूत्र मांडले गेले. तीच बुद्धिगुणांकाची संकल्पना.

(जन्मवय (Chronological Age C.A.) म्हणजे व्यक्तीचे जन्मापासूनचे वय होय. आजची तारीख आणि व्यक्तीची जन्मतारीख यांच्या वजाबाकीतून जन्मवय मिळू शकते. यास भौतिक वय असेही म्हटले जाते. भौतिक मापनात वर्षे/महिने सर्वांचे बाबतीत सारख्याच पद्धतीने मोजले जातात. मात्र मानसिक वय (Mental Age M.A.) जन्मवयाहून भिन्न असून ते व्यक्तीच्या मानसिक क्षमतेवर अवलंबून असते व त्याचे मापन मानसिक चाचण्यांच्या साहाय्याने केले जाते. दोन मुलांचे जन्मवय १० असे समान असू शकेल, पण एकाचे मानसिक वय ८, तर दुसऱ्याचे १२ असू शकेल.)

बुद्धिगुणांक (Intelligence Quotient)

बुद्धिगुणांक हे मानसिक वय आणि जन्म वय यांचे गुणोत्तर आहे. स्टर्न यांनी ही संकल्पना मांडली. बुद्धिगुणांक काढण्याचे सूत्र टर्मन यांनी सांगितले.

बुद्धिगुणांकाचे सूत्र पुढीलप्रमाणे :-

$$\text{बुद्धिगुणांक} = \frac{\text{मानसिक वय}}{\text{जन्म वय}} \times १००$$

मानसिक वयाच्या कल्पनेपेक्षा बुद्धिगुणांकाची संकल्पना अधिक अर्थपूर्ण आहे. जन्मवयाच्या तुलनेमध्ये मानसिक वयाची वाढ बरोबरीने होत आहे का नाही, ती कमी किंवा अधिक प्रमाणात होते आहे का, हे बुद्धिगुणांकामधून स्पष्ट होऊ शकते.

बौद्धिक विकास १६ व्या वर्षापर्यंत होत असतो. त्यामुळे १६ व्या वर्षानंतर बुद्धिगुणांक काढताना जन्मवय १६च धरले जाते. (नाही तर वयाच्या वाढीबरोबर मानसिक वय कमी होत जाते, असा निष्कर्ष काढावा लागेल!)

बुद्धिगुणांक व्यक्तीच्या बुद्धीचा स्तर सांगतो. तो स्तर काढण्याकरिता पुढील तक्त्याची मदत होते :-

बुद्धिगुणांक	बौद्धिक स्तर
१४० पेक्षा अधिक	प्रतिभावान किंवा अलौकिक बुद्धी (Genius)
१२० ते १४०	अति कुशाग्र बुद्धी (Very Superior)
११० ते १२०	कुशाग्र बुद्धी (Superior)
९० ते ११०	सरासरी बुद्धी (Average)
७० ते ९०	सीमावर्ती बुद्धी (Border line)
७० पेक्षा कमी	मतिमंद (Mentally Retarded)

(अलीकडच्या पद्धतीनुसार बुद्धिगुणांकांच्या ऐवजी विचलित बुद्धिगुणांकाचा वापर (Deviation I. Q.) केला जातो. बुद्धिगुणांकाच्या सूत्रामध्ये मानसिक वय आणि जन्मवय यांचे गुणोत्तर लक्षात घेतले जाते; परंतु या पद्धतीमध्ये एक दोष आहे. वयानुसार गुणांकातील प्रमाण विचलन (Standard Deviation - SD) स्थिर राहात नाही, म्हणून एखाद्या वयोगटातील व्यक्तींचे सरासरी गुण (Mean) आणि प्रमाणित विचलनाच्या (SD) आधारावर प्राप्त होणारा प्रमाणित प्राप्तांक (Standard Score) लक्षात घेऊनच बुद्धिगुणांक ठरविला जातो. त्यालाच विचलित बुद्धिगुणांक असे म्हटले जाते.)

बुद्धिमापन चाचण्यांचे प्रकार (Types of Intelligence Test) :

बिने यांच्या बुद्धिमापन चाचणीपासून प्रेरणा घेऊन अनेक मानसशास्त्रज्ञांनी

बुद्धिमापनाच्या चाचण्या तयार केल्या. त्यापैकी काही चाचण्यांमधून भाषेवर आधारित समस्या दिल्या आहेत. त्यांना 'भाषिक चाचण्या' म्हटले जाते, तर काहींनी भाषेचा उपयोग करावा लागणार नाही अशाप्रकारे कृतीच्या स्वरूपात समस्या तयार केल्या आहेत. त्यांना 'कृती चाचण्या' असे म्हणतात. म्हणजेच चाचण्यांमध्ये वापरलेल्या समस्यांच्या स्वरूपावरून बुद्धिमापनचाचण्यांचे भाषिक चाचण्या व कृती चाचण्या असे वर्गीकरण करता येते.

त्यापैकी काही चाचण्यांची रचना अशी केली आहे की त्या एकावेळी एकाच व्यक्तीला देता येतील. म्हणून त्यांना 'वैयक्तिक चाचण्या' असे संबोधले जाते. तर काही चाचण्यांचे स्वरूप असे आहे की, त्या चाचण्या एकावेळी अनेकांना देता येतात. त्यांना 'सामूहिक चाचण्या' म्हणतात. म्हणून बुद्धिमापनचाचण्यांचे वैयक्तिक चाचण्या व सामूहिक चाचण्या असेही वर्गीकरण करता येते.

एकंदरीत, बुद्धिमापन चाचण्यांचे चार प्रकारांत वर्गीकरण होऊ शकते –

१) शाब्दिक किंवा भाषिक चाचण्या

२) कृती किंवा अभाषिक चाचण्या

३) वैयक्तिक चाचण्या

४) सामूहिक चाचण्या

या चाचण्यांची स्वतःची अशी वैशिष्ट्ये आढळतात.

१) शाब्दिक किंवा भाषिक चाचण्या (Verbal or Language Tests)

या चाचण्यांमधील समस्या भाषेच्या स्वरूपात असतात. उदाहरणार्थ, संख्यांचा क्रम ओळखणे, दिलेल्या पर्यायांमधून विचारलेल्या प्रश्नासाठी योग्य उत्तर शोधणे वगैरे.

अशा चाचण्या प्रयुक्तांना देणे (Adminstration) सोपे असते आणि बहुधा त्या एकावेळी अनेकांना देता येतात.

मात्र त्या चाचणीमध्ये वापरलेल्या भाषेचे ज्ञान व्यक्तीला असावयास हवे. वेश्लर बुद्धिमापन चाचणी ही एक भाषिक चाचणी आहे.

२) कृती किंवा अभाषिक चाचण्या (Performance Tests)

भाषिक बुद्धिमापन चाचण्या भाषेसंबंधीच्या क्षमतेवर अवलंबून असतात, त्यामुळे शिकलेल्या व्यक्तींसाठी त्या उपयुक्त ठरतात. अर्थात ज्यांना लिहिता–वाचता येत नाही त्यांच्याकरिता अशा चाचण्या निरुपयोगी ठरू शकतात. या प्रकारच्या व्यक्तींसाठी कृती चाचण्या तयार केल्या गेल्या.

सुटे भाग नीट जोडून अर्थपूर्ण चित्र तयार करणे, ठोकळे जोडून आकृती तयार करणे अशांसारख्या समस्या या चाचण्यांमध्ये असतात.

अशिक्षितांबरोबरच मुक्या-बहिऱ्या, परदेशी व्यक्तींचेही बुद्धिमापन या चाचण्यांच्या आधारे करता येते.

उदाहरणार्थ, पिंटनर - पॅटर्सन टेस्ट, पोर्टियस व्यूह चाचण्या

३) वैयक्तिक चाचण्या (Individual Tests)

वैयक्तिक चाचण्यांच्याद्वारे एका वेळी एकाच व्यक्तीचे बुद्धिपरीक्षण करता येते. साधारणपणे अशा चाचण्यांमधून व्यक्ती काय प्रतिक्रिया करते आणि किती वेळेमध्ये प्रतिक्रिया देते, हे लक्षपूर्वक पाहणे आवश्यक असते, म्हणून अनेकांना त्या देणे गैरसोयीचे होते.

वैयक्तिक चाचण्यांचे अनेक फायदे आहेत. त्यांच्यामध्ये चाचणी देणारा व घेणारा यांच्यात संवाद साधला जाणे सहज शक्य होते. चाचणी घेणाऱ्यांचा मानसिक न्यास (Mental Set) तयार करता येतो. चाचणीच्या सर्व सूचना नीट कळल्या आहेत का नाहीत, ते समजते. बारकाईने प्रयुक्ताचे निरीक्षण करता येते.

परंतु या चाचण्या अधिक वेळ घेणाऱ्या असतात, खर्चही अधिक येतो. चाचणी देणारा प्रशिक्षित असावा लागतो.

बहुधा सर्व कृती चाचण्या या वैयक्तिक चाचण्या असतात.

४) सामूहिक चाचण्या (Group Tests)

वैयक्तिक चाचण्यांमधून बुद्धिमापन करण्यासाठी साधारणपणे एका तासापेक्षा अधिक वेळ लागतो. शिवाय एकावेळी एकालाच चाचणी देता येते. अनेक व्यक्तींचे बुद्धिमापन करण्याची वेळ आल्यास परीक्षकांची संख्याही तेवढ्याच प्रमाणात वाढवावी लागते. अनुभवी परीक्षक मोठ्या प्रमाणात तयार करणे अवघड असते, पण काही वेळा थोड्या वेळात अनेक व्यक्तींचे बुद्धिमापन करण्याचा प्रसंग येऊ शकतो. जसे १९१७ व १९४१ मध्ये अमेरिकेला सैन्यात योग्य व्यक्तींची निवड करण्याकरिता लक्षावधी व्यक्तींना बुद्धिमापन चाचणी देण्याची गरज भासली. अशावेळी उपयोगी पडतात त्या समूह चाचण्या.

समूह चाचण्यांचे काही दोषही आहेत. मुख्य दोष म्हणजे चाचणी देणारा व घेणारा यांच्यात सुसंवाद साधून मानसिक न्यास निर्माण करणे अवघड होते. प्रत्येक व्यक्तीची मन:स्थिती चाचणी देण्यास अनुकूल आहे का, तिला चिंता, थकवा असे काही प्रश्न नाहीत ना याची खात्री करून घेता येत नाही, त्यामुळे त्या पूर्णत: नियंत्रित असत नाहीत, म्हणून त्या कमी विश्वसनीय आणि कमी यथार्थ समजल्या जातात.

पण वेळेची बचत, परिणामी पैशाची बचत आणि गुणांकन करणे सोपे असल्याने या चाचण्या व्यवहारात वापरल्या जातात.

बहुधा भाषिक चाचण्या समूहाला देता येतात.

या चार प्रकारांपैकी चाचणी कोणतीही असो, त्यांच्यामधील समस्या व इतर गोष्टी नक्की कशा स्वरूपाच्या असतात, ते समजावून घेणे उद्बोधक ठरेल.

काही बुद्धिमापन चाचण्या (Some Intelligence Tests)

बिने यांच्या बुद्धिमापन चाचणीनंतर अनेक मानसशास्त्रज्ञांनी आपापल्या देशातील परिस्थितीला अनुसरून बुद्धिमापन चाचण्या निर्माण केल्या. त्यांपैकी काही चाचण्यांच्या माहितीच्या आधारे बुद्धिमापन कसे केले जाते याची कल्पना येते.

अ) स्टॅनफोर्ड-बिने बुद्धिमापन चाचणी (Stanford Binet Intelligence Test)

बुद्धिमापनाचा पहिला प्रयत्न फ्रेंच मानसशास्त्रज्ञ आल्फ्रेड बिने यांनी केला. १९०५ मध्ये सायमन यांच्या मदतीने त्यांनी बुद्धिमापन चाचणी तयार केली. त्यामध्ये सोप्यापासून अवघडांपर्यंत असे प्रश्न होते. त्यांच्या मदतीने स्मरण, अवधान, चिकित्सा, भेदबोधन यांचे मापन करता येत असे. सर्वसाधारण व अल्पबुद्धीच्या मुलांचे परीक्षण करण्यासाठी, निरनिराळ्या वयोगटांकरिता ३० चाचण्या त्यांनी तयार केल्या.

१९०८ मध्ये तिची सुधारित आवृत्ती निघाली. त्यामध्ये शालेय शिक्षणावर आधारलेले प्रश्न वगळण्यात आले. प्रश्नांची रचना अशी करण्यात आली की ज्यांची उत्तरे निरनिराळ्या वयाच्या सामान्य मुलांना विशिष्ट विषयांचे शिक्षण न घेताही देता येतील. निरनिराळ्या वयाच्या गटांसाठी या चाचण्या बनवण्यात आल्या.

१९१६ मध्ये टर्मन यांनी स्टॅनफोर्ड विद्यापीठामध्ये बिने चाचण्यांची अमेरिकन आवृत्ती तयार केली. त्यानंतर मेरिल यांच्या सहकार्याने १९३७ मध्ये याच चाचण्यांची दुसरी आवृत्ती L व M अशा भागांमध्ये करण्यात आली. तिची तिसरी सुधारित आवृत्ती १९६० साली अस्तित्वामध्ये आली.

१९६० मधील स्टॅनफोर्ड बिने चाचण्यांच्या आवृत्तीमध्ये १९३७ मधील उपयुक्त प्रश्न समाविष्ट केले, तसेच काही नवीन प्रश्नही घेतले. गुणमान ठरविण्याच्या पद्धतीही निश्चित करण्यात आल्या. यामध्ये २ ते ५ वर्षांच्या मुलांसाठी दर ६ महिन्यांच्या अंतराने चाचण्या ठेवण्यात आल्या आहेत. प्रत्येक वयोगटाच्या पातळीवर ६ प्रश्न आहेत. ५ ते १४ वर्षे वयापर्यंत प्रत्येक वार्षिक पातळीवर ६ प्रश्न आहेत. शिवाय सर्वसामान्यांपासून श्रेष्ठ बुद्धीच्या प्रौढांसाठी चार चाचण्या ठेवण्यात आल्या आहेत.

१९३७ च्या स्टॅनफोर्ड बिने चाचण्या व १९६० मधील चाचण्या यांमध्ये मापन-पद्धतीत थोडा फरक आढळतो. १९३७ च्या चाचण्यांमध्ये चाचणीवरील गुण व

जन्मवय यावरून बुद्धिगुणांक काढला जात असे, मात्र १९६० च्या चाचणीवरून विचलन बुद्धिगुणांकाचे मापन केले जाते.

१९७२ मध्ये या चाचण्यांचे पुन्हा प्रमाणीकरण केले.

स्टॅनफोर्ड-बिने चाचण्यांमधील समस्या कशा असतात हे समजण्यासाठी पुढील उदाहरण उपयोगी ठरेल-

वय वर्षे २

१) चौरस, त्रिकोन, वर्तुळ या आकारातील खाचा दिलेल्या असतात. दिलेल्या वस्तू योग्य आकाराच्या खाचेत बसवणे

२) खेळातील प्राणी लपविल्यावर तो शोधून काढणे

३) बाहुल्याचे सांगण्यात आलेले अवयव बोटाने दाखविणे

४) दिलेल्या नमुन्याप्रमाणे लाकडी ठोकळे रचून मनोरा बनविणे

वय वर्षे ११

१) स्मरणाने आकृतिबंध काढणे

२) भाषिक निवेदनातील विसंगती ओळखणे

३) शब्दांच्या व्याख्या करणे

४) वाक्य एकदा ऐकून तसेच म्हणून दाखविणे

सामान्य प्रौढांसाठी

१) शब्दसंपत्तीची चाचणी

२) तर्कविषयक चाचणी

३) अंकगणित चाचणी

४) म्हणी व वाक्प्रचारांचा अर्थ.

ब) संस्कृति-निरपेक्ष चाचण्या (Culture Fair Tests)

अलीकडच्या काळामध्ये जगातील व्यक्ती एकमेकींच्या जवळ आल्या आहेत. त्यांच्यातील संपर्क वाढला आहे. त्यांना नेहमीच्या बुद्धिमापन चाचण्या देता येत नाहीत, कारण ज्या व्यक्तींच्या संस्कृती, रूढी, चालीरीती, आचार-विचारांत फरक आहे त्यांच्या स्तरांत बराच फरक दिसून येतो. त्यातूनच संस्कृति-निरपेक्ष चाचण्या निर्माण करण्याची गरज भासू लागली. अशा काही चाचण्यांची उदाहरणे पाहणे सयुक्तिक ठरेल.

१) कॅटेल यांची चाचणी (Cattell's Culture Fair Intelligence Test)

कॅटेल यांनी बुद्धिमापनाच्या तीन श्रेणी बनविल्या. त्यांना स्केल-१, स्केल -२, आणि स्केल - ३, असे म्हटले.

स्केल – १ ही ४ ते ८ वर्षे वयोगटातील मुले व मंदबुद्धीचे प्रौढ यांच्यासाठी आहे.

स्केल – २ ही ८ ते १३ वर्षे वयाची मुले आणि सर्वसामान्य प्रौढांसाठी वापरता येते.

स्केल – ३ ही उच्चबुद्धीच्या प्रौढांसाठी व १० ते १६ वर्षे वयोगटातील मुलांसाठी उपयोगी ठरते.

कॅटेल यांनी प्रत्येक स्केलची दोन रूपे (forms) - A व B बनविले आहेत.

स्केल – १ च्या काही भागांसाठी वैयक्तिक परीक्षणाची आवश्यकता असते. पण उर्वरित भाग व इतर दोन्ही स्केलसूसाठी सामूहिक परीक्षण शक्य होते. यांपैकी स्केल – १ मधील पहिल्या चार कसोट्याच संस्कृतीनिरपेक्ष आहेत. राहिलेल्या चार भाषिक आहेत. स्केल – २ व ३ समान आहे; पण त्यांच्या काठिण्यपातळीत फरक आहे. या दोन्ही स्केलसूमध्ये प्रत्येकी चार कसोट्या आहेत.

२) राव्हन यांची साचेबंद चाचणी किंवा प्रागतिक संघात चाचणी (Raven's Progressive Matrices)

त्यांनी पुढील तीन चाचण्या बनविल्या आहेत–

१) राव्हन यांची रंगीत प्रागतिक संघात चाचणी
(Coloured Progressive Matrices)

२) राव्हन यांची प्रमाणित प्रागतिक संघात चाचणी
(Standard Progressive Matrices)

३) राव्हन यांची उच्च प्रकारची प्रागतिक संघात चाचणी
(Advanced Progressive Matrices)

या तिन्हींमध्ये प्रश्नांचे प्रकार सारखे आहेत; परंतु त्यांची काठिण्यपातळी बदलत जाते.

रंगीत प्रागतिक संघात ही चाचणी मंदबुद्धी मुलांसाठी वापरता येते. प्रमाणित प्रागतिक संघात शालेय विद्यार्थ्यांसाठी उपयोगी ठरते, तर उच्च प्रकार प्रागतिक संघात प्रौढ व श्रेष्ठ बुद्धीच्या व्यक्तींकरता वापरली जाते.

विशेष म्हणजे या सर्व प्रकारच्या चाचण्या बुद्धीचे मापन करण्याच्या उद्देशाने बनविलेल्या नाहीत. विचारप्रक्रियेतील स्पष्टपणा शोधणे हा त्यामागचा हेतू आहे, परंतु सर्व चाचण्यांमधून स्पिअरमन यांचा 'g' घटक जास्त प्रमाणात असल्याने बुद्धिमापनासाठी त्या उपयोगात आणल्या जातात.

प्रमाणित चाचण्यांमध्ये पाच गट आहेत. प्रत्येक गटामध्ये १२ आकृत्या आहेत. काठिण्यपातळी वाढत्या स्वरूपाची आहे. प्रत्येक आकृतीतील उजवीकडील खालचा कोपरा गहाळ झालेला असून आकृती पूर्ण होण्याकरिता दिलेल्या आठ पर्यायांमधून योग्य पर्याय निवडायचा आहे. या चाचणीसाठी वेळेचे बंधन नाही. सूचना सरळ व सोप्या आहेत.

उच्च प्रकारच्या चाचणीमध्ये दोन भाग आढळतात. संक्षिप्त आणि दीर्घ. त्वरित बुद्धिमापनासाठी संक्षिप्त चाचणी वापरता येते. दीर्घ चाचणी प्रमाणित चाचणीसारखी आहे.

क) वेश्लर यांची प्रौढांसाठी चाचणी (Weschler's Adult Intelligence Scale WAIS)

वेश्लर यांनी अगोदर मुलांच्या बुद्धिमापनाच्या चाचण्या तयार केल्या; पण नंतर प्रौढांच्या बुद्धिमापनासाठी स्वतंत्र चाचणी बनविली. १९३९ मध्ये बनविलेल्या या चाचणीच्या १९५५ व १९८१ मध्ये सुधारित आवृत्त्या तयार करण्यात आल्या.

या चाचणीच्या शाब्दिक व कृतिपर अशा दोन श्रेण्या आहेत. शाब्दिक श्रेणीमध्ये ६ आणि कृतिपर श्रेणीत ५ उपश्रेण्या समाविष्ट केल्या आहेत. अशा एकूण ११ उपश्रेण्या आहेत.

चाचणीच्या सुरुवातीला शाद्बिक श्रेणी, नंतर कृतिपर श्रेणी, त्यानंतर शाब्दिक व पुन्हा कृतिपर श्रेणी याप्रमाणे एक सोडून एक श्रेण्या सोडविण्यास दिल्या जातात. त्यांचे वर्णन पुढीलप्रमाणे –

१) शाब्दिक श्रेणी

१) माहिती (Information) - यामध्ये संस्कृती, शैक्षणिक विषय व इतर विविध विषयांवर २९ प्रश्न विचारलेले आहेत.

२) अंक विस्तार (Digit span) - तीन ते सातअंकी संख्यांचे पुनरुच्चारण करण्यास यामधून सांगितले जाते.

३) शब्दसंग्रह (Vocabulary) – चढत्या काठिण्यपातळीने मौखिक व दृश्य स्वरूपात दिलेल्या शब्दांचा अर्थ यामध्ये विचारला जातो.

४) अंकगणित (Arithmetic) – यात प्राथमिक शाळेच्या स्तरावरील १४ उदाहरणे कागद–पेन्सिलचा उपयोग न करता तोंडी सांगायची असतात.

५) आकलन (Comprehension) – यातील १६ प्रश्नांच्या आधारे सामान्य व्यवहार बुद्धीची परीक्षा घेतली जाते.

६) साधर्म्य (Similarities) – यामधील १४ प्रश्नांमधून दोन बाबी कोणत्या बाबतीत समान आहेत ते विचारले जाते.

२) कृतिपर श्रेणी

१) चित्रपूर्ती (Picture Completion) – ह्यामध्ये२० कार्ड्स असून त्यांवर अपूर्ण चित्रे आहेत. चित्रातील गहाळ भाग सांगण्याचे काम करावयाचे असते.

२) चित्ररचना (Picture Arrangement) – यात चित्रे असलेली १० कार्ड्स आहेत. त्यांची क्रमवार रचना करून एक गोष्ट तयार करायची असते.

३) **ठोकळा अनुकृती (Block Design)** – लाल, पांढऱ्या व त्यांच्या मिश्र रंगांनी बनविलेले एक इंचाचे ठोकळे यामध्ये असतात. दिलेल्या नऊ कार्डांवरील डिझाइनप्रमाणे ठोकळ्यांपासून डिझाइन बनवायचे असते.

४) **वस्तू जुळवणी (Object Assembly)** - दिलेल्या चार तुकड्यांची जुळवणी करून चित्र बनवायचे असते.

५) **अंक प्रतीक (Digit Symbol)** - या चाचणीत ९ अंक व ९ प्रतीके यांच्या साहाय्याने सांकेतिक भाषा तयार केलेली असते. त्यावर आधारित दिलेले प्रश्न सोडवायचे असतात.

या उपचाचण्या सोडवीत असताना प्रयुक्ताचे परीक्षण कसे करावे, गुणांकन कसे करावे, कोणते मापदंड वापरावेत यासाठी माहिती दिलेली असते.

दुसरी चाचणी लहान मुलांसाठी बनविलेली आहे. तिला (Weschler's Intelligence Scale for Children WISC) असे म्हणतात. याही चाचणीतील काही भाग भाषिक असून काही भाग कृतिपर आहे. प्रौढांसाठी असलेल्या चाचणीपेक्षा गुणमान निरनिराळे ठरविण्यात येते. मुलांच्या चाचण्या ५ ते १५ वर्षे या वयोगटातील आहेत; परंतु प्रश्नांचे वयोमानाप्रमाणे गट पाडण्यात आलेले नाहीत. सोप्या प्रश्नापासून मुले चाचणी सोडविण्यास सुरुवात करतात आणि शेवटच्या प्रश्नापर्यंत पोहोचण्याचा प्रयत्न करतात. त्यांच्या उत्तरांचे मूल्यमापन करून समूहातील त्यांचे शतांशीय स्थान काढले जाते.

चांगल्या बुद्धिमापन चाचणीची वैशिष्ट्ये

बुद्धिमापन चाचणी सुयोग्य व उपयुक्त ठरण्यासाठी तिच्यामध्ये चार वैशिष्ट्ये दिसून आली पाहिजेत.

१) **विश्वसनीयता :** चाचणी वारंवार दिली असता तिच्या निर्णयात सुसंगती दिसून आली पाहिजे.

२) **यथार्थता :** चाचणीने बुद्धीच्या अपेक्षित पैलूचे मापन केले पाहिजे. बुद्धिमापन- चाचणीने वाचनक्षमतेचे मापन केल्यास फसगत होण्याची शक्यता आहे.

३) **प्रमाणीकरण :** चाचणी विशिष्ट समूहाला किंवा मर्यादित क्षेत्राला लागू न पडता सार्वत्रिक लागू पडावी यासाठी तिचे प्रमाणीकरण झालेले असले पाहिजे. जसे ISI शिक्का असलेली वस्तू देशात वापरणे सुरक्षित असते. त्याप्रमाणे प्रमाणित चाचणी वापरणे सुरक्षित ठरते.

४) **निकष ठरविणे :** चाचणी कोणत्या समूहाशी तुलना करून योग्य निर्णय देते, हे सांगितल्यास बुद्धिमापनाचा निर्णय समाधानकारक येतो. पुण्यातील शालेय

विद्यार्थ्यांवरून तयार केलेली व प्रमाणित केलेली चाचणी आहे हे माहीत असल्यास आपल्या शाळेतील मुले या चाचणीच्या संदर्भात त्या मुलांच्या तुलनेने पुढारलेली की मागासलेली याचा निश्चित अंदाज येतो.

वरील वैशिष्ट्यांचे पालन करणारी चाचणी चांगली बुद्धिचाचणी आहे, असे मानसशास्त्रज्ञ समजतात. अशी चाचणी निर्माण करण्यासाठी खालील दक्षता घेणे अथवा सूचनांचे पालन करणे लाभदायक ठरते.

१) बुद्धिमापन चाचणी ही माहितीची चाचणी नसावी. ती संपादित-ज्ञानाच्या चाचणीहून भिन्न आहे हे लक्षात घेऊन तिच्यातील प्रश्नांची योजना करावी.

२) बुद्धीचे पैलू अनेक असल्यामुळे चाचणीतील प्रश्न त्या सर्व पैलूंना स्पर्श करणारे असावेत म्हणजे चाचणी एकांगी व अयथार्थ होणार नाही.

३) विशिष्ट वयोगटातील तयार केलेल्या चाचणीतील प्रश्नांची काठिण्यपातळी सारखी असावी.

४) बुद्धिमापन - चाचणीतील प्रश्नांची भाषा चाचणी देणाऱ्यांना समजण्यासारखी सोपी असावी. क्लिष्ट भाषेमुळे ती बुद्धिचाचणी न होता भाषेची चाचणी ठरेल.

५) अपंग, अशिक्षित, परभाषिक व्यक्तींसाठी भाषिक प्रश्नांऐवजी कृतीवर प्रश्न विचारले जावेत. चाचणी सार्वत्रिक जाण्यासाठी संस्कृतिनिरपेक्ष प्रश्नयोजना असावी.

६) बुद्धिचाचणीतील प्रश्न बुद्धीस आव्हान देणारे असले, तरी त्यांची संख्या चाचणी सोडवताना कंटाळा येईल इतकी अधिक नसावी.

७) चाचणी सोडविण्याच्या संदर्भात व्यक्तींना सुरुवातीस आवश्यक त्या सूचना देण्यात याव्यात. यासाठी चाचणी परिणामकारक व उपयुक्त ठरावी म्हणून चाचणी देणाऱ्यास आवश्यक ते प्रशिक्षण दिले जावे.

८) बुद्धीच्या विकासात सामाजिक / सांस्कृतिक घटकांचे महत्त्व असल्याने विशिष्ट क्षेत्रातील व्यक्तींसाठी चाचणी तयार करताना सामाजिक / सांस्कृतिक पार्श्वभूमी लक्षात घ्यावी. यासाठी कदाचित नागरी, ग्रामीण व आदिवासी भागातील बुद्धिचाचण्यांची रचना काहीशी भिन्न करावी.

८.४ बौद्धिक भिन्नता (Individual Differences in Intelligence)

सामान्यपणे कोणत्याही मुलाची बौद्धिक पातळी त्याच्या वाढत्या वयाबरोबर बदलत नाही तर स्थिर राहते, म्हणजेच जन्मवयाच्या वाढीनुसार त्याच्या बुद्धीची, मानसिक वयाची ठरावीक प्रमाणात वाढ होऊन बुद्धिगुणांक कायम राहतो; परंतु काही मुलांची बौद्धिक प्रगती वाढत्या वयानुसार जास्त किंवा कमी गतीने होऊ लागते. अशा प्रकारे बुद्धीच्या बाबतीत वैयक्तिक भिन्नता आढळते. अर्थात बुद्धीच्या

विकासात अनुवंश आणि परिवेश यांचा सहभाग असतो आणि त्यातूनच ही भिन्नता निर्माण होते.

एकूण लोकसंख्या विचारात घेऊन बुद्धिमत्तेचे वितरण केले असता ही भिन्नता बऱ्याच प्रमाणात असते, असे आढळून येते. सर्वसामान्यपणे लोकसंख्येतील निम्म्यापेक्षा जास्त लोक सामान्य (Average) बुद्धिमत्तेचे असतात. तीव्र किंवा प्रतिभावान लोकांची संख्या ११% किंवा थोडी अधिक असते. त्याचप्रमाणे मंद बुद्धीच्या लोकांचे लोकसंख्येतील प्रमाण ७% ते ८% इतके असते. येथे प्रतिभावान आणि मंद बुद्धीच्या व्यक्तींची विस्ताराने माहिती घेऊ.

१. मतिमंदत्व (Mental Retardation)

अत्यल्प किंवा सीमित बुद्धिमत्ता म्हणजे मतिमंदत्व. मानसशास्त्रीयदृष्ट्या ७० पेक्षा कमी बुद्धिगुणांक असणे म्हणजे मतिमंदत्व. 'अमेरिकन असोसिएशन ऑन मेंटल रिटार्डेशन' यांच्यामतानुसार–

'मतिमंदत्व म्हणजे बौद्धिक कार्यातून ठळकपणे दिसणारी अत्यल्प किंवा सीमित बुद्धी व त्यामुळे वैकासिक काळात प्रतियोजनात्मक वर्तन प्रभावित होणे.'

एखादी व्यक्ती मतिमंद आहे वा नाही हे ठरविण्यासाठी त्यांनी असेही सूचित केले की पुढीलपैकी कोणत्याही दोन कौशल्यांमध्ये मर्यादा आणि अत्यल्प बुद्धी हे निकष लक्षात घेतले जावेत– संप्रेषणकौशल्य, स्वतःची काळजी घेणे, स्वतंत्रपणे राहण्याची क्षमता, सामाजिक क्षमता, सामाजिक कार्यांमध्ये सहभाग,स्वतःला मार्गदर्शन करणे, आरोग्य आणि सुरक्षिततेचा विचार, शैक्षणिक क्षमता, काम व विश्रांती यांच्यातील ताळमेळ.

यानुसार बुद्धिमापन चाचण्यांच्या आधारे बौद्धिक पातळी ठरविता येते; पण कौशल्याबाबतीतील मर्यादा ठरविणे अवघड आहे.

मतिमंदांचे काही प्रकार पुढीलप्रमाणे.

मतिमंदत्वाचे प्रकार (Types of Mental Retardation)

हे प्रकार अभ्यासताना वेगवेगळे दृष्टिकोन समोर ठेवले गेले.

मानसशास्त्रीय दृष्टिकोनातून मंतिमंदांचे प्रकार –

बौद्धिक कमकुवतता हे मतिमंदांचे प्रमुख लक्षण असते. मानसशास्त्रज्ञ हा मुद्दा प्रामुख्याने लक्षात घेतात.

अ) मानसशास्त्रज्ञ टर्मन यांनी बुद्धिगुणांकांच्या आधारे हे प्रकार पाडले –

१) ५० ते ७० बुद्धिगुणांक – मोरान्स (अल्पबुद्धी)

२) २५ ते ५० बुद्धिगुणांक – इम्बेसाइल (अत्यल्पबुद्धी)

३) २५ पेक्षा कमी बुद्धिगुणांक – इडियट (निर्बुद्ध)

ब) 'अमेरिकन असोसिएशन ऑन मेंटल रिटार्डेशन' यांनीसुद्धा बुद्धिगुणांक लक्षात घेऊन मतिमंदांचे पुढील प्रकार सांगितले –

१) ५०-५५ ते ७० बुद्धिगुणांक – सौम्य बौद्धिक मंदत्व

२) ३५-४० ते ५०-५५ बुद्धिगुणांक – मध्यम बौद्धिक मंदत्व

३) २० – २५ ते ३५-४० बुद्धिगुणांक – तीव्र बौद्धिक मंदत्व

४) २० –२५ पेक्षा कमी बुद्धिगुणांक – गंभीर बौद्धिक मंदत्व

क) शिक्षण घेण्याची व्यक्तीची कुवत किती आहे, याचा विचार करून शिक्षणक्षेत्रातील अधिकारी मतिमंदांचे प्रकार पाडतात. ते अशा मुलांचे तीन प्रकारे वर्गीकरण करतात –

१) Educable - शिक्षण घेण्याची कुवत असलेली मुले (अध्यापनीय)

२) Trainable - प्रशिक्षण देण्याची योग्यता असणारी मुले (प्रशिक्षणीय)

३) Custodial - सर्वार्थाने दुसऱ्यांवर अवलंबून असणारी मुले (अप्रशिक्षणीय)

ड) मनोविकारतज्ज्ञ व्यक्तीमध्ये शारीरिक व जैविक स्वरूपाचे कोणते दोष आहेत याचा अभ्यास करून मतिमंदांची चिकित्सा करतात. त्यांनी सांगितलेले वर्गीकरण पुढीलप्रमाणे –

I) फ्रॅजाईल एक्स सिण्ड्रोम (Fragile x Syndrome) - दुभंगलेले रंगसूत्र

यामध्ये X प्रकारचे भंगलेले रंगसूत्र पालकांकडून मुलांकडे संक्रमित होते. त्यातून गंभीर स्वरूपाचे बुद्धिदोष दिसून येतात. बौद्धिक मागासलेपणाबरोबर वाचिक व भाषिक दोष मुलांमध्ये आढळतात. ही मुले स्वभावाने संकोची असतात. कारक हालचाली चांगल्या प्रकारे करू शकत नाहीत. सामाजिकीकरणात मागे पडतात.

II) टर्नर्स सिण्ड्रोम – सामान्यपणे प्रत्येक रंगसूत्रांच्या जीवपेशीत २३ जोड्या असतात; पण या मुलांमध्ये २३ व्या रंगसूत्रात दोन रंगसूत्रांऐवजी एकच रंगसूत्र असते.

III) क्लिनफेल्टर्स सिण्ड्रोम – या मुलांमध्ये २३ व्या जोडीतील रंगसूत्रात एक अतिरिक्त रंगसूत्र आढळते.

IV) डाऊन सिण्ड्रोम – ही मुले मंगोल वंशाच्या लोकांसारखी दिसतात. म्हणून त्यांना 'मंगोल' असेही म्हणतात. यांच्यामध्ये २१ व्या जोडीतील रंगसूत्रात एक अतिरिक्त रंगसूत्र आढळते.

V) मायक्रोसिफॅलिक (लघुशीर्ष) – यामधील मुलांमध्ये डोक्याचा आकार लहान असतो. सामान्य मुलांसारखी या मुलांच्या मेंदूची वाढ होत नाही. ही समस्या अगदी लहान वयातच निर्माण होते. बुद्धिगुणांक २५ पेक्षा कमी आढळतो. त्यामुळे त्यांना शिक्षण देणे अशक्य असते.

VI) हायड्रोसिफॅलिक (जलशीर्षता) – या मुलांच्या डोक्याचा आकार फार मोठा असतो, कारण त्यांचा विकास होत असताना मेंदूच्या व मज्जारज्जूच्या पोकळीत असलेला सेरेब्रो–स्पायनल द्रव बऱ्याच प्रमाणात वाढतो. त्यामुळे मेंदूला इजा होते. इजेच्या प्रमाणात बुद्धिगुणांक ५० ते ७० च्या दरम्यान आढळतो.

VII) क्रेटिनिझम (जडवामनता) कंठस्थ ग्रंथीमधून थायरॉक्झिन नावाचा स्राव येतो. त्याचे प्रमाण कमी झाल्यास हा दोष निर्माण होतो. बुद्धिगुणांक ५० च्या वर आढळत नाही. शारीरिक वाढ खुंटलेली आढळते.

VIII) फेनिल– कीटोन्यूरिया – प्रोटीन (प्रथिन) द्रव्यात फेनिलॅनॅनिन नावाचे ॲमिनो ॲसिड असते. यकृतातून निर्माण होणाऱ्या रसामुळे या ॲसिडचे रूपांतर शरीराला पुरवल्या जाणाऱ्या शक्तीमध्ये होते; पण या समस्येमध्ये यकृतातील द्रव्याची कमतरता असते, त्यामुळे ॲसिड साठत जाते. त्यातून मेंदूच्या कार्यात अडथळा येतो.

IX) टे साचा (Tay-sacha)

आनुवंशिक दोषामुळे दुर्बल जीनचे संक्रमण होते. ते चयापचय क्रियेमध्ये दोष निर्माण करते. परिणामी चेतापेशींची पुनर्निर्मिती थांबते. जन्मानंतर स्नायूंवरील नियंत्रण ढासळते. मतिमंदतेबरोबर अंधत्व, अपंगत्व असते.
प्रत्येक बौद्धिक स्तरावर या व्यक्तींची वैशिष्ट्ये दिसून येतात.

बौद्धिक स्तराला अनुसरून मतिमंदांची वर्तनवैशिष्ट्ये –

सर्वसाधारणपणे मतिमंद मुलांची बौद्धिक पातळी किती आहे, त्यानुसार त्यांची वर्तनप्रकाराबाबत विशेष लक्षणे दिसून येतात. त्यांचे वर्णन पुढीलप्रमाणे –

बुद्धिगुणांक	मतिमंदत्वाचा प्रकार	वर्तन वैशिष्ट्ये	
		५ वर्षांपर्यंत	**६ ते १८ वर्षांपर्यंत**
१) ५०–५५	सौम्य (Morons)	दिसण्यास सर्वसामान्य वेदक–कारक कौशल्यात दोष, अत्यल्प सामाजिक संबंध	इयत्ता ६ वी पर्यंत शिक्षण शक्य सामाजिक शिष्टाचार शिकू शकतात.
२) ३५–४० ५०–५५	मध्यम (Inbecile)	इतरांचे बोलणे समजते, प्रयत्नांनी बोलण्यास जमते, कारक विकास मंद	इयत्ता २ री पर्यंत ते शिक्षण,गणित,वाचन, अशक्य. साध्या सूचना समजतात. जेवण,पोषाख करण्याचे शिकू शकतात.

| ३) २०-२५ ते ३५-४० | तीव्र | कारक विकास अत्यंत मंद, काही शब्दांचे ज्ञान शक्य, जेवण व इतर प्राथमिक कौशल्यांचा प्रशिक्षणातून अल्प प्रमाणात विकास | प्रशिक्षणाने काही प्राथमिक कौशल्ये आत्मसात करू शकतात. |
| ४) २०-२४ ते त्यापेक्षा कमी | गंभीर (Idiot) | काहीही शिकणे अशक्य | पूर्णपणे इतरांवर अवलंबून हातपाय हलविणे व प्राथमिक भावना दर्शविता येतात. |

मतिमंदत्व निर्माण होण्यामागची कारणे

मतिमंदत्वाच्या विविध कारणांमागे काही जन्मपूर्व अवस्थेतील घटक कारणीभूत होतात, तर काही जन्मोत्तर घटक जबाबदार असतात.

अ) जन्मपूर्व अवस्थेतील कारणे

यामध्ये पुढील घटकांचा समावेश होतो –

१) रंगसूत्रातील दोष – मानवी शरीरात एकूण ४६ रंगसूत्रांच्या २३ जोड्या असतात. त्यांच्या रचनेत दोष असल्यास तोच दोष मानसिक मंदत्व निर्माण करू शकतो.

२) जैविक दोष – बहुधा १/३ प्रकारच्या मतिमंदत्वामागे जैविक कारणे आढळून येतात. दुर्बल प्रकारचे जीन्स, PKU आम्लाचे प्रमाणापेक्षा आधिक्य, सेरिब्रोस्पायनल द्रावाची प्रमाणापेक्षा वाढ, मेंदूच्या रचना विकासामध्ये अडथळा, थायरॉक्झिन स्रावाची कमतरता ही मतिमंदत्वामागची कारणे असू शकतात.

३) गर्भावस्थेच्या विकासात अडथळे आणणारे घटक –

गर्भावस्थेमध्ये असताना गर्भाचे पोषण केले जाते. नाळेमार्फत आईच्या रक्तातून गर्भ पोसला जात असतो, त्यामुळे आईच्या शारीरिक परिस्थितीचा गर्भाच्या विकासावर सरळ परिणाम होतो. गर्भाच्या मानेभोवती नाळ गुंडाळली जाणे, आईने डॉक्टरांच्या सल्ल्याशिवाय चुकीची औषधे घेणे, गरोदरपणात 'क्ष' किरण तपासणी होणे किंवा आईस कावीळ, क्षय, मधुमेह, उच्च रक्तदाब, मूत्राशयाचे विकार असणे या गोष्टी गर्भाच्या मानसिक विकासावर विपरीत परिणाम करतात.

४) प्रसूतीच्या वेळी निर्माण होणाऱ्या समस्या –

आईची सुलभ प्रसूती बालकाच्या शारीरिक व मानसिक विकासाकरिता अत्यंत आवश्यक असते; पण प्रसूतीच्या वेळी प्राणवायूचा अपुरा पुरवठा होणे, मेंदूला इजा

होणे, जन्माच्या वेळी बालकाचे वजन दोन किलोपेक्षा कमी भरणे, बाळाला जन्मत: कावीळ होणे ही कारणे मतिमंदत्व निर्माण करतात.

ब) जन्मोत्तर कारणे

अपघातामुळे मेंदूला इजा होणे, मेंदूज्वर, अपस्मार, तसेच बालकाच्या आहारामध्ये प्रथिने व कार्बोहायड्रेटस्‌चा अभाव हे घटक मतिमंदत्व आणतात.

काही वेळा मात्र असे होते की मतिमंदत्व का आले आहे याची जैविक कारणे आढळत नाहीत; पण कुटुंबाला मतिमंदत्वाचा इतिहास असतो. अशा वेळी त्याला जीन्स कारणीभूत आहेत की सततची अतिशय दरिद्री अवस्था यामागे आहे, हे ठरविणे अवघड होऊन बसते.

मतिमंदत्व कोणत्याही कारणाने निर्माण झाले तरी त्यावर काही उपाय योजणे ही पुढची पायरी ठरते.

मतिमंदतेच्या समस्येवरील उपाय

सहसा औषधे किंवा इतर उपचारपद्धतींनी मतिमंदत्व घालविणे शक्य होत नाही. म्हणून जन्माला आलेल्या मतिमंद बालकांचा विकास घडवून आणून त्यांना जास्तीत जास्त स्वावलंबी करण्याचे प्रयत्न करावे लागतात.

त्याचप्रमाणे मतिमंद मुले जन्मालाच येऊ नयेत यासाठी उपाययोजना करणेही तितकेच महत्त्वाचे आहे. यालाच प्रतिबंधात्मक उपाय म्हणता येईल.

अ) मतिमंद मुलांच्या विकासासाठी करावयाचे उपाय

१) विशेष प्रकारच्या शाळांमधून शिक्षण देणे

सर्वसामान्य मुलांशी तुलना करता मतिमंद मुले शालेय शिक्षण घेण्यामध्ये फारच मागे पडतात. सोप्या प्रकारचे वाचन किंवा लिखाणही त्यांच्यासाठी अवघड असते. बौद्धिक कमकुवततेबरोबर विरूपता, कारक कौशल्यांच्या समस्या त्यांच्यामध्ये असतात. काही मुले सुरक्षितता आणि स्वच्छता यांबाबतचे धडे आत्मसात करू शकत नाहीत. बऱ्याच मुलांची विशेष प्रकाराने काळजी घ्यावी लागते. या पार्श्वभूमीवर मतिमंद मुलांना स्वतंत्र शाळेमधून शिक्षण देणे हे गरजेचे होऊन बसते.

अशा शाळा या मुलांच्या बौद्धिक पातळीनुसार, त्यांच्या गरजेनुसार त्यांना शिक्षण देतात. अक्षरांची ओळख, प्राणी-पक्ष्यांचा परिचय, रंगांचे ज्ञान, सोपी गणिते, आकाराचे ज्ञान अशा शाळांमधून दिले जाते. स्वच्छता, स्वावलंबन, स्वसंरक्षणाचे धडे इत्यादी प्रशिक्षणही दिले जाते. जर गायन, वादन, नृत्य, चित्रकला यांसारख्या क्षेत्रांतील काही विशेष क्षमता असतील तर त्यांच्या विकासासाठी प्रोत्साहन

दिले जाते. ज्यांना शक्य आहे त्यांना स्वत:च्या पायावर उभे राहण्यासाठी व्यवसायशिक्षण देण्याचा प्रयत्न केला जातो.

२) पालकांना मार्गदर्शन करणे

असे दिसते की समाजामध्ये मतिमंदांबाबत मोठ्याच प्रमाणात अज्ञान आहे, म्हणून मतिमंदत्व या समस्येचे स्वरूप कसे असते हे पालकांना स्पष्ट करून सांगणे आवश्यक असते. अशा मुलांना कसे वागवावे, याचे मार्गदर्शन त्यांना जरुरीचे असते. आपण त्या मुलांशी कसे वागावे हेही त्यांना सांगणे गरजेचे असते. तसे प्रयत्न केले जातात.

३) शारीरिक दोष दूर करणे

बौद्धिक कमतरतेबरोबरच ही मुले दृष्टिदोष, श्रवणदोष किंवा इतर काही दोष घेऊन जन्माला येतात. त्यासाठी डॉक्टरी सल्ला घेणे महत्त्वाचे असते.

अमेरिकेसारख्या देशामधून मात्र यापेक्षा थोड्या वेगळ्या दिशेने प्रयत्न चालू आहेत. तिथे All Handicapped Children Act-1975 यानुसार मतिमंदांना पूर्ण शिक्षण घेण्याचा अधिकार दिला आहे. त्यांना कमीतकमी बंधने असणाऱ्या परिस्थितीमध्ये शिक्षण व प्रशिक्षण दिले जावे, असा कायदाच केला आहे. इतर सर्वसामान्य विद्यार्थ्यांबरोबर (Mainstreaming) बसू दिली जाण्याची संधी उपलब्ध केली आहे. याचा परिणाम म्हणून समाज या प्रकारच्या व्यक्तींना स्वीकारायला शिकेल व समाजाचा एक भाग म्हणून त्यांना मान्यता देईल, असा यामागे विचार केला आहे.

ब) प्रतिबंधात्मक उपाय

पुढे सांगितलेल्या मार्गांनी मतिमंदांच्या जन्मावर प्रतिबंध निर्माण करता येईल –

१) पालकच मतिमंद असतील तर त्यांच्याकडून अनुवंशाने मतिमंदत्व संक्रमित होते, म्हणून अशा व्यक्तींना संततीसाठी प्रतिबंध करावा किंवा त्यांच्या विवाहावर बंदी आणावी.

२) जवळचे रक्तसंबंध असणाऱ्या व्यक्तींच्या विवाहातून शारीरिक किंवा मानसिक दोष असणारी संतती जन्माला येऊ शकते, त्यामुळे एकाच रक्तसंबंधांतील विवाह टाळावेत.

३) गरोदर स्त्री ३५ वर्षांपेक्षा जास्त वयाची असेल तर ती मतिमंद मुलाला जन्म देण्याची शक्यता असते, म्हणून तिने नियमितपणे गर्भाची तपासणी करत राहावी किंवा शक्यतो गर्भारपणाची जबाबदारीच घेऊ नये.

४) कुटुंबामध्ये मतिमंदत्वाची पार्श्वभूमी असेल तर पालकांनी डॉक्टरी सल्ल्याने योग्य ती काळजी घ्यावी.

५) गरोदरपणामध्ये 'क्ष' किरण परीक्षा टाळावी.

६) मुलांना पौष्टिक आहार, संसर्गापासून संरक्षण, अपस्मारावर डॉक्टरी उपाय, आलेला ताप मेंदूज्वर ठरणार नाही यासाठी योग्य ती काळजी घेणे यामधून मतिमंदत्व टाळता येईल.

२. प्रतिभावान किंवा अलौकिक बुद्धिमत्ता असणे (Giftedness)

वेगळ्या अर्थांनी पण सर्वसामान्याहून फरक दाखविणारा दुसरा गट म्हणजे प्रतिभावानांचा.

ज्या व्यक्तींचा बुद्धिगुणांक १४० पेक्षा अधिक असतो त्यांना प्रतिभावान किंवा अलौकिक बुद्धीच्या व्यक्ती असे म्हटले जाते.

लेविस व टर्मन यांचा १९२० सालापासून अजूनही चालू असलेला १४० हून अधिक बुद्धिगुणांक असलेल्या १५०० मुलांचा अभ्यास प्रतिभावंतांची काही वैशिष्ट्ये स्पष्ट करतो. त्यांच्या निरीक्षणानुसार इतर सर्वसामान्य व्यक्तींशी तुलना करता या व्यक्ती शारीरिक, सामाजिक व शैक्षणिकदृष्ट्या जास्त सक्षम असतात. त्या वजनदार व बळकट असतात. शाळेतील प्रगतीमध्ये इतरांपेक्षा पुढे असतात. त्यांचे सामाजिक समायोजन बुद्धीने सर्वसामान्य असणाऱ्यांपेक्षा चांगले असते. त्यांनी बरीच बक्षिसे मिळविलेली असतात. त्यांच्यातील तीव्र बुद्धीमुळे कला व साहित्यामध्ये नवी भर पडते. नोकरीमध्ये त्या लठ्ठ पगारावर काम करीत असतात. त्या व्यक्ती आपल्या आयुष्याबाबत समाधान व्यक्त करतात. एकूणच या प्रतिभावानांमुळे समाजाचा गौरव होतो. त्या समाजासाठी अभिमानाची बाब बनतात.

अर्थात प्रयुक्तांपैकी प्रत्येकानेच अशी प्रगती दाखविली असे मात्र नव्हे. असे जरी असले तरी समाजामध्ये असणाऱ्या गैरसमजांना त्यामुळे छेद गेला. समाज प्रतिभावंतांकडे अतिशय लाजाळू, संकोची, सामाजिक संबंध निर्माण करण्यास फारशा तयार नसणाऱ्या, समवयस्कांबरोबर जुळवून घेण्यात अपयशी ठरणाऱ्या, दैनंदिन जीवनामध्ये कमी पडणाऱ्या व्यक्ती म्हणून पाहात असतो.

एक मात्र खरे की प्रतिभाशाली विद्यार्थ्यांकडे विशेषत्वाने लक्ष दिले नाही तर ते कंटाळतात. कदाचित स्वत:मधील क्षमतांचा ते पूर्णपणे उपयोग करून घेऊ शकत नाहीत. त्यातून काही व्यक्ती निराश होऊन आत्महत्येचा प्रयत्न करतात, म्हणून अशा व्यक्तींना पुरेपूर वाव देण्याची जबाबदारी समाजाची असते.

'लेटा हॉलिंग्जवर्थ' यांनी १९२० मध्ये या बाबतीत संशोधन केले. त्यांच्या मते

सर्वसाधारण बुद्धिमत्ता असणारी मुले वर्गात चमकतात. इतरांचे लक्ष वेधून घेतात; पण अतिबुद्धिमान मुले इतरांशी मिळते-जुळते घेऊ शकत नाहीत. त्यांना असेही आढळले की १८० पेक्षा जास्त बुद्धिगुणांक असलेली मुले सर्वसाधारण बुद्धिगुणांक असणाऱ्या मुलांपेक्षाही काही बाबतीत कमीच पडतात. त्यापैकी काहीजण अतिशय दुःखी आढळले. त्यांना समायोजन करणे फारच कठीण जात होते; परंतु नंतर ती मिळते-जुळते घ्यायला शिकतात. प्रत्यक्षात असेही दिसले की अलौकिक बुद्धिमत्ता असणाऱ्या व्यक्ती इतरांपेक्षा जास्त सुखी, आनंदी असतात.

आद्य शंकराचार्य, ज्ञानेश्वर याचबरोबर गुरुदेव रानडे, विवेकानंद यांसारख्या अलौकिक व्यक्ती आयुष्यात बरेच काही मिळवून व इतरांना काही देऊन समाजात आपले कायमचे स्थान मिळवितात आणि सर्वसामान्य व्यक्तींपुढे आदर्शभूत होऊन राहतात.

८.५ विचारप्रक्रिया (Thinking Process)

विचार करू शकणे, ही मानवास मिळालेली देणगी आहे. विचार करण्याच्या क्षमतेमुळे मानवाने सर्वच क्षेत्रांत आपली प्रगती करून घेतली. मानसशास्त्र तर मनाचे वर्णन 'मन म्हणजे विचारांचा प्रवाह' अशा शब्दांत करते.

विचार करण्यासाठी ती वस्तू, व्यक्ती समोर असलीच पाहिजे असे काही नसते. घडून गेलेली घटना आणि भविष्यकाळात घडू शकेल अशी काल्पनिक घटना यावरही विचार केला जात असतो. जागेपणी विचार न करता गेला, असा एक क्षणही जात नाही.

नॉर्मल मन यांच्या मते, 'विचार करणे म्हणजे पूर्वानुभवाच्या विविध अंगांची मनातल्या मनात जुळवाजुळव करणे.'

साधारणपणे विचारांमध्ये संकेत चिन्हांची किंवा अनुभवांची पुनर्रचना केली जात असते, त्यासाठी विविध प्रकारच्या प्रतिमा, भाषा आणि संकेतांचा उपयोग करून घेतला जातो. आपल्या विचारांना भाषा आणि कृतीची जोड देऊन तो प्रत्यक्षात आणण्याचे कौशल्य फक्त मानवामध्येच आहे.

विचारप्रक्रियेचे प्रकार (Types of Thinking)

वेगवेगळ्या पद्धतींनी विचार करून मनुष्य आपल्या जीवनाला अर्थपूर्ण करण्याचा प्रयत्न करत असतो.

साधारणपणे विचार प्रक्रियेचे दोन प्रकार सांगता येतात.

अ) वास्तववादी (Realistic)   ब) काल्पनिक (Autistic)

वास्तवतेच्या मर्यादा लक्षात घेऊन उद्दिष्टापर्यंत पोहोचण्याचा विचार ज्या प्रक्रियेत

केला जातो त्यास वास्तववादी विचार म्हणतात. उदा. लेखन डस्टरने नाही तर खडूने करता येईल.

काल्पनिक विचारांमध्ये वापरल्या जाणाऱ्या प्रतिमा, चिन्हे प्रत्यक्षात अस्तित्वात नसतात. परंतु, अस्तित्वात असलेल्या घटकांच्या मदतीने त्या प्रत्यक्षात आणता येतात. उदा. परी ही गोष्ट जगात आढळत नाही ; पण ती कशी असावी याची प्रतिकृती बनवता येते.

वास्तववादी विचार प्रक्रियेचे मुख्य तीन प्रकार आहेत–

अ-१) तर्क विचार (Logical thinking / Reasoning)

अ-२) समस्या परिहारात्मक विचार आणि निर्णयन (Problem Solving and Decision Making)

अ-३) सर्जनशील विचार (Creative thinking)

अ-१) तर्क विचार (Logical Thinking / Reasoning) – नेहमी केले जाणारे साधे विचार आणि तर्क विचार यामध्ये बराच फरक आहे. नेहमीच्या विचारांना विशिष्ट दिशा असेल, त्यांचे स्वरूप योग्य असेल असे नक्की सांगता येत नाही. अशा साध्या स्वरूपाच्या विचारांमुळे समस्या सोडविता येईल, असे नसते.

तर्क विचारांना मात्र उद्दिष्ट असते. त्यामुळे या विचारांना योग्य दिशा व स्वरूप मिळते. त्या विचारांना अनुरूप अशा प्रतिमा वापरल्या जातात. या प्रतीकात्मक क्रियांचा विशिष्ट क्रम आढळून येतो. त्या क्रिया अर्थपूर्ण असतात. जेव्हा उद्दिष्ट प्राप्त होते तेव्हा तर्क प्रक्रिया संपते.

तर्क विचारांमध्ये मिळविलेल्या ज्ञानाच्या आधारे अजून न मिळालेले, मिळवायचे असलेले अनुभव संपादित करण्याचा प्रयत्न केला जातो. उदा. पाऊस तर पडला नाही पण उन्हाळा असून गारवा का बरे असावा ? यावरून आसपास कुठेतरी पाऊस पडला असावा, असा तर्क केला जातो.

तर्क विचारांचे दोन प्रकार पडतात–

अ) विगमनात्मक विचार (Inductive)

ब) निगमनात्मक विचार (Deductive)

अ) विगमनात्मक विचार – या प्रकारच्या विचारांमध्ये विशिष्ट अनुभवांच्या निष्कर्षांवरून एक सामान्य अनुभव किंवा विचार बनविला जातो.

उदा. वेगवेगळ्या प्रकारच्या ताणांमुळे आजूबाजूच्या व्यक्तींचा रक्तदाब वाढलेला आपण ऐकतो. त्यावरून 'ताणामुळे रक्तदाब वाढतो', असा तर्क आपण करतो म्हणजेच रोज जे अनुभव येत असतात, घटना घडत असतात त्यांमधील सारखेपणा लक्षात घेणे म्हणजे विगमनात्मक विचार.

ब) निगमनात्मक विचार – वरील प्रकारच्या विरुद्ध विचार प्रक्रिया या प्रकारात आढळते. सुरुवातीला सर्वसामान्य माहिती आपल्याला मिळते. त्यावरून आपण विशिष्ट स्वरूपाचा अनुभव घेतो.

सर्व विकसनशील देशांत पायाभूत सुविधांची कमतरता आढळते. भारत हा विकसनशील देश आहे, म्हणून भारतात (रस्ते, पाणी, वीज इ.) पायाभूत सुविधांची कमतरता आढळते.

अ–२) समस्या परिहार आणि निर्णयन (Problem Solving and Decision Making) – रोजच्या जगण्यामध्ये विविध प्रकारच्या प्रसंगांना, अनुभवांना सामोरे जावे लागत असते. त्यातील काही प्रसंग हे समस्या निर्माण करणारे असतात. त्यावर विचारपूर्वक निर्णय घेतल्याशिवाय पुढची वाटचाल सुरूच करता येत नाही. ती समस्या छोटी असो वा मोठी असो अडथळ्याच्या रूपात उभीच राहते! त्यावर उपाय शोधणे भाग पडते. अशा प्रकारच्या विचारांना समस्या–परिहारात्मक विचार असे म्हणता येईल.

एखाद्या नवीन किंवा अपरिचित परिस्थितीबद्दल योग्य प्रतिक्रिया शोधून काढण्याची विचार प्रक्रिया म्हणजे समस्या परिहारात्मक विचार होय.

समस्या निर्माण झालेली आहे व ती सोडविणे गरजेचे आहे हे लक्षात आल्यावर व्यक्ती आपले पूर्वानुभव, संकल्पना व प्रतिमा यांच्या मदतीने मानसिक पातळीवरच उत्तरे शोधू लागते. त्यादृष्टिने अनेक विचार, अनेक पर्याय तिच्या मनामध्ये येऊ लागतात. एक–एक पर्याय निवडून समस्या सोडविण्यासाठी त्याचा उपयोग करून घेण्यास सुरुवात केली जाते. काही पर्याय निरुपयोगी ठरतात. त्यांचा त्याग केला जातो; पण त्यातूनच योग्य व अचूक मार्ग शोधण्याचे प्रयत्न चालूच राहतात. असे करत असतानाच एखादा चपखल उपाय सुचतो व त्याने समस्या सुटण्याचा विश्वास वाटतो; पण तरीही पडताळा घेऊन खात्री करून घेतली जाते, मगच समस्या परिहाराची विचार प्रक्रिया थांबते, अशा प्रकारे समस्या परिहारात्मक विचार एका विशिष्ट दिशेने, अचूक उत्तर मिळेपर्यंत चालू ठेवला जातो.

उदा. अचानक आर्थिक समस्या उभी राहिली आहे, आता त्यासाठी कोणकोणते मार्ग आहेत? या दिशेने समस्या परिहारात्मक विचाराची वाटचाल होते.

समस्या परिहारासाठी वापरली जाणारी तंत्रे (Techniques of Problem Solving) – समस्या या व्यावहारिक किंवा तात्त्विक स्वरूपाच्या असू शकतात, पण त्यावर उपाय मात्र अनेक प्रकारचे शोधता येतात. व्यक्तिची बौद्धिक क्षमता किती आहे, तिचे पूर्वानुभव कोणत्या प्रकारचे आहेत आणि समस्येचे स्वरूप कसे आहे

यावर व्यक्ती कोणत्या दिशेने विचार करू लागेल हे ठरत असते. समस्येवरील उत्तरे म्हणून किती प्रकारचे मार्ग तिला सुचतील हेही त्यावरूनच निश्चित होत असते. त्यामुळेच निवडलेले मार्ग काही वेळा योग्य ठरतात तर काही वेळा चुकीचे ठरतात. परिणामी काही वेळा पहिल्याच प्रयत्नात समस्या सोडविण्यात यश येते तर काही वेळा अनेक प्रयत्नांनीदेखील समस्या सुटत नाही, म्हणून नाद सोडून द्यावा लागतो. थोडक्यात, समस्या सोडविणे ही अचानक, योगायोगाने किंवा अपघाताने, प्रयत्नाने घडून येणारी प्रक्रिया आहे असे मानावे लागेल. तथापि सर्वसामान्यपणे समस्या परिहारामध्ये जी तंत्रे वापरली जातात त्यामध्ये पुढील पद्धतींचा समावेश झालेला आढळतो.

अ) प्रयत्न–प्रमाद पद्धती (Trial and error Method) – परिस्थिती अपरिचित असते आणि म्हणूनच व्यक्तीला चुकत-माकत प्रयत्न चालू ठेवून समस्येवर उपाय शोधावा लागत असतो. नवीन घरामध्ये रहायला गेल्यावर कोणत्या बटणाने दिवा लागतो. कोणत्या बटनाने पंखा सुरू होतो आणि व्हरांड्यातला दिवा कोणत्या बटणाने लागेल हे समजण्यासाठी प्रत्येक बटण लावूनच पहावे लागते. या प्रयत्न–प्रमाद पद्धतीमध्ये विशिष्ट दिशेने विचार करता येत नाही. परिस्थिती हाताळूनच उपाय शोधावा लागतो, त्यामुळे सुरुवातीला चुकीचे प्रयत्न मोठ्या संख्येने केले जातात. त्या धडपडीतून योग्य उत्तर सापडते.

ब) यांत्रिक पद्धती (Mechanical Method) – पूर्वी घेतलेल्या अध्ययनाचा काही वेळा अतिशय यांत्रिकपणे उपयोग करून समस्या सोडविण्याची अनेक उदाहरणे देता येतील. किल्ली विसरली किंवा हरवली तर तारेने कुलूप उघडण्याचे तंत्र काहीजण व्यवस्थित वापरू शकतात. गाडी बिघडली तर कुठे नादुरुस्ती आहे ते लगेच ओळखून त्याप्रमाणे प्रयत्नाला लागणे काहींना जमते. हे यांत्रिक पद्धतीने समस्या सोडविण्याचे काही दाखले आहेत. यामध्ये अधिक विचार करत बसावा लागत नाही. त्यामुळे जितके अध्ययन जास्त, जितका अनुभव अधिक तितके उपाय व्यक्तीला सुचत जातात.

क) मर्मदृष्टी पद्धती (Insightful Method) – प्रयत्न-प्रमादाने अनेक मार्ग, अनेक हालचाली करून समस्या सोडविण्याचा प्रयत्न केला जात असतो; पण बरेचसे मार्ग कुचकामी ठरतात, बहुतेक हालचाली अयशस्वी ठरतात. बराच काळ उपाय सुचतच नाहीत, पण अशावेळी वेगवेगळे पर्याय मन:पटलावर सतत येत असतात. समस्या सुटत नाही तोपर्यंत अनेक विचार, उपाय, कल्पना, तुलना, निरीक्षणे मनामध्ये चालूच राहतात. व्यक्तीच्या नकळतपणे अंतर्दृष्टीचा वापर होत रहातो व अचानक त्यातून प्रश्नाला उत्तर सापडते, म्हणजेच या पद्धतीमध्ये प्रयत्न–प्रमादाने सुरुवात होते पण प्रश्न मर्मदृष्टीने सुटतो, असे म्हणता येईल.

उदा. एक मजेशीर कोडे लोकांना सोडविण्यास सांगता येईल. काही मेणबत्त्या, सहा-सात टाचण्या, काडीपेटी, जाड पुठ्ठ्याची छोटी ३-४ खोकी ही साधने वापरून जमिनीवर मेण पडणार नाही अशा पद्धतीने भिंतीवर पेटलेली मेणबत्ती ठेवून दाखवा. मर्मदृष्टीचा अवलंब करूनच उत्तर मिळू शकेल.

आतापर्यंत पाहिलेल्या तंत्रांखेरीज समस्या सोडविण्यासाठी व्यक्तीपरत्वे विविधता आढळून येईल. शिवाय व्यक्तीची प्रगल्भता, तिचे वय, अभिवृत्ती, क्षमता, बौद्धिक कुवत, अध्ययनक्षमता, पूर्वानुभव, यांचा समस्यापरिहाराशी जवळचा संबंध आहे असे लक्षात ठेवावे लागेल. हे सर्व मुद्दे असे आहेत की जे आपल्या निर्णयक्षमतेवर (Decision Making) परिणाम करतात. जितकी निर्णयक्षमता चांगली तितकी समस्या लवकर व योग्यप्रकारे सोडविली जाण्याची शक्यता अधिक. निर्णय घेण्यात चूक केली आणि समस्या निर्माण झाली, असे तर अनेकवेळा होते. त्यामुळे समस्या परिहार असे म्हणताना त्याबरोबरीने निर्णयक्षमताही गृहीत धरलेली असते.

अ-३) सर्जनशील विचार (Creative Thinking) – समस्या परिहारात्मक विचार पद्धतीचा अभ्यास करताना असे लक्षात येते की अनेक प्रकारचे विचार त्यामध्ये मांडले जातात. हालचाली किंवा कृती केल्या जातात व शेवटी समस्येवर उपाय सुचतो. हा सर्जनशील विचार प्रक्रियेचा एक आविष्कार मानता येईल; कारण यामध्ये उच्चस्तरावरील काहीतरी नवे शोधले जाते.

सर्जनशीलतेला सृजनशीलता किंवा नवनिर्मितीची, नवनिर्माणाची क्षमता असेही म्हटले जाते.

सर्जनता म्हणजे नवनिर्मिती, घटनांमधील नवे संबंध लक्षात येणे, नव्या प्रकारच्या यंत्रांचा शोध लागणे, आजारावर औषध शोधणे, नवी स्वररचना किंवा कलाविष्कार, कोणत्याही विषयातील नवा विचार ही सर्जनशीलतेची रूपे आहेत. पृथ्वी गोल आहे हे समजणे. वनस्पतींना भावना असतात हे कळणे किंवा एखादी लस शोधणे, मोबाईल बनविणे, अतिउंच इमारत उभारणे किंवा एखादे शस्त्र बनविणे ही सर्जनशील विचारांची फलिते आहेत.

सर्वसामान्यपणे सर्जनशील विचार हे फक्त बुद्धिमान व्यक्तींनाच सुचतात. या व्यक्ती अधिक गतिमान व लवचीक विचार करू शकतात, नवीन कलाकृतीला जन्म देऊ शकतात. हा गुणधर्म जन्मतःच लाभलेला असतो असे अनेक गैरसमज जनमानसात आढळतात. परंतु, ही सर्व मते पूर्णपणे योग्य मानता येणार नाहीत. सुमार बुद्धिच्या व्यक्तींनी सर्जनशील कामे केलेली आढळून येतात.

मानसशास्त्रीय भाषेत सर्जनशीलतेची व्याख्या पुढीलप्रमाणे सांगता येईल- 'अगदी

नव्यानेच निर्माण केलेली एखादी कलाकृती किंवा एकसंध अशा कलेचा नमुना ज्यामुळे तयार करता येतो, अशा कुवतीस सर्जनशीलता असे म्हणता येते. यावरून सर्जनशील विचारांची वैशिष्ट्ये अशी सांगता येतील–

- सर्जनशीलता ही एक प्रक्रिया आहे. ती मानसिक असू शकते.
- सर्जनशीलता क्रिया काल्पनिक असू शकते, ज्यातून नवीन विचार आकाराला येतात.
- या प्रक्रियेतून अभिजात विचार, कलाकृती, शोध, वस्तू निर्माण होतात.
- सर्जनशील घटक मूर्त किंवा अमूर्त स्वरूपात येऊ शकतात.

बुद्धिमत्ता व सर्जनशीलता यांचा जवळचा संबंध असला तरी सर्वसामान्य बुद्धिच्या व्यक्तीदेखील नवनिर्मिती करू शकतात. तसेच अत्यंत बुद्धिमान व्यक्ती काही सृजनात्मक करतातच, असे नाही, परंतु सर्जनशीलतेमध्ये पूर्वानुभव आणि मिळविलेले ज्ञान यांचे सुसंघटन करण्याची आवश्यकता असते, त्यासाठी बौद्धिक क्षमतेची गरज भासते, हे नाकारता येत नाही.

सर्जनशील व्यक्तींचे गुणधर्म (Qualities of Creative People) – सर्जनशील व्यक्तिमत्त्व कोणाला म्हणावे? किंवा सर्जनशीलतेची लक्षणे कोणती? या प्रश्नांची उत्तरे शोधण्याचा मानसशास्त्रज्ञांनी खूप प्रयत्न केलेला दिसून येतो. त्यावरून साधारणपणे पुढील गुणधर्मांचा समावेश सर्जनशीलतेसाठी आवश्यक असतो असे म्हणता येईल– कुतूहल, बुद्धिमत्ता, लवचिकता, स्वावलंबन, स्वतंत्र वृत्ती, आग्रहीपणा, कल्पनाविश्वात रमणे, पाठपुरवठा करणे, सांगोपांग विचार करणे, उच्च महत्त्वाकांक्षा वगैरे समस्येकडे पहाण्याचा सकारात्मक दृष्टिकोन, मर्मदृष्टिने विचार करण्याची क्षमता हे गुणधर्म काही मानसशास्त्रज्ञांच्या मते अधिक महत्त्वाचे आहेत; तर काहींच्यामते अभिरुची, दृष्टिकोन व प्रेरणा यांचा सर्जनशील विचारांच्या व्यक्तिंवर अधिक प्रभाव दिसतो.

सर्जनशील विचारांचा मानवी जीवनावर प्रभाव (Effects of Creative Thinking on the Life of Human Beings) – साहित्य, संगीत, विज्ञान, वास्तुकला, शिल्पकला, औषधी शास्त्र अशा अनेकविध क्षेत्रांतील सर्जनशील विचारांमुळेच मानवाचे आयुष्य अधिक सुखद बनले आहे.

एखाद्या सर्जनशील कृतीमुळे त्या व्यक्तीची जिज्ञासा पूर्ण होते, तिचे स्वतःचे समाधान होते; पण त्याचवेळी सर्व मानवी जीवनावर प्रभाव टाकणाऱ्या गोष्टींमुळे मानव जातीलाही समाधान मिळते. विमानाचा शोध हा सर्वांनाच फायदेशीर ठरला, तो याचमुळे.

नवनवीन शोधांमुळे प्रगतीचा पुढचा टप्पा गाठला जातो. चाकाचा शोध लागल्यामुळे मानवी जीवनाला वेग आला. म्हणून सर्जनशीलता प्रगतीला चालना देते, असे म्हणावे लागेल.

सर्जनशीलतेमुळे ज्ञानाचा विस्तार होतो. सामाजिक जीवन अधिक समृद्ध होते, संगणकाच्या शोधामुळे मानवी जीवन झपाट्याने बदलले, अधिक उंचावले.

सर्जनशील विचारांच्या अवस्था (Stages of Creative Thinking) – रोजच्या जीवनात लहान–मोठ्या स्वरूपाच्या समस्या प्रत्येकाच्या वाट्याला येत असतात. प्रत्येकजण त्या सोडविण्यासाठी सारखा डोकं लढवीत असतो. ती एक प्रकारची सर्जनशीलता असते. त्यामुळे स्वतःमध्ये सर्जनशीलता जोपासणे प्रत्येकाला उपयोगी ठरू शकते. त्या दृष्टिने सर्जनशील विचार कसे आकारास येत जातात हे समजावून घेणे फायद्याचे ठरू शकेल.

प्रयत्न–प्रमादात्मक विचारांना दिशा नसते, हे अभ्यासले. याउलट, सर्जनशील विचारांना निश्चित एक दिशा असते. हे विचार अनेक अवस्थांमधून जात राहतात व विकसित होतात. त्यामध्ये काही बदलही घडत जातात; पण तरीदेखील हे नक्की कसे घडत जाते याचे स्पष्टीकरण कोणीच देऊ शकत नाही. लेखकाला कथा कशी सुचते, संगीतकाराला सुरावट कशी सापडली असे विचारले तर त्याचे नेमके उत्तर त्यांना देता येत नाही; पण पुढे दिलेल्या अवस्थांचा अभ्यास केला तर बऱ्यापैकी समाधानकारक खुलासा मिळवता येईल. बॅलेस या संशोधकाने सर्जनशील विचार प्रक्रियेच्या अवस्था पुढीलप्रमाणे सांगितल्या आहेत–

अ) पूर्वतयारी – एखाद्या व्यक्तीला 'मधुमेह' या विकासासाठी लस निर्माण करायची असेल तर त्यासाठी त्याला मधुमेहाबाबतची संपूर्ण माहिती असायला हवी. त्याशिवाय उपाय शोधणे शक्य होणार नाही, म्हणजेच सर्जनशील विचार निर्माण होण्यासाठी त्या विषयातील संपूर्ण ज्ञान व्यक्तीला असायला हवे. त्यासाठीच 'पूर्वतयारी' ही अवस्था महत्त्वाची मानली आहे.

अवलोकन, वाचन, अनुभव, चिंतन, प्रयोगशीलता अशा विविध स्वरूपांत पूर्वतयारी करावी लागते.

ब) उबवण किंवा परिपोषण – पूर्वतयारी करत असताना समस्या सोडविण्याचा व्यक्तीचा प्रयत्न चालू असतो; पण अनेक प्रयत्नांनी जेव्हा समस्या सुटत नाही तेव्हा त्यावर विचार करण्याचे जाणीवपूर्वक थांबविले जाते. व्यक्ती दुर्लक्ष करते; पण वरवर पाहता व्यक्तीने हा विषय संपवला असे वाटत असले तरी मनाच्या सुप्तावस्थेत त्यावर मंथन चालू असते. एक प्रकारे उबविण्याची क्रिया घडत असते.

क) स्फुरण – उबवण्याच्या प्रक्रियेचा परिणाम म्हणून व्यक्तीला अचानक समस्येवर उपाय सुचतो. तो अचानक व नवीन असतो. 'आर्किमिडीजचा सिद्धान्त' हे त्याचे बोलके उदाहरण आहे. अनेक शोध अशा स्फुरणातून लागले आहेत.

ड) निकषण – स्फुरणातून सापडलेला उपाय बरोबर आहे का याची पडताळणी घेणे म्हणजे निकषण. चुकीची उत्तरे तपासून पाहावी लागतात. स्फुरणातून चुकीची उत्तरे मिळू शकतात, हे लक्षात घ्यावे लागते. ते तपासण्याचे काम आवश्यक असते. काहीवेळा उत्तर बरोबर असते; पण त्यामध्ये काही बदल करणे महत्त्वाचे असते. मगच विचार पूर्णत्वाला पोहोचतो.

निर्णयन (Decision Making) – विचार प्रक्रियांमध्ये निर्णयन प्रक्रियेला अतिशय महत्त्वाचे स्थान द्यावे लागते; कारण सततच लहान-सहान निर्णय घेण्याचे प्रसंग उभे रहात असतात. छोट्या छोट्या गोष्टींबाबतचे निर्णय ताबडतोब घेता येतात आणि त्यामुळे त्यांची वेगळी जाणीव होत नाही; पण काही प्रसंग मात्र निर्णय घेणे अवघड करतात. आज कोणता ड्रेस घालावा? स्वयंपाकामध्ये कोणती भाजी बनवावी? अभ्यास करावा की मालिका पाहावी? अशा अनेक छोट्या प्रश्नांना सातत्याने सामोरे जावे लागत असते. दहावी नंतर कोणता अभ्यासक्रम निवडावा? सोन्याची खरेदी आत्ता करावी की करू नये? असे मोठे प्रश्नही निर्णय घेण्यासाठी भाग पाडतात.

प्रसंग साधा-सोपा असो किंवा क्लिष्ट असो, निर्णय घेण्याकरिता उपलब्ध असलेल्या मार्गांपैकी एकाची निवड करणे हे निर्णयन प्रक्रियेमध्ये अपेक्षित असते. अशावेळी समोर असलेल्या मार्गांपैकी कोणता मार्ग अधिक उपयुक्त व महत्त्वाचा आहे, याचा विचार करून तो निवडायला हवा; पण प्रत्यक्षामध्ये मात्र या मुद्द्यांना थोडी कमी किंमत दिली जाते आणि इतरांची मते समजावून घेतली जातात, त्यावरून निर्णय घेतला जातो. आपल्याला काय वाटते यापेक्षा 'लोक काय म्हणतील?' या प्रश्नाला विनाकारण, वाजवीपेक्षा अधिक महत्त्व दिले जाते व त्यावर आधारित निर्णय स्वीकारला जातो. निर्णयन प्रक्रियेवर पुढील घटक बराच प्रभाव पाडताना दिसतात-

१) नवगामी (Heuristics) – यामध्ये अशा प्रकारचे नियम शोधले जातात की ज्यांचे पालन केले असता निर्णय घेण्यासाठी पटकन रामबाण उपाय सुचेल. असे नियम पाळण्याकडे बहुतांश लोकांचा कल आढळून येतो. त्यांना 'नवगामी' (Heuristics) असे म्हटले जाते. उपलब्ध असलेली माहिती पायाभूत मानून त्यावर आधारित निर्णय घेतले जातात. उदा. दहावीनंतर उपलब्ध असलेल्या अनेक अभ्यासक्रमांचा अभ्यास करून निर्णयापर्यंत पोहोचण्याऐवजी शास्त्र शाखेकडे जाणे अधिक उपयुक्त ठरेल, हा विचार पक्का केला जातो.

२) **मर्यादा निश्चित करणे** (Framing) – काही प्रसंगांमध्ये निर्णय घेताना त्याचे भविष्यकाळात काय चांगले-वाईट परिणाम होतील हे तपासून घेऊन निर्णय पक्का केला जातो. जेव्हा यशाची खात्री अधिक असते व अपयशाचा संभाव्य धोका टाळता येतो, तेव्हा तो पर्याय निवडला जातो. त्यापासून होणारे तोटे कसे चुकवता येतील याचाही प्रयत्न चालू ठेवला जातो. अशा प्रकारच्या निर्णयनाला मर्यादा निर्णयन असे म्हणतात. शास्त्र शाखेला प्रवेश घ्यायचा आणि त्याचवेळी गणित फार चांगल्या प्रकारे जमत नाही म्हणून त्याच्या सरावावर अधिक जोर द्यायचा, असे जेव्हा एखादा विद्यार्थी ठरवितो तेव्हा तो मर्यादा लक्षात घेऊन घेतलेला निर्णय असतो.

३) **वचनबद्धता अतिव्यापन** (Escalation of Commitment) – बऱ्याचवेळा निर्णय घेतल्यानंतर त्याचे जे परिणाम दिसायला हवे असतात ते अपेक्षित परिणाम प्रत्यक्षात येताना दिसत नाहीत; पण तरीही निर्णय न बदलता तसेच प्रयत्न पुढे चालू ठेवण्याची व्यक्तीची इच्छा टिकून राहिलेली दिसते. भविष्यकाळात याचे परिणाम मिळतील. पुढे परिस्थितीत सुधारणा घडून येईल असे व्यक्तीला वाटत राहते व ती घेतलेल्या निर्णयाला चिकटून राहते, पण जसजशी परिस्थिती प्रतिकूल होऊ लागते तसतसे मानसिक घटक कार्य करू लागतात. निर्णय चुकीचा घेतला हे मान्य न करणे, प्रतिकूलता का निर्माण होत गेली याचे समर्थन करणे, मीच बरोबर कसा हे पटवून देण्यास सुरुवात करणे अशा विविध प्रतिक्रिया व्यक्ती देऊ लागते. त्यातून 'स्व'ला बचावण्याचे काम सुरू होते. व्यक्ती अशाप्रकारे आपल्या निर्णयाशी ठाम राहते; म्हणून त्यास 'वचनबद्धता' असे म्हटले आहे.

४) **उपलब्धता** (Availability) – काही वेळा उपलब्ध असलेल्या उदाहरणांचा आधार घेऊन निर्णय घेतले जातात. वर्तमानपत्रामध्ये येणाऱ्या अनेक बातम्या वाचून बाहेरगावी जाण्याची वेळ आली तर सोनेनाणे घरात न ठेवता बँकेत ठेवण्याचा निर्णय घेणे, हे याचे उदाहरण म्हणता येईल.

८.६ विविधांगी विचार (Lateral Thinking)

विविधांगी विचार प्रक्रिया ही मर्मदृष्टी व सर्जनशीलता यांच्याशी जवळचा संबंध दाखवते. तार्किक विचार पण वेगळ्या पद्धतीने मांडणे म्हणजे विविधांगी विचार असेही म्हणता येईल. नवीन कल्पना निर्माण करण्याशी तिचा संबंध असतो. शास्त्र ते कला; राजकारण ते वैयक्तिक आनंद अशी अनेक वेगवेगळ्या विषयांमध्ये बदल व प्रगती नवीन कल्पनांनी घडवून आणता येते. जुन्या कल्पनांच्या साखळ्या तोडण्यातूनच ते शक्य होते; कारण त्यासाठी आपल्या अभिवृत्ती व दृष्टिकोन यामध्ये बदल करणे आवश्यक असते. ज्या घटकांकडे एका विशिष्ट पद्धतीने पाहण्याची सवय जडलेली असते त्यामध्ये फरक

करणे जरुरीचे बनते. जुन्या विचारांपासून मुक्तता आणि नवीन विचारांना चालना यातून विविधांगी विचार घडवता येतात. हे विचार मांडले आहेत ते 'एडवर्ड डी बोनो' (Edward de Bono) यांनी. त्यासाठी त्यांनी वेगवेगळी तंत्रे सुचविली आहेत.

'सहा प्रकारच्या विचारांच्या टोप्या' (Six Thinking Hats) ही विचार करण्याच्या प्रक्रियेला वेगळ्या प्रकारचे वळण देण्याची तंत्रे देखील एडवर्ड बोनो यांनी सुचविली आहेत. ती अतिशय लोकप्रिय बनली आहेत.

कामे वेगाने आणि परिणामकारकरीत्या घडवून आणण्याची ही साधी पण अतिशय प्रभावी तंत्रे आहेत. समूहासाठी ही तंत्रे वापरली जात असली तरी एका व्यक्तीसाठीही ती वापरता येतात. जगभरातील व्यावसायिक व संघटना यांचा उपयोग करून घेताना दिसतात. सुस्पष्ट विचार आणि नवीन कल्पनांचे स्वागत ज्या बैठकांमधून (meetings) अपेक्षित असते तिथे या 'सहा टोप्या' प्रभावी ठरतात.

१) पांढरी टोपी (White Hat) २) लाल टोपी (Red Hat) ३) काळी टोपी (Black Hat) ४) पिवळी टोपी (Yellow Hat) ५) निळी टोपी (Blue Hat) आणि ६) हिरवी टोपी (Green Hat) अशा या सहा टोप्या आहेत. या सहा टोप्यांखाली दडलंय काय, ते पाहणे अतिशय जिज्ञासा वाढवणारे आहे.

१) पांढरी टोपी – ही टोपी वर्तमानस्थिती काय आहे, गरजा कोणकोणत्या स्वरूपाच्या आहेत आणि कशाकशाची कमतरता आहे हे समजावून देणाऱ्या घटकांची निर्मिती करते. येथे कागदाचा पांढरा रंग उदासीनतेचे (Neutral) नेतृत्व करतो जो वास्तवतेचा द्योतक आहे. इतर सर्व गोष्टींकडे पूर्णपणे दुर्लक्ष करून, सध्या ज्या मुद्द्यावर चर्चा करावयाची आहे किंवा जी योजना बनवायची आहे त्यावर एकाग्रतेने लक्ष केंद्रित करणे हे या टोपीकडून अपेक्षित आहेत. प्रश्न विचारणे आणि ऐकणे यासाठी ही पांढरी टोपी घालायची आहे.

२) लाल टोपी – साधारणपणे कोणत्याही मुद्द्यावर विचार करताना, विशेष करून समस्या सोडविताना आपले विचार हे नकारात्मकतेकडे झुकत असतात. लाल टोपी हे त्याचे चिन्ह आहे; पण नकारात्मक घटकांबरोबर अंतःप्रेरणा आणि भावना यांनाही वाट मोकळी करण्यासाठी इथे वाव आहे. केवळ तक्रारी करत बसण्यापेक्षा व्यक्तीच्या भाव-भावना, आवडी-नावडी, प्रेम-द्वेष, तिच्या मनातील भीती लाल टोपीद्वारा व्यक्त करता येतात.

३) काळी टोपी – कमकुवतता आणि दोष शोधण्यासाठी ही टोपी घालावी लागते. एखादी गोष्ट का करता येत नाही, त्यामधील धोके आणि अडचणी कोणत्या याचे ज्ञान इथे करून घ्यायचे असते, त्यामुळे भविष्यकाळात घडून येणाऱ्या फार

मोठ्या चुका करण्यापासून आपला बचाव होतो. मनुष्य या नात्याने आपल्याकडून चुका होत असतात. खरे तर चुकांशिवाय विचारही शक्य नाहीत, तरी पण आपल्या चुकांची जाणीव होणे तितकेच महत्त्वाचे आहे. तार्किक रीतीने विचार करून घातक चुकांकडे नेणाऱ्या दोषांचा अभ्यास काळ्या टोपीमुळे शक्य होतो.

४) पिवळी टोपी – ही सूर्याच्या पिवळ्या किरणांसारखी आशावादाची टोपी आहे. ती तेजाची, आशावादाची प्रतीक आहे. तर्काला धरून फायदा मिळविण्याच्या दृष्टीने कोणते उपाय करावेत यासाठीचा प्रयत्न यामध्ये अपेक्षित आहे. आपल्या मनामध्ये येणाऱ्या कोणत्याच कल्पनांना न मारता त्या प्रत्यक्षात कशा आणता येतील याची जिद्द म्हणजे पिवळी टोपी. दोषांमुळे, चुकांमुळे पूर्ण अयशस्वी होण्यापासून वाचण्याचा तो मार्ग आहे.

५) निळी टोपी – ही नियंत्रक, संयोजक, ध्येय, सुविधा यांची टोपी आहे. टोप्यांचा अनुक्रम कसा घ्यावा यासाठी योग्य ते मार्गदर्शन किंवा निर्णय या टोपीने घेणे शक्य होते. विचारांचा गोषवारा, विषयांची निवड, निष्कर्षाप्रत येणे आणि निर्णय घेणे याचा बोध निळ्या टोपीने होतो. ही टोपी प्रसंगाचे चित्रण देते आणि पुढची पायरी कोणती घ्यावी हे सुचविते.

६) हिरवी टोपी – विविधांगी विचारप्रक्रियेला हिरवी टोपी चालना देते. नवीन कल्पनांना संधी देऊन विविधांगी विचारप्रक्रियेच्या सर्व साधनांचा वापर करण्यास वाव देते. सर्जनशीलता, वेगवेगळ्या शक्यता, नव्या संकल्पना आणि नव्या संवेदना व्यक्त करण्यासाठी हिरवी टोपी आवश्यक आहे.

अशा या सहा टोप्या आहेत.

ज्या मुद्द्यावर किंवा समस्येसाठी 'सहा टोप्यां'ची तंत्रे वापरायची त्याच्या स्वरूपानुसार कोणत्या प्रकारे व क्रमाने टोप्या उपयोगात आणायच्या ते ठरविता येते.

आपल्या विचारांना योग्य वळण लावणारी अशी ही उपयुक्त तंत्रे होत.

८.७ सारांश

मानवी जीवनाला अर्थपूर्णता 'बुद्धी' या निसर्गाने दिलेल्या देणगीमुळेच मिळाली आहे.

तिचे अनकेविध पैलू असल्याने मानसशास्त्रज्ञांना तिची एकच एक व्याख्या करणे शक्य झाले नाही. काहींनी तिला मूलभूत क्षमता म्हटले तर काहींनी समुच्चयात्मक क्षमता म्हणून तिचे वर्णन केले. काही मानसशास्त्रज्ञांना नवीन परिस्थितीशी जुळवून घेताना तिची आवश्यकता आहे असे वाटले तर काहींनी अमूर्त विचारशक्ती म्हणजे बुद्धी असे म्हटले.

परिणामी बुद्धीचे सिद्धान्तही वेगवेगळ्या दृष्टिकोनांतून मांडले गेले. थर्स्टन, स्पिअरमन यांसारख्या मानसशास्त्रज्ञांनी बुद्धीच्या मुळाशी असणाऱ्या घटकांचा विचार मांडला. पियाजे, स्टर्नबर्ग वगैरे विचारवंतांनी बौद्धिक कार्यामध्ये गुंतलेल्या मानसिक प्रक्रियांना विशेषत्वाने महत्त्व दिले, तर गार्डनरसारख्या अभ्यासकांनी मेंदूच्या कार्याचा विचार करून आपली उपपत्ती मांडली. या सगळ्यांचा परिपाक म्हणून बुद्धीचे विस्तृत क्षेत्र समजण्यास मदत होते.

बुद्धीची संकीर्णता लक्षात आली तरी मानसशास्त्रज्ञांनी तिच्या मापनाचा आपला प्रयत्न मुळीच सोडला नाही. बिने यांच्या प्रथम प्रयत्नांनी या कामाला चालना मिळाली. त्यातून पुढे मानसिक वय, बुद्धिगुणांक यांसारख्या संकल्पना उदयास आल्या. बुद्धिगुणांकानुसार माणसांची गटवारी करणे त्यातूनच सहज शक्य बनले. लहान मुलांकरिता वेगळ्या आणि प्रौढांसाठी वेगळ्या चाचण्या तयार करण्यात वेश्लर यशस्वी झाले, तर संस्कृतिनिरपेक्षपणे व्यक्तींच्या बुद्धीचा अभ्यास करण्यासाठी 'कॅटेल'सारख्या मानसशास्त्रज्ञांनी चाचण्या तयार केल्या.

या चाचण्यांच्या निर्मितीमुळे लोकसंख्येतील बुद्धीच्या वितरणाची कल्पना करता येऊ लागल्याने मतिमंद व्यक्ती आणि प्रतिभावान व्यक्ती यांचा वेगळेपणाने अभ्यास शक्य झाला. मतिमंद व्यक्ती कोणास म्हणावे, त्यांचे प्रकार कोणते, त्यामागची कारणे व त्यावरील उपाय यावर बराच ऊहापोह करता आला. प्रतिभावंतांचे अलौकिकत्व लक्षात आले.

थोडक्यात, आपल्याच बुद्धीने आपल्या बुद्धिक्षमतेचे स्वरूप समजावून घेण्यास मानवाला थोडे तरी यश आले.

सरावासाठी प्रश्न

प्रश्न १ : खालील प्रश्नांची उत्तरे द्या. (वीस शब्दांपर्यंत)

१) मानसशास्त्रज्ञ वेश्लर यांनी बुद्धीची व्याख्या कशी केली आहे?

२) प्रक्रियाभिमुखी सिद्धांतवादी असे कोणास म्हणता येईल?

३) गिलफोर्ड यांच्या उपपत्तीतील 'माध्यम' म्हणजे काय?

४) गार्डनर यांच्या सिद्धांतामधील 'स्व-ज्ञानात्मक बुद्धिमत्ता' म्हणजे काय?

५) मानसिक वय कशास म्हणतात?

६) मानसिक मंदत्व म्हणजे काय?

७) तार्किक विचारप्रक्रियेचे दोन प्रकार कोणते?

प्रश्न २ : खालील प्रश्नांची संक्षिप्त उत्तरे द्या. (चाळीस ते पन्नास शब्दांपर्यंत)

१) स्पिअरमन यांचे द्वि-घटक कसे स्पष्ट करता येतील?

२) स्टर्नबर्ग यांनी सांगितलेली अनुभवाश्रित बुद्धिमत्ता म्हणजे काय?

३) बुद्धिगुणांक म्हणजे काय?

४) बुद्धिमापनाच्या वैयक्तिक चाचण्यांचे कोणकोणते फायदे आढळतात?

५) मतिमंदत्वाला प्रतिबंध करण्यासाठी कोणत्या उपाययोजना कराव्यात?

६) समस्या परिहारात्मक विचार तर्क विचाराहून भिन्न कसा?

प्रश्न ३ : खालील प्रश्नांना मुद्देसूद उत्तरे द्या. (शंभर ते दीडशे शब्दांपर्यंत)

१) चांगल्या बुद्धिमापनचाचणीची कोणती वैशिष्ट्ये दिसून येतात?

२) संदर्भीय बुद्धिमत्ता म्हणजे काय?

३) लेविस व टर्मन यांना प्रतिभावंतांची कोणकोणती वैशिष्ट्ये आढळली?

४) बुद्धिमापनचाचण्यांचे प्रकार कोणते?

५) 'कॅटेल' यांच्या संस्कृतिनिरपेक्ष चाचणीचे वर्णन करा.

६) गिलफोर्ड यांचा बहुघटक सिद्धान्त स्पष्ट करा.

७) निर्णयन प्रक्रियेवर प्रभाव करणारे घटक कोणते?

८) सर्जनशील (नवनिर्माणक) विचाराची वैशिष्ट्ये कोणती?

प्रश्न ४ : खालील प्रश्नांना विस्तृत उत्तरे द्या. (तीनशे शब्दांपर्यंत)

१) गार्डनर यांची बुद्धिमत्तेबाबतची उपपत्ती काय सांगते?

२) मतिमंदतेचे प्रकार सविस्तर सांगा.

३) वेश्लर यांची प्रौढांसाठी असलेल्या चाचणीची माहिती देऊन मूल्यमापन करा.

४) बुद्धिमापनासाठी कोणत्या मूलभूत संकल्पनांचा आधार घेतला जातो, हे सांगून चाचण्यांच्या प्रकारांची माहिती द्या.

५) बुद्धिमापनाच्या संदर्भातील बिने, वेश्लर व कॅटेल यांच्या कामगिरीचे विवेचन करा.

६) विविधांगी-विचारप्रक्रियेत साहाय्यभूत होणाऱ्या सहा वैचारिक टोप्यांची तंत्रे कोणती?

परिशिष्ट

दैनंदिन मानसशास्त्र परिचय – स्वाध्याय

भूमिका

सामान्य मानसशास्त्र प्रत्यक्ष जीवनअनुभवाशी निगडित असले तरी, त्यातील सिद्धान्त अभ्यासक्रमाच्या मनावर ठसण्यासाठी सोदाहरण मांडणी केली तर मानसशास्त्राचा परिचय अधिक दृढ आणि जिव्हाळ्याचा होईल, या भूमिकेतून हे पुरवणी- प्रकरण जोडले आहे. पाश्चात्त्य मानसशास्त्रीय पाठ्यपुस्तकांचा अविभाज्य भाग बनलेले व्यवहारसन्मुख अध्ययन-पाठ आपल्याकडील पाठ्यपुस्तकलेखनात नवीन असले तरी वाचकांच्या दृष्टीने मनोरंजक, बोधप्रद व उपयुक्त ठरतील अशी खात्री वाटते.

प्रत्येक प्रकरणावरील सोदाहरण अध्ययनातून वाचकांची जिज्ञासा वाढेल अशी विषयाची मांडणी केलेली असून बहुतेक प्रश्नांची उत्तरे शेवटी नमूद केली आहेत.

१०.१ स्वरूप व अध्ययनपद्धती

खालील विचारसरणीत कोणती मानसशास्त्रीय अभ्यासपद्धती सूचित केली आहे? काढलेले निष्कर्ष कितपत बरोबर आहेत?

१) त्सुनामीग्रस्तांना, पूरग्रस्तांना किंवा स्फोटकांत उद्ध्वस्त झालेल्या लोकांना पाहून सामाजिक कार्यकर्त्यांनाच तेवढा कळवळा येतो असे नाही. प्रत्येकाने आपल्या अंतःकरणात डोकावून पाहिल्यास त्यांच्यामध्येही सहजच करुणा निर्माण झालेली आढळून येईल.

२) जो जो भारतीय लोकशाहीचे वय वाढत चालले आहे तो तो नीतिमान पुढाऱ्यांमध्ये घट होत चालली आहे. नीतिमत्ता ढासळण्यास हे लोकशाहीचे वाढते वय कारणीभूत असावे असे वाटू लागले आहे.

३) डावखुरी माणसे कर्तृत्ववान असतात असे म्हटले जाते, त्यासाठी पुराव्याची मोजदाद करणे आवश्यक आहे, हे मात्र विसरले जाते.

४) चित्रपट अभिनेत्यांनी जाहिरात केल्यामुळे पोलिओ डोस घेणाऱ्या बालकांची संख्या किती वाढू लागली आहे, हे पाहण्यासाठी आरोग्यखात्याने, पोलिओ मोहिमेपूर्वी दाखविलेल्या जाहिरातींची संख्या, पोलिओचे लाभधारक व प्रसारमाध्यमांच्या मोहिमेपूर्वीच्या आवाहनाचा प्रतिसाद यांचा काही महानगरांतून सुनियोजित अभ्यास

करून निष्कर्ष काढले. त्यासाठी पालकांच्या मुलाखती, आरोग्यखात्याच्या नोंदी, अभिनेत्यांची लोकप्रियता हे घटक सविस्तरपणे लक्षात घेतले.

५) बिल गेट्स या माहिती तंत्रज्ञानातील अव्वल उद्योजकाचे चरित्र लिहिण्यासाठी त्याच्यावरील बालपणीचे संस्कार, बौद्धिक क्षमता, चाकोरीबाहेरचे प्रयत्न, झोकून देण्याची वृत्ती, अविश्रांत धडपड या सर्व गोष्टींचा खोलात जाऊन अभ्यास करावा लागेल. माहिती तंत्रज्ञान क्षेत्रात त्याचे आगळेवेगळेपण लक्षात घेतल्याशिवाय त्याच्या यशाचे रहस्य समजू शकणार नाही.

६) सुशिक्षित मुले उद्योगव्यवसायाकडे वळू लागली आहेत काय हे पाहण्यासाठी प्रत्येक होतकरू मुलाचा अभ्यास करणे अशक्य आहे. त्याऐवजी शहरी व ग्रामीण विभागातील, सर्व सामाजिक, आर्थिक स्तरांतील तसेच मुलामुलींचे योग्य प्रमाण असलेले पदवीधर विद्यार्थी निवडून कसोशीने पाहणी केल्यास व मुलाखत, प्रश्नावली इ. मानसशास्त्रीय तंत्रे वापरून पुराव्याची गणना व विश्लेषण केल्यास उपयुक्त माहिती हाती लागू शकेल. अशा शास्त्रीय माहितीचा उद्योगसंस्थांना अथवा शासकीय योजनांना लाभ होऊ शकेल.

७) आहारतज्ज्ञांच्या एका पथकाला आदिवासी बालकांमध्ये आरोग्याच्या अनेक त्रुटी आढळून आल्या, मात्र बालकांच्या दोन समान गटांपैकी एका गटास इतर परिस्थिती समान ठेवून तीन महिनेपर्यंत नीरा दिली असता त्यांच्या आरोग्याच्या तक्रारी एकदम कमी झाल्या. त्यामुळे नीरा आरोग्यवर्धक आहे असे सिद्ध झाले.

१०.२ नससंस्था व मेंदू

आपली नससंस्था आपल्या आरोग्याशी निगडित आहे. पुढील परिस्थितीत कोणता परिणाम घडून येईल?

१) मज्जारज्जूचा कमरेखालील संबंध तुटला.....

२) मानेच्या तळापासूनचा मज्जारज्जूचा संबंध नाहीसा झाला...

३) मज्जासेतू (लंबामज्जा) नष्ट केला....

४) पॉन्सना इजा झाली...

५) लहान मेंदू काढून टाकला...

६) कॉर्पस् क्लोसम काढून टाकला...

७) चेताक्षेपक मेंदूपासून अलग केला...

८) जालमय उद्दीपक यंत्रणेस छेद दिला....

९) पृष्ठखंड मेंदूमधून शस्त्रक्रियेने काढून टाकला...

१०) मध्यखंडाच्या डाव्या भागातील अग्रभागास इजा केली...

१०.३ – वेदन, अवधान आणि संवेदन

(अ) खालील परिस्थितीचा अर्थबोध कोणत्या संवेदन–संघटन तत्त्वानुसार होतो?

१) फुटबॉल स्पर्धेचा अंतिम सामना अटीतटीचा झाला. बेभान होऊन खेळणारे फ्रान्स व इटलीचे खेळाडू मैदानावर विखुरलेले असूनही दोन्ही संघ प्रेक्षकांना सहज ओळखू येत होते.

२) प्रजासत्ताकदिनी पूर्ण शिस्तीत संचलन करणाऱ्या सीमा-सुरक्षा–दलाच्या सैनिकांच्या फलटणीने सर्व प्रेक्षकांचे लक्ष फारच वेधून घेतले.

३) पंडित वसंतराव देशपांडे यांच्या गाजलेल्या गीतातील 'बगळ्यांची माळ' दिसण्यामागे संवेदन संघटनांचे सूत्र कोणते?

४) वस्तुसंग्रहातील कित्येक पाषाणमूर्ती भग्न अवस्थेत होत्या, तरीसुद्धा बुद्ध, महावीर, गणपती, विष्णू यांच्या मूर्ती पर्यटक बरोबर ओळखून काढीत.

५) महामार्गावरील दुभाजक तुटक पांढऱ्या रंगाच्या रेषांनी दर्शवले होते, परंतु मार्गदुभाजकाची बिनचूक कल्पना त्यांच्यामुळे वाहनचालकांना येई.

६) Mathematics या शब्दाचे स्पेलिंग येण्यासाठी एका विद्यार्थ्याने युक्ती केली. त्याने he हा शब्द दोन Mat या शब्दांमध्ये बसविला व पुढे ics ही डिग्री लिहिली.

७) माणसांमध्ये संत शोभून दिसतात, प्राण्यांमध्ये माणसे उठून दिसतात तर प्राणी निसर्गाच्या प्रांगणात आपल्या नजरेत भरतात.

(ब) खालील जाहिरातीच्या मजकुरात कोणते वस्तुनिष्ठ/व्यक्तिनिष्ठ घटक प्रभावी ठरतात?

१) आपल्या लाडक्या तान्हुल्याच्या निकोप वाढीसाठी आमचे खास तेल जादू करील.

२) पोलिओ डोस हर–बार व बारबार घेतला पाहिजे असे खुद्द अमिताभ बच्चनच वारंवार म्हणतात.

३) १०वीची परीक्षा महिनाभरावर आली ना? चिंता कसली करता? आमची कसोटी मालिका घेऊन यशाची खात्री करा.

४) आता सोना-चांदी च्यवनप्राश! ताकद आणि बुद्धी दोन्ही समृद्ध होण्यासाठी!

५) एका दुचाकी निर्माण करणाऱ्या कंपनीने 'ये है देश की धडकन' अशी जाहिरात केली आहे.

६) आपल्या आवडत्या क्रिकेट हीरोंना प्रत्यक्ष पाहण्यासाठी एकदिवसीय सामन्याची आगाऊ नोंदणी करा.

१०.४ – प्रेरणा : भावना

पुढील लोकसमजुतींत कितपत मानसशास्त्रीय तथ्य आहे ?

१) पोटात कावळे ओरडू लागताच मला भूक लागते, असे काहीजण म्हणतात.

२) घशाला कोरड पडणे हे तहान लागण्याचे कारण होय.

३) अपत्य मुलगी होण्यास स्त्रीच जबाबदार असते.

४) सर्वात प्रबल प्रेरक वात्सल्यभावना हाच होय.

५) नवजात बालकांनाही भावना असतातच.

६) क्रोध ही अगदीच टाकाऊ भावना आहे.

७) भीती व चिंता यांत वस्तुत: फारसा फरक नाही.

८) प्रेम हे खऱ्या अर्थाने फक्त स्त्री-पुरुषांमध्येच असू शकते.

९) असत्यशोधक यंत्रणा न्यायव्यवस्थेस निर्णायक पुरावा देऊ शकत नाही.

१०) जेव्हा दोन पर्यायांतील एकाची निवड करावयाची असते, तेव्हा 'अर्ध त्यजति पंडित:' या न्यायाने त्यांतील एक सोडून देणेच हिताचे असते.

११) जीवनातील यश भावनिक बुद्धिमत्तेवर अवलंबून असते.

१०.५ – अध्ययन

हे कसे घडून येते ?

१) केवळ एक-दोन वर्षांच्या कालावधीतील अनेक प्रचार सभांतून बोलता बोलता सोनिया गांधी आता आत्मविश्वासाने हिंदी बोलू लागल्या आहेत.

२) ताटे व वाट्या जेवताना वेगळ्या न ठेवता एकत्रित करता आल्या तर केवढी सोय होईल. या विचारातूनच ताटे-वाट्या एकत्रित असणारी 'कामत-थाळी' प्रसिद्ध उद्योजक सर्वश्री विठ्ठल कामत यांना स्फुरली.

३) ट्रिपलच्या पहिल्या लशीच्या वेळी न रडणारे बाळ दुसऱ्या वेळी मात्र डॉक्टरांना पाहताच रडू लागले.

४) शेजारचा दोन वर्षांचा चंदू घरात येणाऱ्या प्रत्येक पुरुषाला काका म्हणत सुटला.

५) हात-पाय धुण्यासाठी दोन चॉकलेटस् मिळतील असे म्हटल्याबरोबर नंदू म्हणाला, 'मी आंघोळच करतो. चॉकलेटचा डबाच दे.'

६) सह्याद्री वाहिनी एका कार्यक्रमामधील प्रश्नास योग्य उत्तर दिल्यास प्रत्येक वेळी १००० रु. धनादेश देते, त्यामुळे कार्यक्रमाचा प्रेक्षकवर्ग लक्षणीयरीत्या वाढला आहे.

७) ज्याला कायनेटिक मोटरसायकल चालविता येते, त्याला हीरो होंडा चालविण्याची अडचण येत नाही, मात्र ज्याला स्कूटरची सवय आहे त्याला कोणतीही मोटरसायकल चालविणे प्रथम जडच जाते.

८) खेळाडूची उंची आणि त्याने काढलेल्या धावा यांचा अर्थाअर्थी काहीच संबंध नाही. ठेंगणा तेंडुलकर आणि ताडमाड उंचीचा फ्लिंटॉफ एकाच सामन्यात शतके करू शकतात.

९) दूरदर्शनमधील तारकांकडे पाहून मुली सहजासहजी नटणे मुरडणे शिकतात. हे नटणे कोणत्या अध्ययनप्रकारात बसते ?

स्मरण-विस्मरण

असे अनुभव का येतात ?

१) स्मरणशक्ती चांगली असलेली अगदी एकपाठी मुले शालेय जीवनात भरपूर गुण मिळवतात, पण महाविद्यालयीन जीवनात तितकी यशस्वी होत नाहीत.

२) 'परीक्षेपूर्वी रात्रंदिवस वाचत तर होता, पण परीक्षेत याला काहीच उतरणे जमले नाही,' अशी कित्येक पालक आपल्या पाल्याविषयी तक्रार करतात.

३) बहुसंख्य विद्यार्थ्यांबाबत 'पुढचे पाठ पण मागचे सपाट' असा अनुभव येतो.

४) उत्तर भारतात गेल्यावर महाराष्ट्रीय व्यक्तींची हिंदीत संभाषण करताना फजिती होते. नेमक्या हिंदी शब्दाऐवजी मराठी शब्द मध्येमध्ये येतात.

५) बारावीच्या परीक्षेत स्मरणशक्ती वाढवून गुणवृद्धी होण्यासाठी गोपाळरावांनी मुलाकरिता खास आयुर्वेदिक टॉनिक आणले, पण मुलाची प्रगती जिथल्या तेथे.

६) आपल्या पतीविषयी सौ. देशमुखांची नेहमीच तक्रार असते की, बाजारातून काल्याांची भाजी आणायला सांगितली की ते हमखास विसरतात.

७) अपघाताच्या आधीचे व अपघातातून बरे वाटल्यानंतरचे नीट आठवते, पण मधले काहीच आठवत नाही, असे काही रुग्ण सांगतात.

८) व्याख्यानाची टिपणे घेताना बहुतेक विद्यार्थ्यांची तारांबळ उडते. टिपणास गवसलेल्या विचारांपेक्षा हरवलेले विचारच अधिक आहेत असे वाटू लागते.

१०.६ – व्यक्तिमत्त्व

व्यक्तिमत्त्वविषयक पुढील विधानांतील समजुतींचे परीक्षण करा.

१) जवाहरलाल नेहरू व जॉन एफ्. केनेडी या रुबाबदार व्यक्तींना प्रभावी व्यक्तिमत्त्व होते, पण बसक्या नाकाच्या सॉक्रेटिसला, नंगा फकीर म्हटल्या गेलेल्या गांधीजींना किंवा वामनमूर्ती लालबहादूर शास्त्रीजींना प्रभावी व्यक्तिमत्त्व कोठून असणार?

२) काही नेते लोकप्रिय असतात. हा त्यांच्या व्यक्तिमत्त्वाचा करिष्मा होय, पण काही प्रसिद्धीची आवड नसलेले नेते लोकांच्या नजरेत भरत नाहीत. जनमनात घर न करणाऱ्या या नेत्यांमध्ये व्यक्तिमत्त्वाचा अभाव असतो असे म्हणणे रास्त होणार नाही का?

३) एकाकीपणे कुटुंबनियोजनाचा पुरस्कार करणारे रघुनाथराव कर्वे यांची जन्मभर उपेक्षा झाली. त्यांच्यासारख्या द्रष्ट्या व्यक्तीचा आता गौरव होत आहे. समाजाला रघुनाथराव त्या काळी कळलेच नाहीत. त्यांचे व्यक्तिमत्त्व गूढ असल्याने असे झाले असावे काय?

४) अवेळी वर्गणी मागण्याकरिता गेलेल्या कार्यकर्त्यांना रामरावांनी चिडून घालवून दिले. यापुढे अशा तापट स्वभावाच्या व्यक्तींना टाळण्याचे मंडळाच्या पदाधिकाऱ्यांनी ठरवले.

५) नोकरीसाठी मुलाखतीला जाताना टिपटॉप पोषाख करून गेल्यास निवडीची शक्यता नक्कीच वाढते.

६) ऐश्वर्या रॉय विश्वसुंदरी आहे. तिचे व्यक्तित्व प्रभावी असणार यात नवल काय?

७) लो. टिळक चारित्र्यवान असल्याने त्यांचे व्यक्तित्व महान ठरले, पण तेवढे चारित्र्य जवळ नसूनही चर्चिल यांचे व्यक्तित्व महान ठरले, हे कसे?

८) निष्कलंक चारित्र्याचा ठेवा नसूनही लालूप्रसाद यादव, जयललिता, नारायण राणे या नेत्यांचा प्रचलित राजकारणात बोलबाला आहे, त्यांच्या व्यक्तिमत्त्वांचे रहस्य काय?

१०.७ – बौद्धिक क्षमता आणि विचारप्रक्रिया

प्रतिभावान व्यक्तींच्या अंगी अनेक नवनिर्माणक्षमता असतात हे जितके खरे, तितकेच हेही खरे की सर्वसामान्य व्यक्तीजवळही कमीअधिक प्रमाणात नवनिर्माण क्षमता असते.

आपणही पुढील समस्यांबाबत ही क्षमता आजमावून पाहा.

१) छत्रीचे कोणते विविध उपयोग करणे शक्य आहे ? किमान पाच उपयोग लिहा.

२) चांगल्या मित्रामध्ये आवश्यक असणाऱ्या गुणविशेषांची यादी करा.

३) महिनाभरासाठी एका दाट अरण्याच्या सफरीवर जाताना अन्न व कपडे यांखेरीज कोणकोणत्या वस्तू बरोबर न्याल ?

४) ज्या व्यक्तीला 'मोबाइल' हे साधन अपरिचित आहे, त्याला त्याचा अर्थ कसा समजावून सांगाल ?

५) महिनाभरासाठी परगावी जाताना अत्यंत मौल्यवान अशी सुवर्णमुद्रा चोराच्या नजरेपासून कोठे कोठे लपवून ठेवाल ?

६) तुम्हास कल्पना करता येणाऱ्या वाहतुकीच्या साधनांची यादी तयार करा.

(वरील समस्यांची उत्तरे बहुदिश विचार पद्धतीने अनेकविध देता येतील, म्हणून उत्तरे वाचकांच्या शोधकबुद्धीवर सोपविली आहेत.)

उत्तरे

१०.१ स्वरूप व पद्धती

१) आत्मनिरीक्षण पद्धती- मात्र ही पद्धती व्यक्तिनिष्ठ अनुभवावर आधारित असल्याने प्रत्येकाच्या बाबतीत करुणा उत्पन्न होईलच याची खात्री देता येत नाही.

२) सहसंबंधात्मक अभ्यासपद्धती

लोकशाहीचे वाढते वय व नीतिमत्तेतील घट यांत ऋणात्मक सहसंबंध आहे, मात्र यावरून कार्यकारणभाव निश्चित करता येणार नाही. नीतिमत्तेतील घट होण्यास लोकशाहीच्या वाढत्या वयाहून अन्य कारणे जबाबदार असू शकतील.

३) नैसर्गिक निरीक्षणपद्धती किंवा बाह्य निरीक्षणपद्धती सूचित केली आहे.

४) पद्धतशीर निरीक्षणपद्धतीचा वापर करून निष्कर्ष काढला आहे.

५) बिल गेट्स या विशिष्ट व्यक्तीबाबतचा अभ्यास वृत्तेतिहास - पद्धतीने केला पाहिजे हे सूचित केले आहे.

६) सर्वेक्षण पद्धती वापरून अभ्यास करण्याचा प्रयत्न आहे. सर्वेक्षणासाठी घेतलेल्या अभ्यासगटातील विद्यार्थी प्रातिनिधिक असे निवडण्याची काळजी घेतली तरच सर्वेक्षणाचे निष्कर्ष सुशिक्षित मराठी मुलांना व्यापकपणे लागू पडतील. एरवी निष्कर्ष एकांगी ठरण्याची शक्यता आहे.

७) हा आहारविषयक प्रयोग काटेकोरपणे केल्यामुळे व समान गटांमुळे प्रायोगिक नियंत्रण साध्य झाल्यामुळे केवळ स्वतंत्र परिवर्तकाचा (म्हणजे नीरेचा) परिणाम योग्य प्रकारे अभ्यासता आला आहे. येथे मानसशास्त्रीय प्रायोगिक पद्धती योजण्यात आलेली असून निष्कर्ष निश्चित स्वरूपाचा व विश्वसनीय निघाला आहे.

१०.२ – संस्था व मेंदू

१) कमरेखालील भागाचे संवेदन नष्ट होईल.

२) मानेखालील भाग संवेदनशून्य होईल.

३) हृदय, श्वसन इ. क्रिया बंद होऊन मृत्यू ओढवेल. फाशी गेलेल्या अपराध्याचा असा मृत्यू संभवतो.

४) प्रमुख वेदन–कारक मार्ग बंद झाल्याने ऐच्छिक हालचाली व संवेदन–अनुभव नाहीसे होतील.

५) वर्तन समन्वय, सफाईदार हालचाली, वाचाक्षमता यांच्यावर विपरीत परिणाम होईल.

६) सर्वसामान्यपणे लक्षणीय फरक आढळणार नाही, मात्र प्रयोगशाळेत प्रत्येक मेंदूगोलार्धाचा अभ्यास करता येईल.

७) वेदन–नियंत्रणाचे शेवटचे केंद्र नाहीसे झाल्यास संवेदन प्रक्रिया थांबेल.

८) जागृती केंद्र नष्ट झाल्याने बेशुद्धावस्था (Coma) निर्माण होईल.

९) पृष्ठखंडाचा संबंध दृक्वेदन–संवेदनांशी असल्यामुळे अंधत्व येईल.

१०) शरीराच्या उजव्या भागाकडील संवेदन नष्ट होईल.

१०.३ वेदन, अवधान आणि संवेदन

(अ) १) स्वरूपतेचे तत्त्व/सादृश्य तत्त्व
एकाच रंगाचा पोषाख घालणारे खेळाडू एका संघाचे असल्याचे कळते.

२) समीपतेचे तत्त्व
जवळ–जवळ चालणाऱ्या सैनिकांचा पलटण म्हणून एकत्रित बोध होतो.

३) सातत्याचे तत्त्व/संलग्नता तत्त्व :
शेजारी – शेजारी उडणारे बगळे दुरून ठिपक्यांची माळ असल्यासारखे संलग्नतेमुळे भासते.

४) संपूर्णता – तत्त्व
भग्न अवयव पूर्ण समजून कल्पनेने अर्थ लावला जातो.

५) दुभाजक तुटक असला तरी समावेशनाच्या तत्त्वानुसार अखंड वाटतो.

६) साधेपणाचे तत्त्व वापरून स्पेलिंगचे सोपे भाग पाडून अर्थबोध करून घेतला आहे.

७) आकृती व आधारभूमीचे तत्त्व

संत, माणसे व प्राणी या आकृत्या समजल्यास अनुक्रमे माणसे, प्राणी व निसर्ग या आधारभूमी ठरतात.

(ब) १) व्यक्तिनिष्ठ घटक : तान्हुल्यांसाठी पालकांना वाटणारी गरज

२) वस्तुनिष्ठ घटक : पुनरावृत्ती : बारबार, हरबार, वारंवार इ. शब्दयोजनेतून

३) व्यक्तिनिष्ठ घटक : मानसिक न्यास / सज्जता : परीक्षेच्या निकटच्या काळाच्या जाणिवेने निर्माण होते.

४) वस्तुनिष्ठ घटक : नावीन्य- पारंपरिक च्यवनप्राशमध्ये सोने-चांदी या नवीन घटकांची भर

५) व्यक्तिनिष्ठ घटक : देशप्रेमास भावनिक आवाहन

६) व्यक्तिनिष्ठ घटक : प्रेक्षकाची अभिरुची : आवड

१०.४ प्रेरणा/भावना

१) चूक

वास्तविक रक्तातील साखर कमी झाल्याने भूक लागते.

२) चूक

शरीरातील जलांश कमी होणे हे कारण- जलांश कमी झाल्याचा परिणाम म्हणून घसा कोरडा पडतो.

३) पुरुषाकडून येणाऱ्या X किंवा Y लिंगनिर्धारक सूत्रावरून अपत्याची लिंगनिश्चिती होते. हे योगायोगाने ठरते. लिंगनिश्चितीस स्त्री निर्णायकपणे जबाबदार नाही.

४) होय. याला प्रायोगिक पुरावाही मिळतो. ऐतिहासिक उदाहरण द्यायचे तर रायगडची हिरकणी याच प्रेरणेतून निर्माण झाली.

५) नवजात बालकांना सुस्पष्ट भावना नसतात. सर्वसामान्य उत्तेजन - अनुभव त्यांच्या ठिकाणी असतो.

६) अन्यायाविरुद्ध लढण्यास बळ देणारा क्रोध पूर्णपणे टाकाऊ म्हणता येत नाही.

७) भीतीला स्पष्ट कारण असते. चिंतेचे कारण अस्पष्ट असते. उदा. विशिष्ट परीक्षेची भीती असू शकते, पण एकंदर भविष्यकाळाविषयी व्यक्तीस चिंता असू शकते.

८) स्त्री-पुरुष प्रेम हा प्रेमाचा केवळ एक प्रकार असून वात्सल्य, आदर, मैत्री, देशप्रेम, भूतदया, विश्वबंधुत्व असे प्रेमाचे अनेक प्रकार संभवतात.

९) हे बरोबर आहे. कारण असत्यशोधक यंत्रास निरपराध व्यक्ती प्रतिसाद देऊ शकतात, तर निर्ढावलेले गुन्हेगार असत्यशोधक यंत्रास चकवू शकतात.

१०) लवकर निर्णय करून एखादा पर्याय हस्तगत करणे योग्य ठरते. एकाच वेळी दोन्ही पर्याय उपलब्ध नसतात. निर्णय घेण्यास वेळ केल्यास दोन्ही पर्याय गमावण्याची शक्यता असते.

१०.५ अध्ययन

१) प्रयत्न-प्रमाद अध्ययनाने भाषाकौशल्यात प्रगती

२) मर्मदृष्टीच्या अध्ययनाने नवीन/अभूतपूर्व वस्तूची निर्मिती

३) 'लस रडविते' यातील 'रडणे' या कृतीची डॉक्टर या व्यक्तीशी अभिसंधानात्मक अध्ययनाने जोडणी होते.

४) चंदूस सामान्यीकरण करता येऊ लागले आहे, पण भेदनीकरण करता न आल्याने प्रत्येकास काका म्हणत सुटतो.

५) कोणत्या साधनाने काय मिळते हे कळल्यामुळे हा साधनात्मक अभिसंधान अध्ययनाचा प्रकार होय.

६) धनादेशाच्या धन-प्रबलकामुळे वर्तन प्रबलीकरण घडून प्रेक्षकवर्ग वाढतो.

७) अनुक्रमे धन व ऋण संक्रमणाचा प्रभाव. सारखेपणामुळे एका मोटरसायकलवरून दुसरी सहज हाताळता येते, पण वेगळेपणामुळे स्कूटर शिकल्यानंतर मोटरसायकल शिकण्यात अडथळा येतो.

८) खेळाडूची उंची व काढलेल्या धावा यांत परस्परसंबंध नाही. हे शून्य संक्रमणाचे उदाहरण होय.

९) पाहून शिकणे हा निरीक्षणात्मक अध्ययनाचा प्रकार होय. यात निराळे असे अध्ययन करावे लागत नाही.

स्मरण-विस्मरण

१) शालेय अभ्यासक्रम पाठांतरानंतर आत्मसात करता येतो; पण महाविद्यालयीन अभ्यासक्रम वैचारिक, बौद्धिक क्षमतेची मागणी करतो.

२) अध्ययन झाले, पण पुरेशी धारणा न झाल्याने परीक्षेत अपयश

३) हा भूतलक्ष्यी निरोधनाचा परिणाम होय.

४) हा अग्रलक्ष्यी निरोधनाचा परिणाम होय.

५) औषधी उपायांनी थेट स्मरणशक्तीत वाढ होत नाही.

६) हा प्रेरणात्मक विस्मरणाचा प्रकार होय. नावडती भाजी आणणे नको, ही मिस्टर देशमुखांची स्वतःच्या मनास प्रेरणा

७) अपघातात मेंदूस व विशेषतः अश्वमीन (हिप्पोकँपस) अवयवास इजा झाल्यास माहितीचे स्मरण ठेवण्याचे काम थांबते.

८) टिपणे घेणे म्हणणे शब्दश :- व्याख्यान उतरून घेणे नव्हे. असे करताना अल्प स्मृती कार्यरत असते, पण धारणेस पुरेसा वाव न मिळाल्याने गवसलेल्या माहितीपेक्षा गमावलेली माहिती अधिक असू शकते.

१०.६ – व्यक्तिमत्त्व

१) बाह्य देखणेपणावर व्यक्मितत्त्व अवलंबून नसून नेतृत्वगुणांवर अवलंबून असते. त्यामुळे सॉक्रेटिस, गांधीजी, शास्त्रीजी यांचे व्यक्तिमत्त्वही प्रभावीच आहे असे स्पष्ट होते.

२) लोकप्रियतेचा प्रभाव नसलेल्या व्यक्तीच्या अंगी व्यक्तित्वगुण असू शकतात.

३) व्यक्तिमत्त्व गूढ नसते, मात्र ते शास्त्रीय पद्धतीने अभ्यासल्यासच समजून घेता येऊ शकते.

४) तात्कालिक किंवा प्रसंगपरत्त्वे दिसणारा चिडखोरपणा ही एक चित्तवृत्ती होय. तो व्यक्तिमत्त्वाचा स्थायिभाव नव्हे. चित्तवृत्तीहून (Mood) व्यक्तिमत्त्व भिन्न होय.

५) केवळ बाह्य दर्शनावरून व्यक्तिमत्त्वाचा प्रभाव निश्चित होत नाही. सुटाबुटातले अनेक उमेदवार सुमार असल्यास नाकारले जाऊ शकतात.

६) विश्वसुंदरी जाहीर झाल्याने व्यक्तिमत्त्व निर्माण होत नसून प्रभावी व्यक्तिमत्त्व व असामान्य सौंदर्य यांमुळे विश्वसुंदरीची निवड होते.

७) चारित्र्य हे व्यक्तिमत्त्वाचे अत्यावश्यक वैशिष्ट्य नव्हे. लौकिकदृष्ट्या चारित्र्यहीन असलेली माणसे प्रभावी व्यक्तिमत्त्वाची असू शकतात, तर चारित्र्यवान माणसे अप्रभावी असू शकतात.

८) लोकसंग्रह करण्याची ताकद, जनमानसाचा अचूक वेध घेण्याची बुद्धी व प्रभावी निर्णयशक्ती यांमुळे या कलंकित व्यक्ती राजकारणात वलयांकित ठरल्या आहेत.

पारिभाषिक शब्दावली
(Glossary)

अ

अधिश्रेणी : चढत्या क्रमाने येणारे टप्पे

अध्ययन : वर्तनातील सापेक्षत: टिकाऊ, सुधारणात्मक व सरावामुळे घडणारे बदल

अनभिसंधित उद्दीपक : नैसर्गिक उद्दीपक

अनभिसंधित प्रतिक्रिया : नैसर्गिक उद्दीपकास दिलेली नैसर्गिक प्रतिक्रिया

अनुरूपता–पूर्वग्रह (Confirmation bias) **:** आपल्या मनास अनुकूल तेवढाच पुरावा स्वीकारण्याची वृत्ती

अनैच्छिक अवधान : व्यक्तीची इच्छा असो वा नसो, उद्दीपक जेव्हा व्यक्तीचे लक्ष आकर्षित करून घेतो, तेव्हा त्यास अनैच्छिक अवधान म्हणतात.

अप्रकट स्मृती : अबोध पातळीवरील परंतु वर्तनावर परिणाम करणारी स्मृती

अभिसंधान – नैसर्गिक उद्दीपकाला मिळणारी प्रतिक्रिया तटस्थ उद्दीपकाला मिळणे

अभिसंधित उद्दीपक : तटस्थ उद्दीपक

अभिसंधित प्रतिक्रिया : तटस्थ उद्दीपकाशी जोडली गेलेली नैसर्गिक प्रतिक्रिया

अभ्युपगम (Hypothesis) **:** उपपत्तीवर आधारित परीक्षण करण्याजोगे भाकीत किंवा अंदाज

अर्थपर स्मृती : संघटित ज्ञानाशी संबंधित वाचक स्मृती

अल्पकालिक स्मृती : १५ ते २५ सेकंदांपर्यंत राहणारी घेतलेल्या अनुभवाची तात्कालिक व मर्यादित स्वरूपाची स्मृती

अवधान : जाणिवेच्या क्षेत्रातील घटक. जाणिवेच्या केंद्रस्थानी आणण्याची मनाची वेचक प्रक्रिया म्हणजे अवधान.

अवधान बाह्य निर्धारक : परिवेशातील घटक जेव्हा व्यक्तीचे लक्ष आकर्षित करून घेतात, तेव्हा त्यांना अवधानाचे बाह्य निर्धारक असे म्हटले जाते.

अवधान विकर्षण : अवधान प्रक्रियेमध्ये अडथळा येणे, म्हणजे अवधानाचे विकर्षण.

अवधान विभाजन : एकाचवेळी एकापेक्षा जास्त घटकांवर अवधान देणे, म्हणजे अवधानाचे विभाजन होणे होय.

अवधान व्यक्तिनिष्ठ निर्धारक : व्यक्तीमधील जे गुणधर्म अवधान निर्धारित करतात त्यांना अवधानाचे व्यक्तिनिष्ठ निर्धारक म्हणतात.

अवधानकक्षा : एका अवधानामध्ये किती उद्दीपकांवर अवधान जाते, त्यावरून अवधानकक्षा ठरते.

अवधानाचे निर्धारक : अवधान निश्चित करणाऱ्या घटकांना अवधानाचे निर्धारक असे म्हणतात.

अवधानाचे विचलन : एका ठिकाणाहून दुसरीकडे व दुसरीकडून पुन्हा पहिल्या उद्दीपकावर अवधान केंद्रित होणे, म्हणजे अवधानाचे विचलन.

अवाचक स्मृती : कौशल्ये व सवयी यांच्याशी संबंधित दीर्घकालिक स्मृती

असत्य शोधिका : शरीरांतर्गत बदलांवरून संशयित व्यक्तीमधील अपराध- वर्तनाचा शोध घेणारी यंत्रणा.

अतींद्रिय संवेदन : ज्ञात ज्ञानेंद्रियांच्या सहाय्याने स्पष्ट न करता येणारे संवेदन

आ

आकाराची संवेदनीय स्थिरता : उद्दीपक व्यक्तीपासून दूर होत जात असताना तो लहान आहे असे कळत असले, तरी प्रत्यक्षात त्यांचे मूळ संवेदन जसे झालेले असते तसेच राहणे म्हणजे संवेदनीय स्थिरता.

आकृती : उद्दीपनक्षेत्रातील ज्या घटकावर अवधान केंद्रित झालेले असते तो संवेदनाचा भाग म्हणजे आकृती.

आनुवंशिक गुण : पूर्वीच्या पिढीकडून नंतरच्या पिढीकडे संक्रमित होणारे जन्मजात गुण

उ

उत्स्फूर्त पुनर्निर्माण : विलोपन झालेली प्रतिक्रिया काही कालावधीनंतर पुन्हा निर्माण होणे

उपपत्ती (Theory) **:** एखाद्या घटनेच्या स्पष्टीकरणासाठी सादर केलेले विधान

उपलब्ध तेवढेच सोयीचे (Availability Heuristics) हाताशी असलेल्या, विनाकष्ट मिळालेल्या पुराव्यावरून मत बनविण्याची वृत्ती

ए

एस–घटक : विशिष्ट कार्यात दिसून येणारी निपुणता

ऐ

ऐच्छिक अवधान : व्यक्तीने स्वतःच्या इच्छेने एखाद्या उद्दीपकाकडे लक्ष देणे म्हणजे ऐच्छिक अवधान.

अं

आंतर संवेदन : उद्दीपक किंवा वस्तू आपल्यापासून लांब आहे किंवा जवळ आहे हे समजण्याची प्रक्रिया म्हणजे आंतर संवेदन होय.

क

कारक नसपेशी : मेंदूकडून संदेश ग्रहण करून तो स्नायू ग्रंथींकडे पोहोचती करणारी नसपेशी.

कार्यवाद : मनाचे कार्य / उपयुक्तता शोधण्यावर भर देणारा विचारप्रवाह.

केंद्रीय नससंस्था : मेंदू व मज्जारज्जू मिळून बनलेली नससंस्था

ख

खोलीची / अंतराची द्विनेत्रीय नियामके : दोन डोळ्यांकडून मिळणारे संकेत

खोलीची एकनेत्रीय नियामके : एका डोळ्याकडून अंतराबाबत/खोलीबाबत मिळणारे संकेत

ग

गती संवेदन : गतीमध्ये असणाऱ्या उद्दीपकाचे संवेदन

गुणसूत्रे : प्रत्येक पेशीमधील दोऱ्यासारखे सूक्ष्म अवयव

ग्रंथिसंस्था : वर्तनावर परिणाम करणाऱ्या विनाल (अंतःस्रावी) ग्रंथींचे कार्यात्मक संघटन

घ

घटक सिद्धान्तवादी : बुद्धीच्या मुळाशी असणाऱ्या पैलूंचा विचार करणारे

च

चाचणी : विशिष्ट वर्तननमुन्याचे वस्तुनिष्ठ मापन करण्याचे प्रमाणित साधन

चेताविज्ञानवादी : मेंदूच्या कार्यावरून बुद्धीचे स्वरूप अभ्यासणारे.

ज

जी–घटक : कुठल्याही बौद्धिक कार्यात आढळणारी सर्वसामान्य बुद्धिमत्ता.

जीवनमार्ग : व्यक्तीच्या आयुष्यात स्थैर्य व विकास प्राप्त करून देणारा मार्ग

द

दीर्घकालिक स्मृती : तपशीलवार उजळणीमुळे संस्कारित झालेली माहिती आठवण्याची प्रक्रिया

दुय्यम स्मृती : दीर्घ काळ स्मरणात रहणारी माहिती

न

नकारात्मक–स्व : मी चांगली व्यक्ती नाही अशी जाणीव होणे

नसपेशी : नसावेगांचे वहन करणारी पेशी

नसबंध : दोन नसपेशींमधील कार्यात्मक परस्परसंबंध जोडणारा बंध

नससंवाहक : नसावेगांना एका नसपेशीकडून दुसऱ्या नसपेशीकडे नेणारी रासायनिक द्रव्ये.

निरीक्षणात्मक अध्ययन : इतरांच्या वर्तनाच्या निरीक्षणाने स्ववर्तनात सुधारणा घडवून आणणे

निगमनात्मक विचार : सामान्यपासून विशिष्ट परिस्थितीकडे जाणारा विचार

प

पद्धतशीर निरीक्षण : नियोजनपूर्वक बारकाईने नोंदी करण्याची निरीक्षण–पद्धती

परतंत्र परिवर्तक : स्वतंत्र परिवर्तकामुळे ज्यात बदल घडून येतो असा वर्तनघटक.

परानुकंपी नससंस्था : भावनिक उत्तेजनास नियंत्रित करणारी, तसेच स्वस्थ परिस्थितीत कार्यान्वित होणारी नससंस्था

परिवर्तक : ज्यामध्ये बदल होऊ शकतो असा (वर्तन) घटक

पार्श्वभूमी : आकृती सोडून उर्वरित भागाला पार्श्वभूमी असे म्हणतात.

प्रकट स्मृती : हेतुपूर्वक किंवा जाणीवपूर्वक केलेले स्मरण

प्रक्रियाभिमुखी : बौद्धिक व्यापारात अंतर्भूत असणाऱ्या मानसिक प्रक्रियांचा अभ्यास करणारे

प्रतिक्षिप्त क्रिया : मज्जारज्जूच्या पातळीवर तत्काळ घडून येणारी जीवसंरक्षण क्रिया.

प्रतिध्वनी स्मृती : श्राव्य वेदनिक स्मृती

प्रतिभावान : १४० पेक्षा अधिक बुद्धिगुणांक असणारे

प्रतिमा स्मृती : दृश्य वेदनिक स्मृती

प्रत्यावर्ती संवेदन : बदलत्या स्वरूपाच्या संवेदनास प्रत्यावर्ती संवेदन असे म्हटले जाते.

प्रबलक : विशिष्ट प्रतिक्रिया वारंवार मिळण्याची संभाव्यता वाढवणारा उद्दीपक.

प्रबलीकरण : विशिष्ट प्रतिक्रिया वारंवार मिळण्याची संभाव्यता वाढविणारी प्रक्रिया

प्रभुत्व प्रेरणा : दुसऱ्यावर प्रभाव पाडून वर्चस्व निर्माण करण्याची प्रेरणा

प्रमाद : वर्तन प्रतिक्रियेत घडलेली चूक

प्रलोभन : प्रेरित वर्तनात व्यक्तीस आकर्षित करणारा घटक.

प्रवाही बुद्धिमत्ता : स्मरण, तर्क, समस्या सोडविणे याबाबतची क्षमता

प्राथमिक स्मृती : अल्पकाळ स्मरणात राहणारी माहिती

प्रासंगिक स्मृती : घटनाप्रसंगाशी निगडित वाचक स्मृती

प्रेरित विस्मरण : विसरण्याच्या मूलभूत इच्छेने घडलेले विस्मरण

ब

बिनशर्तधनात्मक–'स्व' : माझ्या हातून काही वावगे घडले असले, तरी मुळात मी चांगलाच आहे व मी इतरांना आवडतो अशी जाणीव होणे

बुद्धिगुणांक : मानसिक वय व जन्मवय यांचे गुणोत्तर

बुद्धी : (वेगवेगळ्या दृष्टिकोनातून वेगवेगळा अर्थ) अमूर्त विचार, समायोजन, पूर्वानुभवातून शिकण्याची क्षमता म्हणजे बुद्धी असे म्हणता येते.

बोधात्मवाद : उच्च बोधनिक क्रियाव्यापारांवर लक्ष केंद्रित करणारा विचारप्रवाह

भ

भविष्यलक्ष्यी – निरोधन : आधीच्या अध्ययनाच्या नंतरच्या अध्ययनाच्या स्मृतीस अडथळा येणे

भावनिक बुद्धिमत्ता : जीवनमार्गातील यशासाठी (Career Success) आवश्यक असणारी भावनिक व्यवस्थापनास लागणारी बुद्धिमत्ता

भास : उद्दीपकाचे विपरीत ज्ञान म्हणजे भास

भूतलक्ष्यी निरोधन : नंतरच्या अध्ययनाचा पूर्वीच्या अध्ययनाच्या स्मरणात अडथळा येणे

भेदनीकरण : उद्दीपकातील भिन्नतेनुसार भिन्न प्रतिक्रिया देणे

भौतिक–स्व : आपल्याजवळील भौतिक संपत्तीची जाणीव

भ्रम : उद्दीपक अस्तित्वात नसताना त्याचे ज्ञान होणे म्हणजे भ्रम

म

मतिमंदत्व : सीमित किंवा अत्यल्प बुद्धिमत्ता

मनोविश्लेषणवाद (मनोगतिकी) : अबोध मनोव्यापाराकडे लक्ष वेधणारा विचारप्रवाह

मर्मदृष्टी – प्रयत्न प्रमादावाचून समस्या-परिहाराच्या उपायाची अचानक होणारी जाणीव

मानव–अभियांत्रिकी : मानव व यंत्र यामधील सुयोग्य व फलदायक संबंधाचे शास्त्र

मानववाद : मानवी प्रेरणा व आत्मविकास या संकल्पनांना महत्त्व देणारा विचारप्रवाह.

मानसिक वय : चाचण्या ज्या वयोगटासाठी तयार केलेल्या असतात, त्या सोडविता आल्यास ते त्या व्यक्तीचे मानसिक वय

मानसिक–स्व : स्व क्षमता, अभिवृत्ती, कौशल्ये, मूल्यांची जाणीव

र

रचनावाद : मनाची रचना शोधण्यावर भर देणारा विचारप्रवाह.

व

वंशाणू : गुणसूत्रांमधील शारीरिक व मानसिक गुणधर्म निश्चित करणारे घटक

वर्गतत्त्व (Type) : व्यक्तिमत्त्वाची अशी वैशिष्ट्ये की जी व्यक्तीच्या ठिकाणी कमी-अधिक प्रमाणात स्थायी स्वरूपात आढळतात व त्यामुळे व्यक्तीच्या वर्तनात सुसंगती निर्माण होते.

वर्तनवाद : प्रकट वर्तन हाच मानसशास्त्राचा अभ्यासविषयक मानणारा विचारप्रवाह.

वर्तनसमतोलतत्व : शारीरिक स्थिरता ढळल्यास पूर्ववत अवस्था निर्माण करणारी प्रक्रिया

वाचक–स्मृती : घटना व परिस्थितीशी संबंधित दीर्घकालिक स्मृती

विचलित बुद्धिगुणांक : एखाद्या वयोगटातील व्यक्तीचे सरासरी गुण आणि प्रमाणित विचलन यांच्या आधारावर प्रमाणित प्राप्तांक घेतला जातो व त्यावरून बुद्धिगुणांक ठरविला जातो तोच विचलित बुद्धिगुणांक.

विलोपन : संपादित प्रतिक्रिया न देण्यास शिकणे

विगमनात्मक विचार : विशिष्ट परिस्थितीवरून सामान्य नियमाकडे नेणारा विचार

वेदक नसपेशी : वेदनेंद्रियांकडून आलेले नसावेग नससंस्थेकडे पोहोचविणारी नसपेशी

वेदन : इंद्रियांकडून उद्दीपकाची माहिती मेंदूपर्यंत पोहोचविण्याची क्रिया म्हणजे वेदन.

वेदनिक स्मृती : वेदनेंद्रियाद्वारे होणारी प्राथमिक, अत्यल्पकालिक स्मृती

व्यक्तिमत्त्व : व्यक्तीमधील शारीरिक व मानसिक गुणविशेषांचे वैशिष्ट्यपूर्ण संघटन

व्यूह : अध्ययनाच्या प्रयोगातील अडथळ्यांचा मार्ग.

श

शुद्ध अहम् : स्वत:बाबत प्राप्त झालेले अत्युच्च ज्ञान

स

संक्रमण : पूर्वानुभवामुळे नंतरच्या अध्ययनावर होणारा परिणाम / प्रक्रिया

संपादन प्रेरणा : मोठे यश संपादन करण्याची तसेच उच्च गुणवत्ता प्राप्त करण्याची प्रेरणा

संयोजक नसपेशी : वेदक व कारक प्रकारच्या नसपेशींमध्ये संपर्क घडवून आणणारी नसपेशी

संवेदन : अर्थपूर्ण वेदन म्हणजे संवेदन

संवेदनाचा समाकृतिवादी सिद्धान्त : आपल्याला मिळणारे संवेदन भिन्न भिन्न वस्तूंचे किंवा घटनांचे नसून त्यापासून तयार होणाऱ्या संघटनेचे असते.

सकारात्मक–स्व : मी एक चांगली व्यक्ती आहे अशी जाणीव होणे

सततचे अवधान : एखाद्या उद्दीपकावर अवधान केंद्रित करणे, यास सततचे अवधान असे म्हणतात.

समुपदेशन : व्यक्तिगत, कौटुंबिक, शैक्षणिक, व्यावसायिक इ. समस्यांबाबत विश्वासात घेऊन व्यक्तीस केलेले मार्गदर्शन

सहजप्रवृत्ती : जन्मजात, उपजत प्रवृत्ती.

सहवास प्रेरणा : सामाजिक संबंध प्रस्थापित करण्याची व ते टिकवून ठेवण्याची प्रेरणा

सहानुकंपी नससंस्था : भावनिक अनुभवास उत्तेजना निर्माण करून आणीबाणीच्या परिस्थितीत सज्ज करणारी नससंस्था

सर्जनशील विचार : नाविन्यपूर्ण समस्यापरिहार करणारा. नवनिर्माणक विचार

सामाजिक-स्व : इतर व्यक्तींचे आपल्याविषयी काय मत असावे, याची जाणीव.

सामान्यपातळीवरील ज्ञान : लोकसमजुतींवर आधारलेले सदोष ज्ञान

सामान्यीकरण : समान गुणधर्माच्या उद्दीपकांना समान प्रतिक्रिया मिळणे

सुप्त अध्ययन : प्रबलीकरण मिळेपर्यंत प्रकट न केले जाणारे संपादित वर्तन

स्फटिकरूप बुद्धिमत्ता : अनुभवातून निर्माण होणारी क्षमता

स्मृतिभ्रंश : गतकालीन अनुभव आठवण्याची क्षमता अंशत: किंवा पूर्णत: नष्ट होणे

स्मृती ऱ्हास : स्मृतीचे ठसे अस्पष्ट व क्षीण होणे

स्मृती व्यत्यय : एका माहितीचा दुसरी माहिती साठवताना अडथळा होणे

'स्व' विस्तारण : 'स्व' चे 'मी'कडून 'आम्ही'कडे संक्रमण

स्व-आदर : स्वत:च्या शारीरिक, मानसिक व भौतिक गुणधर्मांचे स्वत:ने केलेले सकारात्मक मूल्यमापन

स्व-मूल्यांकन : 'स्व' विषयक भविष्यकालीन कल्पना

स्व-संकल्पना : स्वत:विषयीच्या जाणिवा

स्व-तादात्म्य : स्वत:च्या स्वतंत्र अस्तित्वाची ओळख पटणे

स्वतंत्र परिवर्तक : प्रयोगकर्ता ज्यात बदल करतो असा घटक

स्वाभाविक अवधान : सरावामुळे घडून येणारे अवधान म्हणजे स्वाभाविक अवधान

स्वायत्त नससंस्था : सीमावर्ती नससंस्थेपैकी भावनिक अनुभवास चालना देणारी नससंस्था

स्वोट-विश्लेषण : व्यक्ती, समूह व संस्थेच्या संदर्भात त्यांची बलस्थाने, कमतरता, संधी व संभाव्य धोके लक्षात घेऊन केलेली विचाराची मांडणी.

S-O-I : बुद्धिमत्ता -रचना- प्रारूप (Structure of Intellect)